ஆதுர சாலை

அ.உமர் பாரூக்

டிஸ்கவரி பப்ளிகேஷன்ஸ்
எண்: 9, பிளாட் எண்: 1080A, ரோஹிணி பிளாட்ஸ்
முனுசாமி சாலை, கே.கே.நகர் மேற்கு,
சென்னை - 600 078. பேச: 99404 46650

வெளியீட்டு எண்: 0299

ஆதுர சாலை (நாவல்)
ஆசிரியர்: அ.உமர் பாரூக்©

Aadhura Salai (Novel)
Author: Author: A.Umar Farook©

Print in India

Edition: 1st - 2020, 2nd Sep - 2023, 3th Nov 2024

ISBN No : 978-93-89857-23-8

Pages - 376

Rs - 420

Publisher • *Sales Rights*

Discovery Publications	**Discovery Book Palace (P) Ltd**
No. 9, Plot,1080A, Rohini Flats, Munusamy Salai, K.K.Nagar West, Chennai - 78. Tamilnadu, India. Mobile: +91 99404 46650	No. 1055-B, Munusamy Salai, K.K.Nagar West, Chennai-600 078. Ph: (044) 4855 7525 Mobile: +91 87545 07070

discoverybookpalace@gmail.com / www.discoverybookpalace.com

இந்த நூலில் பிரசுரமாகியுள்ள எந்த ஒரு பகுதியையும் எழுத்துபூர்வமான முன்அனுமதி பெறாமல் எடுத்தாள்வதோ, மறுபிரசுரம் செய்வதோ, மொழியாக்கம் செய்வதோ, ஊடகங்களில் மறுபதிப்புச் செய்வதோ, காப்புரிமைச் சட்டப்படி தடை செய்யப்பட்டுள்ளது. இந்த நூலிலிருந்து சில பகுதிகளை மேற்கோள்காட்டி நூல்அறிமுகம் செய்யலாம்.

உங்கள் மொபைல் போனிலிருந்து ஸ்கேன் செய்து 'டிஸ்கவரி புக் பேலஸ்' மொபைல் ஆப்பை டவுன்லோடு செய்து, புத்தகங்களை வாங்குங்கள்.

அன்பு பரிசாக...

எங்களுக்குத் திருமணமான நாளைத் தவிர, இந்தப் பதினைந்து ஆண்டுகளில் எந்த ஆண்டின் திருமணநாளிலும் நான் என் இணையருடன் இருந்ததில்லை. ஆண்டின் பெரும்பாலான நாட்கள் பயணங்களிலும், பணிகளிலுமே கழிந்து விடும். எஞ்சிய நாட்களிலிருந்தும் நான் எழுதுவதற்கான நேரத்தைப் பகிர்ந்தளிக்கும்

அன்பு இணையர் மு.அராபத் ராணிக்கு இந்நாவலைப் பரிசளிக்கிறேன்...

நன்றிக்குரியோர்...

* டாக்டர் ஃபஸ்லுர் ரஹ்மான், டாக்டர் சித்திக் ஜமால்
* அக்கு ஹீலர். போஸ் கே.முகமது மீரா
* காலஞ்சென்ற டாக்டர். எம். காஜாமைதீன்
* டாக்டர்.வ. பொன்னுராசு
* டாக்டர்.பி.எம்.ஹெக்டே
* முனைவர்.எஸ்.வர்க்கீஸ் ஜெயராஜ், வரலாற்று துறைத் தலைவர், ஹாஜி கருத்தராவுத்தர் ஹௌதியா கல்லூரி, உத்தமபாளையம்.
* மருத்துவர் கோ.செல்வமூர்த்தி, அறியப்படாத தமிழ் மருத்துவ வரலாறு (நியூ செஞ்சுரி புக் ஹவுஸ்)
* கோ.ரகுபதி, ஆதி மருத்துவர் சவரத் தொழிலாளராக்கப்பட்ட வரலாறு (வல்லினம்)
* ச.கந்தசாமி முதலியார், உணவுமருத்துவம் (பாரி நிலையம்)
* இல.சண்முகசுந்தரம், வாழத் தகுதியற்றவனா மனிதன்? (எதிர் வெளியீடு)
* பேரா.ஆ.சண்முகவேலன் தேரர் சிறுநீர்க்குறி சோதனை (சரஸ்வதி மகால் நூலகம்)
* முனைவர் ஆனைவாரி ஆனந்தன், சித்த மருத்துவ வரலாறு (கவிக்குயில் பதிப்பகம்)
* மானோஸ், சித்தர்களின் நாடி சாஸ்திரம் (மோகன் புத்தக நிலையம்)
* தொல்லியல் அறிஞர். செந்தீ நடராசன்
* கம்பம் சோ.பஞ்சுராஜா, தேனி மாவட்ட வரலாற்று ஆய்வு மையம்
* வைகை அனிஸ்
* தாராசங்கர் பந்தோபத்யாய, ஆரோக்கிய நிகேதனம் (சாகித்ய அகாடமி)
* இரா.முத்து நாகு, சுளுந்தீ (ஆதி பதிப்பகம்)
* சரஸ்வதி மகால் நூலகம், தஞ்சை
* எழுத்தாளர்.தேனி சீருடையான்
* எழுத்தாளர் ம.காமுத்துரை
* அன்பு நண்பன் மு.ஜெய்கணேஷ்
* தோழர்.பி.என்.எஸ்.பாண்டியன்
* பதிப்பாளர் மு.வேடியப்பன்

இந்நாவலில் வரும் பகுதிகளோ, கதாபாத்திரங்களோ யார் மனதையேனும் புண்படுத்தியிருந்தால் உரிய சிகிச்சை எடுத்துக்கொள்ளும்படி அறிவுறுத்தப்படுகிறார்கள். ஏனெனில், இவை கற்பனைகளால் உருவாக்கப்பட்டவை அல்ல. சமூகத்தால் விளைவிக்கப்பட்டவை.

பகுதி : ஒன்று

வெப்பம்

1

கையில் இருந்த பயோடேட்டாவை தடவியவாறே என்னை நிமிர்ந்து பார்த்தார் டாக்டர் பாபு.

"மாசம் 500 ரூபாய் சம்பளம்... மூணு மாசம் கழிச்சி ட்ரெய்னிங் பீரியட் முடிஞ்சதும் 1000 ரூபாய்... சரியா தம்பி?"

எனக்கு மனதுக்குள் பட்டாம்பூச்சிகள் பறந்தன. வேலைக்கான முதல் முயற்சியிலேயே வெற்றி கிடைத்து விட்டது. எப்படியும் என் குடும்பத்தின் தேவைகளை கொஞ்சம் கொஞ்சமாக நிறைவேற்ற முடியும் என்ற நம்பிக்கை துளிர்த்தது.

"சரிங்க சார்... ரொம்ப நன்றி..." மெல்லிய புன்னகை யுடனும், மருத்துவமனைச் சூழலின் தயக்கத்துடனும் பதிலளித்தேன்.

"உங்க மாமா எனக்கு ரொம்ப நெருக்கம்... அவரு சொன்னதுக்காகத்தான் உடனே சேர்த்துக் கிட்டேன்... ஆமா... எந்த ஊர்ல படிச்சீங்க...?" டாக்டர் கையிலிருக்கும் விவரங்களை சரியாகப் பார்க்காமலேயே உரையாடலைத் தொடர்ந்தார்.

"நேஷனல் இண்ஸ்டிட்யூட் ஆஃப் மெடிக்கல் சயின்ஸ்... தேனி சார்..." வேலை கிடைத்த செய்தியை உடனே மாமாவிடமும், அப்பாவிடமும் சொல்லி விட வேண்டும் என்ற தவிப்பு எனக்குள் கூடியது.

"இப்ப... ரெண்டு வருஷ கோர்சா இருக்கா...? சிலபஸ்ல லேபரட்டரி மட்டும்தான் இருக்கா...? இல்ல... எக்ஸ்ரே எல்லாம் சேர்த்து சொல்லித் தர்ராங்களா...?"

அ. உமர் பாரூக் • 9

நோயாளிகளுக்கு சிகிச்சையளிக்கும் இடைவெளியில் என்னிடம் பேசிக்கொண்டிருந்த டாக்டர், காத்திருக்கும் வரிசை பற்றி கவலைப் பட்டதாகத் தெரியவில்லை. என்னிடம் உரையாடலைத் தொடர விரும்புவது போல அவருடைய முகபாவம் இருந்தது.

“எல்லாம் தெரிஞ்சது போல பேசி வைக்காதே... டாக்டர்கிட்ட பேசும் போது நீட்டி முழக்காம சுருக்கமா பேசிப் பழகு” என்று மாமா கொடுத்த எச்சரிக்கை நினைவுக்கு வந்தது.

“ரெண்டு வருஷ கோர்ஸ்தான் சார்... எக்ஸ்ரே தனி கோர்சு சார்... நான் படிச்சது லேபரட்டரி டெக்னாலஜி மட்டும்தான்...” அடுத்த நோயாளியை உள்ளே அனுப்புவதற்காக அறைக்கு வெளி யிலிருந்த நர்ஸ் அவ்வப்போது எட்டிப் பார்த்தபடியே இருந்தார். அவர் ஒவ்வொரு முறை பார்க்கும்போதும் நான் விரைவாக பேசி முடித்து விட முயன்றேன்.

“சரிங்க தம்பி... நீங்க நாளைக்கு காலைல 9 மணிக்கு வந்து லேப் சீஃப் டெக்னிசியனைப் பாருங்க... நான் சொல்லிர்ரேன்... மாமாவை கேட்டதா சொல்லுங்க...” என்னிடம் பேசிக்கொண்டே மேஜையின் மீதிருந்த அழைப்பு மணியை அழுத்தி, நர்ஸ் எட்டிப் பார்த்ததும் அடுத்த நோயாளியை அனுப்பும்படி தலையசைத்தார். நான் அணிந்திருந்த கண்ணாடியைச் சரி செய்துகொண்டே, கிளம்பத் தயாரானேன்.

“நன்றிங்க சார்... நான் போய்ட்டு காலைல வர்ரேன் சார்...” சொல்லிய படியே அறையில் இருந்து வெளியே வந்தேன். அறை வாசலிலும், வரவேற்பறையிலும் வெள்ளை நிற யூனிபார்மில் இருந்த நர்ஸ்களைப் பார்த்து லேசாக சிரித்துவிட்டு மருத்துவமனை வாசலை விட்டு வெளியேறினேன்.

மருத்துவமனைக்கு எதிரே இருந்த சுவரில் அருணாசலம் பட சுவரொட்டி புதிதாக ஒட்டியிருந்தது.

வேலை நேரம் எப்போது முடியும் என்று கேட்கவில்லை என்று நினைவுக்கு வந்தது. இரவு 9 மணி வரைக்கும் இருக்க சொல்லுவார்களா? நண்பர்களோடு அடுத்த முறை சினிமாவுக்கு போகும் வாய்ப்பு எப்போது கிடைக்கும் என்று தெரியவில்லை. இடது கையின் முழுக்கை சட்டையை கொஞ்சம் மேலேற்றி விட்டு, நேரம் பார்த்தேன். மாலை 6 மணியாகிவிட்டது. இன்றைக்கே சினிமாவுக்குப் போய் விடுவோமா...? மனதில் யோசனைகள் தோன்றியபடியே இருந்தது.

இனிமேல் நண்பர்களுக்கு சொல்லி, சினிமாவுக்குப் போகும் வாய்ப்பு குறைவு என்று தோன்றியது. மெல்ல வீட்டை நோக்கி நடக்கத் துவங்கினேன். லேபில் சேரப்போகிற செய்தியை உடனே மாமாவுக்கும், அப்பாவுக்கும் சொல்ல வேண்டும். தெருமுனையில் இருக்கிற எஸ்.டி.டி. பூத்திற்கு போய் மாமாவுக்கு போன் செய்யலாம் என்ற யோசனை வந்தது. சட்டைப் பாக்கெட்டில் இருக்கும் பத்து ரூபாயை மாற்ற வேண்டும் என்று தோன்றியவுடன், யோசனையை கைவிட்டேன். வீட்டிற்குப் போய் அம்மாவிடம் சொன்னால், பக்கத்து வீட்டு போனில் இருந்து அவர் மாமாவுக்கு சொல்லி விடுவார்.

மெயின்ரோட்டில் போக்குவரத்து கொஞ்சம் கொஞ்சமாக அதிகரிக்க துவங்கி இருந்தது. நான் பள்ளியில் படிக்கிற காலத்திலெல்லாம் இவ்வளவு வாகனங்கள் இருந்ததில்லை. சாலையை கடப்பதற்கு ஒரு நிமிடம் கூட நிற்க வேண்டியது வந்ததில்லை. கூட்டம் கூட்டமாக பள்ளி மாணவர்கள் ஒருபுறம் நடந்து கொண்டிருப்பார்கள். கை வண்டிகளில் மூட்டைகளையோ, காய்கறிகளையோ, விறகுகளையோ ஏற்றிக்கொண்டு கூலித் தொழிலாளர்கள் சென்றுகொண்டிருப்பார்கள். சைக்கிள்கள் அதிகமாகவும், ஒன்றிரண்டு இரண்டு சக்கர வாகனங்களும், அரிதாக காரும் சாலையைக் கடந்து செல்லும். பேருந்துகள் எப்போதாவதுதான் கண்ணில் படும்.

சில வருடங்களில் ஊர் எவ்வளவு மாறியிருக்கிறது? சாலையைக் கடப்பதற்கு ஒரு நிமிடமாவது நின்று, பார்த்துப் போக வேண்டியதிருக்கிறது. இரண்டு வருடங்களுக்கு முன்பிருந்த தள்ளு வண்டிகள் இப்போது குறைந்திருக்கின்றன. இரு சக்கர வாகனங்கள் அதிகரித்திருக்கின்றன.

சைக்கிளில் வந்திருந்தால் சீக்கிரமாக வீட்டுக்குப் போ யிருக்கலாம். பள்ளிக் காலத்தில் பயன்பட்ட என்னுடைய சைக்கிள் வீட்டில்தான் நிற்கிறது. அம்மா அதை எடுத்துக்கொண்டு போகச் சொன்னார். அது ஒரு பெண்கள் பயன்படுத்தும் முக்கால் சைஸ் சைக்கிள். பஜாஜ் நிறுவனம் தயாரித்த மிகப் பழைய மாடல். பள்ளியில் படித்த வரைக்கும் சைக்கிளை பயன்படுத்துவதில் எந்த தயக்கமும் இருந்ததில்லை. கல்லூரிக்குச் சென்று வந்த இரண்டு ஆண்டுகளின் விடுமுறையில் ஒருமுறை கூட சைக்கிளை எடுக்கவில்லை. சைக்கிளில் இருந்து அந்நியப்பட்ட மனநிலையும், தயக்கமும் இருந்தது. ஊரிலுள்ள அனைவருமே நான் சைக்கிளில் போவதைப் பார்ப்பது போன்ற உணர்வு, மனதை கனமாக்கியது.

அ. உமர் பாரூக் • 11

அதனாலேயே வீட்டிலிருந்து மருத்துவமனைக்கு நடந்தே வந்து விட்டேன்.

சாலையோரம் கைவண்டியில் கொய்யாப்பழம் விற்றுக் கொண்டிருந்த மணிகண்டன் என்னைப் பார்த்து சிரித்தான். பள்ளியில் உடன் படித்த நண்பன். பன்னிரெண்டாம் வகுப்போடு படிப்பை நிறுத்தி விட்டு, அவன் அப்பா செய்த பழ வியாபாரத்திற்கு வந்து விட்டான்.

“என்னடா... பார்த்து ரொம்ப நாள் ஆச்சு...? படிப்பு முடிஞ்சு ஊருக்கு வந்திட்டியா...?” என்னைப் பார்த்து கைவண்டியின் அசைவை நிறுத்தி, அழுத்திப் பிடித்தான்.

“ஆமா மணி... தினமும் படிப்புக்காக தேனி போய்ட்டு வந்ததுனால ஊர்ல இருந்த மாறியே இல்ல... போன வாரம்தான் முடிஞ்சது... யுனைட்டெட் லேப்ல வேலைக்கு சேர்ந்திருக்கேன்...”

“சந்தோஷம்டா... ஆமா... எப்ப கண்ணாடி போட்ட...?” என் கண்ணாடியைப் பார்த்து கேட்டான். “இப்பதான் மணி மூணு மாசம் ஆகுது... கண்ல ஒரு சின்ன பிரச்சினை. தலைவலி வேற... டெஸ்ட் பண்ணும் போது கண்ணாடி போட வேண்டியது வந்திருச்சு...”

“சரிடா..... உடம்ப பார்த்துக்க... வீட்டுக்குப் பழம் கொண்டு போறியா...?” முகம் முழுக்க மகிழ்ச்சி படர, கொய்யாப்பழங்களை எடுத்து காகித கவரில் போட ஆரம்பித்தான்.

பழம் எடுத்துக்கொண்டிருந்த மணியின் கைகளை தட்டி விட்டு மறுத்தேன்.

“வேணாம் மணி... அப்புறம் வாங்கிக்கிறேன்... இனி ஊர்ல தான இருப்பேன்... வியாபாரம் எல்லாம் எப்புடி போகுது...?”

“போகுதுடா....... நாலு தெரு வண்டியைத் தள்ளினா வித்து தீத்தரலாம்... எல்லா பழமும் வித்தா வண்டி வாடகை போக ஐம்பது ரூபா கிடைக்கும்... வாரத்துல ஒன்னுரெண்டு நாள்தான் முழுசா விக்கும்... மத்த நாள் கொஞ்சம் மிச்சமாகிரும்... பழம் காவெட்டா இருந்தா தாங்கீரும்... அப்படியே ஓடுது...”

சலிப்போடு சொல்லிக்கொண்டே முகத்தில் வழிந்த வியர்வையைத் துடைத்துக் கொண்டான். படிக்கும் போது பேண்ட் சர்ட் அணிந்து, சிரித்த முகமாய் இருக்கும் மணிகண்டன் இப்போது அழுக்கு வேட்டியோடு, சோர்ந்த முகத்தோடு இருந்தான்.

"சரி மணி... பாக்கலாம்..." அவன் தோளில் வலது கையால் அழுத்தி, விடைபெற்று வீட்டை நோக்கி நடக்கத் துவங்கினேன்.

இந்த முகங்கள்தான் எத்தனை மாற்றங்களை அடைந்து விடுகிறது? பள்ளியில் படிக்கும்போது பால் மணம் மாறாத குழந்தைகளைப் போல இருந்தவர்கள் ஒன்றிரண்டு வருடங்களில் எப்படி ஆகிவிடுகின்றனர்? புன்னகை தொலைத்த முகங்கள், தோல் வறண்டு இறுகிப்போன முகங்கள், எதையோ தேடி அலையும் தவிப்பை தேக்கி வைத்திருக்கும் முகங்கள், எப்போதும் கடுகடுப்பை வெளிப்படுத்தும் முகங்கள்.....

கடந்து போகும் முகங்களை உற்றுப் பார்க்கத் தோன்றியது. இவர்களின் எல்லா முகங்களும் பள்ளியில் படிக்கும் போது எப்படி இருந்திருக்கும்? ஏன் இப்படி மாறிவிடுகின்றன? இதைத்தான் வாழ்க்கை தரும் படிப்பினை என்கிறார்களா...?

என் முகத்திலும் இப்படியான மாற்றங்கள் வந்து விட்டனவா...? முகத்தை ஒரு முறை தடவிப் பார்த்துக்கொண்டேன். வீட்டில் போய் கண்ணாடியில் பார்க்க வேண்டும்.

எல்லா பழங்களும் விற்றால் ஒருநாளைக்கு ஐம்பது ரூபாய் என்றால் மாதத்திற்கு ஆயிரத்து ஐநூறு ரூபாய். மாதத்தின் பாதி நாட்கள் அரை குறையாய் விற்றால் கூட எந்நூறு ரூபாய் மணி கண்டனுக்கு கிடைக்கும். ஆனால், என்னுடைய முதல் மாத சம்பளம் ஐநூறு ரூபாய். வேலை கிடைத்த மகிழ்ச்சி வாடிக்கொண்டிருக்கிற பூவைப் போல சுருங்கத் தொடங்கியது.

மாதம் தோறும் ஆயிரம் ரூபாய்க்கு மேல் கல்லூரிக் கட்டணம். தினமும் தேனி போய் வந்ததில் குறைந்தபட்சம் ஐநூறு ரூபாய். டீ சாப்பிட, மதிய உணவு கொண்டு போகாத போது கேண்டீனில் சாப்பிட என்று மாதம் மொத்தமாக இரண்டாயிரம் செலவாகியிருக்கும். அதில் நான்கில் ஒருபங்கு கூட சம்பளமாக இல்லையே...

பணம் குறித்த எண்ணங்கள் மனதில் ஓடத் துவங்கியதும் முகம் மாறுவதை உணர்ந்தேன். முகத்தை மறுபடியும் ஒருமுறை கைகளால் தடவிப் பார்த்தேன். எதற்கு எனக்கு இப்படித் தோன்றுகிறது? ஆரம்ப சம்பளம்தான் ஐநூறு ரூபாய். மூன்று மாதம் கழித்து ஆயிரம் தருவதாக டாக்டர் சொன்னாரே...? வேலை அனுபவம் கூடும்போது சம்பளம் உயர்ந்துவிட்டுப் போகிறது. அப்போது மூவாயிரம், ஐந்தாயிரம் கூட கிடைக்க வாய்ப்பிருக்குமே...

எத்தனை பேருக்கு படிப்பை முடித்த ஒரு வாரத்தில் என்னைப் போல வேலை கிடைத்திருக்கும்? ஏன் இப்படி தேவையில்லாமல் எண்ணங்கள் ஓடிக்கொண்டிருக்கின்றன? நல்ல விஷயங்கள் நடக்கும் போதும் கூட, மனம் ஏன் அச்சத்தையும், கவலைகளையும் நோக்கியே சிந்திக்கிறது? தலையை உதறிக் கொண்டேன். இப்போது வீட்டுக்குப் போய் வேலை கிடைத்ததை அப்பாவிடமும், மாமாவிடமும் சொல்ல வேண்டும். நாளை காலை லேபிற்குப் போக வேண்டும். இதனைத் தவிர வேறெதையும் யோசிக்கக் கூடாது என்று மனதிற்குள் சொல்லிக் கொண்டேன்.

காலையில் சீக்கிரமே குளித்து முடித்து, சாப்பிட்டுவிட்டு மருத்துவமனை நோக்கி கிளம்பிவிட்டேன்.

இரவு முழுக்க சரியான தூக்கம் இல்லை. மகிழ்ச்சியும், அச்சமும் கலந்த குழப்பமான சிந்தனைகள். தெளிவற்ற கனவுகள். தூங்கினாலும் மனது விழித்தே இருந்தது மாதிரியான உணர்வு. கடிகார முட்களின் அசைவில் யாரோ சுமக்க முடியாத பாரத்தை ஏற்றி விட்டதைப் போல மிக மெதுவாக இரவு முழுவதும் நேரம் நகர்ந்துகொண்டிருந்தது.

சைக்கிளைத் தவிர்த்து விட்டு, இப்போதும் நடந்தே மருத்துவமனை நோக்கிச் சென்றேன். லேபில் எனக்கு என்ன வேலை தருவார்கள்? மெதுவாக வேலை பற்றிய எண்ணங்கள் ஓடத் தொடங்கின.

மருத்துவ ஆய்வுக் கூடங்களில் பொதுவாக நான்கு பிரிவுகள் இயங்கும். முதல் பிரிவு நோயாளிகளிடம் ரத்தம் எடுக்கும் கலெக்சன் டேபிள். அடுத்தது மைக்ரோஸ்கோப் பயன்படுத்தி செய்யப்படும் ரத்தவியல் சோதனைகளுக்கான பிரிவு. மூன்றாவது, ரத்தத்தில் சர்க்கரை, உப்பு போன்ற உயிர் வேதியியல் பரிசோதனைகள் செய்யும் பயோ கெமிஸ்ட்ரி பிரிவு. நான்காவது சிறுநீர், மலம், சளி, விந்து போன்ற பிற பரிசோதனைகளுக்கான பிரிவு.

ஆய்வுக் கூடத்தின் வேலைகளைப் பற்றி நினைக்கும்போதே மனது லேசானது. இன்றிலிருந்து அறிவியல் கருவிகளோடு இணைந்து செய்யும் வேலை துவங்குகிறது. என் மாணவப் பருவம் முடிந்து, வேலை பார்க்கும் ஆணவப் பருவம் ஆரம்பிக்கிறது. மைக்ரோஸ்கோப்பிலும், ஆய்வுக் கூடத்தின் மற்ற கருவிகளிலும் நாம் வேலை செய்யும் போது யாராவது பார்த்தால் சயிண்டிஸ்ட் போல தெரியும். வெள்ளைக் கோட் போன்று ஏதேனும் யூனிஃபார்ம்

இருக்கிறதா என்று விசாரித்துக்கொள்ள வேண்டும். படிக்கும்போது பயன்படுத்திய வெள்ளை கோட்டுகள் இருக்கின்றன. தேவையானால் அவற்றையே பயன்படுத்திக் கொள்ளலாம்.

எட்டே முக்கால் மணிக்கெல்லாம் மருத்துவமனை வாசல் அருகே வந்து விட்டேன். நோயாளிகள் செல்லும் வாசலுக்கு அடுத்த வாசல்தான் மருத்துவ ஆய்வுக்கூடத்தின் நுழைவாயில். மருத்துவமனை டாக்டர் பாபுவின் தனிப்பட்ட நிறுவனம். ஆனால், யுனைடெட் லேபரட்டரி பத்துக்கும் மேற்பட்ட மருத்துவர்கள் இணைந்து நடத்தும் நிறுவனம். அதனுடைய இப்போதைய நிர்வாக இயக்குநராக டாக்டர் பாபு இருக்கிறார். இன்னும் ஆய்வுக்கூடம் திறக்கப்படவில்லை.

மூடியிருக்கும் கதவின் அருகே நின்று வேடிக்கை பார்த்துக் கொண்டிருந்தேன். அருணாசலம் படத்தின் சுவரொட்டி இன்னும் புதிதாகவே இருந்தது. பள்ளிக்குப் போகும் வேன்கள் மருத்துவமனை தெருவைக் கடந்து போய்க்கொண்டிருந்தன. நிறைய மாணவர்கள் யூனிஃபார்ம்களோடு பள்ளிக்கு சிரித்தவாறே சென்றுகொண்டிருந்தார்கள். ஜூன் மாதம் என்பதால் புதிய வகுப்புகளுக்குப் போகும் மாணவர்களின் மகிழ்ச்சி அவர்களின் புதிய பைகளிலும், முகங்களிலும் வெளிப்பட்டுக்கொண்டிருந்தன. தெருவில் கிடந்த சின்னச் சின்ன கற்களை உதைத்து தள்ளிக் கொண்டு வேகமாக நடந்துகொண்டிருக்கிறார்கள்.

ஆய்வுக்கூடம் திறந்தவுடன் சீஃப் வந்து விடுவாரா தெரியவில்லை? அவரிடம் என்ன பேச வேண்டும் என்று ஒருமுறை யோசித்துக் கொண்டேன். மைக்ராஸ்கோப்பில் அமர்ந்து வேலை செய்யும் ரத்தவியல் பிரிவில் வாய்ப்பைக் கேட்க வேண்டும். பிடித்த வேலைசெய்யும் விதத்தில் முதல் நாள் அமைந்தால் நன்றாக இருக்கும். ஆனாலும் மனதிற்குள் ஒரு சந்தேகம் துளிர்விட்டது. கண்ணாடியோடு இருக்கும் என்னை மைக்ரோஸ்கோப் பயன்படுத்துவதற்கு அனுமதிப்பார்களா...? கேட்டுப் பார்க்கலாம். நான் என்ன முழுமையான பார்வைக் குறைபாடு உள்ளவனா என்ன? கண்ணில் சிறிய பிரச்சினைதானே? கண்ணாடியை கழற்றி வைத்து விட்டு, மைக்ரோஸ்கோப்பில் என்னால் பார்க்க முடியுமே...?

பத்தாம் வகுப்பு முடித்து, பதினொன்றாம் வகுப்பு சேரும் போது இதே போன்று பிரிவைத் தேர்வு செய்யும் வாய்ப்பு வந்தது. கணிதமா? அறிவியலா? கலைப்பிரிவா? வணிகவியலா? இவற்றில் எந்தப் பிரிவில் சேரப் போகிறேன் என்று தெளிவான யோசனை இல்லை. நெருக்கமான நண்பர்களில் பலர் எந்தப் பிரிவை தேர்வு

செய்கிறார்களோ, அதே பிரிவில் நானும் சேர்ந்து விடலாம் என்றுதான் யோசித்து வைத்திருந்தேன். அப்பா அவருடைய நண்பர்களிடமும், உறவினர்களிடமும் பேசி ஒரு முடிவுக்கு வந்திருந்தார்.

சேர்க்கைக்குப் போயிருக்கும் போது தலைமையாசிரியர் "எந்த குரூப் வேண்டும்?" என்று கேட்டவுடனே, அப்பா பதில் சொன்னார். "சயின்ஸ் குரூப் சார்". எனக்கு கிடைத்திருந்த முதல் வாய்ப்பு என் கைகளை விட்டுப் போய்விட்டது. உடனடியாக என்ன பிரிவைத் தேர்வு செய்கிறாய்? என்று யாராவது என்னைக் கேட்டாலும், என்ன சொல்வது என்று அப்போது எனக்குத் தெரிந்திருக்கவில்லை.

அறிவியலை விட, சமூக அறிவியல் எனக்கு நன்றாகப் புரியும். அந்தப் பாடம் எந்தப் பிரிவில் இருக்கிறது என்று கேட்கலாம் என்று யோசித்தேன். நாக்கு வறண்டு, அசைய மறுத்தது. என் பத்தாம் வகுப்பு மதிப்பெண் பட்டியலை கையில் வைத்துக்கொண்டே தலைமையாசிரியர் என்னைப் பார்த்தார்.

"சயின்சில ஆவ்ரேஜ் மார்க்தான் எடுத்திருக்க... சயின்ஸ் குரூப் படிசிருவியா...?"

அப்பா அவசரமாக பதிலளித்தார். "அதெல்லாம் படிச்சிருவான் சார்... நல்லா படிக்கிற பையந்தான்... எக்சாம் டயத்துல ஃப்ரெண்ட்சோட சேந்து ஆத்துக்குப் போறேன், கொளத்துக்குப் போறேன்னு படிக்காம விட்டுட்டான்..."

தலைமையாசிரியர் ஆமோதிப்பது போல தலையசைத்தார்... "இந்த காலத்துப் பசங்க ஊர் சுத்துறதுல காட்ற ஆர்வத்த படிப்புல எங்க காட்றாங்கெ...? கோட்டூர் ஸ்கூல் ஹெச்.எம். உங்க அண்ணன் நேத்தே சொல்லிட்டார்... சயின்சே போட்டுருவோம்... பார்த்துக்கங்க..."

கையொப்பமிட்டு, விண்ணப்ப படிவத்தினை என் கைகளில் கொடுத்தார். "பார்த்து படிக்கணும்டா... கவனமா இரு..."

தலைமையாசிரியரும் அப்பாவும் பேசி என்னை அறிவியல் பிரிவு மாணவனாக்கினார்கள். நான் படிக்கப் போகும் பிரிவில் அறிவியல் என்று ஒரு பாடம் இருப்பதைத் தவிர, வேறு எதனையும் அப்போது நான் அறிந்திருக்கவில்லை. எப்படியோ புரிந்தும், புரியாமலும், மனப்பாடம் செய்தும், நண்பர்கள் உதவியோடும் பன்னிரெண்டாம் வகுப்பில் சராசரி மதிப்பெண்களோடு தேர்ச்சி அடைந்தேன்.

அடுத்து என்ன படிக்கலாம்? என்ற பேச்சு வந்த போதே

அப்பா தெளிவாகச் சொல்லி விட்டார். "காலேஜ்ல பி.ஏ, மூணு வருஷம், எம்.ஏ ரெண்டு வருஷம்னு படிக்க வைக்கிற அளவுக்கு நமக்கு வசதி பத்தாது... எந்த டிகிரி படிச்சாலும் இந்தக் காலத்துல ஒரு மதிப்பும் இல்ல... அது மாதிரி படிப்பு படிக்கிறதுக்கு இது 1967 இல்ல... 1997. கலிகாலம். எதாவது ஒரு தொழில்படிப்புல சேந்திரு... ஒரு வருஷமோ, ரெண்டு வருஷமோ... கஷ்டப்பட்டு, கடன் வாங்கியாவது படிக்க வக்கிறேன்... படிச்ச உடனே வேல கெடைக்கிற படிப்பா இருக்கணும்... என்ன படிக்கலாம்னு நீயே முடிவு பண்ணு... நாலு பேர்கிட்ட விசாரிச்சுக்க..."

பி.ஏ. தமிழ் அல்லது வரலாறில் சேர்ந்து கல்லூரியில் படிக்க வேண்டும் என்பது என்னுடைய ஆசை. இந்த இரண்டு பாடங்களும் எனக்குப் பிடிக்கும் என்பதைத் தவிர ஆசைக்குப் பின்னால் நல்ல காரணங்கள் எதுவும் இல்லை. கல்லூரி குறித்த எதிர்பார்ப்புகளும், சினிமாவில் பார்த்த காட்சிகளும், கொஞ்சம் பயமும் கலந்த மனநிலை அது.

கல்லூரி வாய்ப்பு பறிபோகிறது என்பது ஒருபுறம் கவலையாக இருந்தாலும், மேற்படிப்பிற்குப் போகிறோம் என்பதே மகிழ்ச்சியாக இருந்தது. வாழ்க்கையின் எதிர்பார்ப்புகளில் எப்போதெல்லாம் அச்சம் வருகிறதோ, அதனுடன் மகிழ்ச்சியும், எப்போதெல்லாம் மகிழ்ச்சியும் வருகிறதோ, அதனுடன் அச்சமும் இணைந்தே வருகின்றன. எனக்கு மட்டும்தான் இப்படியா? எல்லாருக்குமே இப்படித்தான் இருக்குமா? என்று தெரியவில்லை.

ஐ.டி.ஐ., பாலிடெக்னிக் என்று பல வகை பயிற்சிகளை விசாரித்தோம். அந்த நிறுவனங்களில் இருந்த இயந்திரங்களைப் பார்க்கவே பயமாக இருந்தது. நம்மை விட உருவத்தில் பெரியதாக இருக்கும் எதன் அருகிலும் நாம் நிற்கும் போது, இந்த அச்ச உணர்வு தவிர்க்க முடியாமல் வந்து விடுகிறது. காரணமற்ற வெறுப்பும், அச்சமும் அந்த எந்திரங்களை விட்டு என்னை துரத்தின. "என்ன படிப்பது?" என்று தேர்வு செய்ய முடியாமல் குழம்பி நின்ற போதுதான் ஒரு சுவரொட்டி என் கண்ணில் பட்டது. மருத்துவ ஆய்வுக் கூட தொழில்நுட்ப பயிற்சி பற்றிய நிறுவனத்தின் விளம்பரம் அது. அதைப் பார்த்ததும் மனதில் ஒரு ஒளி தோன்றி மறைந்தது. என் மனக்கண்ணில் மைக்ரோஸ்கோப் வந்து நின்றது.

பள்ளியின் அறிவியல் ஆய்வுக்கூடங்களில் ஒன்றிரண்டு முறை பார்த்ததும், பல திரைப்படங்களில் சில காட்சிகளில் பார்த்ததும் தவிர எனக்கு மைக்ரோஸ்கோப்போடு வேறு பரிச்சயம் இல்லை. ஆனாலும், அது என்னை ஈர்த்தது என்று

சொல்வதை விட, அதோடு நான் பிணைந்து விட்டேன் என்றுதான் சொல்ல முடியும். என் மனதில் அது தோன்றிய கணத்திலிருந்து தொடர்ந்து அந்தக் காட்சி மறையவே இல்லை. பல விசாரிப்புகளுக்குப் பிறகு, தேனியில் இருக்கும் சார்பு மருத்துவக் கல்லூரியில் சேர்க்கப்பட்டேன்.

அப்பா அப்போதும் சொன்னார். "நம்ம குடும்ப சூழ்நிலைக்கு இந்த படிப்பு ரொம்ப அதிகம்... ஆனாலும், எப்பிடியோ படிக்க வச்சிருவோம்... நீ மட்டும் கவனமா படி..."

சிறிய வயதில் இருந்தே எப்போதும் நான் படித்ததாக நினைவில் இல்லை. வகுப்பில் ஆசிரியர் எடுக்கும் பாடத்தில் என்ன புரிந்ததோ, அதை மட்டும் தேர்வில் எழுதி விடுவேன். சில ஆசிரியர்களின் வலியுறுத்தலில் மனப்பாடம் செய்த விஷயங்களும் தேர்வில் உதவின. சின்னச் சின்ன கேள்விகளுக்கு விடை எழுதும்போது எப்போதும் நண்பர்கள் உதவுவார்கள். இது தவிர, தேர்வுக்காகவோ, மதிப்பெண்களுக்காகவோ எந்த முயற்சியும் எடுத்ததில்லை. அப்பாவும் பெரிதாகக் கண்டுகொண்டதில்லை.

இனி அப்படி இருக்க முடியாது என்பது புரிந்து, வகுப்புகளை கூடுதலாக கவனிக்க ஆரம்பித்தேன். முழுவதும் உடல் குறித்த பாடங்கள் என்பதால் ஆர்வமும் தானே வந்தது. அப்பா சொன்னபடியே பல சிரமங்களுக்கு இடையில் படிக்க வைத்தார். ஹாஸ்டலில் இருப்பதை விட, தினமும் ஒரு மணி நேர பேருந்துப் பயணத்தில் வீட்டிலேயே இருந்து கொண்டு படிக்கச் சொன்னார். இதுவரை வீட்டை விட்டு எங்கும் தங்கிப் பழகாத எனக்கும் அதுவே சரியாகப்பட்டது. துணி துவைப்பது, ஹாஸ்டல் சாப்பாடு, புதிய இடத்தில் தங்குவதில் உள்ள தயக்கம் போன்றவற்றை யோசிக்கும் போது, தினமும் பேருந்தில் போய் வருவது உற்சாகமாகவே இருந்தது.

மைக்ரோஸ்கோப்பிற்காகவே இந்தப் படிப்பைத் தேர்வு செய்தேன். அதே பிரிவைத் தேர்வு செய்யும் வாய்ப்பு இரண்டு ஆண்டுகளுக்குப் பிறகு என் கைகளுக்கு வந்திருக்கிறது. இதில் ஆலோசனை சொல்வதற்கோ, தலையிடுவதற்கோ யாரும் வரப்போவதில்லை. சுதந்திர உணர்வு மேலோங்க, ஆய்வுக்கூடத்தின் கதவு திறப்பதற்காகக் காத்திருந்தேன்.

2

சரியாக ஒன்பது மணிக்கு ஆய்வுக்கூடம் திறக்கப்பட்டது. சீஃப்பை பார்க்க வேண்டும் என்று, வரவேற்பறை பெண்ணிடம் சொல்லி விட்டு காத்திருந்தேன்.

இருபது பேர் உட்காரும் விதத்தில் அங்கு இருக்கைகள் போடப்பட்டிருந்தன. நுழைந்தவுடன் வலது ஓரத்தில் சற்றே உள்ளடங்கிய பகுதியில் ஒரு மேஜையும், அதன் மேல் டைப் ரைட்டரும் இருந்தன. புதிதாக பரிசோதனைக்கு வரும் நோயாளிகளிடம் பணம் பெற்று ரசீது தருவதும், பரிசோதனை முடிந்த ரிப்போர்ட்டுகளை கொடுப்பதற்குமான இடமாக அது இருந்தது. ஆய்வுக் கூடம் திறந்த சில நிமிடங்களில் இரண்டு பெண்கள் உள்ளே நுழைந்தனர். வந்தவர்களில் வயதான பெண்மணி ஒருவர் நேராக உள்ளே சென்று அங்கிருந்து நிறைய பாட்டில்களையும், கண்ணாடி டியூப்களையும், சின்னச் சின்ன கண்ணாடி சிலைடுகளையும் ஒரு வாளியில் அள்ளிப்போட்டுக் கொண்டு வந்தார். வரவேற்பு மேஜையின் பக்கவாட்டில் உள்ள வாசலின் வழியாக கழிவறைப் பகுதிக்குச் சென்றார். இன்னொரு பெண் உள்ளிருந்து, வரவேற்பறை வரைக்கும் பெருக்கி, குப்பைகளை அள்ளி சுத்தப்படுத்தினார்.

கதவைத் திறந்த இளவயது பெண்தான் வரவேற்பறை மேஜையில் அமர்ந்திருந்தார். சில ரிப்போர்ட் கவர்களை அடுக்கி வைத்து விட்டு, டைப் ரைட்டரைத் துடைத்து தட்டச்சு செய்யத் துவங்கினார். அடுத்த சில நிமிடங்களில் சில நோயாளிகளும், இன்னும் இரு ஆண்களும் உள்ளே வந்தனர். ஆண்களில் ஒருவர் வயதானவராகவும், இன்னொருவர் இளைஞராகவும் இருந்தனர். இருவருமே

இருக்கையில் அமர்ந்திருக்கும் என்னைப் பார்த்து விட்டு, கடந்து சென்றனர். என்னையும் பரிசோதனைக்கு வந்திருக்கும் நோயாளி என்று நினைத்திருக்கக் கூடும்.

வரவேற்பு மேஜையில் அமர்ந்திருந்த பெண்ணை அவ்வப்போது பார்த்துக்கொண்டிருந்தேன். எப்போது வேண்டுமானாலும் அழைப்பு வரலாம். உள்ளிருந்து அழைப்பு மணி ஓசை வந்ததும், அந்தப் பெண் எழுந்து உள்ளே சென்று, சில நிமிடங்களில் திரும்பி வந்தார். நேராக என்னைப் பார்த்து "தம்பி... உள்ளே போங்க... சீஃப் கூப்பிடுறார்" என்று சொல்லி விட்டு, டைப் ரைட்டரின் முன்னால் அமர்ந்து கொண்டார்.

நான் பயோடேட்டா இருக்கும் கவரை கையில் எடுத்துக் கொண்டு, வரவேற்பறைக்கு அடுத்து கண்ணாடி கதவிற்குப் பின்புறம் அமைந்திருக்கும் ஆய்வுக் கூடத்திற்குள் சென்றேன். வரவேற்பறையை விட பெரிய இடமாக இருந்தது. உள்ளே நுழைந்ததும் வலது புறம் சில இருக்கைகள் இருந்தன. அதில் ஒன்றில் வயதானவர் அமர்ந்திருந்தார். இடது புறம் அமைக்கப்பட்டிருந்த மூன்றடி உயரமுள்ள பணி மேடையில் நிறைய கருவிகள் வரிசையாக இருந்தன. ஆய்வுக் கூடத்தின் உள்பகுதியில் இன்னொரு கண்ணாடித் தடுப்பும், அதற்குள் இன்னும் சில ஆய்வுக் கருவிகளும் இருந்தன.

முன்னறையில் இருப்பது உயிர் வேதியியல் பரிசோதனைக் கூடம் என்பதும், உள்ளறையில் இருப்பது ரத்தவியல் பரிசோதனைக் கூடம் என்பதும் கருவிகளைப் பார்த்ததும் தெரிந்தது. முக்கியமாக என் கண்ணில் பட்டது உள்ளறையில் இருக்கும் மைக்ரோஸ்கோப்தான்.

சீஃப் அமர்ந்திருக்கும் இருக்கைக்கு அருகில் சென்று, அவரைப் பார்த்து புன்னகைத்தேன். "வணக்கம் சார்..... லேப்ல புதுசா ட்ரெய்னிங்கிற்கு ஜாயின் பண்ணிருக்கேன்... டாக்டர் பாபு உங்களைப் பாக்கச் சொன்னார்..." என் கை தன்னிச்சையாக கண்ணாடியை சரி செய்து கொண்டது.

பயோடேட்டா கவரை வாங்கி, பிரித்துப் பார்த்தார். என்னை நிமிர்ந்து பார்த்தபடி, அருகில் இருந்த இருக்கையில் அமரச் சொன்னார். அவரும் கனமான கண்ணாடி ஒன்றினை அணிந்திருந்தார். ஆய்வுக் கூடத்தின் சீஃபே கண்ணாடி அணிந்திருக்கும் போது, நான் கண்ணாடி போட்டிருப்பதில் ஒன்றும் பிரச்சினை இருக்காது என்று தோன்றியது.

"சர்டிபிகேட் எப்ப கிடைச்சது...?" நரையேறியிருந்த தலைமுடியை அவர் கைகள் தடவிக்கொண்டிருந்தன. கண்கள் அவருடைய

கண்ணாடியின் வழியே, ஊடுருவி, என் கண்ணாடிக்குள் இருந்த என் கண்களைப் பார்த்தன. கண்களும், கண்களும் பார்த்துக் கொள்வது போல, கண்ணாடியும் கண்ணாடியும் பார்த்துக் கொள்வது வேடிக்கையாக இருந்தது.

"போன வாரம் சார்..." காரணம் தெரியாத மெல்லிய நடுக்கத்தோடு பதிலளித்தேன்.

"காலேஜ்ல பெரும்பாலும் தியரிதான் சொல்லித்தருவாங்க... கொஞ்சம் டெஸ்ட் புரொசிஜர் சொல்லித் தருவாங்க... அத வச்சு ஃபீல்டுல ஒன்னும் பண்ண முடியாது... லேப்ல இருக்கிற விஷயங்கள கவனமா ஃபாலோ பண்ணுங்க... சீக்கிரமா கத்துக்கலாம்..."

அவருக்கு வயது எப்படியும் அறுபதைத் தொடும் போல இருந்தது. முகத்தில் இருக்கும் முதிர்ச்சியைத் தவிர, உடல் கட்டுக் கோப்பாக இருந்தது. முடி நரைத்திருந்ததே தவிர, அடர்த்தியாக இருந்தது. வகிடெடுத்து, படிய வாரியிருக்கும் தலை முடியோடு அவரைப் பார்ப்பதற்கு கடுமையானவராக இருந்தார். ஆனால், பேச்சில் கடுமை வெளிப்படவில்லை.

"சரிங்க சார்..." இருக்கையின் முன்புறம் அமர்ந்தவாறு சொன்னேன். "கொஞ்ச நேரம் உட்காருங்க.. என்ன செய்யணும்னு சொல்றேன்..." என்னிடம் சொல்லிவிட்டு, உள்ளறைக்குப் போய் விட்டார். உள்ளேயிருந்த சிறிய மேஜையில் இருந்த சில ரிப்போர்ட்டுகளைப் பார்த்து கையொப்பம் இடத் துவங்கினார்.

வரவேற்பறையில் இருந்த பெண் கண்ணாடி தடுப்பின் வழியாக என்னை அழைப்பது தெரிந்தது. நான் உள்ளறையில் இருந்த அவரைப் பார்த்தேன். அவர் தீவிரமாக கையெழுத்துப் போட்டுக் கொண்டிருந்தார். அவரிடம் சொல்லிவிட்டுப் போகலாமா? வேண்டாமா? என்று யோசித்துக்கொண்டே தயங்கி நின்றிருந்தேன். மறுபடியும் அந்தப் பெண் கையசைத்து அழைத்தார். எனக்கு எதிரில் நின்றிருந்த இளைஞர் போய் வரும் படி சைகை செய்தார். நான் தயங்கியபடியே வரவேற்பறை மேஜையை நோக்கி நகர்ந்தேன்.

"சொல்லுங்க..." மெதுவான குரலில் கேட்டேன். பெண்களிடம் பேசும் தயக்கம் பல வருடங்களாக அப்படியே இருக்கிறது. சார்பு மருத்துவக் கல்லூரியிலும் அனைவருமே ஆண்கள்தான். சீனியர்களில் ஓரிரு பெண்கள் உண்டு. படித்த இரண்டு ஆண்டுகளில் மூன்று முறை பெண்களிடம் பேசியிருந்தால் அதிகம். வீட்டிலும் அம்மாவைத் தவிர வேறு பெண்கள் இல்லை. இத்தனை ஆண்டுகளில் உறவினர்கள் மிகச் சிலரைத் தவிர நான் பெண்களிடம் பேசியதே இல்லை

என்று தோன்றியது. எப்போதாவது அரிதாக சில பெண்களிடம் பேச வேண்டிய சூழல் வந்தால், அவர்களை எப்படி அழைப்பது என்பதுதான் முதல் குழப்பமாக இருக்கும். அவர்கள் முகம் பார்த்துப் பேசுவதில் உருவாகும் தயக்கம் ஒன்றிரண்டு வார்த்தைகளில் உரையாடலை முடிக்கும் படி ஆகிவிடும்.

வரவேற்பறைப் பெண்ணையும் எப்படி அழைப்பது என்பதுதான் முதல் தயக்கம். நான் அருகில் வந்ததைப் பார்த்த அவர் மெதுவான குரலில் சொன்னார். "புதுசா ஜாயின் பண்ணிருக்கீங்களா தம்பி...? மில்ட்ரி ரூமுக்குள்ள உட்கார்ந்திருச்சினா வெளிய வர நேரமாகும்... நீங்க அவர் கூப்பிடுற வரைக்கும் இங்க இருங்க."

"ஆமாங்க்கா... இப்பதான் ஜாயின் பண்றேன்... மில்ட்ரினா யாரு...? சீஃபா..." மேஜை மீது கைவைத்தபடி அவரிடம் பேசினேன். என்னை தம்பி என்று அழைத்தவுடன் அவரை அழைப்பதற்கான வழி பிறந்துவிட்டது.

"ஆமா தம்பி... அவர் மில்ட்ரில மெடிகல் காப்ஸ்ல இருந்தவரு... ஸ்ட்ரிக்ட் ஆஃபீசர்... பேரு ஆசைதம்பி.... சிரிக்கிறதுக்கு காசு கேப்பார்... அவர் சேருக்கு பக்கத்துல குடை வச்சிருக்கார் பாருங்க... அதை தொட்டிங்கனா அவ்வளவுதான்... மில்ட்ரி படை எடுத்திருவார்......"

அவர் சொன்னதைக் கேட்டு கவலையாக இருந்தாலும், லேசாக சிரித்தேன்.

"சரி தம்பி... இங்க உட்காருங்க... இந்த ரிப்போர்ட் கவர்களை எண்ணி, எத்தனை இருக்குனு சொல்லுங்க... என் பேரு அரசி. இங்கதான் ரொம்ப வருஷமா குப்பை கொட்றேன்..." அவர் கொடுத்த கவர்களை ஒவ்வொன்றாக எண்ணி, வரிசையாக அடுக்கி விட்டு அவரிடம் எண்ணிக்கையைச் சொன்னேன். ஒவ்வொரு கவரின் மேலும் நோயாளியின் பெயரும், வயதும், தட்டச்சு செய்யப்பட்டிருந்தன. கவரின் கீழ்ப்பகுதியில் நோயாளியை அனுப்பிய டாக்டரின் பெயர் இடம் பெற்றிருந்தது.

"நீங்க எந்த ஊர்க்கா...?" அவரின் இயல்பான பேச்சு, எனக்கு உரையாடும் தைரியத்தைக் கொடுத்தது. "நானும் இதே ஊர்தான். மில்ட்ரிதான் பாளையத்துல இருந்து வர்ராரு. உள்ளே நிக்குற அண்ணன் பேரு கதிர். இன்னும் ரெண்டு பொண்ணுங்க வேலை செய்றாங்க... ஒருத்தி ராணி. இன்னொருத்தி கலா.. எல்லாரும் இந்த ஊர்தான்."

உடன் வேலை செய்பவர்கள் பற்றி எதிர்பாராத அறிமுகம் கிடைத்ததில் மகிழ்ச்சியாக இருந்தது. அரசியைப் பார்த்து தயக்கத்தோடு கேட்டேன். “அவங்க ரெண்டு பேரையும் காணோமே...”

“அதுல கலாவுக்கு இன்னைக்கு வீக்லி ஆஃப். வாரத்துல ஒரு நாள் நாம லீவு எடுத்துக்கலாம்... எல்லா நாளும் லேப் திறந்திருக்கும்... ராணி ஆடி அசைஞ்சு வருவா.... டெய்லி லேட்டா வந்து மில்ட்ரிட்ட திட்டு வாங்கலைனா அவளுக்கு தூக்கமே வராது...”

அரசியோடு பேசிக்கொண்டிருந்தால் ஆய்வுக் கூட நடைமுறைகள் பற்றித் தெரிந்துகொள்ளலாம் என்று பேச்சை நீட்டித்தேன். ஆய்வுக் கூடத்திற்கு வரும் நோயாளிகள் கொண்டு வரும் டாக்டர் கொடுத்த பரிந்துரைச் சீட்டினைப் பெற்று, எவ்வளவு கட்டணம் ஆகும்? எப்போது ரிசல்ட் கிடைக்கும்? என்னும் விவரங்களை அரசியே சொல்லிவிடுகிறார். சில நோயாளிகள் தகவலை விசாரித்துக்கொண்டு பிறகு வருவதாகச் சொல்லிவிட்டுப் போய்விடுகின்றனர். சிலர் இப்போதே பணம் கட்டுகிறேன் என்று சொல்லி பரிசோதனைக்கு தயாராகிறார்கள். அவர்களிடம் கட்டணத்தைப் பெற்றுக் கொண்டு, பரிந்துரைச் சீட்டில் வரிசை எண் குறித்து விட்டு, மேஜையில் இருக்கும் அழைப்பு மணியை அழுத்துவது வரைக்கும் அரசியின் வேலை. அப்புறம் உள்ளிருந்து யாராவது ஒருவர் வந்து சீட்டை எடுத்துக் கொண்டு, நோயாளியை பெயர் சொல்லி அழைத்து ரத்த சேகரிப்பு மேஜைக்கு அழைத்துச் செல்கிறார்.

நோயாளியை அழைத்துச் செல்பவர்தான் அவரிடம் இருந்து பெற வேண்டிய பரிசோதனை மாதிரிகளுக்கான பொறுப்பு. சிறுநீர் பரிசோதனை இருந்தால் வரிசை எண் ஒட்டப்பட்ட பிளாஸ்டிக் டப்பாவை எடுத்து நோயாளியிடம் கொடுத்து கழிவறையில் சென்று சிறுநீர் பிடித்து வரும்படி சொல்லி அனுப்ப வேண்டும். பரிசோதனைக்கு மலம் தேவையாக இருந்தால் வீட்டில் இருந்து தீப்பெட்டியிலோ, பிளாஸ்டிக் காகிதத்திலோ எடுத்து வரச் சொல்லி விடுகிறார்கள். ரத்தப் பரிசோதனை என்றால், சேகரிப்பு மேஜையில் அமரவைத்து பரிசோதனைக்குத் தேவையான அளவுக்கு ரத்தத்தை எடுத்து கண்ணாடி டியூபில் ஊற்றி வைக்க வேண்டும். எந்தப் பிரிவு பரிசோதனை என்பதைப் பொறுத்து டியூபில் எடுப்பதும், கண்ணாடி ஸ்லைடுகளில் துளித் துளியாக இடுவதும் மாறுபடுகிறது. ஸ்பெசிமன் கலெக்சன் எனப்படும் மாதிரி சேகரிப்பு முடிந்ததும், நோயாளி குறிப்பிட்ட நேரம் கழித்து வரச் சொல்லப்படுகிறார்.

அதற்கப்புறம்தான் பரிசோதனைகள் துவங்குகின்றன. யார் மாதிரியை சேகரித்தாரோ அவரே சிறுநீர், மலப் பரிசோதனைகளின்

பொறுப்பு. அந்த பரிசோதனைகளை சில நிமிடங்களில் முடித்து விட்டு, சீட்டில் பரிசோதனை முடிவினை எழுதி வைக்க வேண்டும். சில நோயாளிகள் சிறுநீர் பரிசோதனைக்காக மட்டுமே வந்திருந்தால், இங்கிருந்தே அவர்களின் முடிவு எழுதப்பட்ட சீட்டு மில்ட்ரியிடம் போய்விடும். அவர் பார்த்து கையொப்பமிட்டு, வரவேற்பு மேஜைக்கு அனுப்பிவிடுவார். பின்பு பரிசோதனை அறிக்கை தட்டச்சு செய்யப்பட்டு, மில்ட்ரியிடம் கையொப்பத்திற்கு போகும். சிறுநீர் பரிசோதனைகளோடு ரத்தமும் பரிசோதனைகளும் இருந்தால், அந்தச் சீட்டு ரத்தவியல் பிரிவுக்கோ, வேதியியல் பிரிவுக்கோ எழுதப்பட்ட பரிசோதனைகளைப் பொறுத்து செல்லும். அந்தப் பிரிவுகளில் இருப்பவர் பரிசோதனை செய்து, முடிவுகளை சீட்டில் எழுதி மில்ட்ரியிடம் அனுப்புவார்.

அரசி அக்கா விவரித்தபோது, முழு ஆய்வுக்கூட நடைமுறையும் புரிந்ததுபோல இருந்தது. நாங்கள் பேசிக் கொண்டிருக்கும் போதே ஒரு பெண் அரசியைப் பார்த்து சிரித்துக்கொண்டே உள்ளே சென்றார். இவர்தான் ராணியாக இருக்கும் என்று நினைத்துக் கொண்டேன். அவர் உள்ளே சென்ற சில நிமிடங்களில் மில்ட்ரியின் சப்தம் கண்ணாடி தடுப்பைக் கடந்து கேட்டது. “என்னமா... சீக்கிரம் வந்துட்ட.... வேற வேலை இருந்தா பார்த்துட்டு அப்புறமா வரலாம்ல...”

ராணி ஏதோ சொல்லிக்கொண்டிருந்தார். சரியாகக் கேட்கவில்லை. அரசி என்னைப் பார்த்துச் சொன்னார். “தம்பி... நல்லா பார்த்துக்கங்க... இதுதான் தினசரி நிகழ்ச்சி. நான் லேபை திறந்தவுடன், கதிர் வந்துருவாரு. மில்ட்ரி வர்ரதுக்கு முன்னாடியே கலா வந்துருவா... ராணிக்கும், மில்ட்ரிக்கும் ஒரே டயலாக்தான்... இதுல உங்களுக்கு என்ன ரோல்னுதான் தெரியல...”

“நான் கரெக்டா வந்துருவேன்கா... நீங்க லேபை திறக்குறதுக்கு முன்னாடி நான் வந்துட்டா என்ன செய்யணும்...?” இன்னைக்கு மாதிரி வெளியில் நிற்க வேண்டுமே என்று கேட்டு வைத்தேன்.

“எட்டே முக்காலுக்கு நான் வந்திருவேன்... அதுக்கு முன்னாடி நீங்க வந்தா கிராம் கிளினிக் ரிசப்ஷன்ல சாவி வாங்கி திறந்திருங்க...” அரசி சிரித்துக்கொண்டே சொன்னார்.

“கிராம் கிளினிக் எங்க இருக்குக்கா...?” அருகில் இருப்பது டாக்டர் பாபுவின் கிளினிக்தான். அரசி வேறு பெயரைச் சொல்கிறாரே என்று யோசித்தேன்.

“ஓ... உங்களுக்குத் தெரியாதில... நம்ம சீஃப் பேரு எப்படி மில்ட்ரியோ, அதே மாதிரி டாக்டர் பாபு பேரு கிராம்...:

“சார் பேரு மில்ட்ரினா புரியுது, ... டாக்டர் பேரு ஏன் கிராம்.?”

“அவர் முழுப்பேரு டாக்டர் ஜி. பாபு... ஜி ஃபார் கிராம். மனுஷன் காசை கிராம் கணக்குல நிறுத்துத்தான் செலவழிப்பாரு...”

எனக்கு உள்ளுக்குள் சிரிப்பு வந்துவிட்டது. டாக்டர் முதல் கொண்டு அரசி யாரையும் விட்டு வைக்கவில்லை போல. எல்லாருக்கும் ஒரு பட்டப் பெயர் வைத்திருக்கிறார். எனக்கு என்ன பெயர் வைக்கப்போகிறாரோ தெரியவில்லை.

உள்ளிருந்து அழைப்பு மணி ஒலித்தது. மில்ட்ரிதான் அழைக்கிறார். அரசி உள்ளே எட்டிப் பார்த்து விட்டு என்னைப் பார்த்துச் சொன்னார். “தம்பி... மில்ட்ரி உங்களத்தான் கூப்பிடுது” .

மில்ட்ரியைப் பற்றிய தகவல்களும், ராணியிடம் அவர் பேசிய சப்தமும் என் தயக்கத்தை இன்னும் அதிகப்படுத்தி இருந்தன. பரபரப்பாக நடந்து போய் அவரின் அருகில் நின்றேன். “சொல்லுங்க சார்...”

“தம்பி... லேப்ல உள்ள ஸ்டாஃப்சோட அறிமுகம் ஆகிக்குங்க... பயோகெமிஸ்டிரில இருக்குறவரு கதிர்... இங்க பத்து வருஷமா வேலை செய்றாரு... உள்ள ஹெமடாலஜில மைக்ரோஸ்கோப்புல உட்கார்ந்திருக்கவங்க ராணி... இன்னொரு பொண்ணு இருக்காங்க... அவங்க பேரு கலா... இவங்க ரெண்டு பேரும் ஸ்பெசிமன் கலெக்‌ஷன்லயும், ஹெமடாலஜிலயும் இருப்பாங்க... தேவைப்படும் போது பயோகெமிஸ்டிரிக்கும் போவாங்க... அப்பப்ப உள்ள சூழ்நிலையப் பொறுத்து எல்லா பிரிவுகள்லயும் வேலை செய்ய வேண்டி இருக்கும்... எல்லா டெஸ்ட்டுகள்லயும் ட்ரெயினிங் எடுத்துக்கங்க... நம்ம லேப்ல கம்ப்யூட்டரைஸ்டு அனைலைசர் எல்லாம் இல்ல... எல்லா டெஸ்டும் மேனுவல்தான்... ஈசியா பழகிக்கலாம்...”

மில்ட்ரி சொல்வதை உன்னிப்பாகக் கவனித்தேன். ஏற்கனவே அரசி சொன்னதில் இருந்து புரிந்துகொள்வது எளிமையாக இருந்தது.

அவர் சொன்னதை நான் புரிந்துகொண்டதன் அடையாளமாக பதிலளித்தேன். “சரிங்க சார்...”

மில்ட்ரி பேசி முடித்து விட்டு, அவர் இருக்கையின் பின்புறம் இருந்த குடையை முன்னும் பின்னும் அசைத்துக்கொண்டிருந்தார். அடுத்து நான் என்ன செய்வது என்பது மட்டும் எனக்குப் புரியவில்லை.

அவரிடமே கேட்டு விடலாம் என்று வார்த்தைகளைத் தேடிக் கொண்டிருந்தேன். அதற்குள் அவரே அருகில் இருந்த அழைப்பு மணியை அழைத்து, அரசியை உள்ளே வரச் சொன்னார்.

“அரசி... டாக்டர்ஸ் கவரெல்லாம் ரெடியாகிருச்சாம்மா...?”

“ரெடியாகிடுச்சி சார்... நோட்ல பேர் எழுதிக்கிட்டிருக்கேன்... முடியப் போகுது... கதிர் சார் கிட்ட குடுத்து விட்றவா...?”

மறுத்தபடி தலையசைத்தார் மில்ட்ரி. “இன்னைக்கு திங்கள்கிழமைனால அனந்து டாக்டர் கிளினிக்ல இருப்பார்... டாக்டர் மன்னனும் ஓ.பி.பார்ப்பார்... நிறைய கேஸ் வரும்... கதிர் லேப்ல இருக்கட்டும்... தம்பியை அனுப்பிரலாமா...?”

அரசி தலையசைத்து, ஆமோதித்தார். எனக்கு என்ன வேலை சொல்லப்போகிறார்? என்று எதிர்பார்ப்போடு காத்திருந்தேன். ரத்தவியலில் மைக்ரோஸ்கோப்பில் பணிபுரிகிறேன் என்று முன்பே சொல்லி விடலாமா? மில்ட்ரி ஒரு ஸ்ட்ரிக்ட் ஆஃபீசர் என்று வேறு அரசி சொல்லியிருக்கிறார். அவர் வேலையை சொல்வதற்கு முன்பே நாமாக முந்திக் கொள்வது சரியாக இருக்குமா...? அதுவும் முதல் நாளில்.

அவர் வேறு வேலை சொன்னாலும், நம் விருப்பத்தை சொல்லி விடலாம் என்று முடிவு செய்தேன். எப்படிக் கேட்கலாம் என்று வார்த்தைகளைத் தேடிக்கொண்டிருந்தேன். மில்ட்ரி என்னை நிமிர்ந்து பார்த்தார்,

“தம்பி... ஊர்ல இருக்கிற டாக்டர்கள்ல எத்தனை பேரு கிளினிக் உங்களுக்குத் தெரியும்?”

நான் எனக்குள் யோசித்துப் பார்த்தேன். விவரம் தெரிந்த நாளில் இருந்து இதே ஊரில்தானே இருக்கிறோம்...? வேலப்பர் கோவில் தெரு, பெண்கள் பள்ளி தெரு, மார்க்கெட் ரோடு, காந்திஜி பூங்கா... பெரும்பாலான டாக்டர்கள் இங்குதான் இருக்கிறார்கள். சிலருடைய கிளினிக்குகள் மட்டும் உதிரியாக அங்கங்கே இருக்கும் என்று யோசித்தபடியே பதில் சொன்னேன்.

“பெரும்பாலான கிளினிக்குகள் தெரியும் சார்... புதுசா வந்த ஒண்ணு ரெண்டு டாக்டர்களின் கிளினிக்தான் சந்தேகமா இருக்கும்...”

“நல்லது தம்பி... அரசிகிட்ட இருந்து பேக்கை வாங்கிக்கங்க... அதுக்குள்ள கவர்களும், நோட்டும் இருக்கும்... ஒவ்வொரு கவர்லயும் ஒரு டாக்டர் பேரு எழுதியிருக்கும்... ஒவ்வொண்ணையும் டாக்டர்

கிட்ட குடுத்திட்டு, நோட்ல அவங்க பேருக்கு நேர சைன் வாங்கணும்... இதுதான் இன்னைக்கு உங்க வேலை. முடிஞ்ச அளவுக்கு எல்லா டாக்டர்களையும் இன்னைக்கே பார்த்துருங்க... ஒண்ணு ரெண்டு மிச்சம்னா நாளைக்குப் பாக்கலாம்... ஏதாவது சந்தேகம்னா அரசிகிட்ட கேட்டுக்கங்க..."

எனக்கு ஒன்றும் புரியவில்லை. இது என்ன புது விதமான வேலையாக இருக்கிறது? இது நிர்வாக ரீதியான வேலையாக இருந்தாலும், இதற்கும் நமக்கும் ஒரு தொடர்பும் இல்லையே...? ஆய்வுக்கூடத்தில் இருந்து நேரடியாக டாக்டர்களிடம் கொடுப்பதற்கென்று ஒரு விஷயமும் இருக்காதே... ஏதாவது ஒரு சில நோயாளிகளின் பரிசோதனை அறிக்கை என்றாலும், அவ்வளவு டாக்டர்களுக்கும் கொடுக்க வேண்டியதில்லையே...

ஊரில் நூற்றுக்கும் மேல் இருக்கும் டாக்டர்கள் எல்லாரையும் பார்த்து விடமுடியுமா...? மனதில் தோன்றிய கேள்விகளுக்கிடையில் சிக்கி மைக்ரோஸ்கோப் மறைந்துவிட்டது. ரத்தவியல் எனும் சொல்லும் நினைவுக்கு வரவில்லை.

"சார்... ஒரு டாக்டரைப் பாக்கவே ரொம்ப நேரம் ஆகுமே சார்... பேசண்ட்ஸ் கியூ ரொம்ப பெரிசா இருக்குமே... அவ்வளவு டாக்டர்களையும் பாக்க முடியுமானு தெரியலையே..."

மில்ட்ரி என்னைப் பார்த்து சத்தமாகவே சிரித்தார். "தம்பி... நம்ம லேப் பேரு போட்ட பேக்கை நீங்க கையில் வச்சிருப்பீங்க... கிளினிக் அட்டெண்டர் அதைப் பாத்ததும் உங்களை உள்ளே கூப்பிட்டிருவார்... கவலையே படாம போய்ட்டு வாங்க..."

"சரிங்க சார்..." என்று பெயருக்குச் சொல்லிவிட்டாலும் என் மனதிற்குள் இன்னும் கேள்விகள் நிற்கவில்லை. அப்படி இந்தக் கவரில் என்னதான் இருக்கும்...? ஏன் எல்லா டாக்டர்களையும் இன்றே பார்க்க சொல்கிறார்கள்?

3

அனந்து டாக்டரின் கிளினிக்கிற்கு வெளியே நிறைய பேர் நின்றிருந்தார்கள். அங்கிருக்கும் கூட்டத்திற்கிடையில் நுழைந்து, வரவேற்பறைக்குள் செல்வதே மலைப்பாக இருந்தது.

பள்ளியில் படிக்கும்போது ரேசன் கடைக்குச் செல்லும் போது இதே போன்ற கூட்டமிருக்கும். ஆனால், அது ஓரளவு வரிசையாக இருக்கும். ஒருவர் பின் ஒருவராகச் சென்று ரேசன் கார்டினைப் பதிவு செய்து விட்டு, ரசீது பெற்ற பின்பு இன்னொரு வரிசையில் நின்று பொருட்கள் வாங்க வேண்டும். அடிக்கிற வெயிலில் கடையின் ஊழியர்களுக்கே நிழல் இருக்காது. அப்புறம் எப்படி கடைக்கு வருகிறவர்களுக்கு நிழல் கிடைக்கும்? அவ்வளவு வெயிலிலும் வரிசையை காப்பதற்காக அங்கேயே நிற்பார்கள். குழந்தையைத் தூக்கிக் கொண்டு வந்திருக்கும் இளம்பெண்ணில் இருந்து, வயது முதிர்ந்த பெண்கள், பள்ளி மாணவர்கள், மூத்தோரும் இளையோருமான ஆண்கள் என்று கலவையான வரிசையாக இருக்கும் அது.

அந்த வரிசையையும், கூட்டத்தையும் நினைத்து பல நாட்களில் ரேசன் கடைக்குச் செல்வதை மறுத்திருக்கிறேன். சிறுவயதில் அழுது, அடம் பிடித்து ரேசன் கடைக்குப் போக மாட்டேன் என்று சொன்னால் அம்மா விட்டு விடுவார். ஆனால், பள்ளியில் படிக்கும் போது என்ன சொன்னாலும், கடைசியில் நான்தான் போக வேண்டியதிருக்கும். மண்ணெண்ணெய், அரிசி வாங்குகிற நாட்களில்தான் இந்தப் பிரச்சினை எல்லாம். அதிலும் மண்ணெண்ணெய் ஊற்றுகிறார்கள் என்றால், வரிசை குலைந்து, நெருக்கடி வந்து விடும்.

ஆண்களும், பெண்களும் தகர டின்களை தலைக்கு மேல் உயர்த்திப் பிடித்துக்கொண்டு, நெருக்கியடித்துக் கொண்டு முன்னேறுவார்கள். கடைசியில் மண்ணெண்ணெய் வாங்கி வீடு திரும்பும்போது சட்டையிலும், டவுசரிலும் எண்ணெய் வடிந்து ஊறியிருக்கும்.

ரேசன் கடையில் சீனி வாங்குகிற போது வரிசையில் சிறுவர்கள் அதிகம் இருப்பார்கள். நானும் சீனி வாங்க வேண்டும் என்றால் முதல் ஆளாய் போய்விடுவேன். மஞ்சள் துணிப்பையில் சீனியை வாங்கிக் கொண்டு வீடு திரும்பும் வழியில், அதிலிருந்து கை நிறைய அள்ளி வாயில் போட்டுக்கொண்டு நடந்து வரும்போது, கூட்ட நெரிசலும், வெயிலும் மறந்து போயிருக்கும். சீனியின் இனிப்பு உடலெல்லாம் நிறைந்து, அடுத்த முறை எப்போது வரும் என்று ஏங்க வைக்கும்.

அனந்து டாக்டரின் முன்னாலிருந்த கூட்டம் எனது சிறு வயது ரேசன் கடை அனுபவங்களை நினைவூட்டியது. இவருடைய கிளினிக்கில் இன்றுதான் முதன் முதலாக நுழையப் போகிறேன். இது ரேசன் கடைக்குப் போய் சீனி வாங்கிய அனுபவத்தைத் தரப்போகிறதா? அல்லது எண்ணெய் வாங்கிய அனுபவத்தைத் தரப்போகிறதா? என்று தெரியவில்லை.

முன்புறம் நின்றிருந்த முதியவர்கள் என்னைப் பார்த்ததும் என்ன நினைத்தார்களோ, சற்றே ஒதுங்கி வழி விட்டு நின்றனர். அப்படி ஒன்றும் நல்ல உடையை நான் அணிந்திருக்கவில்லை. முழுக்கை சட்டையும், பேண்ட்டும் அணிந்திருந்தேன். எண்ணெய் வழியும் முகத்தில் கண்ணாடி. தோளில் ஆய்வுக்கூடத்தின் பெயர் பொறித்த பை தொங்கிக்கொண்டிருந்தது. பலமுறை துவைத்து நிறம் குறைந்த உடைகள்தான். எதைப் பார்த்து என்னை உள்ளே அனுமதிக்கிறார்கள்? என்று என்னால் புரிந்து கொள்ள இயலவில்லை. ஒருவேளை இதே பையோடு இவர்களுக்கு பல முறை அனுபவம் இருக்குமோ...? இதே போன்ற பையோடுதான் மருந்து நிறுவனத்தின் பிரதிநிதியும் டாக்டரைப் பார்க்க வருவார். ஒருவேளை அப்படி நினைத்து வழி விட்டார்களோ என்னவோ?

காத்திருந்தவர்களின் முகங்கள் சோர்வடைந்திருந்தன. காலத்தின் கணக்குகளைக் கடந்து வந்த அயர்ச்சியும், உடல் தரும் வேதனையை பிரதிபலிக்கும் தன்மையிலும் முகங்கள் இருந்தன. குழந்தையின் நோய் குறித்த கவலையோடிருக்கும் அம்மாக்கள், பெற்றோர்களை அழைத்து வந்திருக்கும் ஆண்கள், பெண்கள்... என பல வகையான உணர்ச்சிகளின் கலவை அங்கு மௌனமாக

வெளிப்பட்டுக்கொண்டிருந்தது. மௌனத்தின் அடர்த்தியை மனதாலேயே கடந்து விட முடியாத போது, பாவம் உடல் என்ன செய்யும்?

எதைப் பார்த்தாலும் என் மனம் அதைப் பற்றிய சிந்தனைகளைத் துவக்கி விடுகிறது. சிந்தனைகள் நல்லதுதான்... ஆனால், வந்த வேலையை விட்டு விட்டு மனதின் பின்னால் ஓடுவது சரியாக இருக்குமா...? துயருற்ற முகங்களையும், மனதின் கனத்த மௌனத்தையும் கடந்து வரவேற்பறைக்குள் நுழைந்தேன். அங்கு வெள்ளை உடை அணிந்த ஒரு நர்ஸ் என்னைப் பார்த்து விட்டார். என் பையைப் பார்த்தவாறே கேட்டார். "எங்கருந்து வரீங்க சார்...?"

"யுனைடெட் லேப் சிஸ்டர்..." சொன்னவாறே இன்னும் கொஞ்சம் அருகில் செல்ல முயன்றேன். "ஒரு நிமிஷம் சார்..." என்று சொன்னவாறே, நான் உள்ளே வருவதற்கு கூட்டத்தை ஒழுங்கு செய்து வழியை ஒதுக்கிக் கொடுத்தார்.

"உள்ளே இருக்கிற கேஸ் வெளிய வந்ததும் நீங்க போங்க சார்..." டாக்டரிடம் கூட அனுமதி பெறாமல் அடுத்ததாக என்னை அனுமதித்தது இன்னும் ஆச்சரியத்தை அதிகரித்தது. அங்குள்ள இருக்கையில் சில முதியவர்கள் அமர்ந்திருந்தார்கள். அவர்களுக்கிடையில் பேண்ட், சட்டை அணிந்த ஒரு மருத்துவப் பிரதிநிதியும் அமர்ந்திருந்தார். லேபில் பெயர் பொறித்த பையையும், என்னையும் எரித்து விடுவதுபோல பார்த்தார் அவர். அவர் எவ்வளவு நேரம் காத்திருக்கிறாரோ? தெரியவில்லையே... நர்சிடம் மெதுவாகக் கேட்டேன். "வேணும்னா அவர் முதல்ல போகட்டும் சிஸ்டர்..." நர்ஸ் சிரித்துக்கொண்டே தலையசைத்தார். "இல்ல சார்... அவரை டாக்டர் அப்புறம்தான் கூப்பிடுவார்... நீங்க போங்க"

ஆய்வுக்கூடத்திற்குத் திரும்பிய பிறகு அரசியிடம் கேட்க வேண்டும். டாக்டரிடம் கொடுக்கப் போகும் கவரில் என்னதான் இருக்கிறது? என்று. அவசரமாகத் தேவைப்படும் மருந்துகளாக இருக்குமோ? ஆனால், மருந்துகள் ஆய்வுக்கூடத்தில் இருக்காதே?

உள்ளிருந்த நோயாளி சிகிச்சை முடிந்து, மருந்து எழுதிய தாளோடும், பரிசோதனைச் சீட்டோடும் வெளியில் வந்தவுடன் நான் உள்ளே போனேன். "யுனைடெட் லேப்லயிருந்து வர்ரேன் சார்..." என்று சொல்லிக்கொண்டே அவர் பெயர் தட்டச்சு செய்யப்பட்ட கவரை எடுத்துக் கொடுத்தேன். அவர் பெயரிருந்த நோட்டினையும் எடுத்துக் காட்டினேன். தன் பெயருக்கு நேராக ஒரு சிறு கிறுக்கலைச் செய்தார் டாக்டர் அனந்து.

"புதுசா சேந்திருக்கீங்களா...?" கவரை மேஜையின் உள்ளறையில் வைத்துக்கொண்டே என்னைப் பார்த்தார். "ஆமாம் சார்... இன்னைக்குத்தான் சேர்ந்தேன்..."

"சரி... நீங்க கிளம்புங்க... அப்புறம் பாக்கலாம்..."

நர்சிடம் நன்றி சொல்லிவிட்டு, அடுத்து யாரைப் பார்க்கலாம் என்று யோசித்தேன். இதே தெருவில் இருக்கும் மற்ற டாக்டர்களையும் பார்த்து விட முடிவு செய்து, வேகமாக நடக்க ஆரம்பித்தேன். மணி பத்தரையை நெருங்கி இருந்தது.

•

ஒரு மணியில் இருந்து ஆய்வுக் கூடத்தின் உணவு இடைவேளை நேரம் என்பதால் அந்த நேரத்தில் திரும்பி விடும்படி அரசி காலையிலேயே சொல்லியிருந்தார். பட்டியலில் பாதிக்கும் மேலுள்ள டாக்டர்களைப் பார்த்து விட்டேன். இன்னும் நிறைய டாக்டர்களைப் பார்க்க வேண்டியிருந்தது. பெரும்பாலான டாக்டர்களின் கிளினிக்குகள் பிற்பகல் இரண்டு மணிவரைதான் இருக்கும். இப்போது ஆய்வுக் கூடத்திற்குத் திரும்பி, மறுபடியும் டாக்டர்களைப் பார்ப்பதற்கான வாய்ப்பு குறைவாக இருக்கும். அதனால், கிளினிக்குகள் இருக்கும் வரை தொடர்ந்து போய் விட்டு வரலாம் என்று முடிவு செய்தேன்.

இரண்டே கால் மணி வாக்கில் ஆய்வுக் கூடத்திற்கு திரும்பினேன். வாசலில் பரிசோதனை டியூப்களையும், கண்ணாடிக் குடுவைகளையும் கழுவும் மாரியம்மாள் பாட்டி உட்கார்ந்திருந்தார். அவரைப் பார்த்து புன்னகைத்தவாறே, உள்ளே நுழைந்தேன். வரவேற்பறையில் யாரும் இல்லை. ஆய்வறையிலும் மில்ட்ரி உட்பட யாரையும் காணவில்லை. உள்ளறையில் அரசியும், ராணியும் மேஜையில் அமர்ந்து சாப்பிட்டுக் கொண்டிருந்தார்கள். என்னைப் பார்த்ததும் உள்ளே அழைத்தார் அரசி.

"வாங்க தம்பி... சாப்பிடலாம்... நீங்க இன்னும் சாப்பிடப் போகலையா...?"

"இல்லக்கா இன்னும் போகல... இன்னும் நிறைய டாக்டர்களைப் பாக்க வேண்டியிருக்கு... 2 மணிக்கு கிளினிக் அடைக்கிற வரைக்கும் பார்க்கலாம்னு போய்ட்டு வந்தேன்..." பையை தோளில் இருந்து இறக்கி, கீழே வைத்தவாறே பதிலளித்தேன். ராணியும் அவர் பங்கிற்கு சாப்பிட வருமாறு அழைத்தார்.

"நான் வீட்டுக்குப் போய்ட்டு வந்துர்றேன்கா... எத்தனை மணிக்கு வரணும்னு தெரியலயே..... சார் எதுவும் சொல்லிட்டுப் போனாரா...?"

“இல்ல தம்பி... நீங்க போய்ட்டு சாயங்காலமா வாங்க... மில்ட்ரி அஞ்சரைக்குத்தான் வருவாரு... மிச்சமுள்ள டாக்டர்களை அப்புறமா போய் பார்க்கலாம்...” அரசி டிபன் பாக்சில் இருந்த உணவைப் பிசைந்தவாறே பேசினார். அவர் பேசும் போது தலையை ஆட்டி ஆட்டி பேசுவது வேடிக்கையாக இருந்தது. காதுகளில் இருக்கும் ஜிமிக்கிகள் ஆடுவதற்காகவே தலையை அசைப்பதைப் போலிருந்தது.

“சரிங்க்கா... சார் வந்தா சொல்லிருங்க... நான் வீட்டுக்குப் போய் சாப்பிட்டுட்டு, அப்படியே டாக்டர்களை பாக்க போறேன்... கொஞ்ச டாக்டர்கள் நாலு மணிக்கு ஓ.பி. பாப்பாங்க... சீக்கிரமா வந்து அவங்களையும் பார்த்துட்டு, அப்படியே மத்தவங்களையும் பார்த்துர்றேன்...” சொல்லிக்கொண்டே நகர ஆரம்பித்தேன்.

“பெரிய சின்சியர் சிகாமணி... இதெல்லாம் ரொம்ப ஓவர் தம்பி... போய் வீட்ல ரெஸ்ட்ட போடுங்க... அப்புறம் டாக்டர பாக்கலாம்...” அரசி குரலை உயர்த்தி என்னிடம் சொல்லிக் கொண்டே சிரித்தார். ராணியும் இணைந்து கொண்டார்.

பையை வரவேற்பறை மேசையின் மீது வைத்து விட்டு, இடது புற வாசலில் இருந்த கழிவறையை நோக்கி நடந்தேன். கழிவறைக்கு நேரெதிரே இருந்த சந்தில் கழுவப்பட்ட கண்ணாடி டியூப்களும், ஸ்லைடுகளும் உலர வைக்கப்பட்டிருந்தன. இன்னொரு வாளி நிறைய கண்ணாடி பொருட்களோடு மாரியம்மாள் பாட்டி சந்திற்குள் நுழைந்தார். நான் கழிவறைக்குப் போய் விட்டு, முகத்தில் இருந்த தண்ணீரைத் துடைத்தபடியே வெளியே வந்தேன். பாட்டி டெஸ்ட் டியூப்களில் இருந்த ரத்தத்தை சந்தின் ஓரம் இருந்த சாக்கடைப் பாதையில் ஊற்றிக்கொண்டிருந்தார்.

நான் நேரே அவர் அருகில் சென்று நின்றேன். என்ன செய்கிறார் என்பதைப் பார்த்தேன். பாட்டி என்னை நிமிர்ந்து பார்த்து சிரித்தார். “என்ன தம்பி... மொதநாள் வேலை எப்படி இருக்கு...? தெருத்தெருவா அலைய விட்றாங்களா...?”

“அதெல்லாம் சிரமம் இல்ல பாட்டி... நீங்க என்ன செய்றீங்க? டெஸ்ட் பண்ண ரத்தத்தை, கெமிக்கலை எல்லாம் அப்படியே சாக்கடையில ஊத்துறீங்க...?”

“அதை சேத்து வச்சு என்ன செய்றது தம்பி...? காலைல இருந்து வந்த எல்லா கேசுகளின் ரத்தம், யூரினு, மோசன்னு எல்லாத்தையும் இந்த சாக்கடைல ஊத்திதான் தண்ணிய வச்சு கழுவி விடுவேன்... வேற என்ன செய்யறது...?” பாட்டி சாதாரணமாகச் சொன்னார்.

எனக்கு அதிர்ச்சியாக இருந்தது. கிருமித் தொற்று உள்ள நோயாளிகளின் ரத்தத்தை அப்படியே சாக்கடையில் ஊற்றினால் அவை பரவிவிடாதா...? ஊருக்கு நடுவில் இருக்கும் ஆய்வுக் கூடத்தில் இருந்து, வீடுகளின் வழியாகப் போகும் சாக்கடையில் நோயாளிகளின் ரத்தம். பாக்டீரியாக்கள், வைரஸ்கள் கழிவுகளில் பரவுபவை, தண்ணீரில் வாழ்பவை என்று எத்தனை இருக்கும்? குறைந்தபட்சம் நோய்த்தாக்கம் உறுதி செய்யப்பட்டவர்களின் ரத்தம், சிறுநீர் இவற்றையாவது பாதுகாப்பாக கையாள வேண்டாமா...? காசநோய்க் கிருமி காற்றில் பரவும் என்று படித்திருக்கிறோமே... அதனை அப்படியே தூக்கி வெளியில் போட்டால் பல்கிப் பெருகும் வாய்ப்பிருக்குமே... மனதில் படபடப்பு அதிகமானது.

வேகமாக உள்ளறைக்குத் திரும்பி அரசியிடம் கேட்டேன். "டெஸ்ட் பண்ண ரத்தம், யூரின் எல்லாத்தையும் அப்படியே பாட்டி சாக்கடைல ஊத்துறாங்க... இதையெல்லாம் டிஸ்போஸ் பண்றதுக்கு புரொசிஜர் ஒண்ணுமில்லையா...?"

நான் கேட்பது அரசிக்கு புரியவில்லை. ராணிதான் பதில் சொன்னார். "அப்படி ஒண்ணும் இல்ல தம்பி... எல்லா லேபிலயும் இப்படித்தான் செய்வாங்க..."

எனக்கு பரபரப்பு குறையவில்லை. இப்படிச் செய்யக் கூடாது என்று புரிகிறது. ஆனால், மிச்சமுள்ள பரிசோதனைப் பொருட்களை என்ன செய்வது என்று தெரியவில்லையே...? படித்ததில் ஏதாவது நினைவுக்கு வருகிறதா என்று யோசித்தேன். அப்படி ஒன்றையும் வகுப்புகளில் பேசியதாகவே நினைவில் இல்லை. ஒரே ஒரு மலேரியா நோயாளியின் ரத்தம் சாக்கடை வழியாக கொசுவுக்குச் சென்றால், ஊரே மலேரியா பரவுவதற்கு அது போதுமே... கிருமிகளின் பல்கிப் பெருக்கல் கோட்பாடு அப்படித்தான் சொல்கிறது. இந்த ஊரிலேயே ஐந்து தனி ஆய்வுக்கூடங்கள் இருக்கின்றன. இவற்றைத் தவிர, மருத்துவமனைகளுக்குள் இயங்கும் ஆய்வுக்கூடங்களும் நிறைய இருக்கின்றன. ஒவ்வொரு நாளும் எத்தனை நோயாளிகளின் ரத்தத்தை இப்படி சாக்கடையில் ஊற்றுகிறார்களோ...?

சாக்கடையில் இருந்து தானே பரவுவது ஒருபுறம் என்றால், இன்னொருபுறம் சாக்கடையில் இறங்கி சுத்தம் செய்யும் தொழிலாளிகள் என்ன ஆவார்கள்? இது பெரிய சிக்கலாக அல்லவா இருக்கிறது? நீரில் எழும் அலைகளைப் போல, மனதில் கேள்விகள் முளைத்துக் கொண்டே இருந்தன. மறுபடியும் பாட்டியிடம் போனேன்.

டெஸ்ட் டியூப், ஸ்லைடுகள், விலை உயர்ந்த குடுவைகள் என அனைத்தையும் லாகவமாகக் கையாண்டார் மாரியம்மாள் பாட்டி.

அ. உமர் பாரூக் ● 33

ஒவ்வொரு பொருளில் இருக்கும் ரத்தத்தை சாக்கடையில் ஊற்றி விட்டு, தண்ணீர் நிறைந்த வாளியில் அவற்றை முக்கி எடுக்கிறார். அவற்றில் தண்ணீரை நிறைத்து மறுபடியும் சாக்கடையில் ஊற்றுகிறார். ஸ்லைடுகளை கைவிரல்களால் அழுத்தி தேய்த்து, சோப்பு பவுடரால் மறுபடியும் கழுவுகிறார். டியூப்களாக இருந்தால் சோப்பினை விரல்களில் தடவிக் கொண்டு, ஒவ்வொரு டியூபிற்குள்ளும் அளவுக்கேற்ற விரல்களை நுழைத்து அழுத்தித் தேய்க்கிறார். வாளி நிறைய சேர்ந்த நாற்றம் அடிக்கும் ரத்த நீரை அப்படியே சாக்கடைக் குழாயில் சாய்த்து விடுகிறார். மறுபடியும் அதில் நீர்நிரப்பி எல்லா கண்ணாடிப் பொருட்களையும் ஒன்றுக் கொன்று உரசாமல், நளினமாக வெளியே எடுக்கிறார்.

இதைப் பார்த்துக்கொண்டிருக்கும் போதே படபடப்பு அதிகமாகிவிட்டது. வெறும் கையால் நோயாளிகளின் ரத்தத்தை துடைத்தெடுக்கிறார். டியூப்களுக்குள் விரலை விடுகிறார். சிறுநீர், மலம் இருந்த பிளாஸ்டிக் டப்பாக்களை அதே கையாலேயே தேய்த்துக் கழுவுகிறார். பாட்டிக்கு கைகள் வழியாகவும், சுவாசிக்கும் போதும் நோய் பரவும் ஆபத்து இருக்கிறதே.

"பாட்டி..." என்று சத்தமாக கூப்பிட்டேன். என் குரலில் அதிர்ச்சியடைந்தவாறு, என்னை திரும்பிப் பார்த்தார். "என்னா தம்பி... ஏன் கத்துற...?"

"வெறும் கையில கழுவுறீங்க பாட்டி... இன்பெக்சன் ஆகிறப் போகுது... கிளவுஸ் போட்டுக்கங்க..."

பாட்டி என்னை மேலும் கீழுமாகப் பார்த்தார். என் முன் அவர் இரண்டு கைகளையும் நீட்டினார். அங்கங்கே கண்ணாடி ஸ்லைடுகள் கிழித்த காயங்களும், ஆறிய வடுக்களுமாக இருந்தன. "பத்து வருசமா இந்தக் கையிலதான் கழுவுறேன்... இப்ப என்னா செய்யணுன்ற...?"

அவர் கையின் காயங்களைப் பார்த்ததும் இன்னும் என் பதற்றம் அதிகமானது. ரத்தத்தில் உள்ள கிருமிகள் காயங்களின் வழியாக சுலபமாகப் பரவி விடுமே... இந்தப் பாட்டிக்கு எப்படிப் புரிய வைப்பது என்று யோசித்துக்கொண்டிருந்தேன்.

"ஒரு நிமிஷம் இருங்க பாட்டி..." சொல்லிக்கொண்டே ஆய்வுக்கூடத்தின் உள்ளறைக்குள் சென்றேன். "ராணி அக்கா... கிளவுஸ் இருக்கா...?"

ராணி டிபன் பாக்சினை மூடிவிட்டு, வேதியியல் மேஜையின் கீழ்ப்புறம் கைகாட்டினார். "அங்க இருக்கு தம்பி... எதுக்கு...?"

"எடுத்து குடுங்கக்கா... வந்து சொல்றேன்..." அவசரமாக நான் கேட்டதைப் பார்த்ததும், மேஜையின் கீழ்ப்புறம் இருந்து ரப்பர் கிளவுசை எடுத்துக் கொடுத்தார். அதனை வாங்கிக்கொண்டு, பாட்டியை நோக்கி விரைந்தேன்.

"இந்தாங்க பாட்டி... இதை கையில மாட்டிக்கிட்டு கழுவுங்க..." கிளவுசை வாங்கிக்கொண்டே என்னை கிண்டலாகப் பார்த்தார். "படிச்ச புள்ளைகளுக்கு என்னத்த சொன்னாலும் புரிய மாட்டேங்குது..." என்று முணுமுணுத்தவாறே கைகளில் அணிந்து கொண்டார்.

"தம்பி... இங்க பாரு... கையில கிளவுச மாட்டிட்டேன்... வழுக்கு வழுக்குனு இருக்க இந்த விரலை வச்சு எப்புடி கண்ணாடியை கழுவுறதாம்...? இங்க வந்து பாரு... இந்த டீப்புக்குள்ள எப்புடி விரலை நுழைக்கிறது? இந்தா இந்த பெரிய சீசாவ இந்தக் கையில தூக்கினா வழுக்கி கீழ விழுந்துரும்... அப்புறம் மில்ட்ரிக்கு சாமி வந்து ஆடுவாரு..... யோசனை சொல்றாகளாம். நல்லா படிச்சீங்க..."

பாட்டி ஒவ்வொன்றாக சொல்லிக்கொண்டே செய்து காட்டினார். அவர் சொல்வது உண்மைதான். கண்ணாடி பொருட்களை கையாள்வதற்கு இந்த கிளவுஸ்கள் பொருத்தமானவை இல்லை. அதே போல, தேய்த்து கழுவும் போது அழுத்தமும் கிடைக்காது. கண்ணாடிப் பொருட்களை சுத்தப்படுத்தும் முறையையே மாற்ற வேண்டும். வேறு எந்த முறை பாதுகாப்பானது என்று தேட வேண்டும்.

நான் யோசனையில் இருப்பதைப் பார்த்ததும், பாட்டி கைகளில் மாட்டியிருந்த கிளவுசை கழற்றி ஓரமாக வைத்தார். கழுவுவதற்கு மீண்டும் கீழே அமர்ந்தார். என்னை நிமிர்ந்து பார்த்தார். "போய் சாப்பிட்டு வா... தம்பி... சும்மா நின்னுக்கிட்டே இருக்காத... நீயும் எம் பேரன் மாதிரித்தான் போல... போனா போன இடம்... வந்தா வந்த இடம்... அங்கங்க நின்னுக்கிட்டே இருந்தா வேலை ஓடுமா...? பசியடங்குறதுக்குள்ள போய்ச் சாப்புடுப்பா..."

உள்ளறையில் இருந்த இருவரிடமும் வீட்டுக்குப் போவதாகச் சொல்லிவிட்டு, மெதுவாக வாசல் படிகளில் இறங்கினேன். இன்னும் மனம் ஓயவில்லை. உறைய தாமதமாகிற ரத்தம் சொட்டுச் சொட்டாக வடிவதைப் போல, மனதிலிருந்து கேள்விகள் வந்து கொண்டே இருந்தன. சாக்கடைகளில் கிருமியுள்ள ரத்தம். கைகளில் காயங்களோடு பாதுகாப்பில்லாமல் கழுவும் பாட்டி. படித்த அத்தனையும் தவறா...? அல்லது நடைமுறைப்படுத்த முடியாதா...? நடைமுறைக்கு சாத்தியமில்லாததை ஏன் படிக்க வேண்டும்? இத்தனை ஆண்டுகளில் பாட்டிக்கு பல பாதிப்புகள் வந்திருக்க வேண்டுமே...

திடகாத்திரமான உடலோடு எழுபது வயதிலும் பலமாகத்தானே இருக்கிறார்? இங்கு இவர் ஒரு பாட்டிதான். இதே போன்று எத்தனை பேர் எத்தனை ஆய்வுக் கூடங்களில், மருத்துவமனைகளில் கிருமிகளோடு விளையாடிக்கொண்டிருக்கிறார்கள்? கேள்விகளை யாரிடம் கேட்பது என்று தெரியவில்லை.

அலையடிக்கிற மனதோடு வீட்டிற்கு வந்ததுதான் தெரியும். சாப்பிட்டு விட்டு எப்போது மறுபடியும் வெளியில் வந்தேன் என்பது நினைவில் அழுத்தமின்றி பதிவானது.

மாலை நேர கிளினிக்குகள் சிலவற்றில் இருந்த டாக்டர்களைப் பார்க்கச் சென்றேன். எல்லா கிளினிக்குகளிலும் ஒரே மரியாதைதான். ஆய்வுக்கூடத்தின் பெயர் பொறித்த பையைப் பார்த்ததும் டாக்டரின் அனுமதியின்றியே உள்ளே அனுமதித்தார்கள். எல்லா டாக்டர்களும் மகிழ்ச்சியாய் கவர்களை வாங்கிக் கொண்டார்கள். ஒவ்வொரு கிளினிக்காய் ஏறி இறங்கியதில் பிற்பகலில் இருந்த சோர்வும், கேள்விகளும் காணாமல் போயிருந்தன. மணி எட்டை நெருங்கி இருந்தது. இன்னும் பத்திற்கும் மேற்பட்ட கவர்கள் கையில் இருந்தன. இன்று போதும் என்று தோன்றியது. ஆய்வுக்கூடத்திற்கு திரும்பி நடந்தேன். நீண்ட நாட்களுக்குப் பிறகு அதிக நடை. கால்களின் கெண்டை தசைகள் வலியெடுத்தன. சின்ன வயதில் இருந்தே பள்ளிக்கும், கல்லூரிக்கும் நடந்து போகும் போது இருக்கும் அதே வலிதான் இது. ஆனாலும், இன்று கொஞ்சம் அதிகம்.

பையில் இருந்த கவர்களின் கனம் நன்றாகக் குறைந்திருந்தது. பன்னிரெண்டு கவர்களும், நோட்டும் மட்டுமே மிச்சம் இருந்தன. ஆய்வுக் கூடத்திற்குள் நுழைந்தேன். காத்திருந்த நோயாளிகளிடம் அரசி பேசிக்கொண்டிருந்தார். இன்னும் சிலர் இருக்கைகளில் அமர்ந்திருந்தனர். பரிசோதனை ரிப்போர்ட்டுகளுக்காக காத்திருப்பவர்களாகத் தோன்றியது. ஆய்வுக் கூடத்தின் நடு அறையில் மில்ட்ரி அமர்ந்திருந்தார். அவர் முகத்திலும் சோர்வு அப்பியிருந்தது.

என்னைப் பார்த்ததும் புன்னகைத்தார்... “வாங்க... தம்பி... கிளினிக் எக்ஸ்பீரியன்ஸ் எப்படி இருந்துச்சு...?”

“பெரும்பாலான கவர்களை குடுத்திட்டேன் சார்... பன்னிரெண்டுதான் மிச்சம்... எல்லா கிளினிக்லயும் உடனே டாக்டரைப் பாக்க முடிஞ்சது...”

“வெரி குட்... வெரிகுட்... ஒரே நாள்ல இவ்வளவு பேருக்கு குடுத்திட்டீங்களே... நம்மாளு கதிரு கிளம்புனார்னா நாலு நாளைக்கு லேப் பக்கமே வரமாட்டார்...”

கதிர் அண்ணனைத் தேடினேன். அவரைக் காணவில்லை. அவருக்கு ஐந்து மணியோடு வேலை முடிந்திருக்கும், நல்ல வேளை மில்ட்ரி சொல்லும்போது அவர் இல்லை. வந்த முதல் நாளே யாரிடமும் பகைத்துக் கொள்ளக் கூடாது.

"சரிங்க தம்பி... நிறைய அலைச்சல்னால நீங்க வீட்டுக்கு கிளம்புங்க... காலைல பாக்கலாம்... மிச்ச கவர்களை காலைல குடுக்கலாம்..." பையை கை நீட்டி வாங்கினார். நோட்டின் பக்கங்களில் கிறுக்கியிருந்த கையெழுத்துகளை ஒரு முறை பார்த்துக் கொண்டார். அரசியை அழைத்து, அவரிடம் கொடுத்து சரிபார்த்துட்டு, "தம்பியை அனுப்பிச்சிருமா..." என்றார்.

வரவேற்பறை மேஜையில் பையை வைத்து விட்டு, மீதமுள்ள கவர்களையும் நோட்டையும் வெளியில் எடுத்தார் அரசி. கவர்களில் இருந்த டாக்டர்களின் பெயர்களையும், நோட்டில் கையொப்பம் இல்லாத கோடுகளையும் எண்ணி சரிபார்த்து விட்டு, நிமிர்ந்தார்.

"ஓகே தம்பி..... எல்லாம் சரியா இருக்கு... கௌம்புங்க காலைல பாக்கலாம்..."

"சரிங்கக்கா... போய்ட்டு வர்ரேன்... ராணி அக்காகிட்ட சொல்லிருங்க..." என்று சொல்லி விட்டு நகர்ந்தேன். தயக்கத்தோடு நான் மறுபடியும் அவர் பக்கம் திரும்பவும், அவர் அவசரமாக என் பக்கம் திரும்பவும் ஒரே நேரத்தில் நடந்தது. "என்ன தம்பி... சொல்லுங்க..." என்றார்.

"ஒண்ணுமில்ல... எல்லா கிளினிக்லயும் என்னைப் பாத்ததும் உடனே உள்ளே அனுப்பிட்டாங்க... மெடிகல் ரெப் கூட காத்திருந்தாங்க... அப்புடி கவர்ல என்ன இருக்குக்கா...?" தயக்கத்தோடு கேட்பதா வேண்டாமா என்ற யோசனையில் ஒவ்வொரு வார்த்தையாகக் கேட்டேன்.

"அதை மில்ட்ரி உங்க கிட்ட சொல்லலயா...?" அரசி வலது கையின் பெருவிரலையும், ஆட்காட்டி விரலையும் இணைத்து சுண்டியபடி சொன்னார்... "கவரெல்லாம் பணம்தான் தம்பி... அப்புறம் எதுக்கு இந்தப் பைக்கு அவ்வளவு மரியாதையாம்...?"

"பணமா...? அதை எதுக்கு டாக்டர்களுக்கு நாம கொடுக்கணும்?"

"டாக்டர்கள் நமக்கு அனுப்புற கேஸ்களுக்கு கமிஷன் தர வேணாமா...? அப்புறம் எப்படி கேஸ் வரும்...?"

எனக்கு ஒன்றும் தோன்றவில்லை. மனது காலியானது போல அப்படியே நின்றிருந்தேன். அரசி அக்கா தொடர்ந்தார். "நூறு

ரூபாய்க்கு நாப்பது ரூபாய்... கமிஷன். அனந்து டாக்டருக்கு மட்டும் இந்த மாசம் பதினஞ்சாயிரம் ரூபாய்..."

மனம் மறுபடியும் தட தடத்து இயங்கத் துவங்கியது. அனந்து டாக்டரின் கிளினிக் முன்பு காலையில் பார்த்த முகங்கள் நினைவுக்கு வந்தன. ஏழ்மையும், சோகமும், வேதனையும் மிகுந்த நோயாளிகளிடம் ஆய்வுக்கூடம் வாங்கும் பணத்தில் டாக்டருக்கு கமிஷன் கொடுத்து விட்டு வந்திருக்கிறோம் என்று நினைக்கும் போதே உடலின் ஆற்றல் மொத்தமும் வடிந்துவிட்டது. லஞ்சப் பணத்தைத் தூக்கிக் கொண்டு போய் கிளினிக் கிளினிக்காய் கொடுத்திருக்கிறேன். இது கட்டணமா? கமிஷனா? லஞ்சமா? எல்லாம் ஒன்றுதானா...? கிழிந்த ரூபாய் நோட்டுகளை தேடி எடுத்து, கசங்கிய மடிப்புகளை நீவி விட்டு பரிசோதனைக் கட்டணம் செலுத்தும் அந்த நோயாளிக்குத் தெரியுமா... அந்தப் பணத்தில் பெரும்பங்கு கை காட்டிய டாக்டருக்குப் போகிறது என்று?

அரசி பேசுவது கிணற்றுக்குள்ளிருந்து பேசுவது போல கேட்டது. "தம்பி.... ரொம்ப டயர்டா இருக்கீங்க... வீட்டுக்குப் போங்க... இந்தாங்க தம்பி மறந்திட்டேன்... இன்னைக்கு பேட்டா பத்து ரூபாய்..."

அவரின் நீட்டிய கைகளின் மேலிருந்த பத்து ரூபாயில் இருந்த காந்தியின் முகம், ரத்த வெள்ளத்தில் மிதந்து கொண்டிருப்பது போல இருந்தது. "அப்புறம் வாங்கிக்கிறேன்..." வற்றிய தொண்டையை எச்சிலால் நனைத்துக்கொண்டு பதில் சொன்னேன். அப்படியே திரும்பி நடந்து வாசல்படிகளில் இறங்கினேன். நின்றிருக்கிற நிலம் பிளந்து, நிலைத்தன்மையைக் குலைப்பது போல இருந்தது. முதல் அடி எடுத்து வைத்து, நடை பழகும் குழந்தையின் கால்கள் பலம் குறைந்தவை. ஊன்றி நிற்கத் தெரியாதவை. நிற்கும் நிலத்தின் நிலைத்த தன்மைதான் நடை பழக்கும். பூகம்பத்தால் அதிர்ந்த நிலத்தில் நடைபழக முயலும் குழந்தைகளின் கால்களைப் போல என் மனம் நடுங்கிக்கொண்டிருந்தது.

மருத்துவக் கல்லூரியின் கடைசி நாளில் மெழுகுவர்த்தி ஏற்றி எல்லா மாணவர்களும் செய்த "ஹிப்போக்ரேட்ஸ் ஓத்" எனும் சத்தியப் பிரமாணம் காதுகளில் ஒலித்தபடியே இருந்தது.

"லாப நோக்கத்தோடு மருத்துவம் செய்ய மாட்டோம்... நோயாளிகளைப் பரிந்துரைப்பதற்காக பணம் பெற மாட்டோம்... மக்கள் நலனே எமது நலன்..."

4

அப்போது சார்பு மருத்துவக் கல்லூரியில் படித்துக் கொண்டிருந்த காலம். தேனியில் என்.ஆர்.டி.நகரில் அமைந்திருந்த எங்கள் கல்லூரிக்கு தினமும் பேருந்தில்தான் போய் வந்துகொண்டிருந்தேன். கம்பத்தில் இருந்து ஒரு மணி நேர பயணம். தேனி பேருந்து நிலையத்தில் இருந்து இரண்டு கிலோ மீட்டர்கள் நடந்து செல்ல வேண்டும். கல்லூரி விடுதியில் தங்கிப் படிக்காமல் சென்று கொண்டிருந்தது ரெண்டே பேர்தான். கோம்பையில் இருந்து என்னைப் போலவே தினமும் பேருந்தில் வரும் பிரதீப்பும், நானும்தான் டே ஸ்காலர்ஸ். என்னுடன் படிக்கும் மற்ற நாற்பதுக்கும் மேற்பட்ட மாணவர்கள் விடுதிவாசிகள்தான். கல்லூரியும் விடுதியும் நடந்து செல்லும் இடைவெளியில் அமைந்திருந்தன.

பிரதீப் கோம்பையில் இருந்து உத்தமபாளையம் வந்து விடுவான். நான் கம்பத்தில் இருந்து 7:45 மணிக்கு கிளம்பும் தேனி பேருந்தில் புறப்படுவேன். பிரதீப் அதே பேருந்தில் இணைந்து கொள்வான். தினமும் இரண்டு மணி நேர பேருந்துப் பயணம் கல்லூரியின் பெயரால் வாய்த்தது. எனக்கு சிறிய வயதில் இருந்தே பயணம் செய்வது மிகவும் பிடித்த விஷயம். அப்போதெல்லாம் பேருந்து பயண வாய்ப்புகள் கிடைப்பது அரிதாகவே இருக்கும். உறவினரின் திருமணம், குடும்ப விழாக்கள் என்று இரண்டு, மூன்று வருடங்களுக்கு ஒரு பயணம்தான் இருக்கும். அதிலும் சில பயணங்களை அப்பா மறுத்து விடுவார். குடும்பத்தின் சார்பாக அவரே பயணத்தை மேற்கொள்வார். அவருடன் நானும் வருகிறேன் என்று கேட்க மனது தயாராகும்.

ஆனாலும், அவர் முகம் பார்த்து கேட்கும் தைரியம் ஏனோ அப்போது வரவில்லை. நானும், அவரும் பேசிக்கொள்வதே தினமும் சில சொற்கள்தான். எப்போதோ ஒருமுறைதான் வரிகளாக பேசுவார்.

ஆறாம் வகுப்பு படித்துக்கொண்டிருந்த போதுதான் தனியாக பேருந்து பயணம் செய்யும் முதல் வாய்ப்பு கிடைத்தது. வசதியான வீட்டில் திருமணம் செய்து கொடுக்கப்பட்ட சொந்தக்கார அக்கா ஒருவரின் வீட்டுக்கு பேருந்தில் போக வேண்டி இருந்தது. அக்காவின் பெற்றோர் என் வீட்டுக்கு பக்கத்து வீடுதான். அவரைத் திருமணம் முடித்துக் கொடுத்திருப்பது கம்பத்தில் இருந்து எட்டு கிலோ மீட்டர் தொலைவில் இருக்கும் பாளையத்தில். ஒருமுறை அவர் அம்மா வீட்டுக்கு வந்திருந்த போதுதான் அவசரமாக என்னை அழைத்தார்கள். அக்கா ஊரிலிருந்து கிளம்பும் அவசரத்தில் கேஸ் அடுப்பை அணைக்காமல் வந்து விட்டதாகவும், உடனே போய் அதனை அணைத்துவிட வேண்டும் எனவும் என்னிடம் கூறினார்கள். நான் என் அம்மாவைப் பார்த்தேன். அதுவரை உள்ளூரில் கடைகளுக்கும், உறவினர் வீடுகளுக்கும் சென்று வந்த அனுபவமே இருந்தது. எனக்குள் தயக்கம் இருந்தாலும், பயணம் எனும் மகிழ்ச்சி பெருக்கெடுத்து ஓடியது. அம்மா கவலையோடு என்னைப் பார்த்து "போய்ட்டு சூதானமா வந்திருவியா...?" என்று கேட்டார். நான் மகிழ்ச்சியாய் தலையை ஆட்டினேன். பக்கத்து வீட்டு பெரியம்மா, அக்கா, என்னுடைய அம்மா மூவரும் இணைந்து பயணம் பற்றியும், கேஸ் அடுப்பினை எப்படி அணைப்பது என்பது பற்றியும் வகுப்பெடுத்தார்கள்.

கேஸ் அடுப்பு எப்படி இருக்கும் என்பதை அதுவரை திரைப்படங்களில்தான் பார்த்திருக்கிறேன். என் வீட்டில் இருப்பது விறகு அடுப்பும், மண்ணெண்ணெய் அடுப்பும்தான். அதனால் பக்கத்து வீட்டு பெரியம்மாவின் வீட்டில் இருந்த கேஸ் அடுப்பை மாதிரியாகக் காண்பித்து, செய்முறை வகுப்பையும் நிறைவு செய்தார்கள். நேராக பேருந்து நிலையம் சென்று பாளையம் செல்லும் பேருந்தில் ஏறி, பாளையம் பேருந்து நிலையத்தில் இறங்கி, அக்காவின் வீட்டுக்குச் செல்வது வரை என்னிடம் பயமும், தயக்கமும் மட்டுமே அப்பிக் கொண்டிருந்தது. ஒருவழியாக அவர் வீட்டுக்குச் சென்று என்னிடம் கொடுக்கப்பட்ட சாவியை வைத்து வீட்டைத் திறந்து, கேஸ் அடுப்பை அணைத்து விட்டேன். அடுப்பில் இருந்த பால் நிறைய புகை விட்டு, சமையலறை முழுவதும் புகை மண்டலமாக இருந்தது. சிவப்பு நிற சிலிண்டரின் இணைப்பையும் அணைத்து விடுமாறு சொல்லியிருந்தார்கள். அதுவும் வெற்றிகரமாக முடிந்தது.

ஊர் நோக்கி திரும்பும் பயணம்தான் முழு மகிழ்ச்சியை உணரும் விதத்தில் அமைந்திருந்தது. பேருந்தில் என் வயது சிறுவர்கள் யாரும் தனியாக இல்லை. நான் மட்டுமே தனியாக பயணச் சீட்டு பெற்று, அமர்ந்திருக்கிறேன் என்ற நினைப்பே பெருமையாக இருந்தது. சன்னல்களின் வழியாக வேகமாகக் கடந்து செல்லும் மனித முகங்களும், வீடுகளும், கடைகளும் எனக்கு பரவச உணர்வைத் தந்துகொண்டே இருந்தன. உடன் பயணம் செய்யும் மனிதர்களின் உரையாடல்களும், பேருந்திற்கு வெளியே விரியும் காட்சிகளும் என்னை இன்னொரு உலகில் வாழ்பவனாக மாற்றிக் கொண்டிருந்தன. வாழ்க்கையில் காலம் என்னை கடந்து கொண்டிருப்பது போலவும், பயணத்தில் நான் காலத்தைக் கடந்து கொண்டிருப்பது போலவும் உணர்ந்தேன். இப்படித்தான் பயணங்களுக்கும் எனக்குமான உறவு துவங்கியது. அடுப்பை அணைத்துத் திரும்பிய பயணம் என் சிறு வயதின் வெற்றிப் பயணமாக உறவினர்களால் அங்கீகரிக்கப்பட்டது. உள்ளுக்குள் எப்போதும் தயங்கிக் கொண்டும், பயந்து கொண்டும் இருந்த எனக்கு இந்த "வெற்றி" முகமூடி மிகவும் பிடித்து விட்டது. முகமூடியை வைத்து, அதுதான் என் முகம் என்று காட்டிக் கொள்ளும் முயற்சியையும் அவ்வப்போது மேற்கொள்ளவும் செய்தேன்.

படிப்பின் மூலம் கிடைத்த பயண வாய்ப்பு எனக்கு மிகவும் பிடித்துப்போனது. தினமும் புதிய முகங்களைப் பார்க்கிற ஆர்வம் அதிகரித்துக்கொண்டே இருந்தது. முகங்கள் பிரதிபலிக்கும் உணர்வுகளை வாசிக்கும் ஆர்வம் துவங்கியது. முகங்களில்தான் எத்தனை வகைகள்? மாறுபட்ட மீசைகள், அதற்கு நேரெதிராக மீசையற்ற முகங்கள். அதே போல விதம் விதமான தாடிகள், புருவ மாறுபாடு. முடிச்சிட்ட புருவங்கள் வேகமாக உயர்ந்து தாழும் போது அவர்களின் முகம் கோபத்தை வெளிப்படுத்துவதும், கண்கள் சுருங்கி கூர்மைப்படும்போது நம்பிக்கையின்மையையும் வெளிப்படுத்துவதை அறிந்து கொண்டபோது, முகங்களை வாசிக்கும் பயணம் நெடும்பயணம் என்பதை உணர்ந்தேன். சிறு வயதில் இருந்து யாருடைய முகத்தையும் நேருக்கு நேர் பார்த்துப் பேசாத நான், பயணத்தில் முகம் பார்க்க துவங்கிய பிறகு என்னோடு பேசுபவர்களின் முகம் பார்த்து பேசத் துவங்கினேன். எனக்குள் பயணங்கள் ஏற்படுத்திய மாற்றங்களை பட்டியல் போட்டு முடிக்க முடியாது. மாற்றங்கள் தொடர்ந்துகொண்டே இருக்கின்றன. புதியவற்றை கற்பித்துக்கொண்டே இருக்கின்றன. மனநிலையை முகம் வைத்து அறிவது ஆண்களிடம் சுலபமாக இருக்கும் அளவுக்கு பெண்களிடம் இல்லை. பெண்களின் முகத்தை நேருக்குநேர் பார்க்கும் பழக்கம் எனக்கு வரவில்லை என்பதும், அவர்களின்

முகத்தில் மீசை, தாடி, என உணர்ச்சிகளை பளிச்செனக் காட்டும் குறியீடுகள் இல்லாமல் இருந்ததும் காரணமாக இருக்கலாம்.

என்னோடு பயணிக்கும் பிரதீப்பின் முகம் மாணவனின் முகம் போல இல்லாமல், முதிர்ந்த நபரின் தன்மையைக் கொண்டிருக்கும். அனைத்தையும் சந்தேகக் கண்ணோடு பார்க்கும் குணத்தோடு இருப்பதாகவே எனக்குத் தோன்றும். எவ்வளவு பெரிய விஷயத்தை அவனிடம் சொன்னாலும் தனக்கு முன்பே தெரியும் என்ற பதிலையோ, "இதெல்லாம் ஒரு விஷயமா?" என்ற பார்வையுமே அவன் முகத்தில் பிரதிபலிக்கும். ஆனாலும், நான் அவனை நெருக்கமானவனாகவே உணர்ந்தேன்.

முதலாம் ஆண்டில் புதிய விஷயங்களைக் கற்கும் ஆர்வத்திலும், புதிய நண்பர்களைப் புரிந்து கொள்வதிலும் நாட்கள் மிக வேகமாகச் சென்றுவிட்டன. அந்த ஆண்டில் எங்களுக்கு மிகவும் பிடித்தவை செய்முறை வகுப்புகள்தான். வாரத்திற்கு ஒருமுறை இருக்கும் செய்முறை வகுப்பில் வெள்ளை கோட் அணிந்து, ஷூ போட்டுக் கொண்டு வர வேண்டும். வெள்ளைக் கோட்டினை கைகளில் மடித்துப் போட்ட படி, ஆயிரம் பக்க ஆங்கிலப் புத்தகத்தை விரல்களால் பிடித்துக்கொண்டு நடந்து வருவது பெருமையாக இருக்கும். ஒரு சிறிய உடை மாற்றம் மன நிலையையே மாற்றக் கூடிய வலிமையுடையது என்பது அந்த வகுப்பில்தான் எனக்குப் புரிந்தது. வழக்கமான உடையில் இருந்து, சிறப்பு உடையாக மாற்றிக் கொள்ளும் போது தயக்கமுள்ளவர்களுக்கு மனத்திறப்பினை அது வழங்குவதாகவே தோன்றுகிறது. அதனால்தான் அந்நிய உடைகளின் மீதான ஈர்ப்பு காலம் காலமாகத் தொடர்கிறதோ என்னவோ...? செய்முறை வகுப்பின் இன்னொரு ஈர்ப்புக்குரிய விஷயம் அதை நடத்தும் விரிவுரையாளராக கல்லூரி பிரின்சிபலே வருவார் என்பது.

எங்கள் கல்லூரி பிரின்சிபல் கோபாலகிருஷ்ணன் சற்றே உயரம் குறைவான, புது நிறமான நபர். எப்போதும் கறுப்புக் கோட்டும், டையும், ஷூக்களும் அவரது அடையாளம். உரையாடும் நபர்களுக்குத் தகுந்து பேச்சு மொழியைத் தேர்வு செய்து கொள்ளும் வித்தகர். சில நேரங்களில் அவர் பேச்சில் வெளிப்படும் கூடுதலான குழைவு எனக்கு சந்தேகத்தை உருவாக்கிவிடும். எல்லா மாணவர்களின் பெற்றோர்களும் அவரின் ரசிகர்கள்தான். பக்தர்கள் என்று கூடச் சொல்லலாம். சேர்க்கைக்காக அவரை ஒரே ஒரு முறை சந்தித்து விட்டால் போதும் கோபால் குடும்ப உறுப்பினரில் ஒருவராக மாறிவிடுவார். பெற்றோர்களின் கல்வி, பொருளாதாரச் சூழல், உடை இவற்றை வைத்து அவர்களுக்குத் தகுந்த பேச்சு மொழியை

உருவாக்கிக் கொள்வார் கோபால். சேர்க்கைக்காக அலுவலகத்திற்குள் நுழையும் போதே, இருக்கையில் இருந்து எழுந்து நின்று வரவேற்பார். அப்பாக்களிடம் கைகுலுக்கி அமர வைப்பார். அவர்கள் அமர்ந்த பிறகே அவர் இருக்கையில் அமர்வார்.

பெற்றோர்களின் ஊர், அவருடைய துறை குறித்து பேசும் போது அவற்றோடு தனக்கு இருக்கும் பிணைப்பை அல்லது தொடர்பை உருவாக்கிக் கொள்வார். முக்கியமாக, எல்லா மாணவர்களின் பெற்றோரையும் "அப்பா" "அம்மா" என்றே அழைப்பார். சேர்க்கை உறுதி செய்யப்பட்ட கட்டணம் செலுத்தப்பட்டவுடன் அவர் தவறாமல் சொல்லும் வரி இதுதான்... "தம்பியைப் பத்தி கவலைப்படாதீங்கப்பா... நான் பார்த்துக்கிறேன்... மாசாமாசம் ஃபீஸ் கட்றதில பிரச்சினை இருந்தா என்கிட்ட சொல்லச் சொல்லுங்க... செலவுக்குப் பணம் வேணும்னாலும் பார்த்துக்கலாம்... நீங்க கவலப்படாம போய்ட்டு வாங்க..."

இந்த ஒரு சந்திப்பே எல்லா மாணவர்களின் பெற்றோரையும் அவரோடு பிணைத்து விடும். மனிதர்கள் உண்மையாக இருக்கிறார்களோ, இல்லையோ அவர்கள் வெளிப்படுத்தும் சொற்கள் அன்பில் தோய்ந்ததாக இருந்தால் எவ்வளவு பெரிய ரசாயன மாற்றத்தைச் செய்து விடுகின்றன? ஒவ்வொரு பெற்றோரும் தொலைபேசியில் அழைக்கும்போதும் தனித்த அக்கறையோடு விசாரித்துக் கொள்வார். ஊரில் மழை பெய்வது, விவசாய நிலை குறித்து கிராமத்துப் பெற்றோர்களிடம் வாஞ்சையாக கேட்டுக் கொள்வார். மறுபடி அவர் சொல்வது ஒரே விஷயம்தான்... இந்த "மாசம் ஃபீஸ்கட்டுறதுல பிரச்சினைனா சொல்லுங்கப்பா... தம்பிக்கு ஏதாவது பணம் கொடுக்கணுமா... உங்களுக்கு எப்ப வருதோ அப்ப குடுங்க... நான் பார்த்துக்கறேன்..."

இதில் ஆச்சரியமான விஷயம் என்னவென்றால், இதுவரை எந்தப் பெற்றோரும் கட்டணத்தை தாமதமாகக் கட்டியதில்லை என்பதுதான். என்னுடன் படிக்கும் மாணவர்கள் பெரும்பாலும் ஏழ்மையான குடும்பத்தையும், உணவுக்குப் பிரச்சினை இல்லாத நடுத்தரக் குடும்பத்தையும் சேர்ந்தவர்கள்தான். ஒரு சிலர் மட்டுமே அரசு வேலை பார்க்கும் பெற்றோர். ஆனாலும், எல்லோராலும் எப்படி கட்டணத்தை சரியான நேரத்தில் கட்ட முடிகிறது என்பது எனக்கு ஆச்சரியாக இருந்தது.

ஒருமுறை என்னுடைய கட்டணத்திற்கான பணத்தைக் கொடுப்பதில் அப்பாவுக்கு சிரமம் இருந்தது. ஒன்றாம் தேதியை நெருங்கிக்கொண்டிருந்தபோது அவரிடம் போதுமான பணம்

இல்லை என்பதை அம்மாவுடனான அவரின் உரையாடல்கள் மூலம் அறிந்தேன். அப்பா ஏலக்காய் எஸ்டேட்களுக்கு பூச்சிக் கொல்லி மருந்துகளை வாங்கிக் கொடுக்கும் வேலையைச் செய்து கொண்டிருந்தார். எஸ்டேட்டுகள் அனைத்தும் கேரளாவில் இருப்பதால் வாரத்தில் பல நாட்கள் பயணத்திலேயே இருப்பார்.

ஏலக்காய் விவசாயம் என்பது தேனி மாவட்டத்தை ஒட்டிய இடுக்கி மாவட்ட கேரளப்பகுதிகளில் மிக முக்கியமான தொழில். இந்தியாவின் மொத்த ஏலக்காய் உற்பத்தியில் கேரளாவிலேயே பெரும்பகுதி விளைகிறது. சுமார் இரண்டாயிரம் ஆண்டுகளுக்கும் முன்பே இப்பகுதியில் ஏலக்காய் விவசாயம் இருந்ததை சங்க இலக்கியங்கள் குறிப்பிடுகின்றன. அரேபிய, பாரசீக வணிகர்கள் நறுமண வழித்தடம் வழியாக முசிறிக்கு வந்து ஏலக்காய் வாங்கிச் சென்றிருக்கிறார்கள். இப்போது கேரளாவாக இருக்கும் இடுக்கி மாவட்டம் 1950களில் தமிழகப் பகுதியாகவே இருந்தது. மொழிவாரி மாநிலங்கள் பிரிக்கப்பட்டபோது, இப்பகுதி கேரளாவோடு இணைக்கப்பட்டது. இடுக்கி மாவட்டத்தில் உள்ள பெரும்பாலான ஏலத் தோட்டங்கள் தமிழ் மக்களின் ஆளுகையிலேயே இருந்து வந்தது. கம்பம் பகுதியிலுள்ள பெரு முதலாளிகள் பலருக்கும் சாதி வேறுபாடின்றி, இடுக்கி மாவட்டத்தில் ஏலத்தோட்டங்கள் இருந்தன. ஒருவகையில் கம்பம் நகரின் பொருளாதாரச் சூழலை நிர்ணயிக்கும் முக்கிய விளைபொருளாக ஏலக்காய் இருந்தது.

முதல் வாரத்தில் அப்பா கேரளாவுக்குப் போய் ஆர்டர் எடுத்து வருவார். இரண்டாம் வாரத்தில் பூச்சி மருந்துகளை தேவைக்கேற்ப வாங்கி தயாராக வைத்துக் கொள்வார். மூன்றாம் வாரமும், நான்காம் வாரமும் அவற்றை கொண்டு சேர்க்கும் வேலை இருக்கும். தனி வாகனம் ஏற்பாடு செய்யாமல் பேருந்துப் பயணத்திலேயே கொஞ்சம் கொஞ்சமாக பொருட்களைக் கொண்டு செல்வதால் இரண்டு வாரங்கள் தேவைப்படும். மறுபடியும் முதல் வாரத்தில் சென்று கொடுத்த பொருட்களுக்கான பணத்தைப் பெற்றுத் திரும்புவார். தேவையைப் பொறுத்து புதிய ஆர்டர்களும் அப்போது கிடைக்கும். சொந்தப் பணத்தை முதலீடு செய்து பொருட்கள் வாங்கிக் கொடுக்கும் வேலையாகத்தான் அவர் ஆரம்பித்த புதிதில் இருந்தது. அப்புறம் கொஞ்சம் கொஞ்சமாக முதலீடு கரைந்து போய், உரக்கடைகளில் கடனுக்கு வாங்க ஆரம்பித்தார். ஏலக்காய் விலை சந்தையில் உயரும் போது பணம் வசூலிப்பதில் பிரச்சினை எதுவும் இருக்காது. நல்ல லாபத்தோடு திரும்பி வரும். சில நேரங்களில் விலை அதலபாதாளத்துக்குப் போகும்போது பணம் பெறுவதில்

சிக்கல் நீடிக்கும். சிறுகச் சிறுக தருவார்கள். சில நஷ்டமடைந்த விவசாயிகள் கொடுக்காமல் போவதும் உண்டு.

என் அப்பா வியாபாரம் செய்யும் எஸ்டேட் விவசாயிகள் முதலாளிகள் அல்ல. அவர்கள் வீட்டைச் சுற்றி இருக்கும் சிறிய பரப்பளவு நிலத்தில் ஏலம், குறுமிளகு பயிரிட்டு, அவர்களே உழைத்து விவசாயம் செய்து வாழ்பவர்கள். அடுத்தவர் எஸ்டேட்களில் வேலை செய்தால் என்ன சம்பளம் கிடைக்குமோ, அதே அளவிலோ அதை விடக் கொஞ்சம் கூடுதலாகவோ அவர்களின் வருமானம் இருக்கும். கொஞ்சம் பெரிய நிலம் இருப்பவர்கள் தேவைக்கு ஆட்களைச் சேர்த்துக் கொண்டு அவர்களும் வேலை செய்வார்கள். அப்பாவோடு தொடர்பில் இருக்கும் எஸ்டேட்காரர்களில் பெரும்பாலோர் தன் நிலத்தில் வருமானம் குறைகிறபோது, இன்னொரு இடத்திற்கு வேலைக்குப் போகும் பழக்கம் கொண்டவர்கள். அதனால் அப்பாவுக்கு எப்போதும் அவர்கள் கொடுக்க வேண்டிய பணத்தைப் பற்றிய கவலை இல்லை. ஆனால், எப்போது தருவார்கள் என்பதை உறுதியாகச் சொல்ல முடியாது. மழை, வெள்ளம் ஏற்படும் நேரத்தில் ஏலச்செடிகள் பாதிப்படையும். அது போன்ற காலங்களில் அவர்களின் வருமானம் சொற்பமாகி விடும். மறுபடியும் அவர்கள் இயல்புக்குத் திரும்ப ஒன்றிரண்டு ஆண்டுகள் ஆகும். அந்த நேரத்தில் பூச்சி மருந்துகளை அப்பாவிடம் கேட்கும் போது மறுக்க மனமில்லாமல் கொடுத்து விடுவார். அதுபோன்ற நேரங்களில் எங்கள் குடும்ப வருமானம் கடும் சிக்கலைச் சந்திக்கும்.

ஏலக்காய் விலை குறைவாக விற்ற போதுதான் கல்லூரிக் கட்டணத்திற்காக போதுமான பணம் இல்லாமல் புலம்பிக் கொண்டிருந்தார் அப்பா. அப்போதுதான் நான் சொன்னேன்... "கோபால் சார்தான் சொல்லிருக்காருல்ல... கஷ்டமா இருந்தா அப்புறம் கட்டிக்கலாம்..."

அப்போது அப்பா சொன்ன பதிலில் என் கேள்விக்கான விடை ஒளிந்து கொண்டிருந்தது. "அவரு நல்ல மனுஷன்... கைக்காசப் போட்டு ஃபீஸ் கட்றேனு சொல்றாரு... என்ன சாதியோ, எந்தக் குடும்பமோ... ஊரா மனுஷன்... அதுவும் படிச்சவரு..... அவரக் கஷ்டப்படுத்தக் கூடாதுப்பா... முடிஞ்ச வரைக்கும் நம்ம பிரச்சினையை நாமதான் பாக்கணும்... ஆதரவா நிக்குறவங்களை அவதிப்படுத்தக் கூடாது..."

ஒருவழியாக நண்பர்களிடம் கடன் பெற்று அந்த மாதம் என் கல்லூரிக் கட்டணத்தைக் கட்டிவிட்டார் அப்பா. அதே நேரத்தில்தான் என்னுடன் படிக்கும் மூர்த்தியின் அப்பா நீலகிரியில்

இருந்து வந்திருந்தார். மூர்த்தி விடுதியில் இருப்பவர்களிலேயே சின்னப் பையன். முதன் முதலில் விடுதியில் விட்டு விட்டு அவனுடைய அப்பா ஊருக்குப் போன போது வகுப்பில் அழுது கொண்டே இருந்தான். கோபால் சார் நிறைய ஆறுதல் சொல்லியும் அவன் அழுகை அடங்கவில்லை. வகுப்பில் என் பக்கத்தில்தான் உட்கார்ந்திப்பான். பால்மணம் மாறாத முகம். எந்த விஷயம் சொன்னாலும் ஆச்சரியத்தைப் பிரதிபலிக்கும் அப்பாவி குணம். இத்தனை வருடங்களில் புதியவர்கள் யாரிடமும் நானே சென்று பேச்சைத் துவங்கியதில்லை. அழுது வடியும் கண்களுடன் மூர்த்தியைப் பார்க்கும்போது பாவமாக இருந்தது. அவனுடன் பல முறை பேச முயன்றேன். அவன் முகத்தில் எந்த மாறுதலும் இருக்காது. ஒருமுறை நிமிர்ந்து பார்த்து விட்டு, மறுபடியும் குனிந்து கொள்வான்.

ஒன்றிரண்டு நாட்களில் என்னுடன் பேசத் துவங்கியிருந்தான் மூர்த்தி. நீலகிரி மலைப்பகுதியின் ஒரு கிராமத்தில் இருக்கும் எளிய குடும்பம் அவனுடையது. அப்பாவும், அம்மாவும் தோட்டத் தொழிலாளர்கள். மூர்த்தி எப்போதுமே வீட்டை விட்டு வெளியில் தங்கியதில்லை. ஒருநாளும் பெற்றோர்களைப் பிரிந்ததில்லை. இப்போதுதான் முதன் முதலாக ஒரு பிரிவைச் சந்திக்கிறான். அதுவும் ஒரு முகம் கூட தெரிந்தது இல்லை எனும் போது வரும் அச்சமும், பிரிவின் ஏக்கமும் அவனைச் சூழ்ந்திருந்தன. வகுப்பிலேயே என்னிடம் மட்டும் ஒன்றிரண்டு வார்த்தைகள் பேசுவான் மூர்த்தி. அவன் என்னுடன் பேசுவதைப் பார்த்த பிரின்சிபல் என்னை தனியே அழைத்து, அவனிடம் தொடர்ந்து பேசும்படி அறிவுறுத்தினார்.

பேருந்தில் என்னுடன் வரும் பிரதீப் என் வலது புறமும், மூர்த்தி இடது புறமும் வகுப்பில் அமர்ந்திருப்பார்கள். கொஞ்சம் கொஞ்சமாக விரிந்த நண்பர்கள் குழுவில் மூர்த்தியும் இயல்பாகக் கலந்து விட்டான். அந்த மாதம் மூர்த்தியைப் பார்க்க அவனுடைய அப்பா வந்திருந்தார். கட்டணத்தைக் கட்டி விட்டு, ஊருக்குப் போகும் போது பேருந்து நிலையத்திற்கு எங்களுடனே வந்தார். படிப்பு தொடர்பாகவும், மூர்த்தி பற்றியும் விசாரித்துக்கொண்டிருந்தவர் பிரின்சிபலின் அன்பைப் பற்றி சிலாகித்துப் பேசினார்.

“இந்தக் காலத்துல இப்புடி மனுஷங்களைப் பாக்குறது சிரமம்ப்பா... என்ன ஒரு அந்நியோன்யம்... அக்கறை... எல்லாத்தையும் சொந்தக்காரங்க மாதிரி பார்த்துக்கிறது...” அவருடன் பேசிக் கொண்டிருந்த போது, என் அப்பா சொன்ன அதே கருத்தினை அவரும் கொண்டிருந்தது வெளிப்பட்டது.

"பணக்கஷ்டம்னாதானே பார்த்துக்குறதா சொல்ற மனுஷனை கஷ்டப்படுத்தக் கூடாது... என்ன கஷ்டம்னாலும் நம்மளோட போயிரணும்... நல்ல மனுஷங்களை சிரமப்படுத்தக் கூடாது..."

அப்போதுதான் எனக்கு ஒரு விஷயம் புரிந்தது. உண்மையாகவே பொருளாதாரத்தில் பின்தங்கிய பெற்றோர்கள் மற்றவர்களின் உதவியை நாடுவதை கடைசி வாய்ப்பாகவே வைத்திருக்கிறார்கள். அந்த கடைசி வாய்ப்பையும் தள்ளிப் போட்டுக்கொண்டே இருக்கவும், முடிந்தால் அதனை வாழ்நாள் முழுவதும் பயன்படுத்தாமல் பாதுகாக்கவும் விரும்புகிறார்கள். நடுத்தர மக்களின் குணம் இதிலிருந்து வேறுபட்டு இருப்பதாகத் தோன்றியது. அவர்களின் வசதியை மட்டும் வைத்து அவர்கள் குணத்தினை எடை போட்டு விடமுடியுமா...? என்ற கேள்வியும் எனக்குள் இருந்தது. ஆனால், பணம் பல குண மாறுபாடுகளை ஏற்படுத்துவதை மறுக்க முடியாது அல்லவா...?

முதலாமாண்டு இறுதியில் விடுதி மாணவர்களில் சிலர் என்னையும், பிரதீப்பையும் அவர்களோடு உணவருந்த அழைத்தார்கள். கல்லூரியில் இரண்டு வகுப்பறைகளும், ஒரு செய்முறைக் கூடமும் இருக்கும். விரிவுரையாளர்களுக்கான அறை, அலுவலகம், பிரின்சிபலுக்கான தனி அலுவலகம், நூலகம், உணவருந்தும் இடம் போன்ற பகுதிகள் இருக்கும். ஒரு வகுப்பறையில் நாங்கள் இருப்போம். இன்னொரு வகுப்பறையில் இரண்டாம் ஆண்டு பயிலும் சீனியர் மாணவர்கள் இருப்பார்கள். விடுதியைப் பொறுத்தவரை சீனியர், ஜூனியர் வேறுபாடெல்லாம் இல்லை. அனைவரும் ஒன்றாகவே தங்கியிருந்தார்கள். பிரின்சிபல் கோபாலின் தங்கும் அறை மேல்மாடியில் இருந்தது. அங்கு அவர் மட்டுமே இருந்தார். அவருடைய ஊர் மதுரைக்குப் பக்கத்தில் ஒரு கிராமம் என்பதைத் தவிர அவர் குடும்பம் பற்றி யாருக்கும் தெரிந்திருக்கவில்லை.

விடுதியில் போய் சாப்பிடலாமா? வேண்டாமா? என்று என்னால் முடிவெடுக்க முடியவில்லை. பிரதீப்பும், மூர்த்தியும் அடிக்காத குறையாக அழைத்தார்கள். இன்னும் நெருக்கமான நண்பர்களாக இருந்த பாஸ்கர், மாரி, அகமது, செல்வம் உள்ளிட்ட அனைவருமே கட்டாயப்படுத்தினார்கள். வார்டனிடம் தாங்கள் சொல்லிக் கொள்வதாக நண்பர்கள் உறுதியளித்தனர். ஆனாலும், எனக்குள் ஒரு தயக்கம் இருந்து கொண்டே இருந்தது. பிரின்சிபலிடம் ஒரு வார்த்தை சொல்லிவிட்டுப் போகலாம் என்று தோன்றியது.

பிரின்சிபலுக்கும் எனக்குமான தொடர்பு மூர்த்தி விஷயத்தில் துவங்கி, மெதுவாக பலமானது. கல்லூரி நூலகத்திற்கு புதிய நூல்கள் வாங்கும்போது என்னை அழைத்தது, சேர்க்கை விளம்பரம்

அச்சடிக்க அச்சகங்களைத் தேர்வு செய்ய ஆலோசித்தது போன்ற பல நிர்வாக விஷயங்களிலும் என்னுடன் பேசத் துவங்கினார் பிரின்சிபல். இதுபோன்ற விஷயங்களில் விடுதி மாணவர்களில் ஒன்றிரண்டு பேரையும் அழைத்துக் கொள்வார். பெரும்பாலும் நான் சொல்கிற விஷயங்கள் அவருக்குப் பிடித்துப் போகும். ஆனால், அழைத்த எல்லோருடைய கருத்துகளையும் கேட்டுக் கொள்வார்.

தினமும் பயணம் செய்யும்போது எனது தகவல் அறிவு விரிவடைந்ததை நான் உணர்ந்தேன். பேருந்து சன்னல்களின் வழியாகத் தெரியும் கடைப்பெயர்கள், சுவர்களில் ஒட்டப்பட்டிருக்கும் சுவரொட்டிகளின் வாசகங்கள், சாலையோர போராட்டங்கள், அரசியல் நிகழ்வுகள்... என மெதுவாக என்னைச் சுற்றி இருக்கும் மக்கள் குறித்த அறிவு எனக்குள் வளரத் துவங்கியது. இப்படிக் கிடைத்த தகவல்கள், தொடர்புகளின் வழியாக புதிய அனுபவங்கள் உருவாகின. ஒரு அச்சக நண்பர் தேனியில் அறிமுகமானார். எனக்கு இயல்பாகவே அச்சின் மேல் இருந்த ஆர்வம் அவருடைய அச்சகம் குறித்த கேள்விகளை உருவாக்கியது. இன்னொரு முறை, ஒரு சிறிய ஹோட்டலில் சர்வராக வேலைசெய்யும் ஒரு அண்ணன் அறிமுகமானார். எப்போதாவது தேனியில் சாப்பிட வேண்டுமென்றால், பேருந்து நிலையம் அருகில் இருக்கும் அவர் பணிபுரியும் கடைக்குத்தான் போய்ச் சாப்பிடுவோம்.

போடியில் இருக்கும் இந்தி ஆசிரியர் ஒருவர், எப்போதும் கைகளில் புத்தகம் வைத்து வாசித்துக்கொண்டிருக்கும் ஆசிரியர் ஒருவர், ஆங்கிலப் பள்ளியில் பணிபுரியும் அலுவலகப் பணியாளர்... என்று என் பயணத் தொடர்புகள் விரிந்து கொண்டிருந்தன. வெறும் அறிமுகத்தைக் கடந்து சிலர் நெருக்கமாகவும் செய்தார்கள். இந்த தொடர்புகளின் அடிப்படையில்தான் பிரின்சிபல் கேட்கும் போது நான் சில விஷயங்களைப் பகிர்ந்து கொள்வேன். பள்ளிக் காலத் திலிருந்தே எனக்கு தமிழ் ஈடுபாடு என்பதால், பிரின்சிபல் இலக்கியம் குறித்தோ, மொழி குறித்தோ பேசும்போது கூடுதல் மகிழ்ச்சியோடு கலந்துரையாடுவேன். அப்போது என் முகத்தில் பிரதிபலிக்கும் மகிழ்ச்சியை அறிந்து கொண்ட பிரின்சிபல் என்னை "புலவரே" என்று அழைக்க ஆரம்பித்தார். கவிதைகள் வாசிப்பதில் ஆர்வம் இருந்ததேயன்றி, நான் ஒரு கவிதையும் எழுதியதில்லை. எதுவும் எழுதாமல் கிடைத்த புலவர் பட்டம் எனக்கும் பிடித்திருந்தது.

விடுதியில் இருக்கும் நண்பர்களில் முத்துவும், வந்து போகிறவர்களில் நானும் பிரின்சிபலுக்கு நெருக்கமான நண்பர்களாகப் பார்க்கப்பட்டோம். எங்களுக்கு வகுப்பெடுக்கும் ஆசிரியர்கள்

பற்றி ஏதாவது பிரின்சிபலிடம் சொல்ல வேண்டும் என்றால் என்னைத்தான் அழைப்பார்கள். விடுதி பற்றிய தகவல்களைச் சொல்ல முத்து அழைக்கப்படுவான். வகுப்பு மாணவர்களில் பலரும் எங்களை பிரின்சிபலுக்கான தொடர்பானவர்களாகப் பயன்படுத்திக் கொண்டார்கள். நான் எல்லா விஷயங்களையும் பிரின்சிபலிடம் சொல்வதில்லை. சில நியாயமான விஷயங்களை மட்டும் சொல்வதுண்டு. ஒன்றிரண்டு ஆசிரியர்களும் கூட, தங்கள் வகுப்பறைத் தேவைகளை என் மூலம் சொல்லி விடுவதுண்டு.

விடுதி மாணவர்களில் பாஸ்கர் தனித்துவமானவன். நிறைய புத்தகங்களை வாசிக்கும் பழக்கமுள்ளவன். எனக்கு அவ்வளவு வாசிப்பு பழக்கம் இல்லை. பள்ளிக் காலத்தில் காமிக்ஸ்களை பழைய புத்தகக் கடைகளில் பாதி விலைக்கு வாங்கி படித்ததும், விடுமுறைக் காலத்தில் கிரைம் நாவல்கள் படித்ததும்தான் என் வாசிப்பின் அடிப்படை. புத்தகங்களை விலை கொடுத்து வாங்க முடியாமல், ஒன்பதாம் வகுப்பு படிக்கும் போது நூலகத்திற்கு சென்றேன். அங்கு தமிழ்வாணனின் கிரைம் நாவல்கள் அறிமுகம் ஆயின. இந்த புத்தகங்கள் தவிர, பொதுவான சிலவற்றை வாசித்திருக்கிறேன். அப்பா எங்காவது போய் விட்டு வரும் போது செம்மலர் இதழ்களில் ஒன்றிரண்டை வீட்டுக்குக் கொண்டு வருவார். அதில் வரும் கதைகளையும், குட்டிக் கவிதைகளையும் அவ்வப்போது வாசிப்பதுண்டு.

ஆனால், பாஸ்கர் வாசிக்கும் புத்தகங்கள் வேறு மாதிரியானவை. அவனுடைய கைகளில் ரஷ்ய நூல்கள் அதிகம் இருக்கும். மார்க்சியம், பெரியாரியம் என்ற சொற்களை அவனிடம்தான் முதன் முதலாகக் கேட்டேன். அவன் பேசும் விஷயங்களும் நாட்டு நடப்பைப் பற்றியதாகவே இருக்கும். எல்லா நிகழ்வுகளையும் அறிந்து வைத்திருப்பான். சில விஷயங்கள் இப்படித்தான் நடக்கும் என்று கூட கணித்து விடுவான். வகுப்பில் அனைவரும் திரைப்படங்களையும், காதல் கதைகளையும் பேசிக் கொண்டிருந்த போது பாஸ்கர் மட்டும் மக்கள், நாடு என்று வேறு சொற்களில் பேசிக் கொண்டிருப்பான். விடுதி மாணவர்களில் பலர் எனக்கு நெருக்கமானவர்கள் என்றாலும், பாஸ்கரின் மீது மரியாதையான நட்பு இருந்தது. எந்த விஷயத்தை பிரின்சிபலிடம் பேசுவது என்றாலும் பாஸ்கரிடம் சொல்லி விட்டுச் செல்வது என் பழக்கங்களில் ஒன்றாக மாறிவிட்டது.

"விடுதிக்கு வரலாமா?" என்று கேட்பது போல பாஸ்கரைப் பார்த்தேன். "எல்லாரும் கூப்பிடுறாங்கெல்ல... வாடா... சாப்பிடலாம்..." என்றான். "பாசு... சாரிடம் சொல்லிட்டு வரவா...?" என்று கேட்டேன்.

"தேவை இல்லடா... வார்டனிடம் கேட்டால் போதும்... கிளாஸ் நேரத்துல எங்கயாவது போகணும்னா சார்கிட்ட சொல்லலாம்... இப்பதான் கிளாஸ் முடிஞ்சிருச்சில்ல..." என்றான். அவன் சொல்வது சரியாகப்பட்டது. மதிய உணவு இடைவேளை நேரத்தில் நான் அன்று விடுதிக்குச் சென்றேன்.

கல்லூரியில் இருந்து நடக்கும் தூரத்தில்தான் விடுதி அமைந்திருந்தது. விடுதியில் நூற்றுக்கும் மேற்பட்ட மாணவர்கள் இருந்தனர். பெரிய பெரிய அறைகளும், பின்புறம் வரிசையாக கழிவறை, குளியலறைகளும் இருந்தன. ஒவ்வொரு அறையிலும் பத்து, பதினைந்து பேர் நெருக்கமாக தங்கியிருந்தனர். சுற்றுச் சுவரில் உள்ள வாசல் கடந்ததும் இருக்கும் காலியிடத்தில் வலது புறமாக உணவருந்தும் இடமும், அதற்குள்ளே சமையலறையும் இருந்தன. நான் முதலில் அவர்கள் தங்கும் அறைகளைப் பார்த்தேன். கல்லூரி விடுதி என்றால் என் நினைவுக்கு வருவது அடுக்குக் கட்டில்கள்தான். இரண்டு, மூன்று பேர் படுக்கும் விதத்தில் ஒன்றின் மேல் ஒன்றாக அடுக்கப்பட்ட கட்டில்களால் விடுதி நிறைந்திருக்கும் என்று எதிர்பார்த்தேன். ஆனால், தரையில் சுருட்டி வைக்கப்பட்டிருந்த பாய்களில்தான் இரவு தூங்குவார்கள் என்பது பார்த்தவுடன் புரிந்தது. நல்லவேளையாக நான் விடுதியில் சேரவில்லை. ஏனெனில், எங்கள் வீட்டில் எப்போதும் தரையில் பாய் விரித்துத்தான் படுத்திருப்போம். விடுதி என்றால் கட்டிலில் படுக்கலாம் என்று நினைத்துத்தான் சேர்ந்திருப்பேன். ஏமாற்றமே மிஞ்சியிருக்கும்.

கை, கால்களைக் கழுவுவதற்காக பின்புறம் இருக்கும் கழிவறைகளுக்குப் போனேன். பேருந்து நிலையங்களில் இருக்கும் கழிவறைகள் அளவுக்கு மோசமில்லை என்றாலும், வீட்டில் இருந்து பழகியவர்களுக்கு இதைப் பயன்படுத்துவது சிரமம்தான். விடுதி அனுபவங்கள் வாழ்க்கையில் சகிப்புத்தன்மையை உருவாக்கும் என்று தோன்றியது.

என்னைப் பார்த்த சீனியர் மாணவர்கள் பலர் புன்னகையோடு வரவேற்றார்கள். நானும், பிரதீப்பும் சென்றிருந்தாலும் நான் சிறப்பு விருந்தினர் போல நடத்தப்பட்டேன். அவரவருடைய சில்வர் தட்டுகளை எனக்குத் தர முன்வந்தார்கள். வரிசையில் நின்று உணவைப் பெற்றுத் தரவும் தயாரானார்கள். பாஸ்கரின் தட்டை நான் கையில் வாங்கிக் கொண்டு, அவர்களோடு வரிசையில் நின்றேன். வரிசை மிக மெதுவாக நகர்ந்து சென்றது. ஒவ்வொருவருவர் தட்டிலும் சோறும், குழம்பும், ஏதோ ஒரு காயில் செய்யப்பட்ட

பொரியலும் நிரம்பியிருந்தது. என் தட்டிலும் சமையலறைப் பணியாளர் சோற்றை அள்ளி வைத்தார். வீட்டில் சாப்பிடும் வெள்ளை நிற அரிசியாக இது இல்லை. பள்ளிகளில் சத்துணவில் பயன்படுத்தப்படும் மங்கலான, பருத்த அளவிலானதாக இருந்தது. குழம்பில் மூழ்கிய சோற்றோடு, கொஞ்சம் பொரியலையும் பெற்றுக் கொண்டு நண்பர்களோடு சாப்பிடுவதற்காக தரையில் அமர்ந்தேன்.

எல்லாரும் சாப்பிடத் துவங்கியிருந்தார்கள். நான் கொஞ்சம் பொரியலை எடுத்து வாயில் போட்டு, மென்றேன். ஒரு சுவையும் இல்லாமல் என்ன காய் என்றே கண்டுபிடிக்கவும் முடியாமல் இருந்தது. கொஞ்சம் சிரமப்பட்டு விழுங்கினேன். குழம்போடு சோற்றை லேசாகப் பிணையும் போதே அதிலிருந்து ஒரு மணம் எழுந்தது. அது உணவின் மணமாக இல்லாமல், அவிந்து போன துணியில் இருந்து கிளம்பும் நாற்றம் போல இருந்தது. எனக்கு அதன் மணம் பிடிக்கவில்லை. பசியில் நண்பர்கள் வேகமாகச் சாப்பிட்டுக் கொண்டிருந்தார்கள். எனக்குப் பிடிக்கவில்லை என்பதை முகம் வெளிப்படுத்தி விடாதவாறு, அருகில் இருந்த பிரதீப்பைப் பார்த்து சிரித்தேன். அவனுக்கும் அதே பிரச்சினை இருந்ததை அவன் முகம் பிரதிபலித்தது. கொஞ்சமாக சோற்றை எடுத்து வாயில் வைத்தேன். நாக்கில் உருவான சுவை குமட்டலை உருவாக்கி விடும் போல இருந்தது. நாற்றமும், ஒவ்வாத சுவையும் வாய் முழுக்க சுற்றிச் சுற்றி வந்தன. பலமுறை பற்களால் மென்று உள்ளே தள்ள முயற்சித்தேன். தொண்டை வரை போய் விட்டு, மறுபடியும் திரும்பி வந்து கொண்டேயிருந்தது சோறு. இது உண்மையில் உணவுதானா...? நான் இதுவரை சாப்பிட்டுப் பழகாததால் பிடிக்காமல் இருக்கிறதா...? இல்லை... உண்மையில் இது மோசமான உணவா...? என்னால் ஒரு முடிவுக்கு வர முடியவில்லை. மீண்டும் மீண்டும் வாயிலிருந்த அதே உணவை மென்று கொண்டிருந்தேன்.

பள்ளியில் படிக்கும்போது நண்பர்களோடு சத்துணவு சோற்றை சிலமுறை சாப்பிட்ட அனுபவம் எனக்கு இருந்தது. அதன் சுவை இவ்வளவு மோசமில்லை என்று தோன்றியது. பிரதீப்பை மறுபடியும் பார்த்தேன். அவன் முகமும் சுருங்கி, கருத்திருந்தது. எங்கள் இருவரையும் பாஸ்கரும், மூர்த்தியும் கவனித்து விட்டார்கள்.

“சாப்பிட முடியலைனா வச்சுருங்கடா... வெளிய போய் மெஸ்ல சாப்பிடலாம்...” என்றான் பாஸ்கர். அவன் சொன்னவுடன் எல்லா நண்பர்களும் என்னையே பார்த்தார்கள். “இல்ல... நல்லாதான் இருக்கு பாஸ்கர்... எனக்கு கொஞ்சம் வகுறு சரியில்ல...” என்றேன்.

மூர்த்தி சொன்னான்... "தினமும் சாப்பிடற எங்களுக்குத் தெரியாதா... எது சரியில்லைனு...? எங்களுக்குப் பழகிருச்சுடா... உனக்கு முடியலைனா பரவாயில்ல... வச்சிரு..." முத்து இடையில் வந்து என் தட்டை வாங்க முயன்றான். "இன்னைக்குத்தான் இப்புடி இருக்குடா... வழக்கமா நல்லாத்தான் இருக்கும்..."

மூர்த்தியையும், முத்துவையும் பார்த்து பாஸ்கர் சிரித்தான். "ஹாஸ்டல் சாப்பாடு எப்பயும் இப்புடித்தான் இருக்கும்டா... உனக்கு புடிக்கலனா கொட்டிரு..."

பிரதீப்பும் என் கையைப் பிடித்து இழுத்தான். இருவரும் எழுந்து தட்டில் இருந்த சோற்றினை அங்கு வைக்கப்பட்டிருந்த பிளாஸ்டிக் வாளியில் கொட்டி விட்டு, தட்டுகளைக் கழுவி வைத்தோம். நான் விடுதியில் சாப்பிட வருவதால் என் டிபன் பாக்சை அகமதிடம் கொடுத்து சாப்பிடச் சொல்லியிருந்தேன். நான் கழிவறைக்குப் போய்விட்டு வரும்போதே அகமது சாப்பிட்டு முடித்திருந்தான். பிரதீப்பின் டிபன் பாக்சில் இருந்த எலுமிச்சை சாதம் அப்படியே இருந்தது. அதனை எடுத்து இருவரும் சாப்பிட்டோம்.

பாஸ்கரும் சாப்பிட்ட பிறகு, நாங்கள் கல்லூரியை நோக்கி நடக்கத் துவங்கினோம். நான் பாஸ்கரிடம் கேட்டேன். "சாப்பாடு ரொம்ப மோசமா இருக்கே பாசு... வார்டன்கிட்ட சொல்லலையா...?"

"சொல்றது மட்டுமல்லடா... சண்டையே போட்டாச்சு... இதுக்கு முன்னாடி இருந்த சாப்பாடு இன்னும் மோசமா இருக்கும்... இப்பயாவது பரவால்ல..."

அடுத்தவர்களுக்கு ஒரு பிரச்சினை என்றால், துடிப்பாக இருக்கும் பாஸ்கர் என்னவெல்லாம் செய்திருப்பான் என்ற சிந்தனை ஓடியது. விடுதிக்கு வந்த புதிதில் சுமாரான உணவுதான் கொடுத்திருக்கிறார்கள். இப்போது இருக்கும் அளவு மோசமில்லாமல், சாப்பிடும் அளவுக்கு இருந்திருக்கிறது. முதல் மாதத்திற்குப் பிறகுதான் விடுதியின் மாற்றங்கள் தெரிந்திருக்கின்றன. புதிய மாணவர்கள் புண்ணியத்தில் சீனியர்களுக்கும் நல்ல உணவு கிடைத்ததாக அவர்கள் சொல்லி யிருக்கிறார்கள். முதல் மாத விடுதிக் கட்டணம் செலுத்தப்பட்டதற்குப் பிறகுதான் வாயிலேயே வைக்க முடியாத அளவுக்கு உணவின் தரம் மோசமாக ஆகியிருக்கிறது. சமையல் பணியாளரிடம் சண்டைக்குப் போயிருக்கிறான் பாஸ்கர். நிர்வாகத்தினர் வாங்கிக் கொடுக்கும் பொருளில்தான் சமைக்க முடியும் என்றும், வார்டனிடம் பேசும் படியும் சொல்லியிருக்கிறார் அவர்.

அப்புறம்தான் பாஸ்கரும், சில நண்பர்களும் வார்டன் வரும் போது அவரிடம் சொல்லியிருக்கிறார்கள். கனிவாக, காது கொடுத்து கேட்டு விட்டுச் சென்றிருக்கிறார் வார்டன். அதற்குப் பிறகு ஒரு மாதம் அந்தப் பக்கமே வரவில்லையாம். உணவு மட்டுமின்றி தண்ணீர் பிரச்சினை வேறு இருந்திருக்கிறது. காலையில் ஆறு மணியில் இருந்து ஏழு மணி வரைக்கும்தான் குளிப்பதற்கு தண்ணீர் கிடைக்குமாம். ஒரு மணி நேரத்தில் நூறு மாணவர்கள் குளித்து முடிப்பது இருக்கும் குறைந்த குளியலறைகளில் சாத்தியம் இல்லை. கடுமையான கொசுத்தொல்லை இருந்திருக்கிறது. அறைகளில் மின் விசிறி இல்லை என்பதால் சன்னல் கதவுகளைத் திறந்து வைத்துத்தான் படுத்திருக்கிறார்கள். ஒரே அறையில் பலர் தங்கி யிருந்ததால் ஒவ்வொரு அறையிலும் மூச்சுக் காற்றின் வெப்பமேறி, பலருக்கு மூச்சு விடவே கஷ்டமாக இருந்திருக்கிறது. அதற்கடுத்த மாதம் வார்டனுக்காக காத்திருந்து விட்டு, பாஸ்கரோடு சேர்ந்து செல்வம், அகமது, மாரி, மூர்த்தி ஆகியோரும் அவர் வீட்டுக்கே போயிருக்கிறார்கள்.

மற்ற கல்லூரிகளின் விடுதி போல, இந்த விடுதி கல்லூரி நிர்வாகத்தின் கீழ் இயங்கவில்லை. இந்த விடுதி உரிமையாளரும், வார்டனும் ஒரே நபர்தான். கல்லூரி நிர்வாகத்திற்கும், விடுதிக்கும் ஒப்பந்த அடிப்படையிலான உறவு. எனவே, இங்கு முடிவு செய்பவராகவே வார்டன் மட்டுமே இருந்தார். விடுதியின் சமையல் பணியாளர்களும், வாட்ச்மேன் தாத்தாவும் எதுவும் அறியாதவர்களாகவே இருந்தார்கள். விடுதிக் கட்டணத்தை மொத்தமாகவோ, மாத மாதமோ கல்லூரியிலேயே நாங்கள் செலுத்தி விட வேண்டும் என்பதால் விடுதிக்கு தனி அலுவலகமோ, நிர்வாகப் பணியாளர்களோ இல்லை.

வார்டனின் வீட்டுக்குப் போன அன்றுதான் பாஸ்கர் சண்டை போட்டிருக்கிறான். இதுவரை சீனியர் மாணவர்கள் கூட வார்டனின் வீட்டுக்குப் போய் இவ்வளவு பேசியதில்லையாம். அதன் பிறகுதான் சன்னல்களுக்கு கொசு வராத மாதிரியான வலை ஏற்பாடு, தண்ணீர் நேரம் அதிகரிப்பு போன்ற வேலைகள் நடந்திருக்கிறது. முன்பு இருந்த உணவும் மாற்றப்பட்டு, இப்போது இருக்கும் சுமாரான உணவுக்கு வந்து சேர்ந்திருக்கிறார்கள்.

பாஸ்கர் சொன்னான்... "மறுபடியும் வார்டன்கிட்ட பேசலாம்னு நினைச்சோம்... செல்வம், மூர்த்தி, அகமது, மாரி இவெங்க தவிர எவனும் வரமாட்றாங்கெ... சீனியர்னுதான் பேரு... எல்லாப் பயலும் பயந்து ஒதுங்குறாங்கெடா... எப்பவும் நாங்க மட்டும் போயி

சோறு சோறுனு பேசறது சங்கடமா இருந்ததுனால அப்புடியே விட்டுட்டோம்...”

“நல்ல சாப்பாடு சும்மா கேட்கலைல பாசு... காசுதான குடுக்கறீங்க... டெய்லி பிரியாணியும், கறியும் கேட்டாதான் சங்கடப் படணும்... வாயில வக்கிறமாதிரி சாப்பாடுதான கேட்குறீங்க... திரும்பியும் கேட்டிருக்கணும் பாசு...”

“உண்மதாண்டா... ஆனா பிரச்சினை வேற மாதிரி ஆயிருச்சு... மூர்த்தியோட அப்பா போன் பண்ணி இருக்குற சாப்பாட்ட சாப்பிட்டு பழக முடியலையானு அவன்கிட்ட கேட்கிறார்... செல்வத்தோட அம்மா நேர்ல வந்து “உன் சேர்க்க சரியில்ல”னு திட்டிட்டுப் போயிருக்கார்... இதே மாதிரிதான் மாரி வீட்லயும். என் வீட்லயும் ஹாஸ்டல்ல இருந்து பேசிருப்பாங்க... எங்கப்பா அதையெல்லாம் கண்டுக்கிற மாட்டார்... இங்க நாம நல்ல சாப்பாடு கேட்டு பேசுனா... நம்மகிட்ட பேசாம வீட்ல போய் பேசுறாங்கெடா... அதுவும் கட் அடிச்சுட்டு ஊர் சுத்தறாங்கெ, நைட் நேரங்கள்ள எங்கயோ போறாங்கெ... இப்புடி எல்லாம் சொல்லும் போது பேரண்ட்ஸ் என்ன செய்வாங்க பாவம்... அதுனாலதான் அப்புடியே விட்டுட்டோம்...”

அதிர்ச்சியாய் பாஸ்கர் முகத்தைப் பார்த்தேன். நிர்வாகத்துக்கு எதிராகப் பேசினால் நேரடியாய் பதில் சொல்லாமல் வீட்டுக்குத் தகவல் சொல்லிவிடுவது அதுவும் பொய்புகார்களைப் பரப்பி விடுவது என்ன மாதிரியான வேலை? வார்டனா அப்படி செய்கிறார்? இவர் சொல்வதை நம்பும் அளவுக்கு பெற்றோர்கள் தங்கள் பிள்ளைகளை நம்பவில்லையா...? பிறந்த ஊரையும், பெற்றோர் நண்பர்களையும் விட்டு பிரிந்து தூரத்தில் தங்கியிருப்பவர்களுக்கு நல்ல உணவுதானே அடிப்படைத் தேவை. அதைக் கேட்பதில், அதுவும் கட்டணம் செலுத்திவிட்டு கேட்பதில் என்ன பிரச்சினை? ஏன் நிர்வாகம் இப்படி நடந்துகொள்கிறது என்பது எனக்குப் புரியவில்லை.

“பாசு... இந்த விஷயத்தெ கோபால் சாரிடம் பேசவா...?” என்று கேட்டேன். பாஸ்கரின் முகத்தில் குழப்பம் தெரிந்தது. “வேணாம்டா... அதுல வேற பிரச்சினை இருக்கு... விட்ருவோம்... ஒரு வருஷம் முடியுப் போகுது... இன்னும் ஒரே வருசம்தான... படிக்கிறதப் பாக்கலாம்...”

அன்று பாஸ்கர் சொன்னதை என்னால் அப்படியே விட முடியவில்லை. ஒரு நேர உணவையே என்னால் சாப்பிட முடியவில்லை

என்றால் இத்தனை பேரும் தினமும் எப்படி சாப்பிட முடியும்? அன்று பிற்பகலிலேயே பிரின்சிபல் அறைக்குச் சென்றேன்.

பிரின்சிபலை எப்போதும் அவருடைய அலுவலக அறையில் சந்திப்பதுதான் வழக்கம். பிற்பகல் நேரத்தில் அவர் தன்னுடைய தனி அறையில் ஓய்வெடுத்துக் கொண்டிருப்பார். வகுப்பு துவங்கியபின்பு தாமதமாகத்தான் அலுவலகத்துக்கு வருவார். என்னால் இந்த விஷயத்தை மனதுக்குள் வைத்துக் கொண்டிருக்க முடியவில்லை. எனவே, அவருடைய மாடி அறைக்குச் சென்று சந்தித்தேன். அன்றைய சந்திப்பு இயல்பாக இல்லாதது போல உணர்ந்தேன். எப்போதும் புன்னகையை அணிந்திருக்கும் அவர் முகம் அன்று அப்படி இல்லை. என் வருகையை எதிர்பார்த்திருந்தது போல என்னை எதிர்கொண்டார்.

“வாங்க புலவரே.... ஹாஸ்டல் சாப்பாடு எப்புடி இருந்திச்சு...?” அவருடைய முதல் கேள்வியிலேயே கிண்டல் தொனி வெளிப்பட்டது. என்னை அறைக்குள் அழைத்தவர், தொடர்ந்து பேச ஆரம்பித்தார்.

“அந்த சாப்பாடு ஒங்களுக்கெல்லாம் ஒத்துவராது புலவரே... நீங்க எனைய மாதிரி... நல்ல ஃபூட்டா சாப்புட்டுப் பழகுனவரு... ஹாஸ்டல்ல இருக்குறது ஏழைக சாப்பாடு...”

“ஆமாங்க சார்... அதப் பத்திதான் உங்ககிட்ட பேசலாம்னு வந்தேன்... ஹாஸ்டல் ஃபூட் ஏழைக சாப்புடற மாதிரி இருந்தாக் கூட பரவால்ல... ரொம்ப மோசம் சார்... வாயிலயே வக்கெ முடியல சார்... ஸ்மெல்லும் நல்லா இல்ல... பாவம் சார் பசங்க”

அவர் முகம் கொஞ்சம் இறுகியது போல இருந்தது. மறுபடி சிரித்தபடியே பேச்சினை தொடர்ந்தார். “அப்புடி இல்ல புலவரே... நல்லா சாப்புட்டு பழகுனவங்களுக்கு இப்புடி சப்பாடு புடிக்காது... அதுவும் முதல் தடவ சாப்புடும் போது அப்புடித்தான் தோணும்... ஃபூட் அவ்வளவு மோசம் இல்ல... நானும் சாப்புட்டிருக்கேன் புலவரே...”

எப்போதும் அவர் சொல்வதற்கு எதிர்த்துப் பேசாத, மாற்றுக் கருத்து சொல்லாத நான் உணவு அனுபவத்தில் அவரோடு உடன்பட முடியவில்லை.

“இல்ல சார்... நானும் எல்லார் வீட்டு சாப்பாட்டயும் டேஸ்ட் பண்ணிருக்கேன் சார்... இதோட ஸ்மெல்லும், டேஸ்ட்டும் குமட்டிக்கிட்டு வருது சார்... இன்னொருதடவ நீங்க சாப்பிட்டுப் பார்த்துட்டு சொல்லுங்க சார்... நிச்சயமா ஒருதடவ சாப்பிட்டீங்கனா மாத்தச் சொல்லி வார்டன்கிட்ட நீங்களே சொல்லிருவீங்க சார்...”

இந்த முறை பிரின்சிபல் முகம் உண்மையிலேயே இறுகி இருந்தது.

"சரிங்க புலவரே... பாக்கலாம்... நீங்க கிளாசுக்கு போங்க..."

படிகளில் இறங்கிக்கொண்டிருக்கும் போதே ஒரு விஷயம் நினைவுக்கு வந்தது. எப்போதும் அலுவலக அறையில் என்னை உட்காரச் சொல்லித்தான் பேச்சையே துவங்குவார். ஆனால், அறையில் ஒன்றிரண்டு இருக்கைகள் இருந்தும் என்னை உட்காரச் சொல்லவில்லை. அவருடைய உடல் மொழியிலும் ஏதோ வேறுபாடு வெளிப்பட்டது போல உணர்ந்தேன்.

5

அந்த சந்திப்பிற்குப் பிறகு பிரின்சிபலுக்கும், எனக்குமான நெருக்கம் குறைந்திருந்தது. செய்முறை வகுப்புகளிலும், அலுவலகத்தில் எதிர்ப்படும் போதும் மட்டும்தான் அவரைப் பார்க்க முடிந்தது. அதன் பிறகு முன்பு போல என்னை அவர் அறைக்கு அழைக்கவே இல்லை. விடுதி உணவிலும் ஒரு மாற்றமும் ஏற்படவில்லை. முதலாமாண்டு தேர்வுகள் முடிந்து, விடுமுறைக் காலம் துவங்கியது. அந்த நேரத்தில்தான் தமிழ்நாட்டின் தலைநகரின் பெயரை மெட்ராஸ் என்பதில் இருந்து சென்னை என்று மாற்றினார்கள்.

மதுரை மாவட்டத்தோடு இருந்த தேனி மாவட்டத்தை தனியாகப் பிரித்து, வைகை மாவட்டம் என்று பெயர் சூட்டினார்கள். சில அரசியல் தலைவர்களின் கோரிக்கையால் வீரன் அழகு முத்துக்கோன் மாவட்டம் என்று சில நாட்களிலேயே பெயர் மாற்றப்பட்டது. கட்டாலங்குளம் சீமையின் அரசனான அழகுமுத்துக் கோன் இந்தியாவின் முதல் சுதந்திரப் போராட்டம் என்று அழைக்கப்படுகிற 1850களின் சிப்பாய் கலகத்திற்கும் நூறு ஆண்டுகளுக்கும் முன்பே ஆங்கிலேயர்களை எதிர்த்து போராட்டம் நடத்திய வீரன். ஆங்கிலேயர்களிடம் மன்னிப்புக் கேட்க மறுத்து, பீரங்கியில் கட்டப்பட்டு சுடப்பட்டு இறந்தவர். சுதந்திரப் போராட்ட வீரரின் பெயரில் மாவட்டம் அமைந்த மகிழ்ச்சி சில நாட்கள் கூட நீடிக்கவில்லை. தேனி மாவட்டத்திற்கும், வீரன் அழகுமுத்துக்கோனிற்கும் தொடர்பில்லாமல் அவர் பெயரை இங்கு வைக்க வேண்டாம் என்று எதிர்ப்பு கிளம்பியது.

ஒரு வழியாக 'வீரன் அழகு முத்து வைகை மாவட்டம்' என்று அழைக்கலாம் என்று முடிவை மாற்றினார்கள். தொடர்ந்து, எல்லா பெயர்களையும் கைவிட்டு விட்டு தேனி மாவட்டம் என்ற பெயர் சூட்டப்பட்டது. தமிழகம் முழுவதும் தலைவர்களின் பெயரால் அழைக்கப்பட்டுக்கொண்டிருந்த எல்லா மாவட்டங்களின் பெயர்களையும் அந்தந்த மாவட்ட தலைநகரின் பெயரால் அழைக்கலாம் என்று இறுதி செய்யப்பட்டது. என்னைச் சுற்றி நடந்து கொண்டிருந்த நாட்டு நடப்புகள் விடுமுறைக் காலத்தை விரைவாக்க உதவின. புதிய மாவட்டமாக தேனி அறிவிக்கப்பட்ட போது பெரியகுளம் நகரை தலைநகரமாக்க வேண்டும் என்ற கோரிக்கையை பலர் முன்வைத்தார்கள். கடைசியில் தேனியே மாவட்ட தலைநகரமாக இருந்தது. வீட்டில் இருந்த ஒரு மாதம் கடந்த வேகம் எனக்குத் தெரியவில்லை.

மறுபடியும் கல்லூரி துவங்கிய பிறகு இரண்டாமாண்டு வகுப்பறைகளுக்கு மாற்றப்பட்டோம். மாணவர்களில் பெரும்பாலோர் கல்லூரி துவங்கிய இரண்டாம் நாளில்தான் வந்து சேர்ந்தனர். சீனியர்கள் பயிற்சி நிறைவு அடைந்து விட்டதால் யாரும் இல்லை. இனி, நாங்கள்தான் சீனியர்கள். புதிய மாணவர்கள் இனிமேல்தான் வரத் துவங்குவார்கள். அடுத்த மாதத்தில்தான் ஜூனியர்களின் வகுப்பறைகள் நிறையும். செல்வம், மாரி, மூர்த்தி இருவரும் முதல் நாளிலேயே வந்து விட்டனர். பாஸ்கரும், அகமதுவும் இரண்டாம் நாள்தான் வந்து சேர்ந்தார்கள். இந்த வகுப்பறையில் நான் அமர்ந்திருந்த பெஞ்சில் பாஸ்கர், அகமது, மாரி இணைந்து கொண்டனர். பிரதீப் பின்னால் இருந்த பெஞ்சில் உட்கார ஆரம்பித்தான்.

அன்று பிற்பகல் வகுப்பு துவங்குவதற்கு முன்பு பாஸ்கர் சொன்ன இரண்டு விஷயங்கள் என்னை அன்று இரவு முழுவதும் தூங்க விடாமல் செய்தன. விடுதியில் இருக்கும் முத்துவும், பிரின்சிபலும் ஒரே சாதிக்காரர்கள் என்றும், விடுதியில் என்ன பேசினாலும் அதை உடனடியாக முத்து பிரின்சிபலிடம் சொல்லி விடுவான் என்றும் பாஸ்கர் சொன்னவுடன் என்னால் அதனை நம்ப முடியவில்லை. ஆனால், மறுக்கவும் முடியவில்லை. பிரின்சிபலுடைய அலுவலக அறைக்குத்தான் எப்போதும் அழைப்பார். ஆனால், முத்து அவருடைய தனி அறைக்கு அடிக்கடி செல்வான். அதே போல, கல்லூரி விடுமுறை நாட்களிலும் பிரின்சிபலுடன் வெளியே செல்லும் உரிமை மாணவர்களிலேயே முத்துவிற்கு மட்டுமே இருந்தது. அதுவரை எனக்கும், முத்துவுக்கும் பிரின்சிபல் ஒரே அளவுக்கான நெருக்கம் என்றுதான் நினைத்துக்கொண்டிருந்தேன். பாஸ்கர் சொன்ன பிறகுதான் வேறுபாடு இருந்ததை உணர முடிந்தது. என்னுடன்

படிக்கும் எந்த மாணவனின் சாதியும் யாருக்கும் தெரியாது. அதைப் பற்றிய கவலையோ, வேறுபாடோ இதுவரை எனக்குத் தெரிந்ததில்லை. பாஸ்கருக்கு மட்டும் இப்படி இது தெரிந்தது?

பாஸ்கர் சொன்னான்... "எல்லா மனுஷங்கிட்டயும் சாதி வேறுபாடு ஒளிஞ்சிருக்கும்... எல்லாரும் ஒருவகையில் காட்டுமிராண்டிக் கூட்டம்தான்... ஒவ்வொருத்தன் சாப்புடுற சாப்பாட்ல சாதி இருக்கு... அவன் பேசுற வார்த்தைல சாதி இருக்கு... ட்ரெஸ்ல சாதி இருக்கு... அவன் உடல் மொழிலகூட சாதி இருக்கு... இவ்வளவு ஏன்? சாதியே பாக்க விரும்பாத, எல்லாரையும் சமமா மதிக்கணும்னு நினைக்கிறவங்ககிட்ட கூட அவங்க அறியாம சாதி வெளிப்படும்... ஏன்னா ரெண்டாயிரம் வருஷமா நம்ம ரத்தத்தில அது ஊறிப் போயிருக்கு..."

பாஸ்கர் சாதி பற்றி சொல்வது உண்மையாக இருக்கக்கூடாது என்று மனதிற்குள் விரும்பினேன். ஆனால், நினைவில் பதிந்திருந்த அனுபவங்கள் அவன் சொல்வதில் உண்மை இருப்பதை உறுதி செய்தது. ஆனாலும், மனம் அதனை முழுமையாக ஏற்கவில்லை.

"சாதியப் பத்தி அப்புறம் பேசுவோம் பாசு... மனசு ஒரு மாதிரி இருக்கு... கோபால் சார் பத்தி இன்னொரு விஷயம்னு சொன்னீல... அதைச் சொல்லு..."

பாஸ்கர் லேசாக புன்னகைத்தான். "சில விஷயங்களை அனுபவிக்கும் போது கசப்பாதான் இருக்கும்... அதைத்தாண்டி யோசிச்சால்தான் அத கடந்து வர முடியும்... நம்ம நினைக்கிற மாதிரி கோபால் சார் பிரின்சிபல் மட்டும் இல்லடா... இந்த காலேஜ்லயும், ஹாஸ்டல்லயும் அவர் பார்ட்னர். ரெண்டு பேர் சேர்ந்துதான் இதெ நடத்துறாங்க... அந்த இன்னொருத்தர் நம்ம வார்டன்தான்..... அதுனாலதான் ஹாஸ்டல் பத்தி கோபால் சார்கிட்ட பேச வேணாம்னு சொன்னேன்."

எனக்கு என்ன சொல்வதென்றே புரியவில்லை. ஏழைக்குடும்பத்தில் பிறந்து, கஷ்டப்பட்டு படித்து முன்னேறி இந்த கல்லூரி பிரின்சிபல் பொறுப்புக்கு வந்ததாக என்னிடமும், வகுப்பிலும் பலமுறை சொன்னதெல்லாம் பொய்களா...? அல்லது தானும் பார்ட்னர் என்பதை மட்டும் மறைத்து விட்டாரா...? ஒரு விஷயத்தை சொல்லாமல் விடுவதை பொய் சொன்னதாக எடுத்துக்கொள்ள முடியுமா...?

கல்லூரிக் கட்டணம் குறித்து பேசும் போதெல்லாம் தன் சம்பளப் பணத்தில் இருந்து மாணவனுக்காக கட்டி விடுவதாகச்

சொல்வதும், நிர்வாகத்திடம் தானே பேசிக்கொள்வதாகச் சொல்வதும்தான் வேறு நிர்வாகம் வேறு என்பதைக் காட்டிக் கொள்ளும் முயற்சியா...? அப்படியானால், பெற்றோர்களிடம் காட்டும் நெருக்கமும், அவர்களிடம் குழையும் சொற்களும் முழுவதும் நடிப்பா...? ஒரு மனிதன் சொல்லும் அடிப்படை பொய் வெளிப்பட்டு விடும் போது, அவருடைய எல்லா நடவடிக்கைகளும் சந்தேகத்திற்குரியதாக மாறி விடுகின்றன. மனம் ஒரு விசித்திர இயந்திரம். தான் நம்புவதற்குரிய ஒன்றைக் கண்டுவிட்டால், அதற்கு எதிரான எதிலும் கவனம் கொள்ளாது. நம்பிக்கையைப் பெற்று விட்ட ஒருவரின் எல்லா சொற்களையும் பரிசீலனையற்று நம்பி விடுகிறது. எப்போது அந்த நம்பிக்கையில் சிறு பிளவு விழுகிறதோ, அதன் பின்பு எல்லா செயல்களையும் யோசித்து பெரும்பிளவாக மாற்றி விடுகிறது மனது.

நாம் மிகவும் நம்புகிற ஒன்று, உண்மையில்லை என்று உணரும் போது மனதில் உருவாகும் உணர்வுகள் மொத்த சூழலை சிதைத்து விடுகின்றன. தீப்பிடித்த வீட்டின் சுவர்கள் போல, வறண்டு போகிறது மனசு.

பிரின்சிபல் குறித்த புதிய செய்திகள் அவர் மீதான நம்பிக்கையையும், மரியாதையையும் முற்றிலும் தகர்த்து விட்டன. எண்ண ஓட்டங்களை முகத்திலும், வார்த்தைகளிலும் வெளிப்படுத்தும் தன்மை என்னிடம் எப்போதும் உண்டு. பேருந்துப் பயணத்தின் போதும், கல்லூரி நோக்கி நடந்து வரும் போதும் பிரின்சிபல் குறித்த விஷயங்களை பிரதீப்பிடம் சொல்லி விட்டேன். எனக்குள் அவற்றை வைத்துக் கொள்ள முடியவில்லை. பிரின்சிபல் என்றும், கோபால் சார் என்றும் பிரதீப்பிடம் பேசும் நான் அப்போதிருந்து “அந்த ஆள்” “கோபால்” என்று பேச ஆரம்பித்திருந்தேன்.

இந்த மாற்றங்கள் எல்லாம் இரண்டாமாண்டின் துவக்கத்தில் நடந்தவை. பிரின்சிபலிடம் இருந்து என் விலகல் அதிகமாகிவிட்ட பிறகு, நண்பர்களின் நெருக்கம் அதிகமானது. விடுதி மாணவர்களில் பாஸ்கர், செல்வம், மாரி, மூர்த்தி, அகமது ஐவரும் என்னோடு மிகவும் நெருங்கிவிட்டனர். கல்லூரியின் வார விடுமுறை நாட்களில் நாங்கள் சேர்ந்து திரையரங்குகளுக்குச் செல்ல ஆரம்பித்தோம். இலக்கிய விழாக்களுக்கும், அரசியல் நிகழ்ச்சிகளுக்கும் கூட போக ஆரம்பித்தோம். ஓரிரு முறைகள் அவர்களை அழைத்துக்கொண்டு என் வீட்டுக்கும் வந்திருக்கிறேன். அந்தக் காலத்தில் தேனியின் எல்லா திரையரங்குகளிலும் எங்கள் கால்கள் பட்டிருக்கும். நீண்ட நாட்களுக்குப் பிறகு தொடர் நகைச்சுவைகளோடு அப்போது

வெளியாகி இருந்த சுந்தர்.சி.யின் உள்ளத்தை அள்ளித்தா திரைப்படத்தை தேனி திரையரங்கில் ஆறு பேரும் பார்த்தோம். வீரப்ப அய்யனார் கோவில், வைகை அணை, கும்பக்கரை அருவி, சுருளி அருவி, உத்தமபாளையம் சமணர் படுகை, போடி பரமசிவன் கோயில், சோத்துப்பாறை அணை என்று தேனி மாவட்டத்தின் பெரும்பாலான சுற்றுலாத்தளங்களுக்கும் சென்று வந்தோம்.

எந்த இடத்திற்குச் சென்றாலும் பாஸ்கர் அது பற்றிய ஒரு புதிய செய்தியையாவது சொல்லி விடுவான். எங்கிருந்துதான் இவ்வளவு விஷயங்களை அறிந்து வைத்திருக்கிறானோ? என்ற வியப்பு ஒவ்வொரு முறையும் அவனோடு பயணிக்கும்போது ஏற்படும்.

போடியில் இருந்து மதுரை வரை செல்லும் மீட்டர்கேஜ் ரயிலில் ஆறு பேரும் ஒருமுறை சென்றோம். அந்த ரயிலைப் பார்த்ததும் பாஸ்கர் சொன்னான். “மீட்டர்கேஜ் ரயில்ட்ராக்கை எல்லாம் கொஞ்சம் கொஞ்சமா எடுத்துருவாங்க... எல்லாத்தையும் பிராட்கேஜாக மாத்திருவாங்க... ஆனால், தேனியில் பிராட்கேஜ் அவ்வளவு சீக்கிரம் வராது.”

“ஜோசியம் பாத்த மாதிரி அடிச்சு விட்ர... பாசு...” என்றேன். பாஸ்கர் மறுத்து தலையாட்டிக்கொண்டே சொன்னான். “இல்லடா... தேனி மத்த ஊர்க மாதிரி தொழில் நகரம் இல்ல... இங்க பிராட்கேஜ் ரயில் வர்ரது எந்த பெரிய கம்பெனிக்கோ, முதலாளிக்கோ தேவைப்படல... நம்ம நாட்டுல முதலாளிகளுக்கு தேவைப்பட்டால்தான் எதுவும் வரும்...”

மிக மெதுவாக ஊர்ந்து செல்லும் ரயில் எங்களுக்குப் புதிய அனுபவமாக இருந்தது. சில வளைவுகளில் வேகம் மிகவும் குறைந்து விடும். ஆண்டிபட்டி கணவாயின் வழியாக செல்லும் போது ரயிலின் வேகம் யாரும் நடந்து கடந்து விடும் அளவுக்கு குறைவானதாக இருக்கும். கணவாய்க் காற்று முகத்தில் பட ரயிலில் போகும்போதுதான் நான் திடீரென பாஸ்கரிடம் கேட்டேன். “மாணவர் சங்கம் ஆரம்பிக்கலாமா...?”

“எதுக்கு திடீர்னு சங்கம்? நம்ம காலேஜ்ல ரெண்டு பேட்ச் ஸ்டூடண்ட்ஸ் மட்டும்தான்... அதிலயும் இப்ப சீனியர்கள் யாருமில்ல... இருக்குறது அம்பது பேரு... என்ன யூஸ் ஆகும்னு நினைக்கிற...?” என்று கேட்டான் பாஸ்கர். மூர்த்தி, செல்வம், அகமது, மாரியின் பார்வைகளில் பயம் தலைகாட்டியது.

“கோபாலோட போக்கு சரியில்லாம இருக்குதுல பாசு... ஏதாவது பிரச்சினைனா நாம பேரண்ட்ஸ்கிட்ட போக முடியாது... எல்லாரும் கோபாலின் நடிப்புக்கு அடிமைகள்...”

நான் சொல்லிக்கொண்டிருக்கும் போதே மூர்த்தி, சரோஜாதேவி சிவாஜியை அழைக்கும் தொனியில் “நடிப்பு பின்றீங்களே... கோ... பா... ல்” என்று முகபாவனையோடு சொன்னான். “சும்மா இர்ரா...” என்று அவனை அதட்டி விட்டு, பாஸ்கரைப் பார்த்து தொடர்ந்தேன்.

“ஒரு பத்து, இருவது பேரு இருந்தா போதும்ல பாசு... பசங்களோட பேசிப்பாக்கலாம்... செட் ஆச்சினா தொழிற்சங்கத் தலைவர்கள் தேனில ராஜப்பன், வெங்கடேசன், மாணவர் சங்க நாகராஜன் மூணு பேர்கிட்டயும் எனக்கு கொஞ்சம் அறிமுகம் இருக்கு... அவங்கள மீட் பண்ணி யோசனை கேட்கலாம்... வேற பாராமெடிக்கல் அசோசியேசன் எதுவும் இருந்தா தொடர்ப உருவாக்கிக்கலாம்... இது ஓர்க்அவுட் ஆச்சினா காலேஜ் நிர்வாகம், ஹாஸ்டல் நிர்வாகம் நம்மளப் பார்த்து பயப்புடுவாங்க பாசு...”

“மாணவர் சங்கத்துல எனக்கு ஊர்ல நிறைய ஃப்ரெண்ட்ஸ் இருக்காங்க... அது பெரிய அளவுல பக்க பலமா இருக்கும்... அதுல சந்தேகம் இல்ல..... நம்ம பசங்கள நினைச்சுத்தான் யோசிக்கிறேன்...” சந்தேகம் விலகாமல் பாஸ்கர் யோசித்துக்கொண்டிருந்தான்.

மூர்த்தியும், செல்வமும், மாரியும் முயற்சித்துப் பார்க்கலாம் என்று சொன்னார்கள். கல்லூரி வகுப்பில் வைத்து இந்த விஷயத்தைப் பேச வேண்டாம் என்றும், விடுதியில் ஒவ்வொரு மாணவனிடமும் தனித்தனியாக தாங்களே பேசுவதாகவும் ஐவரும் பொறுப்பேற்றார்கள். சங்க விஷயம் பற்றி பிரதீப்பிடம் இப்போது எதுவும் சொல்ல வேண்டாம் என்று பாஸ்கர் எச்சரித்தான்.

•

மறுநாளில் இருந்து சங்கம் பற்றிய உரையாடல் மெது மெதுவாக விடுதி அறைகளில் ரகசியமாகப் பரவியது. விடுதி மாணவர்களில் பெரும்பாலோருக்கு இந்தச் செய்தி போய்ச் சேர்ந்த போது ஒரு அடர்த்தியான மௌனம் அங்கு உருவாகிவிட்டது. இறப்பு வீடுகளில் கூட்டம் சேர்ந்திருந்தாலும் சத்தமான உரையாடலைக் கேட்க முடியாததைப் போல, கிசு கிசுப்புகளும் அமைதியும் விடுதியைக் கடந்து, வகுப்பறைகளையும் ஆக்கிரமித்துக் கொண்டன.

ஒரு வாரம் கழித்து பாஸ்கர் இறுகிய முகத்தோடு சொன்னான்... “சங்கம் ஓர்க்அவுட் ஆகாதுடா... விட்டுரலாம் ...”

“என்ன ஆச்சு பாசு... எப்பயும் பாசிடிவா இருப்ப... ஏன் டல்லா தெரியுற...?” பாஸ்கரின் முக ஓட்டத்தைப் பார்த்தவாறே பேசினேன்.

“நேத்து நைட்டு கோபாலும், வார்டனும் ஹாஸ்டலுக்கு வந்திருந்தாங்க... சங்கம் பத்தின விஷயம் கோபால் காதுக்கு போயிருக்கு... முத்து சொல்லியிருப்பான் போல... ரெண்டு பேரும் மிரட்டிட்டுப் போனாங்கெ... பேரண்ட்ஸ்கிட்ட சொல்லீருவோம்... ஃபைனல் எக்சாம் எழுத முடியாம பண்ணீருவோம்... அப்புடியே எக்சாம் எழுதினாலும் பாஸ் பண்ணிருவீங்களா...? கவுன்சில் மெம்பர்சிப் நாங்க இல்லாம வாங்கிருவீங்களானு ஒரே ஆட்டமா ஆடிட்டாங்கெ... ஹாஸ்டல்ல ஒண்ணு ரெண்டு பேரு நம்ம கூட சேர ரெடியா இருந்தவங்களும் இப்ப பம்மிட்டாங்கெ... நம்ம அஞ்சு பேர குறி வச்சிட்டாங்கெடா... எல்லாத்துக்கும் காரணம் நீதான்னு கோபால் சொல்றாரு...”

நாங்கள் யாருக்கும் தெரியாமல் பேசிக்கொண்டிருந்த ஒரு விஷயம் எப்படி உடனே பிரின்சிபலுக்குப் போனது? அது தெரிந்ததும் இவ்வளவுக்கு இறங்கி, நேரடியாக கோபப்பட்டிருக்கிறாரே...? பாஸ்கர் சொல்லிய பிறகு வகுப்பறைகளில் நாங்கள் பேசியதைக் கூட மற்ற மாணவர்கள் அந்நியமாகப் பார்த்தார்கள். கூட்டமாக இருந்த போதும் தனிமைப்பட்டதாக உணர்வு வந்தது. ஐவரிடமும் மெல்லிய குரலில் சொன்னேன்... “சாரிடா..... சங்கம் பத்திய பேச்சை எடுத்ததாலதான் இவ்வளவு பிரச்சினையும்... உங்களை வேற இதுல கோர்த்து விட்டுட்டேன்...”

மூர்த்திதான் உடனே சொன்னான். “இந்தப் பிரச்சினை இல்லைனாலும் இது நடந்திருக்கும்... ஹாஸ்டல் இஷ்யூல இருந்தே நம்மள ஒதுக்கிட்டாங்கெ... நல்லது செய்யணும்னுதான நாம முயற்சி செஞ்சோம்... அது நமக்கு புரிஞ்சிருந்தா போதும்... எல்லாருக்கும் போய் நிரூபிக்கணும்னு அவசியம் இல்லை... நீ தேவையில்லாம குழம்பாம ஃபைனல் எக்சாமுக்கு பிரிப்பேர் பண்ணு... எப்புடியும் சிக்கீறக் கூடாது...”

கல்லூரியில் இணைந்த புதிதில் அழுதுகொண்டிருந்த மூர்த்தியா இது? அவனுக்குள் இருந்த சின்னப் பையன் காணாமல் போய், புதிய ஆளாகத் தெரிந்தான் மூர்த்தி. மற்ற மூவரும் அதையேதான் சொன்னார்கள். எங்களுடைய முயற்சி அனைவருக்குமானது என்பதும், அதில் சுயநலம் இல்லை என்பதும் எல்லா மாணவர்களுக்கும் தெரிந்தே இருக்கும். பிரின்சிபலின் மிரட்டலும், குடும்பச் சூழலும் இல்லையென்றால் பெரும்பாலோர் எங்களுடன் இருந்திருப்பார்கள்

என்று தோன்றியது. சரி பரவாயில்லை... படிப்பைக் கவனிக்கலாம் என்று முடிவு செய்தோம்.

இரண்டாமாண்டு வகுப்புகள் பெரும்பாலும் செய்முறைக் கூடத்திலேயே கழிந்தன. வகுப்பிற்கு பிரின்சிபல் வருவதற்குப் பதிலாக இன்னொரு விரிவுரையாளர் வர ஆரம்பித்தார். வழக்கம் போல புரிந்தும், புரியாமலும் பாடங்களை மனப்பாடம் செய்ய ஆரம்பித்தோம். பாடப் புத்தகத்தில் இருந்த பல பரிசோதனைகளை எங்களால் தனியாகச் செய்து விட முடியும் என்ற நம்பிக்கையை செய்முறை வகுப்பு எங்களுக்கு அளிக்கவில்லை. தேர்வில் தேர்ச்சி அடைவதை முன்னிறுத்தியே வகுப்புகள் இருந்தன.

புதிய மாணவர்கள் எங்கள் பழைய வகுப்பறைக்கு வந்து சேர்ந்தார்கள். அவர்களது உற்சாகமும், மகிழ்ச்சியும் எங்களுடைய ஆரம்ப நாட்களை நினைவுபடுத்தின. நாங்கள் புதிதாக வரும் போது, மௌனமாக இருந்த சீனியர்களைப் போல இப்போது நாங்கள் மௌனமாக இருந்தோம். எனது கவலை தேர்வுக்குப் பின்னால் இருக்கும் வாழ்க்கை பற்றியதாக இருந்தது. சான்றிதழ் கைக்கு வந்ததும் ஏதாவது ஒரு ஆய்வுக் கூடத்திலோ, மருத்துவமனை யிலோ பயிற்சிக்குச் சேர வேண்டும். மாதம் தோறும் சிறிய சம்பளத்தையாவது பெற்று, வீட்டிற்கு கொடுத்து விட வேண்டும். ஒன்றிரண்டு ஆண்டுகளில் நல்ல சம்பளம் கிடைக்கும் இடத்திற்கு மாறி, அப்பாவின் அலைச்சலுக்கு ஓய்வு கொடுத்து விட வேண்டும். மாணவப் பருவம் முடிந்து, திரும்பி வர முடியாத பெருங்கடலுக்குள் இறங்கப் போகிற அச்சம் மெல்ல மனதில் எழ ஆரம்பித்தது.

இறுதித் தேர்வுகள் அறிவிக்கப்பட்டு சில நாட்கள் ஆகியிருந்தன. தேர்வுக் கட்டணம் இரண்டாயிரம் ரூபாயாக இருந்தது. வழக்கமான மாதக் கட்டணத்தை விட இது அதிகம் என்றாலும், இதுவே கடைசிக் கட்டணம் என்ற மகிழ்ச்சி பல மாணவர்களிடம் இருந்தது. இந்தக் கட்டணத்தையும் அப்பா மிகுந்த சிரமத்திற்கு இடையில் கட்டிவிட்டார். அவருடைய தொழில் மிகவும் சுருங்கிப் போயிருந்தது. உரக்கடைகளில் வாங்கியிருந்த கடன்களின் நிலுவை கூடிக்கொண்டிருந்தது. என் படிப்பு முடிந்துவிட்டால் அப்புறம் குடும்பச் செலவுகள் மட்டும்தான் இருக்கும் என்பதாலும், சில மாதங்களில் எனக்கும் வருமானம் வந்து விடும் என்பதும் அவரின் நம்பிக்கையாக இருந்தது. வேலைக்குச் சேர்ந்ததும் கிடைக்கும் முதல் மாதச் சம்பளத்தில் அப்பாவுக்கும், அம்மாவுக்கும் வேஷ்டி சேலை வாங்கித்தர வேண்டும். அடுத்தடுத்த சம்பளங்களில் கொஞ்சம் கொஞ்சமாகச் சேர்த்து வைத்து, அப்பாவிற்கு ஒரு பழைய இரு

சக்கர வாகனத்தை வாங்கித் தர வேண்டும். உள்ளூரில் அவருடைய அலைச்சலைக் குறைக்கும். தேர்வு பற்றிய எண்ணங்களை விட எனக்குள் வாழ்க்கை பற்றிய ஆசைகளே அதிகம் இருந்தன.

தேர்வுக்கு இருபது நாட்கள் இருக்கும் போது, ஒரு நாள் திடீரென பிரின்சிபல் வந்தார். இறுதித் தேர்வுகள் பற்றிய விவரங்களை விரிவாக விளக்கினார். அன்றைய வகுப்பில் நீண்ட நாட்களுக்குப் பிறகு சிரித்துப் பேசினார். இடையில் என்னைப் பார்த்து "என்ன புலவரே எக்ஸாமுக்கு பிரிப்பேர் பண்ணிட்டீங்களா...?" என்றும் கேட்டது எனக்கு ஆச்சரியமாக இருந்தது. வினாத்தாள் மாதிரி, விடைகளை எப்படி எழுதவேண்டும் போன்ற விஷயங்களையும் விளக்கமாகக் கூறினார். பள்ளி மாணவர்களைப் போல பலர் 'என்ன பேனாவில் எழுதுவது' என்று துவங்கி, 'எத்தனை மார்க் எடுத்தால் பாஸ்' என்பது வரை கேள்விகளை எழுப்பிக் கொண்டிருந்தார்கள். அத்தனை கேள்விகளுக்கும் நகைச்சுவையாக பதிலளித்துக்கொண்டிருந்தார் பிரின்சிபல்.

என்னை இன்னொருமுறை பார்த்தார்... "புலவரே... பழக்கதோசத்துல எக்சாம தமிழ்ல எழுதி வச்சிராதீங்க... கவுன்சில்காரங்களுக்கு ஒண்ணும் புரியாது..." என்று சொல்லிச் சிரித்தார். வகுப்பே கலகலப்பாக இருந்தது. வகுப்பு முடியும் நேரத்திற்கு முன்பு "அப்புறம் ஒரு முக்கியமான விஷயம்" என்று சொல்லி நிறுத்தினார்.

எல்லா மாணவர்களும் ஆர்வமாக அவரையே பார்த்தோம். "இதுவரைக்கும் நீங்கள் எழுதுன மாடல் எக்சாம் மாதிரி ஈசியா இருக்காது ஃபைனல் எக்சாம்... ரொம்ப டஃப்பா இருக்கும்... இந்த வருஷம் கொஸ்டின் எடுக்குற பேனல்ல நமக்குத் தெரிஞ்சவங்க யாரும் இல்ல... அதுனால கொஸ்டின்ஸ் ரொம்ப டஃப்பா இருக்கும்னு எதிர்பாக்குறேன்... புதுசா ஃபாரின் ஆதர்ஸ் புக்ஸ் எல்லாம் ரெஃபரன்ஸ் லிஸ்ட்ல போட்டிருக்காங்க... கொஸ்டின் எல்லாம் அந்த புக்ஸ்ல இருந்து வந்தா ஒங்க லெக்சரர்ஸ்னாலயே பாஸ் பண்ண முடியாது..."

மாணவர்கள் அனைவரும் அமைதியானார்கள். தேர்வு குறித்த அச்சம் எல்லோருடைய மனங்களிலும் ஆழ்ந்து போயிருந்தது அவர்களின் அசைவற்ற உடல்களில் இருந்து வெளிப்பட்டது. நானும், பாஸ்கரும் ஒருவருக்கொருவர் பார்த்துக் கொண்டோம். மூர்த்தியும், செல்வமும் என்னைத் திரும்பிப் பார்த்தார்கள். பாஸ்கர் மெதுவாக என்னை உரசியவாறே வந்து காதில் கிசு கிசுத்தான். "எலி எதுக்கோ அம்மணமா ஓடுது... இப்ப யூடர்ன் போடும் பாரு..." நான் மெதுவாகப் புன்னகைத்தேன்.

“என்ன செய்றது சார்...? நீங்களே ஒரு ஐடியா சொல்லுங்க...?” முத்து எழுந்து நின்று பிரின்சிபலிடம் பேசினான்.

“உக்காரு முத்து... எல்லாரும் பாஸ் பண்ணி நல்லபடியா சர்டிபிகேட் வாங்கணும்... அதத்தான் உங்க பேரண்ட்சும் எதிர்பாக்குறாங்க... வழக்கம்போல எக்சாம் இருந்தா நான் கவலைப்பட மாட்டேன்... எனக்கொரு யோசனை இருக்கு... சொல்றேன்... முத்துவும், பிரதீப்பும் ரூமுக்கு வாங்க...” என்று சொல்லி விட்டு பிரின்சிபல் அவருடைய அலுவலக அறைக்குச் சென்று விட்டார். முத்துவும், பிரதீப்பும் அவரைப் பின் தொடர்ந்தார்கள். சில மாணவர்கள் என்னையும், பாஸ்கரையும் அவர்களோடு போகச் சொன்னார்கள். நாங்கள் மறுத்துவிட்டோம்.

உள்ளேயிருந்து பத்து நிமிடம் கழித்து இருவரும் வெளியேறி, நேராக வகுப்பறைக்கு வந்தனர். பிரின்சிபல் நின்றிருந்த இடத்தில் இப்போது முத்து நின்றிருந்தான். ஓரமாக பிரதீப் நின்று கொண்டான். “பிரின்சிபல் சார்கிட்ட பேசினோம்... உண்மையிலயே படிச்சு எக்சாம் எழுதி பாஸ் பண்றது கஷ்டம்னு ரொம்ப ஃபீல் பண்றார்... அவருக்கும் காலேஜோட பெர்சண்டேஜ் கொறஞ்சிரக்குடாது அப்படிங்கிற அக்கறை இருக்கு...”

மாணவர்கள் ஆர்வமாக அவனையே பார்த்துக் கொண்டிருந்தனர். என்ன சொல்ல வருகிறான் என்று எனக்கும் புரியவில்லை. பாஸ்கர் சுவாரஸ்யம் இல்லாமல் தலையைக் குனிந்து மேஜையின் கால்களைப் பார்த்துக்கொண்டிருந்தான். முத்து தொடர்ந்தான்...

“நம்ம பிரின்சிபலோட ஃப்ரெண்ட் ஒருத்தர் கவுன்சில் மெம்பரா இருக்கார்... அவர் மூலமா கொஸ்டின் பேப்பரோட காப்பிய வாங்க முயற்சி எடுக்கலாம்னு சார் சொல்றார்... ஆனா கொஞ்சம் செலவாகுமாம்.....”

ஒவ்வொரு வரிக்கும் முத்து கொடுக்கிற இடைவெளி இதயத் துடிப்பை அதிகரிப்பதாக இருந்தது. ஒவ்வொரு மாணவரிடம் பணம் கேட்கப் போகிறார்கள் என்று புரிகிறது. எல்லா மாணவர்களுக்கும் இது புரிந்துவிட்டது. ஆனால், எவ்வளவு கேட்பார்கள் என்பதுதான் அமைதிக்கான காரணம்.

“நம்ம ஒவ்வொருத்தரும் ரெண்டாயிரம் கொடுத்தால் இதச் செய்ய முடியும்னு பிரின்சிபல் சொல்றார்...”

நான் வேகமாக எழுந்தேன். “முத்து கொஞ்சம் பொறு... எல்லாரும் இப்பதான் எக்சாம் ஃபீசை கஷ்டப்பட்டு கட்டுனோம்... அதுக்குள்ள இன்னொரு தடவ வீட்ல காசு கேட்டா... எப்புடி...?

இதெல்லாம் நடக்குற விஷயமா...?" என்று சத்தமாகக் கேட்டேன். யாரும் எதுவும் பேசவில்லை. நானே தொடர்ந்தேன். "வேணா இப்படி செய்யலாம்... வசதி இருக்கவங்க பத்து பேர் காசு கொடுத்து கொஸ்டின் வாங்கட்டும்... அதப் பார்த்து மத்தவங்கெ படிச்சுக்கலாம்..."

பாஸ்கரும், செல்வமும், மூர்த்தியும் ஆமோதித்தார்கள். மற்ற மாணவர்கள் என்ன முடிவாக இருந்தாலும் அதையே பின்பற்ற தயாராக இருந்தார்கள். இப்போது பிரதீப் பேசினான்.

"நீ சொல்றது சரிதாண்டா... ஆனா நாம கொஸ்டின் வாங்குறதுக்கு கொடுக்கிற அமௌண்ட் எவ்வளவு தெரியுமா...? ஒரு லட்ச ரூபாய்... நாம நாப்பது, நாப்பத்தைந்து பேர் ரெண்டா யிரம் போட்டாலும் ஒரு லட்சம் வராது... மிச்சத் தொகையை பிரின்சிபல் போடுறேன்னு சொல்றாரு... அப்புறம் சூப்பர்வைசரா வர்றவங்களையும் நல்லா கவனிச்சா எக்ஸாம்ல கொஞ்சம் அட்ஜஸ்ட் பண்ணிக்கலாம்... சூப்பர்வைசர்களோட செலவையும் அவரே பார்த்துக்கிறாரு... அதனால நீ சொல்ற யோசனை செட் ஆகாது..."

பிரதீப் பேசி முடித்ததும் மொத்த வகுப்பிலும் ஒருவருக்கொருவர் பேசும் சலசலப்பு சப்தம் எழுந்தது. இப்போது முத்து மறுபடியும் பேசினான்.

"இந்தப் பிளானை ஒத்துக்கிர்றவங்க... யார் யாரு...? கையைத் தூக்குங்க..." என்றான். நாங்கள் ஆறு பேரைத்தவிர எல்லாருமே கைகளை உயர்த்தி விட்டார்கள். என்னால் அப்பாவிடம் பணம் கேட்க முடியாது என்று நான் முடிவு செய்து விட்டேன். என்ன நடக்குமோ நடக்கட்டும். என்னுடன் இருந்த மற்ற மூவரும் அதே முடிவிலேயே இருந்தார்கள். பாஸ்கரால் பணம் கொடுத்து விட முடியும். அவனும் எங்களுக்காகவோ, இந்த விஷயம் பிடிக்காமலோ கையைத் தூக்காமல் அமைதி காத்தான்.

"சரி... இவெங்க ஆறுபேர் தவிர எல்லாரும் பணம் தரத்தயார்னு சார்கிட்ட சொல்லிர்றேன்... வீட்ல எல்லாரும் இதுக்குப் பேரு கவுன்சில் ஃபீஸ்னு சொல்லிருங்க..... பேரண்ட்ஸ் யாராவது கேட்டா சாரையும் சொல்லச் சொல்லிருவோம்... நமக்காக பிரின்சிபல் சார் இதைச் செய்வார்..." எங்களிடம் இதனைச் சொல்லிவிட்டு, முத்து மறுபடியும் பிரின்சிபல் அறைக்குள் சென்று விட்டான்.

வகுப்பு முடிய இன்னும் சில நிமிடங்களே இருந்தன. அலுவலகத்தில் இருந்து விரிவுரையாளர் ஒருவர் வேகமாக வகுப்பிற்குள் வந்தார். மறுநாள் 'கவுன்சில் இன்ஸ்பெக்சன்' நடக்கப் போவதாகச்

சொன்னார். மூன்று ஆண்டுகளுக்கு ஒருமுறை கல்லூரி அங்கீகாரம் புதுப்பிக்கப்படும். அப்படி புதுப்பிக்கப்படும் போது, டெக்னீசியன்ஸ் கவுன்சிலில் இருந்து அதிகாரிகள் கல்லூரி வசதிகளைப் பார்வையிட்ட பின்புதான் அங்கீகாரம் புதுப்பிக்கப்படுமாம். இது தவிர, ஆண்டுக்கொருமுறை ரெகுலர் இன்ஸ்பெக்சனும் இருக்குமாம். ஆனால், அதை விட மூன்றாண்டுகளுக்கு ஒருமுறை நடக்கும் புதுப்பித்தலுக்கான இன்ஸ்பெக்சன்தான் மிகவும் முக்கியமானதாம். விரிவுரையாளர் இன்ஸ்பெக்சன் பற்றிய செய்திகளை விவரித்தார். செய்முறைக் கூட வசதிகள், கருவிகளின் எண்ணிக்கை, நூலகம், வகுப்பறைகளின் இட வசதி, விரிவுரையாளர்களின் தகுதி குறித்த ஆவண சரிபார்ப்பு, மாணவர்களிடம் கலந்துரையாடல்... என பல நடவடிக்கைகளைக் கொண்டதாக இன்ஸ்பெக்சன் நடக்க இருந்தது.

மறுநாள் காலையில் வகுப்பு நடைபெற்றுக்கொண்டிருக்கும் போது இரண்டு அம்பாசிடர் கார்களில் ஐந்து பேர் வந்து இறங்கினார்கள். எல்லாரும் கோட், சூட், டை சகிதமாக அலுவலகத்திற்குள் நுழைந்தனர். நாங்கள் அப்போது செய்முறைக் கூடத்தில் இருந்தோம். விரிவுரையாளர்கள் அனைவரும் அலுவலகத்தில் பிரின்சிபலுடன் இருந்தார்கள். எல்லாருடைய முகங்களிலும் பரபரப்பு தென்பட்டது. அவர் அறைக்கும், அலுவலகத்திற்கும் ஓரிரு முறை சென்று திரும்பிய பிரின்சிபலின் முகம் வியர்த்து வழிந்திருந்தது. அவரைப் பார்த்தவுடன் இன்ஸ்பெக்சனில் ஏதோ சிக்கல் இருப்பதாக எனக்குத் தோன்றியது. நிர்வாகத்திலுள்ள ஏதோ ஒரு போதாமையை வந்திருக்கும் அதிகாரிகள் கண்டுபிடித்து விட்டார்கள் போலிருந்தது. விரிவுரையாளர்களிடம் இருந்த அளவுக்கு அதிகமான படபடப்பும், பிரின்சிபலின் இறுக்கமான முகத்தில் வழியும் வியர்வையும் அசாதாரணமானவை.

அந்த நிமிடத்தில்தான் என் மனதில் இன்னொரு யோசனை உருவானது. உடனே பாஸ்கர், செல்வம், மாரி, அகமது, மூர்த்தி ஐவரையும் அறையின் இன்குபேட்டர் செக்சனுக்கு வரச் சொல்லி சைகை செய்தேன். நீண்ட செய்முறைக் கூடத்தின் கடைசிப்பகுதியாக இன்குபேட்டர் செக்சன் அமைந்திருந்தது. சாதாரணமான ஃபிரிட்ஜ் போன்ற, ஆனால் இரண்டடி உயரமும், இரண்டடி அகலமும் கொண்டதாக இன்குபேட்டர் இருக்கும். ஃபிரிட்ஜ் குளிர்ச்சியைத் தருவது போல, இன்குபேட்டர் வெப்பத்தைத் தரும் கருவி. கிருமி வளர்ப்பு போன்ற பரிசோதனைகளுக்கு இன்குபேட்டர்கள் அவசியம். மூன்றடி உயர நீள் மேசையின் மேல் இன்குபேட்டர்கள் வரிசையாக இருந்ததாலும், அருகில் தொடர்ந்து இரண்டு ஃபிரிட்ஜுகள்

இருந்ததாலும் செய்முறைக் கூடத்தின் மறைவான பகுதியாக அது இருந்தது. ஐவரும் ஒவ்வொருவராக வந்து சேர்ந்தார்கள்.

"என்ன விஷயம்?" கிசு கிசுப்பான குரலில் பாஸ்கர்தான் கேட்டான். அவர்களை அருகில் வரச்சொல்லி நானும் ரகசியம் சொல்லும் குரலில் விவரித்தேன்.

"இன்ஸ்பெக்சன்ல ஏதோ பிரச்சினை மாதிரி தெரியுது..... கோபாலைப் பாக்கும்போது நிர்வாகத்துக்கு எதிரா கவுன்சில் இருக்கும்னு தோணுது... அது கிடக்கட்டும்... அந்த டீம் நம்மள கண்டிப்பா பார்த்துப் பேசுவாங்க... ஸ்டூடன்சோட பேசுறது இன்ஸ்பெக்சன்ல ஒரு பார்ட். அதுனால சீனியர்சைப் பார்த்தும் பேசுவாங்க... இல்லனாலும் பிராக்டிகல் லேபை பாக்க இங்க வந்துதான ஆகணும்....."

ஐவரும் குழப்பமாகவும், ஏதோ புரிந்தது போலவும் பார்த்தார்கள். நான் அதே குரலில் தொடர்ந்தேன்.

"அப்புடி அவங்க இங்க வரும் போதோ, நம்மகிட்ட பேசும் போதோ நாம கோபால் பத்தி அவங்க கிட்ட சொல்லிருவோம்... எக்சாமுக்கு லஞ்சம் குடுத்து கொஸ்டின் வாங்குறதுல ஆரம்பிச்சு மெஸ், சாப்பாடு, ஹாஸ்டல் வசதி, பிராக்டிகல் கிளாஸ் பத்தாம இருக்கது, சிலபஸ் கவராகம இருக்க விஷயம்னு எதையெல்லாம் சொல்ல முடியுமோ அதயெல்லாம் சொல்லீருவோம்... ஒவ்வொருத்தரும் ஒவ்வொரு விஷயத்த சொல்லுவோம்..."

மாரியின் முகம் பயந்த மாதிரி ஆகிவிட்டது. மூர்த்தியும், பாஸ்கரும், அகமதுவும் பிரகாசமானார்கள். செல்வம் முடிவெடுக்க முடியாமல் திணறினான்.

நான் மறுபடியும் சொன்னேன்... "நான் முடிவு பண்ணிட்டேன்... நான் சொல்லப்போறேன்... நீங்கெல்லாம் ஹாஸ்டல்ல இருக்கதுனால எதாவது பிரச்சினை கூட வரலாம்... அதுனால நானே எல்லாத்தையும் பேசிர்றேன்... நான் ஒரே ஆளா சொல்றதுனால அவங்களுக்கு நம்பிக்கை வராம, கேட்டாங்கனா நீங்க "ஆமா"னு மட்டும் சொல்லுங்க... பார்த்துக்கலாம்... புதுசா வந்த ஸ்டூடன்சாவது நல்லா இருக்கட்டும்..."

ஐவரும் ஒத்துக்கொண்டார்கள். பாஸ்கரும், அகமதுவும் அவர்களும் பேசுவதாகச் சொன்னார்கள். நான் மட்டுமே பேசுவதாக உறுதியாகச் சொல்லிவிட்டேன். நாங்கள் அதிகாரிகளுக்காக காத்திருக்க ஆரம்பித்தோம்.

பிற்பகல் உணவு முடிந்தும், இன்ஸ்பெக்சன் தொடர்ந்து கொண்டிருந்தது. நான் சீக்கிரமே சாப்பிட்டு விட்டு செய்முறைக் கூடத்துக்கு வந்து விட்டேன். அவர்கள் ஐவரும் விடுதிக்குச் சென்று சாப்பிட்டு விட்டுத் திரும்பினார்கள். இன்றைய உணவு நன்றாக இருந்ததாகச் சொன்னார்கள். நாங்கள் மறுபடியும் காத்திருக்க துவங்கினோம். என் வகுப்பு மாணவர்கள் அங்கொருவர், இங்கொருவராக ஒவ்வொரு கருவியின் முன்னாலும் நின்று பொழுதைக் கழித்துக்கொண்டிருந்தார்கள். சிலர் கையில் புத்தகங்களை வைத்துக்கொண்டு, ரசாயன பாட்டில்களை சரிபார்த்துக் கொண்டிருந்தார்கள்.

மூன்று மணிவாக்கில் நான்கு அதிகாரிகள் செய்முறைக் கூடத்திற்குள் வந்துவிட்டார்கள். பிரின்சிபலோ, விரிவுரையாளர்களோ அவர்களுடன் வரவில்லை. அவர்கள் எல்லோரும் அலுவலக அறையிலேயே இருந்தார்கள். அங்கு ஒரு அதிகாரி கோப்புகளைச் சரிபார்த்துக் கொண்டிருந்தார். தனியாக வரும் அதிகாரிகளைப் பார்த்ததும் எனக்கு பரபரப்பு குறைந்து மகிழ்ச்சி உருவானது. உள்ளே வந்தவர்கள் கூடத்தின் முன்பகுதியில் இருந்த சில மாணவர்களிடம் வகுப்பு பற்றியும், செய்முறைக் கூடம் பற்றியும் பொதுவாகக் கேட்டபடியே உள்ளே வந்தனர். நானும், மற்றவர்களும் கூடத்தின் மையப் பகுதில் காத்திருந்தோம். அவர்கள் எங்கள் அருகில் வந்தவுடன் "எக்ஸ்கியூஸ்மீ சார்..." என்று அழைத்தேன். எனக்கு எதிர்ப்புறமாக நின்றிருந்த முத்து அழைக்க வேண்டாம் என்று வேகமாக தலையசைத்தான். அவன் அருகில் இருந்த பிரதீப்பும் வேண்டாம் என்று சைகை காட்டினான்.

நான் சைகைகளைக் கவனித்தாலும் கண்டுகொள்வதாக இல்லை. இன்ஸ்பெக்சன் வந்த அதிகாரிகள் என் அருகில் வந்தார்கள். நான் முன்பே திட்டமிட்டவாறு எல்லா பிரச்சினைகளையும் சொல்ல ஆரம்பித்தேன். இடையில் நுழைந்து பாஸ்கரும், மூர்த்தியும், மாரியும், செல்வமும் பிரச்சினையை விளக்கினார்கள். அதிகாரிகள் உன்னிப்பாக கேட்டுக் கொண்டார்கள். எக்சாம் பற்றிய விவரத்தை நான் சொல்லியபோது, ஒருவர் முகத்தை ஒருவர் பார்த்துக் கொண்டார்கள். நாங்கள் ஒருவழியாக அனைத்தையும் சொல்லி முடித்தோம். பிரின்சிபல், மற்றும் வார்டனின் மிரட்டல்களையும் கூடுதலாகச் சொன்னேன்.

அனைத்தையும் கேட்டு விட்டு கண்ணாடி அணிந்திருந்த ஒருவர் சொன்னார். "எல்லாம் சொல்லிட்டீங்க இல்ல... பிரச்சினைகளை நாங்க பார்த்துக்கிறோம்..... எல்லாத்தையும் சரி பண்ணீரலாம்...

தேவையான ஆக்ஷன் எடுக்குறோம்... நீங்க எல்லாரும் எக்சாமுக்கு நல்லா ப்ரிபேர் பண்ணுங்க... பெஸ்ட் ஆஃப் லக்."

எங்கள் ஆறு பேரிடமும், அங்கிருந்த எல்லா மாணவர்களிடம் சொல்லி விட்டு அவர்கள் விடைபெற்றார்கள். பிரதீப் மட்டும் இருளடைந்த முகத்தோடு இருந்தான். இன்ஸ்பெக்சன் வந்த அனைவரும் சற்று நேரத்தில் அங்கிருந்து கிளம்பிவிட்டார்கள். விரிவுரையாளர் ஒருவர் செய்முறைக் கூடத்துக்குள் நுழைந்தார். எல்லா மாணவர்களும் அவரைப் பார்க்குமாறு திரும்பி நின்றோம். அவர் சப்தமாக, எல்லாருக்கும் கேட்கும் அளவில் பேசத் துவங்கினார்.

"நாளையில இருந்து எக்சாம் ஸ்டடி ஹாலி டேஸ் ஆரம்பம்... ஹாஸ்டல் ஸ்டூடண்ட்ஸ் மட்டும் அங்கேயே இருந்து படிச்சிக்கலாம்... ஃபுட் அரேன்மெண்ட்ஸ் எல்லாம் இருக்கும்... டே ஸ்காலர்ஸ் வர வேண்டியதில்லை. அப்புறம் ஒரு முக்கியமான விஷயம் டே ஸ்காலர்ஸ் யாரும் ஹாஸ்டலுக்கு எக்சாம் முடியற வரைக்கும் வரக் கூடாது. இது பிரின்சிபல் சார் ஆர்டர். நேரம் ஆயிடுச்சு... எல்லாரும் கிளம்பலாம்... கிளாஸ் டிஸ்போஸ்."

சொல்லிவிட்டு விறுவிறுவென அலுவலக அறைக்குள் போய் விட்டார் அவர். மாணவர்கள் ஒருவரை ஒருவர் பார்த்துக் கொண்டோம். ஒரு தொடர் பயணம் திடீரென்று முடிவுற்றது போல இருந்தது. இப்போது கிளம்பி வீட்டுக்குப் போய்விட்டால், அடுத்து பாஸ்கரையோ மற்ற நண்பர்களையோ பத்தொன்பது நாட்கள் கழித்து, தேர்வு நடக்கும் போதுதான் பார்க்க முடியும். அதுவும் பேசுவதற்கு வாய்ப்பிருக்காது. விடுதியில் தங்கிப் படிக்காதவர்கள் அங்கு வரக்கூடாது என்பது என்னைக் குறி வைத்து எடுக்கப்பட்ட முடிவாக இருந்தது. எங்கள் ஐந்து பேரின் சந்திப்பைத் தவிர்ப்பதும், மற்ற மாணவர்களுடான தொடர்பைத் துண்டிப்பதற்குமான ஏற்பாடு என்பது எனக்கு மட்டுமல்ல... எல்லா மாணவர்களுக்கும் புரிந்தது.

"சரி... இப்போது எதுவும் பேச வேண்டாம்... அப்புறம் பார்த்துக் கொள்ளலாம்... ஊருக்குக் கௌம்பு" என்று பாஸ்கர் சொன்னான். எல்லா மாணவர்களிடமும் விடைபெற்று விட்டு, கல்லூரியை விட்டு வெளியில் வந்தேன். வாசலில் பிரதீப் காத்துக் கொண்டிருந்தான்.

நான் வாசலைக் கடந்ததும், என்னோடு இணைந்து நடக்கத் துவங்கினான். முக்கிய சாலை வரும் வரைக்கும் அவனும் பேசவில்லை. நானும் பேசவில்லை.

பிரதீப்தான் ஆரம்பித்தான். "இருந்தாலும் ஒனக்கு ரொம்ப தைரியம்டா... இன்ஸ்பெக்சன் டீம்கிட்ட நீ பேசியிருக்கக் கூடாது..."

“கஷ்டப்பட்டு ஃபீஸ் கட்டி படிச்சு எக்சாம் வரைக்கு வந்து சேர்ந்ததே ரொம்ப பெரிய விஷயம்டா... கடைசி நேரத்துல வந்து லஞ்சம் கேட்டா எப்படி...? காசு ஒரு பக்கம் இருக்கட்டும்... எக்சாம் எழுதி எவனும் தேறமாட்டான்னா அப்புறம் என்ன வெண்ணைக்கு ஒரு வருஷம் சொல்லிக் குடுத்தாங்கெ... காலேஜ், கிளாஸ் எல்லாம் புடுங்குறதுக்கா...?” மனதில் இருந்த கோபம், என் சொற்களில் வெளிப்பட்டது. இப்படி எனக்குப் பேச வரும் என்பதை நானே அப்போதுதான் உணர்ந்தேன். இவ்வளவு கடும் சொற்களை இதுவரை எப்போதும் நான் பயன்படுத்தியதில்லை. ஆனால், இத்தனை மாணவர்கள், அவர்களின் பெற்றோர்கள் இவர்களின் சிரமத்திற்கு முன்னாள் இதெல்லாம் சிறிய வார்த்தைகள்தான். பிரின்சிபலை எவ்வளவு அசிங்கமாகத் திட்டினாலும் எனக்குள் அதற்காக குற்ற உணர்ச்சி வராது என்றே தோன்றியது.

நான் பேசியது எனக்கே அதிர்ச்சியாக இருக்கும்போது, பிரதீப் என்ன ஆவான்...? அவன் முகம் கருத்திருந்தது. என்ன சொல்வது என்று தெரியாமல் மறுபடியும் அமைதியாக நடந்து வந்தான். தேனி பேருந்து நிலையம் வந்துவிட்டது. இருவரும் ஒன்றும் பேசாமல் கம்பம் செல்லும் பேருந்தில் ஏறி, உட்கார்ந்தோம்.

பிரதீப் கொஞ்சம் இயல்புக்குத் திரும்பியிருந்தான். “நீ சொல்றது சரிதாண்டா... ஆனா... காலேஜ்ல அந்தாள் சொல்றதுதான் நடக்கும்... நம்ம எதுத்து என்ன செய்ய முடியும்...?”

அவன் சொல்வதும் சரிதான். அதற்காக பிரின்சிபல் சொல்வதை எல்லாம் செய்ய வேண்டுமா என்ன? எதுவும் பேசாமல், சிறு முனகலாகக் கூட எதிர்ப்பு இல்லாமல் இது தொடர்ந்தால் அடுத்தடுத்து வரும் புதிய மாணவர்கள் என்ன ஆவார்கள்?

“இல்லடா பிரதீப்... வசதி இருக்கிறவென் காசை குடுத்திருவான்... இல்லாதவன் என்ன செய்வான்? ஒரு வருஷமா ஒழுங்கா பாடம் நடத்தியிருந்தா எதுக்குடா கொஸ்டினுக்கு காசு குடுக்கணும்...? லஞ்சம் கொடுக்கிறதுக்கு நம்மை எல்லாம் தயார்படுத்துறதுக்கு எதுக்கு இவ்வளவு பெரிய காலேஜ்...? அதுவும் அந்தாளு கோபாலு நடிகர் திலகம்டா... ஒரு வருஷமா எம்புட்டு சீன் போட்டிருப்பான்...? நேர்மை, நியாயம், அன்பு, பாசம்னு எத்தனை டயலாக்கு... சாரிடா... அந்தாளுமேல இருக்க கோவத்தை உங்கிட்ட காட்டி என்ன செய்ய?”

“அத விடுடா... உன் கோபம் நியாயம்தான்... ஆனா இத மாத்த முடியாது அப்படிங்கிறதுனாலதான் பல பேர் நீ சொன்னத செய்ய

முடியல..... கோபாலுக்கும் பேரண்ட்சுக்கும் இருக்கும் நெருக்கத்துல அந்தாளு எத சொன்னாலும் நம்புவாங்க... பசங்க என்னதான் செய்ய முடியும்...? ஒண்ணு ரெண்டு பேர் தவிர எல்லாரும் உங்க மேல நிறைய மரியாதை வச்சிருக்காணுகடா...” கொஞ்சம் குரல் தழுதழுப்பாகவே பிரதீப் பேசினான்.

நான் திரும்பி அவன் முகத்தைப் பார்த்தேன். அவன் சொல்வதும் சரியாகத்தான் இருக்கிறது. ஆனாலும், இந்த பாதிப்பை எப்படித்தான் எதிர்கொள்வது? நான் செய்தது சரி என்பதுதான் என்னுடைய புரிதல். அதே நேரம் அவர்கள் செய்ததிலும் நியாயம் இருக்கிறது. அப்படியென்றால், எப்படி இரண்டு சரிகள் இருக்க முடியும். அவரவர் சூழலில் இருந்து பார்த்தால்தான் இதனை முழுமையாகப் புரிந்துகொள்ள முடியும் என்று தோன்றியது.

“சரி... விடுடா... உங்க ஆறு பேரைத் தவிர எல்லாரும் காசு குடுத்து கொஸ்டின் வாங்கிருவாங்கெ... எனக்கும் கொஸ்டின் பேப்பர் காப்பி தருவாங்க... நான் அத உனக்கு தர்ரேன்... எக்சாமுக்கு நல்லா பிரிபேர் பண்ணு...” பிரதீப் மெல்லிய புன்னகையோடு சொன்னான்.

நான் தலையை ஆட்டி மறுத்தேன். “இல்ல பிரதீப்... எனக்கு கொஸ்டின் வேணாம்... நான் படிச்சே எழுதுறேன்...”

“இல்லடா... நீ எங்க மேல இருக்க கோவத்துல சொல்ற... ஹாஸ்டல்ல இருக்க நாலு பேருக்கும் கொஸ்டின் குடுத்திருவாங்கெடா... கோபாலுக்குத் தெரியாம நல்லா படிச்சிட்டு வா...”

“இல்ல பிரதீப்... நான் கோவத்துல சொல்லல...எனக்கு சின்ன வயசுல இருந்து செல்ஃப் கான்பிடண்ட் கம்மி... ரொம்ப கூச்ச சுபாவம்... இந்த ரெண்டு வருஷத்துல அது எல்லாம் மாறியிருக்கு... கோர்ஸ் முடிச்சிட்டு வேலைக்குப் போகும் போது படிச்சது பத்தி ஒரு கான்ஃபிடெண்ட் எனக்குத் தேவைப்படுது... அதுக்கு நானே படிச்சு எழுதுனாதான் சரியா இருக்கும்... தப்பா எடுத்துக்காத... உன் சூழ்நில வேற... இத படிச்சிட்டு நீ வேலைக்கு போவயானே தெரியாது... ஆனா நான் உடனே வேலைக்குப் போய் சம்பாதிச்சாகணும்...”

பிரதீப் புரிந்து கொண்டதன் அடையாளமாய் என் தோளில் கைவைத்து அழுத்தினான். உத்தமபாளையம் பேருந்து நிலையம் வந்துவிட்டது. அடுத்த சில நிமிடங்களில் பைபாஸ் வந்து விடும். அது பிரதீப் இறங்க வேண்டிய இடம். பையையும், டிபன் பாக்சையும் கையில் எடுத்துக்கொண்டு, இறங்கத் தயாரானான் பிரதீப்.

“டேய்... ஒண்ணு சொல்றேன்... வெளிய சொல்லாத... இன்ஸ்பெக்சன் டீம்கிட்ட எதுவும் பேச வேணாம்னு சைகை காட்டினேன்... அது ஏன்னு தெரியுமா...?” பேருந்து ஜன்னல் வழியே பார்த்தபடியே பிரதீப் கேட்டான். எனக்குப் புரியாமல் அவன் முகத்தையே பார்த்துக்கொண்டிருந்தேன்.

“இன்ஸ்பெக்சன் டீம் மொத்தமும் கோபாலோட ஃபிரெண்ட்ஸ்... அவிங்க எல்லாம் நேத்தே வந்து, தேனில ரூம் போட்டு தண்ணியடிச்சிக்கிட்டிருந்தாங்கெ...”

இன்று நாள் முழுவதுமே அதிர்ச்சி மேல் அதிர்ச்சி தொடர்ந்து கொண்டே இருந்தது. மௌனமாக பிரதீப்பைப் பார்த்தேன். பைபாசில் நின்ற பேருந்தில் படிகளில் இறங்கியவாறே பிரதீப் கைகாட்டினான்.

“பை... நண்பா... டேக் கேர்...”

பிரதீப் சென்ற பின்பும் என் மனம் அசைவற்று நின்று கொண்டேயிருந்தது. இது அமைதி அல்ல. அசைவும் அல்ல. என்ன செய்து கொண்டிருக்கிறது என் மனம் என்று முதல் முறையாக எனக்கே புரியவில்லை. வீட்டுக்குப் போய்ச் சேர்ந்த கொஞ்ச நேரத்தில் பாஸ்கர் போனில் அழைத்திருந்தான். அவசரத்துக்குப் பயன்படும் என்று பக்கத்து வீட்டு பெரியம்மாவின் தொலைபேசி எண்ணை அவனிடம் கொடுத்திருந்தேன். போனில் பாஸ்கர், இன்ஸ்பெக்சன் டீம் பிரின்சிபலின் நண்பர்கள் என்பதை சீனியர்கள் சிலரிடம் கேட்டு உறுதி செய்ததாகக் கூறினான். நாம் எடுத்த முயற்சிகள் எல்லாம் பலனளிக்கவில்லை என்று வருத்தம் தோய்ந்த குரலில் சொன்னான் பாஸ்கர்.

எனக்கு புதிதாக எந்த அதிர்ச்சியும் உருவாகவில்லை. இனி, அதிர்ச்சியடைவதற்கு எதுவும் இல்லை.

6

லஞ்சம் கேட்டு முகத்தின் முன் கைநீட்டுகிறார் பிரின்சிபல் கோபாலகிருஷ்ணன். அவரைத் தொடர்ந்து, இன்ஸ்பெக்சனுக்கு வந்த அதிகாரிகளின் கைகள் ஒவ்வொன்றாக என் முன் நீளுகின்றன. கமிஷன் கவர்களைக் கேட்டு முதலில் அனந்து டாக்டர் கை நீட்ட, தொடர்ந்து பல டாக்டர்களின் கைகள் என்னைச் சுற்றிலும் தெரிகின்றன. என்னிடம் இருக்கும் கவர்களை ஒவ்வொன்றாகக் கொடுக்க துவங்குகிறேன். புதிது புதிதாக கைகள் முளைத்துக்கொண்டே இருக்கின்றன. எல்லா கவர்களையும் மொத்தமாகத் தூக்கிக் கொடுத்தும், இன்னும் கைகள் நீண்டுகொண்டே இருக்கின்றன. என்னிடம் இருந்த அனைத்தையும் தூக்கி கைகளை நோக்கி வீசி எறிகிறேன். மறுபடி மறுபடி காலியான கைகள் என்னை நோக்கி நீண்டவாறே இருக்கின்றன. துவக்கத்தில் முழுக்கை சட்டை அணிந்த டாக்டர்களின் கைகளாக இருந்தவைகளோடு, ரத்தம் எடுக்கப்பட்ட நோயாளிகளின் கைகளும் இணைந்து கொள்கின்றன. விரல்களிலும், முழங்கையிலும் ரத்தம் சொட்டுச் சொட்டாக ஒழுக வெள்ளை முழுக்கை சட்டைகள் ரத்த நிறமேறி சிவக்கின்றன. எல்லா கைகளும் என்னை நெருக்குகின்றன. கைகளை விட்டு விலகி ஓடத் துவங்குகிறேன்.

நான் ஓடுவதை விட வேகமானதாக கைகள் துரத்தல் இருக்கிறது. என் இடது கையால் வலது கையை பிய்த்து எறிகிறேன். மிச்சமிருந்த இடது கையும் தானே துண்டாகி விழுகிறது. கைகளற்ற வெறும் உடலோடு தொடர்ந்து ஓடிக்கொண்டிருக்கிறேன்.....

அ. உமர் பாரூக்

கைகள் துரத்துவதை நிறுத்தவில்லை. என்னை மட்டுமே குறி வைத்து வந்துகொண்டிருந்த கைகள் ஒவ்வொன்றும் பெரியதாகி, மரங்கள், குடிசைகள், சைக்கிள்கள்... என அனைத்தையும் விழுங்கத் துவங்கின. கைகளுக்கும் எனக்கும் இடையில் இருந்த உலகம் கொஞ்சம் கொஞ்சமாக மறைந்துகொண்டிருந்தது. உருவமுள்ள அனைத்தையும் தின்று தீர்த்த கைகள், இப்போது என்னைச் சுற்றியிருந்த எல்லா காற்றையும் உறிஞ்சிக் குடித்து விட, என் சுவாசத்திற்கான காற்று தேடி நுரையீரல் விம்முகிறது... தொண்டை வறண்டு, நெஞ்சில் பாரமேறுவது போல் இருந்தது.

சட்டென படுக்கையில் இருந்து எழுந்துவிட்டேன். என்னைச் சுற்றிலும் கைகள் எதுவும் இல்லை. அறையின் வலது ஓரத்தில் சின்ன சிம்னி விளக்கு மெலிதாக எரியும் வெளிச்சம் தெரிந்தது. இது என் வீடுதான். வீட்டில் மின்சாரம் பகல் முழுவதும் பயன்பட்டாலும், சிறிய சிம்னி விளக்கைத்தான் இரவுகளில் பயன்படுத்துவோம். நான் படுத்திருந்த தலையணைக்கருகில் கைகளை நீட்டி துழாவி, என் கண்ணாடியை அணிந்து கொள்கிறேன். மெதுவாக எழுந்து அறையின் மின் விளக்கை எரியச் செய்தேன். வெளிச்சம் வந்ததும், அறையில் இருந்த இருள் மட்டுமல்ல மனதிலிருந்த அச்சமூட்டும் இருளும் குறைய ஆரம்பித்தது.

"ச்சே... என்ன மோசமான கனவு..." தலையை உதறிக் கொண்டேன். முன்னறையில் திடீர் வெளிச்சம் தோன்றியதை, உள்ளறையில் தூங்கிக்கொண்டிருந்த அம்மா கவனித்துவிட்டார். "என்னாப்பா... இந்நேரத்துல எந்திரிச்சு என்ன செய்ற...? முகமெல்லாம் அரண்டு போயிருக்கு... கெட்ட கனவா...?" என்று தூக்க கலக்கத்திலேயே கேட்டார்.

"ஆமாம்மா... கெட்ட கனவு... நீ படு..." என்று சொல்லி விட்டு, என் கைகளை ஒருமுறைப் பார்த்துக்கொண்டேன். "சரி... சரி... கண்டதையும் நினைச்சு கொளம்பாம... தண்ணியக் குடுச்சிட்டு, மனச ஓர்மப் படுத்திட்டு தூங்கு..." அம்மா மீண்டும் படுத்துக் கொண்டார்.

என் வீடு வித்தியாசமான வடிவம் கொண்டது. தாத்தாவின் பூர்வீக வீட்டை பெரியப்பா, சித்தப்பா, அப்பா என மூவருக்கும் பாகம் பிரிக்கும் போது நடுத்துண்டு வீடு எங்களுக்கு வந்து சேர்ந்தது. தெருவில் நுழைந்ததும் இருக்கும் முன் பகுதியை பெரியப்பாவிற்கும், பின்னால் இருக்கும் சந்து வரை நீண்டிருக்கும் கடைசிப் பகுதியை சித்தப்பாவிற்கும் பிரித்துக் கொடுத்தார்கள். அதனால் அவர்கள் இருவர் வீட்டிற்கும் இரண்டு வாசல்கள் கிடைத்தன. நடுவில்

இருக்கும் இரண்டு அறைகளைக் கொண்ட எங்கள் வீட்டிற்கு நுழை வாசலே இல்லாமல் போனது. பிரிக்கும் போதே, பின்புறச் சந்தில் இருக்கும் சித்தப்பா வீட்டு வாசல் அருகில் இன்னொரு வாசலை வைத்துக்கொள்ள வேண்டும் என்பதும், நீளமான நான்கடி அகலமுள்ள பாதையை உருவாக்கிக்கொண்டு, நடு வீட்டிற்கு வைத்துக் கொள்ள வேண்டும் என்பதும் ஒப்பந்தம். புதிய வாசல், நான்கடி பாதை இவை இரண்டும் சித்தப்பாவின் இடத்தில் இருந்தும், அதை உருவாக்குவதற்கான செலவை பெரியப்பாவிடம் இருந்தும் பெற்றுக்கொள்வதும் என்று பேசி முடித்து, புதிய வாசலையும் வைத்து தந்தார்கள்.

மற்றவர்களின் வீடு போல, வாசலில் நுழைந்ததும் எங்கள் வீட்டிற்குள் நுழைந்து விட முடியாது. புதிய வாசல் வழியாக நுழைந்து, சித்தப்பா வீட்டின் சுவரோரம் நீளும் நான்கடிப் பாதையில் நடந்து வீட்டின் முன்பகுதிக்கு வந்து சேர வேண்டும். முதலில் இருப்பது கழிவறையும், குளியலறையும். அதன் அருகில் ஒரு பெரிய பிளாஸ்டிக் டிரம்மில் தண்ணீர் வைக்கப்பட்டிருக்கும். அப்பகுதி முழுக்க மேலே மறைக்கப்பட்டிருக்காது. இங்கிருந்து அறை துவங்கும். அதன் முன்பகுதியின் இடது ஓரம் சமையலுக்கான பகுதி இருக்கும். வலது ஓரப்பகுதிதான் எங்கள் வீட்டின் பகலில் வரவேற்பறையாகவும், இரவில் எனது படுக்கை அறையுமாக இருக்கும். அதே இடம் சாப்பிடும் சமயங்களில் உணவருந்தும் இடமாகவும் மாறிவிடும். அந்த அறையைத் தொடர்ந்து உள்ளறை துவங்கும். அதில் அப்பாவும், அம்மாவும் இருப்பார்கள். இந்த இரண்டு அறைகளின் மேலும் பழைய காலத்தின் லாகடக் கட்டைகள் கொண்டு, சுண்ணாம்புக் காரையில் அமைக்கப்பட்ட வலுவான மேற்புறம் அமைக்கப்பட்டிருக்கும். இந்த இரண்டு அறைகள்தான் நான் ஆறாம் வகுப்பு படிக்கும் போதிருந்து, என் நினைவில் நிற்பவை. இடம் சிறியதாக இருந்தாலும், அதனுள் நடத்தப்பட்ட எங்கள் வாழ்க்கை விசாலமானதாகவே இருந்தது. அந்தச் சின்ன அறைகள்தான் என் மனதில் எதிர்காலம் குறித்த மிகப் பெரிய கனவுகளை உருவாக்கி இருந்தன.

தண்ணீர் குடித்து விட்டு மறுபடியும் படுத்தேன். அதன் பிறகும், கல்லூரி நினைவுகளும், முதல் நாள் கிளினிக்குகளுக்குச் சென்ற அனுபவங்களும் காட்சிகளாக மனதில் வந்துகொண்டேயிருந்தன.

கல்லூரியில் தேர்வுக்கான படிப்பு விடுமுறை துவங்கிய பிறகு, நான் தீவிரமாக படிக்க ஆரம்பித்தேன். பாட நூல்களில் உள்ளவற்றை, காட்சிகளாகவும் கதைகளாகவும் மாற்றி புரிந்து

கொள்ள முயன்றேன். புரியாத ஆங்கிலச் சொற்களுக்கு என்னிடம் சிறிய அகராதி அர்த்தம் சொல்லித்தந்தது. நாட்கள் நகர, நகர பாடநூல்களின் உள்ளடக்கம் எனக்கு புரிய ஆரம்பித்தது. எல்லா செய்திகளையும் காட்சிகளாகப் புரிந்துகொள்ளும் போது, ஒவ்வொரு தலைப்பும் கதைகளாகவே என் மனதில் பதிந்தது. உடலியல் பற்றிப் படிப்பதோ, செய்முறைத்தாளுக்கான வழிகாட்டி நூலோ அவ்வளவு கஷ்டமானதாக இல்லை. நோய்க் குறியீட்டியல், வேதியியல் பகுதிகள்தான் திரும்பத் திரும்ப படிக்க வேண்டியிருந்தது. எனது நோக்கம் முதல் மதிப்பெண் எடுப்பதல்ல என்பதால், எந்தப் பதற்றமும் இன்றி படித்துக்கொண்டிருந்தேன்.

தேர்வு நாளன்று பேருந்தில் ஏறும்போது தேர்வு குறித்த எந்த அச்சமும் என் மனதில் எழவில்லை. நண்பர்களைப் பார்க்கப் போகிற மகிழ்ச்சியும், பிரின்சிபலைப் பார்க்க வேண்டுமே என்ற தயக்கமும் மட்டுமே இருந்தது. மாணவர்களில் முத்துவை மட்டும் பார்த்தால் என்னால் புன்னகைக்க முடியுமா என்பதுதான் சந்தேகமாக இருந்தது. பாளையம் பைபாசில் பிரதீப் பேருந்தில் ஏறினான். அவனிடம் நிறைய மாற்றங்கள் தென்பட்டன. அளவாகப் பேசிக்கொண்டே வரும் அவன், தொடர்ந்து பேசிக்கொண்டே வந்தான். படிப்பை முடித்து விட்டு, கோம்பையிலேயே ஒரு சிறிய லேப் ஒன்றைத் துவங்கும் யோசனை இருப்பதாகவும், அங்கு மஞ்சள் காமாலை நாட்டு மருந்து சிகிச்சைக்கு வரும் நோயாளிகளுக்கு ரத்தப் பரிசோதனை செய்தால் கூட நிறைய நோயாளிகள் வந்து விடுவார்கள் என்றும் சொன்னான். கோம்பை ஒரு சிறிய ஊர் என்பதால் அங்கு பெரிய மருத்துவமனைகளோ, ஆய்வுக் கூடமோ இல்லை. ஒரே ஒரு மருந்துக் கடையும் சில டாக்டர்களின் சிறிய கிளினிக்குகளும் மட்டும்தான் அங்கிருந்தன. அவன் சொன்னதை அவன் வசதிக்கு சுலபமாகச் செய்து விட முடியும் என்று தோன்றியது. ஒரு ஆய்வுக்கூடம் வைப்பதற்கு எவ்வளவு செலவாகும் என்று கூட என்னால் திட்டமிட முடியவில்லை. ஒவ்வொரு கருவியும் எவ்வளவு மதிப்பு இருக்கும் என்பதோ, ஆய்வுக்கூடத்தில் பயன்படும் அத்தியாவசிய பொருட்களுக்கு என்ன செலவாகும், எத்தனை தேவைப்படும் என்பதோ கூட எனக்குத் தெரிந்திருக்கவில்லை.

கல்லூரி செல்லும் வரை இடைவிடாமல் பேசிக்கொண்டே வந்தான் பிரதீப். கல்லூரியில் எங்கள் வகுப்பறை தேர்வெழுதும் அறையாக மாற்றப்பட்டிருந்தது. இடைவெளி விட்டு, பெஞ்சுகளும் டேபிள்களும் இடப்பட்டிருந்தன. விடுதி மாணவர்கள் ஒவ்வொருவராக வந்துகொண்டிருந்தார்கள். பாஸ்கர், செல்வம், அகமது, மாரி, மூர்த்தி ஆகியோர் குழுவாக உள்ளே வந்து சேர்ந்தனர். அவர்களோடு நானும்,

பிரதீப்பும் இணைந்து கொண்டோம். விடுதி மாணவர்களில் சிலர் வினாத்தாள்களின் நகல்களை தங்களுக்குக் கொடுத்து விட்டதாகவும், நன்றாகப் படித்து வந்திருப்பதாகவும் மாரியும், செல்வமும் சொன்னார்கள். எல்லா மாணவர்களும் துண்டுத் தாள்களில் விடைகளை எழுதி, பிட்டுகளைத் தயாரித்து வைத்திருப்பதாக அகமது சொன்னான். வினாத்தாள் வாங்கி படித்தது வரைக்கும் சரி. தேர்வு அரங்கில், எந்தச் சிக்கலும் இல்லாமல் எழுதி முடிக்க வேண்டும் என்று நானும், பாஸ்கரும் நண்பர்களை எச்சரித்தோம்.

ஐந்து தாள்களுக்கான தேர்வுகளும் ஒவ்வொரு நாளாக நடந்து முடிந்துவிட்டது. தேர்விற்கு கண்காணிப்பாளர்களாக வந்திருந்தவர்கள் எங்கள் ஆறு பேரையும் உன்னிப்பாக கவனித்துக் கொண்டிருந்ததையும், சில நேரங்கள் உடைகளை சோதனை செய்ததையும் மற்ற மாணவர்கள் எழுதிக்கொண்டே பார்த்துக் கொண்டிருந்தார்கள். முதல் நாள் எங்களைச் சோதனையிட்ட பிறகு, இரண்டாம் நாளில் தேர்வு துவங்குவதற்கு முன்பே நானும், பாஸ்கரும் கண்காணிப்பாளரிடம் சென்று சோதனையிட்டுக் கொள்ளும்படி கோரிக்கை வைத்தோம். தேர்வு எழுதிக்கொண்டிருக்கும் போது சோதனையிடுவதில் எழுதுவது தடங்கலாகிறது என்றும் சொன்னோம். கண்காணிப்பாளர் அடுத்தடுத்த நாட்களில் எங்களைச் சோதனையிடவே இல்லை. நான்கு தாள்களுக்கான தேர்வுகளையும் நன்றாக எழுதியிருந்தோம், இனி, யார் நினைத்தாலும் எங்களை பெயிலாக்க முடியாது என்ற நம்பிக்கை பிறந்தது. கடைசி நாள் தேர்வில் செய்முறைத்தாள் நடத்தப்பட்டது. ஒவ்வொரு மாணவருக்கும் ஒரு பரிசோதனையின் பெயரும், அதற்கான ரத்த மாதிரியும் தரப்பட்டிருந்தது. அப்பரிசோதனையைச் செய்து, முடிவுகளை எழுதிக்கொடுக்க வேண்டும். அதன் பிறகு “வைவா வாய்ஸ்” எனப்படும் நேர்முகத் தேர்வு.

நேர்முகத்தேர்வில் பெரும்பாலும் பிரின்சிபலே அமர்ந்து, கேள்விகளைக் கேட்பார் என்று சீனியர்கள் சொல்லியிருந்தார்கள். இந்தத் தேர்வில் எச்சரிக்கையாக இருக்க வேண்டும் என்று பாஸ்கர் சொல்லியிருந்தான். இன்றைக்கு பிரின்சிபல் தேர்வுப் பணியில் இருக்க மாட்டார் என்று எனக்குத் தோன்றிக் கொண்டே இருந்தது. நான் நண்பர்களிடம் சொன்னேன் “இன்னைக்கு தலைவர் உட்காரமாட்டார்...” அகமது என்னைப் பார்த்துக் கேட்டான். “வழக்கமா பாசுதான் ஜோசியம் சொல்வான்... இன்னைக்கென்ன நீ ஆரம்பிச்சிட்ட...?”

அன்று செய்முறைத் தேர்வு முடிந்து, நேர்முகத் தேர்வும் நடந்து முடிந்தது. பிரின்சிபல் அலுவலத்தை விட்டு வெளியில் வரவே

இல்லை. நேர்முகத்தேர்வு முடித்த மாணவர்கள் ஒவ்வொருவராக அலுவலகத்திற்குச் சென்று, பயிற்சி நிறைவிற்கான தற்காலிகச் சான்றிதழைப் பெற்றுச் செல்லலாம் என்று விரிவுரையாளர்கள் சொன்னார்கள். சான்றிதழ் கொடுக்கும் அலுவலக அறையிலும் பிரின்சிபலைப் பார்க்க முடியவில்லை. நான் என் சான்றிதழைப் பெற்றுக் கொண்டு, பிரின்சிபலின் அறைக்குச் சென்றேன். "எக்ஸ்கியூஸ் மீ சார்..." குரல் கேட்டு, நிமிர்ந்து பார்த்தார் பிரின்சிபல். முகத்தில் புன்னகையை வரவழைத்துக் கொண்டு "வாங்க... புலவரே..." என்றார்.

"சர்டிபிகேட் வாங்கிட்டேன் சார்... கிளம்புறேன்... சொல்லிட்டுப் போகலாம்னு வந்தேன்..."

"சரிங்க புலவரே... நல்லபடியா கிளம்புங்க... பெஸ்ட் ஆஃப் லக்"

"அப்பா உங்களைக் கேட்டதா சொல்லச் சொன்னார் சார்..."

"நானும் அவரை விசாரிச்சதா சொல்லுங்க..." என்று சொன்னபடி மீண்டும் கையிலிருக்கும் காகிதங்களில் மூழ்கினார்.

பிரின்சிபல் அறையை விட்டு வெளியே வரும்போது ஐவரும் பார்த்து விட்டார்கள். "என்னடா... ஒரே கொஞ்சலும் குலாவலுமா இருக்கு..." என்றான் மாரி.

நான் குரலைத் தாழ்த்திக் கொண்டு சொன்னேன்... "அந்தாளு எப்புடி வேணும்னாலும் இருந்துட்டுப் போறான்... நாம ஏன் மாறணும்...? அதுக்காக அவர் பின்னாடி போகல... கடைசியா போய்ட்டு வரேனு சொல்லிட்டுப் போலாம்னுதான் போனேன்..." பாஸ்கரும் சரி என்பது போல தலையை அசைத்தான். அப்புறம் ஐவரும் போய் அவரிடம் விடைபெற்று வந்தார்கள். அவர் கண்கள் கலங்கியிருந்ததாக செல்வம் சொன்னான். "விட்ரா... விட்ரா... மனுஷன் அடுத்த படத்துக்கு பூஜைய போட்றப் போறார்..." என்றான் பாஸ்கர்.

அங்கிருந்த சில மாணவர்களிடம்தான் முகவரி பெற முடிந்தது. நான் பிரின்சிபல் அறையிலிருந்து திரும்புவதற்கு முன்பே பலர் போய்விட்டிருந்தார்கள். இனி, இவர்களைச் சந்திக்கும் வாய்ப்பு கிடைக்கப் போவதில்லை. எனக்கு ஊர் திரும்பவே மனது வரவில்லை. அவர்களோடு விடுதிவரை வருவதாகச் சொன்னேன். பிரதீப்பிடம் ஊருக்குப் போக சொல்லிவிட்டு, நான் அவர்களோடு நடக்கத் துவங்கினேன். கல்லூரி வாசலை விட்டு, வெளியேறி சாலையில் நடக்கத்துவங்கிய பிரதீப், என்ன நினைத்தானோ

மறுபடியும் எங்களை நோக்கி வந்தான். "நானும் உன் கூடயே வர்றேண்டா..." அவன் அனுமதி கேட்கவில்லை. என்னுடன் வருவதற்கான செய்தியைத்தான் சொன்னான் என்பது என்று எனக்குத் தோன்றியது.

அகமது பிரதீப்பின் கையைப் பிடித்துக்கொண்டு, நடக்க ஆரம்பித்தான். மாரி, செல்வம், மூர்த்தி மூவரும் பிரதீப்போடு இணைந்து கொண்டார்கள். நானும் பாஸ்கரும் கொஞ்சம் பின் தங்கி மெதுவாக நடந்தோம்.

"என்ன செய்யலாம்னு இருக்க பாசு...?"

"தனியா ஒண்ணும் ஐடியா இல்லடா... நாகப்பட்டினத்துக்குப் போய்த்தான் யோசிக்கணும்... காம்ரேட்களோட பேசிட்டு, யாராவது தெரிஞ்ச டாக்டரை வச்சு ஹாஸ்பிடலுக்கு ட்ரெயினிங் போகணும்... அம்மா எதாவது யோசிச்சு வச்சிருப்பாங்க..."

"நானும் அப்படித்தான் யோசிக்கிறேன் பாசு... மாமாகிட்ட கேட்டா ஏதாவது லேப்லயோ, ஹாஸ்பிட்டல்லையோ சேத்து விடுவாரு... அடுத்து எப்ப நாம பாக்க முடியும்னுதான் தெரியலடா..." என் முகத்தில் வருத்தம் வெளிப்பட்டிருக்க வேண்டும்.

"நாம என்ன வெளிநாட்டுக்கா போறோம்... பாக்க முடியாம போறதுக்கு...? நெனைக்கும் போதெல்லாம் பாக்கலாம்டா..." என்றான் பாஸ்கர்.

"ஸ்கூல்ல படிக்கும்போது இருந்தமாதிரி இப்ப இல்லடா... உலகத்த பாக்கவே பயமா இருக்கு... காசுக்காக எதையும் செய்யத் துணிஞ்ச மனுசங்க அதிகமானது மாதிரி தோணுது... என்ன செய்யப்போறோம்னு கவல வர்றத நிறுத்த முடியல..."

"அப்படி இல்லடா... உலகத்துல மனுஷன் பிறந்து, கிடைச்ச சாப்பாட்டைப் பிரிச்சு பகுந்து சாப்பிட்ட வரைக்கும் இந்தப் பிரச்சினை இல்லடா... எப்ப தனக்குனு சேமிப்ப ஆரம்பிச்சானோ, எப்போ தனியுடமை உருவாச்சோ அப்பவே பிரச்சினையும் உருவாயிருச்சு... எதுவும் புது பிரச்சினை இல்லை... தன் பொருளைக் காப்பாத்திக்கிற, பெருக்கிக்கிற ஆதிக்கம் ஒரு பக்கமும், தன் தேவைக்கான பொருளைத் தேடி போராடுகிற மனுஷன் இன்னொரு பக்கமும் இருக்கும் இயக்கம்தான் இது... ஆதிக்கம் இருக்கிற வரைக்கும், பொருள்வெறி இருக்கிற வரைக்கும் அதைச் சமநிலைப்படுத்துகிற போராட்டமும் நீடிக்கும்... இதுல நாம யார் பக்கம்னு புரிஞ்சிக்கிட்டு வேலை செஞ்சா எந்த சிக்கலும் இல்ல...

இது பிரச்சினை இல்லடா... நல்லா புரிஞ்சிக்கிட்டா இதுதான் வாழ்க்கை...”

பாஸ்கர் அனுபவத்தில் முதிர்ந்தவன் போல, பேசிக் கொண்டேயிருந்தான். அவன் சொன்னது புரிந்தும், புரியாததுமாக இருந்தது. ஆனால், பாஸ்கர் பேசப்பேச மனம் லேசானது போல இருந்தது.

பாஸ்கர் திடீரென என்னைப் பார்த்து கேள்வி ஒன்றைக் கேட்டான். “உனக்கு கடவுள் நம்பிக்கை இருக்கா...?”

“நான் அத யோசிச்சதே இல்லடா பாசு... வீட்ல கோயிலுக்குப் போகும் போது போவேன்... எனக்கா போகணும்னு தோணினது இல்ல... ரொம்ப கஷ்டமா இருக்கும் போது கூட எனக்கு கடவுள் நினைவுல வந்தது இல்ல... உதவுற மனுஷங்கதான் ஞாபகம் வந்திருக்காங்க... நல்லா யோசிச்சா நம்பிக்கை இருக்கா... இல்லையானே... எனக்குத் தெரியலடா...”

என் மனதில் தோன்றிய விஷயத்தை அப்படியே வார்த்தைகளில் வெளிப்படுத்தினேன். முன்னால் போன நண்பர்கள் நீண்ட தூரம் போய்விட்டனர். நாங்கள் மெதுவாகவே நடந்தோம். விடுதிக்குச் செல்லும் தெரு இன்னும் நீண்டு, விரியக்கூடாதா? என்ற ஏக்கமே இருவருக்கும் இருந்தது.

“பெரும்பாலான மனுஷங்க இப்படித்தாண்டா... இப்படியே இருந்துட்டா பிரச்சினை இல்லை... நடுவுல நிக்கிற மனசு கொஞ்சம் கொஞ்சமா நம்பிக்கைய உருவாக்கும்... அடுத்து, தான் கும்பிடுற சாமிதான் எல்லாத்தையும் நடத்துதுனு சொல்லும்... அப்புறம் வெறியா மாறி, தன்னது மட்டும்தான் சாமி... மிச்சதெல்லாம் ஒண்ணுமில்லனு சொல்லும்... இன்னொரு பக்கம், நடுவுல நிக்கிற மனசு நம்பிக்கை குறையும்... கஷ்டப்படுற மக்களைப் பார்த்து கடவுளை சபிக்கும்... மனுஷங்க மேல நம்பிக்கை கூடும்... அப்புறம் கடவுளே இல்லைனு சொல்லும்... அதனால இப்ப நீ நிக்கிற இடம் ரொம்ப முக்கியமானது... எந்தப் பக்கம் சாயுதுனு கவனிச்சிட்டுக்கிட்டே இரு... சக மனுஷங்களையும், அவங்க அன்பையும் மதிக்காத எந்தச் சாமியும், எந்த நம்பிக்கையும் நமக்கு பயன்படாது...”

பாஸ்கர் என்னில் இருந்து ஓரிரு வருடங்கள் மூத்தவனாக இருப்பான். ஆனாலும், அவன் பேசுகிற விஷயங்கள் வயதை மீறியதாகத் தோன்றியது. கல்லூரிக் காலத்தின் நண்பர்களைப் பற்றி நினைக்கும் போதெல்லாம் நண்பர்களுடன் இருந்த காட்சிகளும், பின்னணியில் மகிழ்ச்சியும் நினைவலைகளில் வந்து சேரும். ஆனால்,

பாஸ்கரைப் பற்றி யோசித்தால் அவன் பேசிய சொற்கள் அப்படியே நினைவுக்கு வந்து விடுகிறது. ஆத்மார்த்தமாக, அன்போடு பேசும் சொற்கள் எத்தனை ஆண்டுகள் ஆனாலும், உயிர்ப்போடு இருப்பது இயற்கையின் அற்புதம்.

பாஸ்கர் சொல்வது உண்மைதான் என்றே தோன்றியது. நானும் சின்ன வயதில் இருந்து எத்தனை மனிதர்களைப் பார்த்திருக்கிறேன்? நல்ல உள்ளத்தோடு, தூய அன்போடு இருக்கும் மனிதர்களில் பலர் வறுமையில் சிக்கி உழன்றதையும், நியாயமாக உழைத்து சேர்த்த பணத்தை இழந்து நிற்கும் மனிதர்களையும், எதுவும் அறியாத பச்சிளம் குழந்தைகள் மதத்தின் பெயரால் கொல்லப்படுவதையும் பார்த்தால் கடவுள் மனிதனின் முன் சிறியவனாகிப் போகிறான். கதைகளில் சொல்லப்படும் கடவுள்கள் இருந்தார்களோ இல்லையோ, உடன் வாழும் மனிதர்களில் சிலராவது சமூகத்தை நேசிப்பவர்களாக இருக்கிறார்கள். சக மனிதனுக்கு கஷ்டம் என்றால் மனசு துடிக்கிறவர்கள் இருப்பதால்தான், இன்னும் எல்லா மனிதர்களின் இதயங்களும் துடித்துக் கொண்டிருக்கின்றன போலும். எல்லா மதத்திலும் கடவுள் பெயரைச் சொல்லி, மனிதர்களைச் சூறையாடுவதும், குற்றம் புரிவதும் அதிகரித்திருக்கிறது. ஊர் முழுவதும் நடந்த குற்றங்களில் ஆகப் பெரும்பாலானவை கடவுளை நம்புகிறவர்கள் செய்தவைதான். அவர்களுக்கு கடவுள் குறித்த அச்சமில்லை. கடவுளுக்கும் மனிதர்கள் குறித்த அக்கறை இல்லையா...? அல்லது கடவுளே இல்லையா?... மனதில் உதித்த சின்னச் சின்ன சொற்கள் தொடர்களாக மாறி, பூதாகரமாக நின்றது.

எங்களைக் கடந்து சைக்கிளில் போகும் முதியவர் கவனத்தைக் கலைத்தார். எப்படியும் எண்பது வயதாவது இருக்கும். ஒல்லியான உடலும், வற்றிய தோலுமாக சைக்கிளின் பின்புறம் புல்லுக்கட்டை இறுக்கமாகப் பிணைத்து, தன் முழு உடல் பலத்தையும் கொடுத்து, சைக்கிளை மிதித்துக்கொண்டிருந்தார்.

பேசிக்கொண்டே விடுதி அருகில் வந்து விட்டோம். முன்னால் சென்ற நண்பர்கள் விடுதி வாசலில் காத்திருந்தார்கள். அவர்களின் அருகில் சென்றவுடன் பாஸ்கரின் பக்கம் திரும்பினேன். "சரிடா பாசு... நாங்க கிளம்புறோம்... ஏதாவது முக்கியமான விஷயம்னா போன் பண்ணு... லெட்டர் போடு... நானும் எழுதுறேன்..." என்று சொல்லி விட்டு, எல்லாரிடமிருந்தும் விடைபெற்றோம்.

அகமது எங்களை விடுதிக்குள் அழைத்தான். மதிய உணவை அங்கேயே உண்ணும்படி எல்லாரும் வற்புறுத்தினார்கள். பாஸ்கரும்,

மூர்த்தியும் கையைப் பிடித்து உள்ளே இழுத்தார்கள். பிரதீப்பும் போகலாம் என்பது போல தலையசைத்தான்.

நான் யோசிப்பதைப் பார்த்து அகமது சொன்னான். "டேய்... வந்து சாப்பிடுங்கடா... எல்லா சோறும் நம்ம காசுல ஆக்குனதுதான்... எவன் என்ன சொல்றானு பாப்போம்..."

விடுதி வாசலைக் கடந்து மாருதி கார் ஒன்று தூசியைக் கிளப்பியபடி சென்றது. அதன் பின்புற சன்னலின் வழியே ஒரு பொமரேனியன் நாய்க்குட்டி எட்டி எங்களைப் பார்த்தது.

இது விடுதிக்கும், எங்களுக்குமான கடைசி நாள். இனி, நாம் நினைத்தாலும் விடுதிக்குள் செல்ல வாய்ப்புக் கிடைக்காது என யோசித்தவாறு அவர்களுடன் இணைந்து உள்ளே சென்றோம். இந்த முறை அகமது தன் தட்டினை என்னிடம் தந்தான். மூர்த்தி பிரதீப்புக்கு சாப்பாடே வாங்கி வந்து விட்டான். உணவுக்காக வரிசையில் நின்றவர்கள் என்னைப் பார்த்ததும் சிரித்து வரவேற்றார்கள். பலர் அழுத்தமாகக் கை குலுக்கினார்கள். சிலர் விலகி நின்றாலும், அவர்கள் முகத்திலும் நட்புணர்வே நிறைந்திருந்தது.

முன்பு வந்திருந்தபோது இருந்த இறுக்கமான மனநிலை எனக்குள் தளர்ந்திருந்தது. தட்டில் சாப்பாட்டையும், குழம்பையும் வாங்கி வட்டமாக அமர்ந்தோம்.

பாஸ்கர் சொன்னான்... "சோத்தோட கலரப் பாத்தியா... ஸ்மெல் பண்ணிப் பாரு..." அவன் சொன்ன பிறகுதான் தட்டைக் கவனித்தேன். முன்பு மஞ்சள் பூத்திருந்த சோற்றின் நிறம் வெண்மையாக மாறியிருந்தது. சாம்பாரில் கத்தரிக்காயின் கனிந்த மணம் மூக்கைத் தொட்டது. நான் பாஸ்கரைப் பார்த்து புன்னகைத்தேன்.

"சில விஷயங்கள்ள தோத்துட்டோம்னு நாம நினைக்கிறோம்... ஆனா கொஞ்ச காலம் கழிஞ்ச பிறகுதான் யார் ஜெயிச்சாங்கனு வெளிய தெரியுது..."

அன்று என் மனதில் துளிர் விட்ட ஒரு சிறிய மலர் இப்போது வரை மலர்ந்து, மணம் பரப்பிக்கொண்டே இருக்கிறது. எல்லா செயல்களுக்கும், நிச்சயமாக விளைவு உண்டு... அது உடனேயே நம் கண்களுக்குத் தெரிந்து விட வேண்டும் என்று அவசியமில்லை. நாம் செய்ய வேண்டியவற்றை சரியாகச் செய்து விட்டால் போதும். எந்தச் செயலும் வீணாவதில்லை.

காலை விடிந்ததே தெரியாமல் தூங்கிக்கொண்டிருந்தேன். எங்கோ தூரத்தில் பாத்திரங்கள் உரசும் சப்தமும், வானொலியின் காலை நேரப்பாடல்களும் கேட்டன. கண்களின் இமைகளைப் பிரித்துப் பார்ப்பது கடினமான வேலை போன்று தோன்றியது. கொஞ்சம் கொஞ்சமாக கண்களைத் திறந்து பார்த்தேன். மணி ஏழரையாகி விட்டிருந்தது.

இரவு கனவில் வந்த கைகளும், கவர்களும் நினைவுக்கு வர சட்டென எழுந்து அமர்ந்தேன்.

7

அன்று காலை எட்டே முக்காலுக்கெல்லாம் ஆய்வுக்கூட வாசலில் நின்றிருந்தேன். கிளினிக்கிற்குச் சென்று சாவி வாங்கித் திறக்க மனம் வரவில்லை. கொஞ்ச நேரம் அப்படியே நின்றுகொண்டிருக்கலாம் என்று தோன்றியது.

காலையில் எழுந்ததில் இருந்தே வேலைக்கு வரும் மனநிலை இல்லை. ஆனால், அப்பாவிடம் எப்படிச் சொல்வது? என்ன சொல்வது? என்ற குழப்பத்திலேயே இருந்தது. அதுவும் ஒரே ஒருநாள் வேலைக்குச் சென்று விட்டு, மறுநாளே போக முடியாது என்று எப்படிச் சொல்ல முடியும்...? ஆய்வுக்கூடத்தில் எனக்கு என்ன பிடிக்கவில்லை? என்று யோசனை ஓடியது. டாக்டர்களுக்கு கமிஷன் கொடுப்பது எல்லா ஆய்வுக்கூடங்களின் பழக்கம் என்பதால், அதை என்னால் ஒன்றும் செய்ய முடியாது. ஒன்று கமிஷன் கொடுக்கும் வேலையை மட்டும் தவிர்த்து விட்டு, பரிசோதனைப் பணிகளில் ஈடுபட வேண்டும் அல்லது மருத்துவத் துறையை விட்டே ஓடி விட வேண்டும். இரண்டாவது யோசனை மனநிலைக்கு ஏற்றதாக இருந்தாலும், பெற்றோர்களுக்கு எப்படி இதனை புரிய வைக்க முடியும்? அதனால், வேலைக்குப் போய், இப்போதைக்கு டாக்டர்களைச் சந்திப்பதை மட்டும் தவிர்த்து விடலாம். இதுதான் இப்போதைக்கு சரியாகத் தோன்றியது.

அரசி அக்கா வந்தவுடன் இன்று கவர் கொடுக்கும் வேலைக்குப் போகவில்லை என்று சொல்லி விடலாம் என்று தோன்றியது. கதிர் அண்ணன் டாக்டர்களைப்

பார்க்கப் போக சம்மதித்தால் என்னை விட்டு விடுவார்கள் என்று தோன்றியது. இனி எப்போதும் கவர் கொடுக்கும் வேலைக்குப் போகக் கூடாது. மில்ட்ரியிடம் சொல்லி விட வேண்டும்.

சின்னக் குழந்தைகள் முதுகின் மீது புத்தகப் பைகளின் சுமை கூடுதலாக இருந்தது. நிறைய சிறுவர்கள் பையைத் தூக்க முடியாமல், திணறிக்கொண்டே நடந்துகொண்டிருந்தார்கள். இன்னும் சில சிறுமிகள் சைக்கிள்களின் பின் சீட்டில் பையை வைத்துவிட்டு, முன்புறக் கம்பியில் அமர்ந்தபடி அப்பாக்களுடன் சென்றார்கள். குறைவான கார்களும், ஆட்டோக்களும் போய்க் கொண்டிருந்தன. வார நாட்களின் காலை நேரங்களில் கம்பம் நகரத்தின் மெயின்ரோடு போக்குவரத்தால் நிரம்பி வழியும். அதிலும் காந்தி சிலை அருகிலும், ஆய்வுக்கூடம் அமைந்திருக்கும் வ.ஊ.சி திடல் சாலையிலும் நெரிசல் அதிகம் இருக்கும். இது எல்லாம் பள்ளி துவங்கும் நேரம் வரைதான். ஒன்பதரை மணிக்கு மேல் சாலைகளில் யாருமே இருக்க மாட்டார்கள்.

கம்பம் நகரில் ஒரே ஒரு மெயின்ரோடுதான். வலதுபுறம் சென்றால் கேரளா செல்லும், அதே சாலையில் இடது புறம் சென்றால் தேனிக்குச் செல்லும். நகரம் வடக்கு, தெற்காக நீண்டிருக்கும். நிறைந்திருக்கும் குடியிருப்புகளை கிழக்கு, மேற்காக இரண்டாகப் பிரிப்பது இந்த மெயின் ரோடுதான். பேருந்துகளில் எங்காவது போய் விட்டுத் திரும்பும் போது, கம்பம் வந்து விட்டதை "சந்தைப் பேட்டை ஸ்டாப்"தான் தெரிவிக்கும். வாரச் சந்தை மைதானத்திற்கு எதிரே ராணி மங்கம்மாள் போக்குவரத்துக் கழக பணிமனை இருந்தது. அப்படியே மெயின்ரோட்டில் கேரளா செல்லும் சாலையில் பயணித்தால் அடுத்தது "தேவர் சிலை ஸ்டாப்". அது போலீஸ் ஸ்டேசன் ஸ்டாப்பாக மாறிக்கொண்டிருந்தது. உத்தமபுரம் எனப்படும் வடக்குப்பட்டிக்குச் செல்லும் முக்கிய நிறுத்தம் இதுதான். அங்கிருந்து கீழ்ப்புறமாகப் பிரியும் காமயகவுண்டன்பட்டி சாலை வயல்களாலும், நதியாலும் அழகு பெற்றிருக்கும். மெயின் ரோடு தொடர்ந்து பேருந்து நிலையம் செல்லும் பிரிவு வழியாக, "காந்தி சிலை ஸ்டாப்" கடந்து, கால்நடை மருத்துவமனை அருகில் வளைந்து, அரசு மருத்துவமனைக்குச் செல்லும். அப்புறம் நடராசன் கல்யாண மண்டபம். அதுதான் கடைசி பஸ் ஸ்டாப்". முதல் பேருந்து நிறுத்தம் துவங்கி, அரசு மருத்துவமனை வரை நீளும் அடர்த்தியான குடியிருப்பு பகுதிகள் சி.பி.யூ. பள்ளி கடந்ததும் வெற்றிடமாக இருக்கும். அடுத்த ஐந்து கிலோமீட்டர் தூரத்தில் கூடலூர் வந்து விடும். அதற்கு அடுத்த லோயர் கேம்ப்தான் தமிழ்நாட்டின் தென்மேற்கு மலை வாயில். வழிவிடு முருகன்

கோவிலையும், வழித்துணை மாதா கோயிலையும் கடந்து சில கிலோமீட்டர் மலையேற்றத்திற்குப் பிறகு குமுளி வந்து விடும். அதுதான் கேரளாவின் இடுக்கி மாவட்டத் துவக்கம்.

காந்தி சிலையின் அருகில் "தேர் முட்டி" இருக்கும். தகரங்களைக் கொண்டு உள்ளேயிருக்கும் பெரிய தேரை மறைந்திருப்பார்கள். அதனுள்ளே தேர் இருப்பதாக பல வருடங்களாக சொல்லக் கேட்டிருக்கிறேன். இன்னும் நான் நேரில் பார்த்ததில்லை. தேர்த்திருவிழா நடத்தும்போது மட்டும்தான் தேரைப் பார்க்க முடியுமாம். தேர் நிற்கும் இடம் மெயின்ரோட்டை ஒட்டி இருப்பதால், அப்பகுதியில் நிறைய கடைகள் உருவாகியிருந்தன. ரோட்டிலிருந்து பார்த்தால் கடைகளின் பின்புறம் உயரமாக உள்ள தகரங்களை மட்டும்தான் பார்க்க முடியும். போலீஸ் ஸ்டேசன் ஸ்டாப்பில் இருந்து மெயின்ரோடு முழுவதும் இருபுறமும் கடைகள் விலகலாக துவங்கும். பேருந்து நிலைய சாலையை நோக்கிச் செல்ல செல்ல நெருக்கமான கடைகள் விரிந்துகொண்டே செல்லும். காந்தி சிலையில் இருந்து கொஞ்ச தூரத்தில் இருக்கும் வ.ஊ.சி.திடல் செல்லும் சாலையின் துவக்கத்தில் அமைந்திருந்தது 'யுனைடெட் லேப்'.

மெயின்ரோட்டின் இடதுபுறம் திடலும், வலது புறம் காந்திஜி பூங்கா செல்லும் சாலையும் அமைந்திருக்கும். 1930களின் இறுதியில் சுதந்திரப் போராட்ட காலத்தில் மகாத்மா காந்தி இப்பகுதிக்கு வந்திருந்தபோது, பூங்கா அமைந்திருந்த பகுதியில் நின்றுதான் உரையாற்றினார் என்று சொல்வார்கள். அதனால்தான் அந்த இடத்தின் பெயர் காந்திஜி பூங்கா. கம்பம் நகரின் அரசியல் பொதுக் கூட்டங்கள் அனைத்தும் பூங்கா திடலிலும், வ.ஊ.சி. திடலிலும்தான் நடக்கும். பூங்கா திடலை விட, வ.ஊ.சி. திடல்தான் பெரியது. திடலின் முன்புறம் வாடகைக் கார்களுக்கான நிறுத்தம் அமைந்திருந்தது. பொதுக்கூட்டம் இல்லாத நாட்களில் திடல் பெரிய வெற்றிடமாக இருக்கும். ஆய்வுக் கூடத்திற்கு எத்தனை வாகனங்கள் வந்தாலும் பரந்த மைதானத்தின் ஒரு ஓரத்தில் ஒடுங்கி விடும். சுருளி அருவி செல்லும் குண்டும், குழியுமான சாலை மைதானத்திலிருந்துதான் ஆரம்பிக்கும். பசுமையான வயல்வெளிகளையும், இரைந்து ஓடும் நதியையும் பார்க்க வேண்டுமானால் சுருளிப்பட்டி சாலையில்தான் செல்லவேண்டும். சாலையின் இடது புறம் பெரியாறும், வலது புறம் வயல்களும் பார்ப்பதற்கே ரம்மியமாக இருக்கும்.

ஆய்வுக் கூடத்தின் கதவை ஒரு பெண் திறந்து கொண்டிருந்தார். "எங்கே அரசி அக்காவைக் காணோம்?" என்று யோசித்தவாறே

பார்த்துக்கொண்டிருந்தேன். அந்தப் பெண் என்னை பரிசோதனைக்குக் காத்திருக்கும் நோயாளி என்று நினைத்து, உள்ளே அமரும்படி அழைத்தார்.

இவர்தான் கலாவாக இருக்கும். நேற்று அவருடைய விடுமுறை நாள் என்று அரசி சொன்னாரல்லவா...? அவரைத் தொடர்ந்து வரவேற்பறைக்குள் சென்றுகொண்டே கேட்டேன்...

"நீங்கள் கலாவா அக்கா...?" அவர் முகத்தில் அதிர்ச்சி தெரிந்தது. சட்டென திரும்பி என்னைப் பார்த்து, "ஆமா... நான் தான் கலா... நீங்க?" என்றார். ஒருவேளை அவரைப் பார்க்க வந்திருக்கும் நபராக என்னைக் கருதியிருப்பார்.

"நான் நேத்துலருந்து லேப்ல ட்ரெயினிங் ஜாயின் பண்ணிருக்கேன்கா..."

அவர் முகத்தில் குழப்பம் நீங்கி, ஆசுவாசம் தெரிந்தது. "அப்புறம் ஏன் வெளியில நிக்கறீங்க தம்பி... சாவியை வாங்கி திறந்திருக்கலாமே... அரசி சொல்லலையா...?"

"சொன்னாங்க அக்கா... சும்மா வெயிட் பண்ணேன்... இனிமே திறந்திர்றேன்..." என்ன பதில் சொல்வதென்று யோசிக்காமல் வாயில் வந்த சொற்களைச் சொன்னேன். எல்லாரும் என்னைப் பார்த்தவுடன் உடனே தம்பி அழைத்து விடுவதன் ரகசியம் என்னவென்று புரியவில்லை. கம்பம் பகுதியில் முன்பின் தெரியாதவர்களை அண்ணன், அக்கா, தம்பி என்று உறவு வைத்து அழைப்பது பழக்கம்தான். ஆனால், இதெல்லாம் பேண்ட் சர்ட் அணிந்திருப்பவர்களுக்குப் பொருந்தாது. கொஞ்சம் படித்தவர் மாதிரி தெரிந்தால் "சார்"தான். இதில் என்னை மட்டும் பெரும்பாலோர் எப்படி தம்பி என்றே அழைக்கிறார்கள்? ஒல்லியான உடலும், முகத்தை மறைக்கும் அளவுக்கு பெரிய கண்ணாடியும் என் வயதுக் குறைவை வெளிகாட்டி விடுகிறதா?

உள்ளே நுழைந்ததும் நேற்று போலவே என்ன செய்வதென்று தெரியவில்லை. கலா ஆய்வுக்கூடத்தின் நடுப்பகுதிக்குச் சென்று கருவிகளை துடைத்து, ஒழுங்கு செய்ய ஆரம்பித்தார். நான் வரவேற்பறை இருக்கையில் அமர்வதா, உள்ளே சென்று அவருக்கு உதவி செய்வதா என்று புரியவில்லை. யோசித்துக்கொண்டிருக்கும் போதே அரசி வந்து சேர்ந்தார். உள்ளே நுழைந்ததும் என்னைப் பார்த்து கேட்டார். "என்ன தம்பி உடம்பு சரியாயிருச்சா...? நேத்து ரொம்ப டயர்டா போனீங்க... காலைல சீக்கிரம் வந்து லேபை திறந்துட்டீங்க போல...?"

“இல்லக்கா... லேபை நான் திறக்கல... கலாக்கா வந்துட்டாங்க... உடம்பு சரியாயிருச்சு... ஒண்ணும் பிரச்சினையில்ல...”

“சரிங்க தம்பி... ஏன் நின்னுகிட்டே இருக்கீங்க... உட்காருங்க...” என்று சொல்லிக்கொண்டே டைப் ரைட்டரை துடைத்து, சரி செய்ய ஆரம்பித்தார். அதன் மேல் மூடியை திறந்து, உள்ளே இருந்த பழைய ரிப்பனை எடுத்து குப்பையில் வீசினார். புதிய ரிப்பன் ரோலைப் பிரித்து, கவனமாக டைப் ரைட்டரின் நடுப்பகுதியில் சேர்த்தார். இரண்டு சக்கரங்கள் போன்ற அமைப்பில் ஈரமான ரிப்பன் சுற்றப்பட்டிருந்தது. இரண்டு சக்கரங்களையும் பகுதிக்கு ஒன்றாகப் பொருத்திவிட்டு, இரண்டிற்கும் நடுவில் கறுப்பு நிற ரிப்பன் வருமாறு வைத்தார். ஒரு தாளை எடுத்து, டைப் ரைட்டரில் பொருத்தி, மேலேற்றி கட கட வென சப்தத்தோடு சில பொத்தான்களைத் தட்டினார். முகத்தில் திருப்தி பரவ, அந்தத் தாளை எடுத்து கசக்கி, குப்பைப் பெட்டியில் போட்டு விட்டு நிமிர்ந்தார். டைப் மிஷினில் தாளினை மேலேற்றும்போது வருகிற சர் சர் என்ற ஓசையும், எழுத்துகளை தட்டச்சு செய்யும்போது எழும் டக் டக் என்ற ஓசையும், ஒவ்வொரு வரி முடிந்ததும் மணி ஒலிக்கும் ஓசையும் கேட்கவே நன்றாக இருக்கும். ஒவ்வொரு எழுத்தும் தாளில் படும்போது எழும் ஓசை ஒவ்வொன்றும் வெவ்வேறாக இருந்தது. இதைக் கவனித்துக் கொண்டிருக்கும் போதே, எனக்கு மைக்ரோஸ்கோப் நினைவுக்கு வந்துவிட்டது.

மைக்ரோஸ்கோப் ஓசையே இல்லாத, அமைதியான கருவி. கருவியின் அமைதியும் ஈர்க்கிறது. சப்தம் எழுப்பும் டைப் ரைட்டரும் ஈர்க்கிறது. எல்லா கருவிகளும் உடன்பிறந்த சகோதரர்கள் போல ஒன்றையொன்று மிஞ்சும் தன்மையில் ஈர்ப்பை வெளிப்படுத்துகின்றன.

“தம்பி...” அரசி அக்காவின் குரல் என் சிந்தனையைக் கலைத்தது.

“வரேங்க்கா...” என்று சொன்னபடியே அவரை நோக்கி நடந்தேன். அவர் நோயாளிகளுக்குக் கொடுக்க வேண்டிய ரிசல்ட் கவர்களை சரி பார்த்துக் கொண்டிருந்தார்.

“நேத்து கிளினிக்ல எப்படி... ராஜ மரியாதையா... தம்பி?” அரசி என்னைப் பார்த்தபடியே கேட்டார்.

“ஆமாங்க்கா... அவ்வளவு கூட்டத்திலயும் நல்ல வரவேற்பு...”

“ஆட்டோகிராஃப் போட்டு போட்டு சிரிச்சிக்கிட்டே கவர வாங்கிருப்பாங்கெளே...?” கிண்டல் தொனியில் சிரித்துக்கொண்டே கேட்டார் அரசி. என் மனதிலுள்ள எதையும் அவரிடம் வெளிப்படுத்தி விடக்கூடாது என்று முடிவு செய்திருந்தேன். ஆனால், அவருடைய

இயல்பான பேச்சு கூடுதல் இணக்கத்தை உருவாக்க, என்னை அறியாமலே கேட்டு விட்டேன்.

“டாக்டர்களுக்கு நல்ல வருமானம்தானக்கா...? எல்லா கிளினிக்லயும் கூட்டம் ரெம்பி வழியுது... பேஷண்ட் குடுக்கிற ஃபீசே ஆயிரக்கணக்குல இருக்கும்ல... அப்புறம் எதுக்கு டெஸ்ட் ஃபீஸ்லயும் கமிஷன் குடுக்கணும்...?”

“நல்லாதான் கேட்குறீங்க தம்பி... இந்த மாசம் மட்டும் கவர் குடுக்காம விட்டுப் பாருங்க..... லேப்ல ஒரு ஈக்குஞ்சு எட்டிப்பாக்காது... அப்புறம் நம்ம எம்.டி. நம்மளக் கூப்புட்டு அவார்டு கொடுப்பாரு... நம்ம லேபாவது பெரிசு... டாக்டர் சேந்து நடத்துறது... இங்க இருக்கிற சின்னச் சின்ன லேபுகள் கூட கமிஷன் கொடுக்கலனா ஓடாது... நடத்தவே முடியாது... இதுக்கே இப்படி அதிர்ச்சியானா எப்படி தம்பி...? டாக்டர்களுக்கு வெறும் லேப் கவர் மட்டும் இல்ல... மருந்துக்கடை, எக்ஸ்ரே, ஸ்கேன், வேற ஹாஸ்பிட்டலுக்கு சர்ஜரிக்கு அனுப்புறதுனு எதத் தொட்டாலும் காசுதான்... பேசண்ட்கிட்ட நேரா வாங்குற ஃபீசெல்லாம் சைட் இன்கம்... இவங்கெ மெயின் இன்கமே இதுதான் தம்பி...”

அரசி சொல்லச் சொல்ல எனக்கு அதிர்ச்சியாக இருந்தது. கமிஷன் வாங்குகிற டாக்டர்கள் எல்லோரும் கழுத்தில் ஸ்டெதஸ்கோப்பிற்கு பதிலாக பெரிய பைகளை மாட்டியிருப்பது போன்ற சித்திரம் மனதில் எழுந்தது.

“எல்லா டாக்டருமே இப்படியாக்கா... ஒண்ணு, ரெண்டு பேர் கூட நல்லவங்கெ இல்லையா...?”

“இருப்பாங்க... நமக்குத் தெரியல... நம்ம லேப்ல வர்ற எல்லா பேஷண்டுகளை அனுப்பும் டாக்டர்களுக்கும் நாம கமிஷன் கொடுக்குறோம்... எனக்குத் தெரிஞ்சு ஒண்ணு, ரெண்டு டாக்டர்கள் கமிஷனை வேணாம்னு ஆரம்பத்துல சொல்லிருக்காங்க... ஆனா போகப் போக வாங்க ஆரம்பிச்சிட்டாங்க...” என்று சொன்ன அரசி, சைகையால் அருகில் அழைத்தார். என் முகத்திற்கு நெருக்கமாக அவர் முகத்தை வைத்துக்கொண்டு, கிசு கிசுப்பாக பேச ஆரம்பித்தார். முதன் முதலாக இவ்வளவு அருகில் ஒரு பெண்ணின் முகத்தைப் பார்த்ததும் உடல் முழுவதும் குப்பென வியர்த்தது.

“கமிஷன் வேணாம்னு சொல்ற டாக்டர்களை நமக்குத் தெரியுதோ, இல்லயோ மத்த டாக்டர்களுக்குத் தெரிஞ்சிரும்... சீனியர் டாக்டர்களை வச்சோ, சங்க பொறுப்புல இருக்க டாக்டர்களை வச்சோ அவங்களோட பேசி கரெக்ட் பண்ணிருவாங்க... சங்கத்தோட

சப்போர்ட் இல்லாம பிராக்டிஸ் பண்ணுறது ரொம்ப கஷ்டம்... சில நேரத்துல போலீஸ் கேஸ்லாம் வரும்... அப்ப மெடிகோ லீகல் சப்போர்ட் எல்லாம் சங்கத்துலதான் செய்வாங்க... அதுனால எல்லாரும் கவர் வாங்கிருவாங்கெ... பிடிக்குதோ, பிடிக்கலையோ இதுதான் இங்க நடைமுறை...”

நாங்கள் பேசிக்கொண்டிருக்கும் போதே, உள்ளிருந்து கலா குரல் கொடுத்தார். “என்னவாம்... அக்காவும், தம்பியும் ரகசியம் பேசுறீங்க...?”

“ஒண்ணுமில்ல கலா... தம்பி நேத்துதான் ஜாயின் பண்ணார்... நம்ம மில்ட்ரி உடனே கவர் குடுக்க அனுப்பிட்டார்... அதுதான் அதப்பத்தி சொல்லிட்டிருந்தேன்...”

“பார்த்து அரசி... பக்கத்து ஜன்னல் வழியா கிராம் பாபுவுக்கு கேட்டுறப் போகுது...” என்று சொல்லிச் சிரித்தார்.

அரசி இன்னும் பல விரைங்களைச் சொன்னார். யுனைடெட் லேப் பதினைந்து டாக்டர்கள் இணைந்து உருவாக்கியுள்ள ஆய்வுக்கூடம். எல்லா டாக்டர்களுக்கும் கமிஷன் கொடுத்தது போக, மீதமுள்ள தொகை எம்.டி. டாக்டர் பாபுவின் கைக்குப் போகும். அதிலிருந்துதான் ஆய்வுக்கூடத்திற்கு தேவையான அத்தனை செலவுகளும் செய்யப்படும். அதில் மிச்சமாகும் தொகையை வருடத்திற்கு ஒருமுறை பதினைந்து டாக்டர்களும் பிரித்துக் கொள்வார்கள். ஆங்கில மருத்துவம் பார்க்கும் டாக்டர்களைப் போலவே சித்தா, ஹோமியோபதி, ஆயுர்வேத மருத்துவம் பார்க்கும் டாக்டர்களும் கமிஷன் கவர்களுக்காக நோயாளிகளைப் பரிந்துரைப்பார்கள். புதிதாக யாராவது ஒரு டாக்டர் ஊருக்குள் வந்தால் எல்லா ஆய்வுக்கூடங்களில் இருந்தும் மரியாதைக்காகப் பார்த்து விட்டு, அவர்களுக்கு பரிசோதனைச் சீட்டுகளைக் கொடுத்து விட்டு வர வேண்டும். அந்த தகவலை எம்.டி.யிடம் சொன்னால் அவர் ஓய்வு நேரத்தில் புதிய டாக்டரிடம் பேசி, யுனைடெட் லேபுக்கு பரிந்துரைக்கும்படி சொல்வார். பல டாக்டர்கள் ஒத்துக் கொண்டு, நோயாளிகளை அனுப்ப ஆரம்பிப்பார்கள். சிலர் சரியென்று சொல்லிவிட்டு, தங்களுக்குப் பிடித்த வேறு ஆய்வுக்கூடங்களுக்கு அனுப்பி விடுவார்கள்.

இவ்வளவு விஷயத்தையும் சொல்லிவிட்டு அரசி கடைசியாகச் சொன்னதுதான் எனக்கு வியப்பாக இருந்தது. “இந்த லேபை ஆளுக்கு எவ்வளவு இன்வெஸ்ட் பண்ணி உருவாக்குனாங்க தெரியுமா...? வெறும் பத்தாயிரம் ரூவாதான் தம்பி...”

“அதெப்படிக்கா பத்தாயிரம் போட்டு ஆரம்பிக்க முடியும்...? பதினைஞ்சு பேரும் சேத்தே ஒன்றரை லட்சம்தான் வருது...?”

“கட்டிடம் கிராம் பாபுவோடது... அதனால அட்வான்ஸ் இல்ல... ஆரம்பத்துல ஒரு மைக்ரோஸ்கோப்பும், ஒரு கலோரி மீட்டரும், கொஞ்சம் கிளாஸ்வெர்சும் வச்சுத்தான் ஆரம்பிச்சாங்க... ஃபிரிட்ஜ், செண்ட்ரிஃபியூஜ் எல்லாம் சின்னச் சின்ன அமௌண்ட்தான... லேபுக்கு டெஸ்ட்களுக்காக மாசம் பல ஆயிரம் ரூபாய்க்கு கெமிக்கல்ஸ் வாங்குவோம்ல... அங்கதான் விஷயமே இருக்கு...”

அரசி சொல்லிவிட்டு கொஞ்சம் இடைவெளி கொடுத்தார். காசு கொடுத்து மதுரையில் இருக்கும் ரசாயன நிறுவனங்களிடம் ரீ ஏஜெண்ட்ஸ் எனப்படும் வேதிப்பொருட்களையும், சில பரிசோதனைகளுக்கான ரெடிமேட் கிட்டுகளையும் வாங்கப் போகிறார்கள். அதில் செலவுதானே இருக்கும்...?

“கெமிக்கல் கம்பெனிகள்ல இருந்து வர்ர ரெப்களை நேரா கிராம் பாபு கிளினிக்குக்கு வரச் சொல்லிருவாரு... எல்லார்கிட்டயும் ஒரு அக்ரிமெண்ட் போடலாம்னு கேப்பாரு... ஒத்துக்கிற ஒரு கம்பெனிகிட்ட பேசி முடிச்சுக்குவாரு... என்ன அக்ரிமெண்ட் தெரியுமா...? ‘வருஷம் முழுக்க உன் கம்பெனிலயே கெமிக்கல்ஸ் வாங்குறோம்... அதிலருந்து டிஸ்கவுண்ட், கமிஷன் எதுவும் எங்க லேபுக்கு வேணாம்... அதுக்கு பதிலா ஏதாவது ஒரு லேப் எக்யூப்மெண்ட் வாங்கிக் குடுத்துருங்க’ அப்படினு பேசுவாரு... மதுரைல கெமிக்கல் கம்பெனிகள் நிறைய வந்துட்டதால, தொழில் போட்டில அவங்களும் ஒத்துக்கிருவாங்க... அப்புடித்தான் உள்ள இருக்கிற பல எக்யூப்மெண்ட்ஸ் வந்து சேந்துச்சு...”

அவர் சொல்வதைக் கேட்கக் கேட்க சோர்வாக இருந்தது. பேசி முடித்து விட்டு என் முகத்தையே பார்த்துக்கொண்டிருந்த அரசியிடம் கைகளைத் தூக்கி நிறுத்தச் சொன்னேன்.

“போதும்க்கா... முடியல... வேற எதாவது பேசுங்க...”

அரசி உள்ளேயிருந்த கலாவை பார்த்தபடி சத்தமாகச் சொன்னார். “தம்பி... இன்னும் சின்னப் புள்ளையாவே இருக்கு...”

“அக்கா... ஒரே ஒரு ஹெல்ப்...” என்றேன். அவர் என்னவென்பது போல் என்னைப் பார்த்தார்.

“இனி கவர் குடுக்கிற வேலய மட்டும் எனக்கு குடுக்காதீங்க... கதிர் அண்ணனைக் கூட போகச் சொல்லுங்க... ப்ளீஸ்கா...”

அவர் முகத்தில் ஆச்சரியம் தெரிந்தது. "இது ஊர் சுத்தற வேல... கதிர் எல்லாம் லேபுக்கு வராம கட் அடிக்கிறதுக்கு இந்த வேலையத்தான் கேப்பாரு... நீங்க வேணாம்னு சொல்றீங்களே..."

"எனக்கு வேணாம்க்கா... நான் லேப்லயே இருந்துக்குறேன்..."

"சரிங்க தம்பி... அடுத்த மாசத்துல இருந்து அப்படியே செய்வோம்... கதிருக்கு லக்குதான்..."

"இல்லக்கா... இன்னைக்கே அவரை போகச் சொல்லிரலாம்..." அவசரமாகச் சொன்னேன்.

"தம்பி... இன்னைக்கு கதிருக்கு வீக்லி ஆஃப்... வரமாட்டார்... பயோ கெமிஸ்ட்ரியை கலாதான் பாப்பாங்க... இன்னைக்கு லேப்ல இருக்குற ஆம்பளப் பசங்க ரெண்டே பேருதான்... ஒண்ணு நீங்க... இன்னொன்னு மில்ட்ரி..." என்று சிரித்துக்கொண்டே சொன்னார். எனக்குத் தூக்கி வாரிப் போட்டது. அப்படியானால், இன்றைக்கும் கவர் கொடுக்கும் வேலையில் இருந்து தப்பிக்க முடியாதா...? அரசி சொல்வதைப் பார்த்தால் மில்ட்ரியிடம் இந்த கோரிக்கையையே சொல்ல முடியாதது போல தோன்றியது. இன்று ஒரு நாள் மட்டும் போய் விட்டு வந்து விடலாமா? என்ற எண்ணமும் மனதில் ஓடியது.

நேற்று வீடு திரும்பியபோது, மனதில் இருந்த விரக்தியும் வெறுப்பும் இப்போது குறைவானது போல இருந்தது. காலையில் வீட்டிலிருந்து கிளம்பும் போது இருந்த டாக்டர்களைப் பார்க்க வேண்டாம் என்ற யோசனையின் வேகமும் குறைந்து விட்டிருந்தது. வேலையை விட்டு விட்டால் பெற்றோர்கள் என்ன சொல்வார்களோ? என்ற கேள்வி ஒருபுறமும், இதனை விட்டு விட்டால் என்ன செய்ய முடியும்? என்ற அச்சம் இன்னொரு புறமும் மனது முழுக்க நிரம்பி வழிந்தது. கல்லூரியின் இரண்டாம் ஆண்டில் இருந்து போராடும் பலத்தினை, இப்போது மனம் இழந்துகொண்டிருப்பதாக தோன்றியது. நானும் சராசரியாக வாழ்க்கையை ஓட்டுபவர்கள் கூட்டத்தில் கொஞ்சம் கொஞ்சமாக சேர்ந்து கொண்டிருக்கிறேனா...? புரிந்த நல்ல விஷயங்களைக் கூட அமுல்படுத்த முடியாத நபர்களில் ஒருவராக மாறிக்கொண்டிருக்கிறேனா...?

"இல்லை..." என்று எனக்கு நானே சொல்லிக்கொண்டேன். அப்பாவின் சூழல் கொஞ்சம் மாறுகிற வரைக்கும் இந்த வேலையில் தொடரலாம். டாக்டர்களைப் பார்க்கும் வேலையையும் இந்த மாதம் மட்டும் செய்து விட்டு, பரிசோதனை செய்யும் வேலைகளில் மட்டும் கவனம் செலுத்துவோம். மனதுக்குப் பிடிக்காத கமிஷன்

கொடுக்கும் வேலையை எக்காரணம் கொண்டும் தொடரக் கூடாது என்று மனதிற்குள் முடிவு செய்தேன்.

நானும், அரசியும் பேசிக்கொண்டிருந்த இடைவெளியில் மாரியம்மாள் பாட்டி டெஸ்ட் டியூப்களை கழுவிக் கொண்டிருந்தார். இன்னொரு பெண் எல்லா அறைகளையும் பெருக்கி சுத்தம் செய்திருந்தார். சற்று நேரத்தில் மில்ட்ரி தன் குடையுடன் வந்து சேர்ந்தார். அவரைத் தொடர்ந்து இரண்டொரு நிமிடங்களில் ராணியும் வந்து விட்டார். மில்ட்ரி என்னை சில நிமிடங்களில் உள்ளே அழைத்து, டாக்டர்களுக்கு கவர் கொடுத்த விஷயங்களைக் கேட்டுக் கொண்டார். இன்று மீதமுள்ள கவர்களைக் கொடுத்து வரும்படி சொன்னார். நான் அமைதியாக தலையசைத்து, அங்கிருந்து நகர்ந்துகொண்டேன். திடீரென்றுதான் நினைவுக்கு வந்தது. மறுபடியும் மில்ட்ரியைப் பார்த்து கேட்டேன்.

“சார்... எல்லா யூஸ்டு கிளாஸ்வேர்சையும் பாட்டி வெறுங்கையிலயே கழுவுறாங்க... அதே மாதிரி ஸ்பெசிமன் வேஸ்ட் எல்லாத்தையும் சாக்கடைல ஊத்திர்றாங்க சார்... இன்ஃபெக்சன் ஆகிறாதா...? வேஸ்ட் டிஸ்போசலுக்கு வேற வழி எதுவும் இல்லையா சார்?”

மில்ட்ரி லேசாகப் புன்னகைத்துக்கொண்டே என்னைப் பார்த்தார். “ஹாஸ்பிடல் வேஸ்ட்டுகளுக்குத்தான் ரூல்ஸ் எல்லாம் இருக்கு... லேப் வேஸ்டுகளுக்கு பெரிய ரூல்ஸ் எல்லாம் இல்ல... ஹாஸ்பிடல் ரூல்ஸ்களையே டாக்டர்ஸ் மதிக்க மாட்டாங்க. இதுல நம்ம எங்க போயி சொல்றது தம்பி...?”

இதே சிந்தனை அவருக்கு முன்பே இருந்திருக்கும் என்பதை அவருடைய பதில் சொல்லியது. “கழுவும் போது கிளவுஸ் போட்டுத்தான் கழுவணும்... ஆனா அந்தம்மா சொல்றதும் கரெக்ட்தான்... கிளவுஸ் போட்டுட்டு கழுவ முடியல... நம்மால முடிஞ்சது ரெண்டு டெட்டால் பாட்டில வாங்கிக் குடுக்கிறதுதான்... டாக்டர்கிட்ட போய் அப்பப்ப ஊசி போட்டுக்கம்மானு பலதடவை சொல்லிப் பார்த்துட்டேன்... அதுவும் கேக்கிறதில்ல... நாம் என்ன செய்ய முடியும்?” பெருமூச்சோடு சொன்னார் மில்ட்ரி.

“தண்ணில லேசா அலசிட்டு ஆட்டோகிளேவ்ல ஸ்டீம் வாஷ் ட்ரை பண்ணலாமா சார்...?” மறுபடியும் சிரித்தார் மில்ட்ரி. “நல்ல யோசனைதான்... எல்லா கிளாஸ்வேர்சையும் அப்படி செய்ய முடியாது... டெஸ்ட் டியூப்களையும், மைக்ரோ பயாலஜிக்கு பயன்படும் பொருட்களையும் வேணா ட்ரை பண்ணலாம்... ஆனா

மேனுவல் வாஷ் செஞ்சுதானே ஆகணும்... அப்படி செய்யும் போது ஒரே வேலையா எல்லாத்தையும் கழுவுறாங்க...”

எப்படி யோசித்தாலும் சரியான வழி கிடைக்கவில்லை. “சரிங்க சார்...” என்று சொல்லிவிட்டு நகர்ந்தேன். மில்ட்ரி புன்னகைத்தவாறே அமர்ந்திருந்தார்.

அரசியின் அருகில் வந்து கவர்களுள்ள பையினை எடுக்கச் சொல்லிவிட்டு, நான் பின்புறம் இருந்த பாட்டியை நோக்கி நடந்தேன். “பாட்டி...” என்ற என் குரலுக்கு நிமிர்ந்து பார்த்தார்.

“என்ன தம்பி... மறுபடியும் கிளவுசா...? வேணாம்ப்பா... வேலையைக் கெடுக்காம கிளம்பு...” என்றார்.

“இல்ல பாட்டி... அதில்ல... கழுவி முடிச்சிட்டு டெட்டாலை எடுத்து நல்லா கையில தேய்ச்சு கழுவிருங்க... சோப்பு போட்டும் கழூவுங்க... மாசத்துக்கு ஒரு தடவ நம்ம டாக்டர்கிட்ட போய் ஊசி போட்டுக்கங்க... அதுதான் நல்லது.”

“ஒரு நாளைக்கு நாலு தடவை டெட்டாலப் போட்டு நீ சொல்ற மாதிரி கை கழுவுனா பாட்டில் பாட்டிலா வேணும் தம்பி... அவ்வளவு யாரு வாங்கிக் குடுப்பா... இந்த ஊசி கீசியெல்லாம் நமக்கு சரிப்பட்டு வராது... இது சின்ன வயசில கம்பும், கஞ்சியும் குடிச்ச ஒடம்பு... நோய்நொடிக்கெல்லாம் அஞ்சாது... நீ போயி வேலையப் பாருப்பா...”

பாட்டி அருகில் வந்து, என் நாடியைப் பிடித்து அசைத்தபடி சொல்லி விட்டு மறுபடியும் கழுவும் இடத்தில் அமர்ந்து விட்டார். நான் அவர் தொட்ட இடத்தைத் தொட்டுப் பார்த்துக் கொண்டேன். கொஞ்சம் ஈரமாக இருந்தது. கைகள் தன்னியல்பாக பாக்கெட்டில் இருந்த கைக்குட்டையை எடுத்து, முகத்தை அழுத்தித் துடைத்தன.

•

பையைத் தூக்கிக்கொண்டு ஆய்வுக்கூடத்தில் இருந்து வெளியேறினேன். எந்த டாக்டரை முதலில் சந்திக்கலாம் என்று யோசிக்கவே இல்லை. கால்கள் காந்தி சிலையை நோக்கி தானே நடந்தன. காலை பத்து மணிக்கெல்லாம் வெயில் சூடு அதிகமாக இருந்தது. காந்தி சிலை அருகில் இருந்த மோர்க்கடைக்குப் போகலாம் என்று யோசித்தேன். சாலையோரம் ஒரு சிறிய பெட்டியை வைத்து, அதன் மேல் மோர்க்குடத்தை வைத்திருந்தார் வயதான நபர் ஒருவர். பக்கத்தில் வரும் போதுதான் தெரிந்தது

மோர்க்கடைக்காரரை இன்னும் காணவில்லை. அருகில் இருந்த ஜம் ஜம் பேக்கரிக்குள் நுழைந்தேன்.

“வாங்க தம்பி… பார்த்து ரொம்ப நாளாச்சே…” ஒலி அண்ணன் சிரிப்போடு வரவேற்றார். அவருடைய குறுந்தாடியையும், சிரிப்பையும் பார்க்கும் போது மனது லேசானது போல இருந்தது. “வர்றேண்ணே… நல்லா இருக்கீங்களா…? இப்பதான் படிப்பு முடிஞ்சதுண்ணே… டெய்லி தேனி போனதுனால வர முடியல… பக்கத்துல யுனைடெட் லேப்லதான் சேந்திருக்கேன்… இனி அடிக்கடி பாக்கலாம்…”

“ரொம்ப சந்தோஷம் தம்பி… எனக்கென்ன நல்லாயிருக்கேன்… என்ன சாப்பிடுறீங்க…? வழக்கம் போல பொவண்டோ ஒண்ணு எடுக்கவா…?”

நான் சிரித்துக்கொண்டே தலையசைத்தேன். ஃபிரிட்ஜில் இருந்து குளிர்ச்சி மிதமான அளவில் எனக்குப் பிடித்தவாறு, ஒரு பொவண்டோ பாட்டிலை எடுத்து, திறந்து என்னிடம் நீட்டினார். “உட்காருங்க தம்பி…”

அங்கிருந்த இருக்கையில் அமர்ந்தவாறே, பாட்டிலை கைநீட்டி வாங்கி குடிக்க ஆரம்பித்தேன். ஒலி அண்ணன் ஓரிரு முறை அங்கு வந்த போதே நெருக்கமான நபர் போல பழகிவிட்டார். பள்ளியில் படிக்கும்போது நண்பர்களோடு அங்கு எப்போதாவது வருவதுண்டு. பள்ளி முடிந்த விடுமுறையில்தான் அடிக்கடி அங்கு சென்றோம். எப்போதும் சிரித்த முகத்துடன் இருக்கும் ஒலி அண்ணனை பார்ப்பதே ஒரு மகிழ்ச்சியைக் கொடுத்து விடும்.

பொவண்டோவைக் குடித்தவாறே சாலையைப் பார்த்தேன். கடைக்கு வெளியே நின்று ஒரு சிறுவன் அழுது கொண்டிருந்தான். நான் குடித்து முடித்து விட்டு, காலி பாட்டிலை அங்கிருந்த ட்ரேயில் வைத்துவிட்டு, வெளியில் எட்டிப் பார்த்தேன்.

“டேய்… தம்பி…” என்று சத்தமாக அழைத்தேன். சட்டையில் கிரீஸ் கறையோடு, கண்களில் கண்ணீரின் தடம் படிய நின்றிருந்தான் அவன். வயது பத்துதான் இருக்கும். என் குரலுக்கு என்னை நோக்கி திரும்பிப் பார்த்தான். என்னை நோக்கி வரும்படி கையசைத்தேன். கண்களைத் துடைத்தபடியே அருகில் வந்து நின்றான்.

“ஏண்டா அழுகுற…?” என்றேன்.

“ஓனரு அடிச்சிப்புட்டாண்ணே…” குழந்தைத்தனம் மாறாமல் இருக்கும் அவன் கண்களில் மறுபடியும் கண்ணீர் துளிர்த்தது. “சரிடா… தம்பி… அழுகாத… எங்க வேலை செய்ற?”

"இங்க பொறிவுருண்ட ஓர்க்ஷாப்ல வேலை செய்றேண்ணே… அவன்தான் அடிச்சிப்புட்டான்… பொறிவுருண்ட…" அவன் கை நீட்டிய பக்கம் ஒரு இருசக்கர வாகனம் பழுது பார்க்கும் இடம் ஒன்று இருந்தது. மறுபடியும் சிறுவனைப் பார்த்தேன். "ஏன் அடிச்சார்டா…? நீ ஸ்கூலுக்கு போறதில்லையா…?"

"ஸ்கூலுக்குப் போலண்ணே… எங்கப்பன் தண்ணிவண்டி செத்துப் போயிட்டான்… அம்மாதான் வேலைக்குப் போகும்… அஞ்சாவது முடிச்சிட்டு, இந்த வருஷம் நானும் இங்க வேலைக்கு வந்திட்டேன்…" சிறிய இடைவெளி விட்டு, கண்களைத் துடைத்துக் கொண்டே தொடர்ந்தான். "காலைல சாப்பிடலணே… ரொம்ப பசியா இருந்துச்சு… வாழப்பழம் சாப்பிட ஒரு ரூவா கேட்டேன்… கேட்டா இருக்கு, இல்லனு சொல்லாம… காலைல பஞ்சப்பாட்டு பாடுறேனு சொல்லி பொறிவுருண்ட அடிச்சிட்டாண்ணே…"

"சரிடா… விடு விடு. இதுக்கெல்லாம் அழுதுகிட்டு…" என்று சொல்லியவாறே என் பேன்ட் பாக்கெட்டில் இருந்து இரண்டு ரூபாய் நாணயத்தை எடுத்து அவன் கையில் கொடுத்தேன். அவன் அதை வாங்க தயங்கியது போல இருந்தது. "சும்மா வாங்கிக்கடா… அங்க இருக்கிற லேப்லதான் இருப்பேன்… எப்ப வேணாம்லும் வா…" என்றேன்.

தயக்கம் குறைந்து, என்னிடம் இருந்த நாணயத்தை வாங்கிக் கொண்டான். "தேங்ஸ்ணே…" என்று சொல்லியவாறே நகர்ந்தான். இவ்வளவு சின்ன வயதில் வேலைக்கு வந்த சிறுவனைப் பார்த்ததும் மனது கனமானது. பையில் இருக்கும் கவர்களில் இருக்கும் கமிஷன் பணம் ஏற்கனவே பணம் கொட்டிக்கிடக்கும் இடத்திற்கே செல்லப் போகிறது. இங்கோ, ஒரு ரூபாய் கிடைக்காமல் இருக்கும் சிறுவர்கள் தெருவில் திரிந்துகொண்டிருக்கிறார்கள். மனதில் எண்ணங்கள் தொடர் அலையாக எழுந்துகொண்டே இருந்தது.

பையில் இருக்கும் கவர்களில் ஒன்றைக் கையில் எடுத்தேன். அதில் "டாக்டர் அன்பு எம்.பி.பி.எஸ்.," என்று தட்டச்சு செய்யப்பட்டிருந்தது. அவருடைய கிளினிக் எங்கிருக்கிறது என்று யோசித்தபடி அங்கிருந்து நடக்க ஆரம்பித்தேன்.

8

டாக்டர் அன்புவின் கிளினிக் காந்தி சிலையில் இருந்து சுமார் ஒரு கிலோ மீட்டர் தூரத்தில், கால்நடை மருத்துவமனை சாலையில் அமைந்திருந்தது. மெதுவாக நடந்து அவருடைய கிளினிக்கை அடைந்தேன்.

இதுவரை டாக்டர் அன்புவைப் பற்றி நான் ஒன்றும் அறிந்திருக்கவில்லை. அவருடைய கிளினிக் அங்கிருக்கிறது என்பதைத் தவிர, எனக்கொன்றும் தெரிந்திருக்கவில்லை. கம்பம் நகரில் இருக்கும் நூற்றுக்கணக்கான கிளினிக்குகளில் அதுவும் ஒன்று. வேறென்ன சிறப்பு இருந்து விடப் போகிறது? என்ற யோசனையோடு கிளினிக் வாசலை அடைந்தேன். வரவேற்பறை பகுதியில் ஒன்றிரண்டு நோயாளிகள் மட்டும் அமர்ந்திருந்தார்கள். அது நீள் செவ்வக வடிவ கட்டடமாக இருந்தது. மெயின் ரோட்டில் இருந்து சற்று உள்ளே தள்ளி, குடியிருப்புப் பகுதியில் அமைந்திருந்ததால் வாகனங்களின் சப்தம் கொஞ்சம் கூட கேட்கவில்லை. வரவேற்பறையைத் தொடர்ந்து, நீளமான நடைபாதையும், அதன் வலது புறத்தில் வரிசையாக அறைகளும் கண்ணில் பட்டன. அதன் முதல் அறையில் டாக்டர் அன்பு அமர்ந்திருந்தார்.

கிளினிக்கின் உள்ளே நுழைந்ததும், அங்கிருந்த பெண் என்னை உட்காரச் சொன்னார். நான் அவர் அருகில் சென்று 'லேபில் இருந்து வந்திருப்பதாகச் சொன்னேன். அவர் என்னை வியப்பாகப் பார்த்து விட்டு, காத்திருக்கும் படி சொன்னார். அறையில் இருந்து ஒரு நோயாளி கைகளில் காகிதத்தில் மடிக்கப்பட்ட பொட்டலத்தோடு வெளியில் வந்தார். அடுத்த நோயாளி உள்ளே போகத்

தயாரானார். அதற்குள் வரவேற்பறையில் இருந்த பெண், உள்ளே சென்று திரும்பினார். என்னைப் பார்த்தவாறே பேசினார்.

"சார்... இன்னும் ரெண்டு பேசண்ட்ஸ் இருக்காங்க... கொஞ்சம் வெயிட் பண்ணுங்க..."

நேற்றுக் காலையில் இருந்து இப்போதுவரை நான் எந்த கிளினிக்கிலும் காத்திருக்கவில்லை. சில கிளினிக்குகளில் டாக்டர் நோயாளிடம் பேசிக்கொண்டிருக்கும் போதே கூட, அனுமதிக்கப்பட்டிருக்கிறேன். ஒரு பல் டாக்டரைப் பார்க்கப் போனபோது, அங்கிருந்த பெண் என்னைக் கட்டாயப்படுத்தி, உள்ளே அனுப்பிவிட்டார். ஒரு சாய்ந்த இருக்கையில் நோயாளி படுத்திருக்க, முகக்கவசம் அணிந்து டாக்டர் பற்களில் ஏதோ செய்து கொண்டிருந்தார். என்னையும், என் பையையும் பார்த்ததும் கைகளைக் கழுவி விட்டு கவரைப் பெற்றுக் கொண்டார். அதிகபட்சம் உள்ளிருக்கும் நோயாளி வெளியே வரும் வரைதான் இதுவரை காத்திருந்த அனுபவம் இருந்தது. இந்த கிளினிக்கில் கூட்டமும் இல்லை. இருந்ததே ஓரிருவர் தான். "ரொம்பத்தான் பண்றாய்ங்க..." என்று நினைத்துக் கொண்டே இருக்கையில் அமர்ந்தேன். எனக்கும் அடுத்தடுத்த டாக்டர்களைப் பார்க்கப் போவதில் இருந்து ஓய்வு கிடைத்தது போல இருந்தது. நேற்றெல்லாம் இதே நேரத்திற்குள் பத்து டாக்டர்களைப் பார்த்து முடித்திருந்தேன். இன்று, ஒருவரைக் கூட பார்த்து முடிக்கும் வேகம் மனதில் இல்லை.

வரவேற்பறையைச் சுற்றிலும் பார்த்தேன். ஒரு குழந்தை வாயில் விரலை வைத்து "உஷ்" என்று சொல்லும் "சைலன்ஸ் ப்ளீஸ்" படம் கூட இல்லாமல் சுவர்கள் வெறுமையாக இருந்தன. நான் பார்த்த எல்லா கிளினிக்கிலும் உடல் உறுப்புகளின் படங்களும், குழந்தைகளின் படங்களும், மருந்து நிறுவனங்களின் விளம்பரங்களும் நிறைந்திருக்கும். ஒரே ஒரு கடிகாரம் மட்டும் மாட்டப்பட்டிருந்தது. மற்ற கிளினிக்குகளில் இருந்த ஆடம்பரமான, கலை வேலைப்பாடுகள் இருந்த, நேரம் காட்டும் இடத்தில் மருந்துக் கடையின் பெயர் பொறித்த கடிகாரமாக இது இல்லை. சாதாரணமாக வீடுகளில் இருக்கும் சதுர வடிவ கடிகாரமாக இருந்தது.

இந்த கிளினிக்கில் நோயாளிகள் குறைவு போலத் தோன்றியது. அதனால்தான் மருந்துக்கடைகள் எந்த அன்பளிப்பையும் கொடுக்கவில்லை போலிருக்கிறது. இல்லையென்றால் எல்லா அன்பளிப்புகளையும் பணமாகவே கேட்டுப் பெற்றுக் கொள்ளும் டாக்டராகக் கூட இவர் இருப்பார். டாக்டர்களைச் சந்திப்பதில் எந்த சுவாரஸ்யமும் இல்லை. சிரித்த முகத்தோடு கவர்களைப்

பெற்றுக்கொள்ளும் டாக்டர்களின் வரவேற்பு எனக்கானது இல்லை; நான் சுமந்து வந்திருக்கும் பையிற்கானது என்றே தோன்றியது. நான் லேபிலிருந்து வராமல், சிகிச்சைக்காகவோ, வேறு வேலைகளுக்காகவோ வந்திருந்தால் இந்த வரவேற்பும், புன்னகையும் நிச்சயமாகக் கிடைத்திருக்காது. அதெப்படி... எல்லா மனிதர்களுக்கும் பணம் என்றவுடன் மகிழ்ச்சி பிறந்து விடுகிறது?

நான் யோசித்துக்கொண்டிருந்ததில் நேரம் போனதே தெரியவில்லை. காத்திருந்த நோயாளிகள் இருவரையும் காணவில்லை. மறுபடியும் அங்கிருந்த பெண் என்னை அழைத்தார். “சார்... உள்ள போங்க.”

“குட்மார்னிங் சார்...” என்று சொல்லிக்கொண்டே டாக்டரின் அறைக்குள் நுழைந்தேன். “வாங்க... சார்... உட்காருங்க...” என்று அவர் மேஜையின் முன்பு இருந்த இருக்கையைக் காட்டினார். “டாக்டர்... நான் யுனைடெட் லேபிலிருந்து வர்றேன்.” என்றேன் அவசரமாக. நான் சிகிச்சைக்கு வந்திருக்கிறேன் என்று நினைத்து விட்டாரோ என்று தோன்றியது.

“அதை உட்கார்ந்தே சொல்லலாமே... முதல்ல உட்காருங்க... சார்...” புன்னகையோடு என்னைப் பார்த்தார். சில டாக்டர்களின் முகம் குழந்தைத்தன்மை மாறாமல், ஈர்க்கும் படியாக அமைந்திருக்கும். ஆனாலும், அவர்கள் கவர்களை வாங்குவதற்காக கைகளை நீட்டும் போது முகத்தில் வெளிப்படும் மகிழ்ச்சி குழந்தைத்தனத்தை கெடுத்து விடும். அப்படி ஒரு வசீகரிக்கும் முகம் டாக்டர் அன்புவிற்கு.

நான் அவர் முன் இருந்த இருக்கையில் அமர்ந்துகொண்டே, பையைத் திறந்து அவருடைய பெயர் பொறித்த கவரை எடுத்தேன். “சொல்லுங்க சார்... என்ன விஷயம்?” என்றார்.

இவர் புரிந்துதான் கேட்கிறாரா? எத்தனை முறை யுனைடெட் லேபிலிருந்து வரும் கவர்களைப் பெற்றிருப்பார்? ஆனாலும் என்ன கேள்வி? என்று கோபமாக வந்தது. அது முகத்தில் வெளிப்படாதவாறு, லேசாக சிரித்துகொண்டே “இன்செண்டிவ் சார்...” என்றேன். அப்படித்தான் சொல்ல வேண்டும் என்று அரசி சொல்லியிருந்தார். மனதில் வெளிப்படும் உணர்ச்சியை முகம் வெளிப்படுத்தாதவாறு நானும் மாறிக்கொண்டிருந்தேன் என்பது எனக்கே வருத்தமாக இருந்தது.

“நல்லாப் பாருங்க சார்... என் பெயர்லயா இன்செண்டிவ் இருக்கு...?” மறுபடியும் கேட்டார் டாக்டர் அன்பு.

"ஆமா சார்... உங்க கிட்டதான் குடுக்க சொன்னாங்க... லேப்ல..." என் பதிலைக் கேட்டதும் அவர் முகத்தில் இருந்த புன்னகை மறைந்துவிட்டது. சில வினாடிகளில் புன்னகையை வரவழைத்துக் கொண்டு என்னிடம் கேட்டார்.

"அங்க புதுசா சேந்திருக்கீங்களா...?"

"ஆமா சார்... இந்த மாசம்தான் சேந்தேன்..."

"சேர்ந்த உடனே புரோக்கர் வேலைய குடுத்திட்டாய்ங்களா...?" என்றார் அன்பு. நான் பதற்றத்தோடு "சார்..?" என்றேன்.

"நான் ஏற்கனவே உங்க லேப்ல சொல்லியிருக்கேன்... என் பேசண்ட்ஸ் கிட்ட டெஸ்டுக்கான ஃபீஸ் மட்டும் வாங்குங்க... கமிஷனை கழிச்சிருங்கனு... இப்ப மறுபடியும் கமிஷனை குடுத்து விட்டுருக்காங்க... முந்தி ஒருத்தர் வருவாரே அவர் பேர் என்ன...?" என்று கேட்டார்.

"கதிர் அண்ணனா சார்...?" என்று கேட்டேன். அவர்தான் வழக்கமாக கவர் கொடுக்க வருவார் என்று அரசி சொல்லியிருந்தார்.

"அவரிடம்தான் சொல்லி விட்டேன்... அப்ப என் பேசண்ட்ஸ் கிட்டயும் கமிஷன் வாங்குறீங்க... இல்லையா...?" என்று என்னைப் பார்த்துக் கேட்டார்.

"எனக்குத் தெரியல சார்... சாரி சார்... நான் போய் சொல்லிடுறேன்... இனி வாங்க மாட்டாங்க சார்..." பதற்றமாக ஒவ்வொரு வார்த்தைக்கும் இடைவெளி விட்டு நான் சொல்லிக் கொண்டிருந்தேன்.

மறுபடியும் புன்னகையோடு என்னைப் பார்த்தார். "நான் உங்களை சொல்லல தம்பி... உங்க லேபை சொன்னேன்... அவங்க செய்றதுக்கு நீங்க என்ன செய்வீங்க... போய் ஸ்ட்ரிக்டா சொல்லீருங்க..."

அவரே தொடர்ந்தார். "சரி... கவர்ல எவ்வளவு இருக்கு...?"

டாக்டர்களுக்கு கொடுக்கும் எந்த கவரில் எவ்வளவு இருக்கிறது அரசி அக்காவுக்கு மட்டும்தான் தெரியும். நேற்று கொடுத்த கவரில் பணம் இருப்பதே எனக்கு இரவுதான் தெரிந்தது. அதை எப்படி இவரிடம் சொல்ல முடியும்?

"தெரியலையே சார்..."

"சரி... அந்தக் கவரைப் பிரிச்சுப் பாருங்க..." என்று அவர் சொன்னதும், நான் அவசர அவசர அவசரமாகக் கவரைக்

கிழித்தேன். உள்ளே ஆறு நூறு ரூபாய் நோட்டு, ஒரு இருபது ரூபாயும் இருந்தன. "அறநூத்தி இருவது ரூபாய் இருக்கு சார்..." என்றேன்.

"அறநூத்தி இருவதா... இவ்வளவு ஏன் குடுத்திருக்காய்ங்க...?" என்றபடியே, மேஜையில் இருந்த அழைப்பு மணியை அழுத்தினார். உடனே அந்தப் பெண் உள்ளே வந்தார்.

"ஏம்மா... போன மாசம் நிறைய பேசண்டுகளை டெஸ்டுக்கு அனுப்புனோமா...?" என்று கேட்டார். அந்தப் பெண் யோசிக்க சிறிய இடைவெளி எடுத்துக் கொண்டார். "ஆமாம் சார்... புது மருந்து ஒண்ணு ப்ரிப்பேர் பண்ணுனீங்க... அதனால சுகர் பேசண்ட்ஸை நிறைய பேரை டெஸ்ட் எடுக்க சொன்னோம்..."

"சரிம்மா... நீங்க போங்க..." யோசித்தபடியே என்னைப் பார்த்தார். "பத்து இருபது பேரோட ஃபீஸ்லருந்து கமிஷன் பிடிச்சு, எனக்கு குடுத்து விட்ருக்காங்க... என் பேஷண்ட்ஸ் எல்லாம் அன்னாடங்காய்ச்சிங்க... லேபர்ஸ்... போய் ஓங்க சீஃப் கிட்ட சொல்லிருங்க தம்பி... இனி என் பேசண்ட்ஸ்ட்ட ஃபீஸ் கம்மியா வாங்கச் சொல்லி..."

என்னையும், என் கையில் இருந்த பிரித்த கவரையும் மாறி மாறி பார்த்தார். "இப்ப காச என்ன செய்யலாம்...?" என்று என்னைப் பார்த்து கேட்டார். இதில் நான் கருத்து சொல்ல ஏதும் இருப்பதாகத் தோன்றவில்லை.

டாக்டர் அன்பு மறுபடியும் அழைப்பு மணியை அழுத்தினார். அந்தப் பெண் தலையை நீட்டி எட்டிப் பார்த்தார்.

"ஏம்மா... இந்தக் கமிஷன் காச என்ன செய்யலாம்...?" தன்னிடம் வேலை செய்யும் பெண்ணிடம் ஏன் யோசனை கேட்கிறார் இவர். இது தவறான வழியில் வந்த பணம் என்றுதான் வாங்க மறுக்கிறார் என்பது எனக்குப் புரிந்தது. ஆனாலும், வந்த பணத்தை ஒருமுறை வாங்கிக் கொள்ளலாம்தானே...?

அந்தப் பெண் மெதுவாக உள்ளே வந்தார்... "கோயில் உண்டியல்ல போட்றலாமா சார்...?" என்று தயங்கியபடியே கேட்டார். ஒரு வினாடி நேரம் கூட இடைவெளி இல்லாமல் டாக்டர் குரல் வந்தது. "அதுக்கு சாக்கடைல போட்றலாம்..."

திடீரென்று அவர் முகம் பிரகாசமானது. "ஏம்மா... நம்ம தெரு சாக்கடைய சுத்தம் செய்ய வர்ற பெரியவர் இந்த வாரம் வந்தாராம்மா...?"

“இன்னும் இல்ல சார்... இன்னைக்கு இல்லனா நாளைக்கு வருவார் சார்...” என்றார் அந்தப் பெண். “சரிம்மா... இந்தப் பணத்தை தம்பிகிட்ட வாங்கி நீ வச்சிரு... அவர் வந்தா குடுத்து விட்ருமா... அவர் மகள் டெலிவரிக்கு வர்றதாச் சொல்லி புலம்பிக்கிட்டிருந்தார்...”

நான் கவரையும், பணத்தையும் அந்தப் பெண்ணிடம் நீட்டினேன். அவர் வாங்கிக் கொண்டு வரவேற்பறைக்குப் போய்விட்டார். டாக்டர் அன்பு என்னைப் பார்த்தார். “தம்பி... டீ சாப்பிடுறீங்களா...?”

“இல்ல சார்... இப்பதான் கூல்டிரிங்ஸ் குடிச்சேன்...” என்று அவசரமாக மறுத்தேன். மறுபடியும் அவர் என் முகத்தைப் பார்த்தார். “நான் ஒண்ணு கேட்கலாமா? தப்பா நினைச்சுக்க மாட்டீங்களே...?”

“இல்ல சார்... கேளுங்க...”

“பார்த்தா சின்ன வயசா தெரியுது...? ஒரு இருவது இருக்குமா...? இப்பவே ஏன் இவ்வளவு பெரிய கண்ணாடி போட்ருக்கீங்க...?”

“கண் பார்வைல சின்ன ப்ராப்ளம் சார்...” என்று நான் துவங்கியபோதே “சின்ன ப்ராப்ளத்துக்கு சின்ன கண்ணாடி போட வேண்டியதுதான...” என்று சொல்லிச் சிரித்துவிட்டு, “சரி... சொல்லுங்க...” என்றார்.

“தலைவலியும், ஐ சைட் பிரச்சினையும் இருந்ததால தேனி ஹாஸ்பிட்டலுக்கு போயிருந்தோம்... டெஸ்ட் பண்ணிட்டு கண்ணாடி போட சொல்லிட்டாங்க சார்...”

கட கடவென தொடர்ந்து சிரித்தார் டாக்டர் அன்பு. நான் சொன்னதில் சிரிப்பதற்கு என்ன இருக்கிறது?

“ஒருத்தருக்கு கால் வலி நடக்க முடியலைனா ட்ரீட்மெண்ட் பாக்குறோம்... அவர நடக்க வைக்கணும்... அதுதான மருத்துவம்? அதுக்குப் பதிலா ஒரு வாக்கிங் ஸ்டிக்கை குடுத்து, ட்ரீட்மெண்ட் முடிஞ்சிருச்சுனா என்ன அர்த்தம்...?”

டாக்டர் அன்புவின் கேள்வி எனக்குப் புரியவில்லை. அவரே மறுபடியும் தொடர்ந்தார். “தம்பி... உங்களுக்கு கண்ணுல பிரச்சினை... அதுக்கு ட்ரீட்மெண்ட் குடுத்து கண்ணை சரி பண்றதுக்குத் தானே ஹாஸ்பிட்டல்... டாக்டர் எல்லாம்... கண்ணாடி போடுறதுக்கு எதுக்கு டாக்டர்... ஆப்டிகல்ஸ் பத்தாதா...?”

“கண்ல பிரச்சினை வந்தா கண்ணாடி இல்லனா ஆப்ரேசந்தான் பண்ணணும் சொல்றாங்க சார்... பார்வை ஒருமுறை

குறைஞ்சிருச்சினா அது திரும்ப வராதுனு ஐ ஸ்பெசலிஸ்ட் சொன்னார்...” என்றேன்.

மறுபடியும் சிரிக்க ஆரம்பித்தார். “ஐ... ஸ்பெசலிஸ்ட்...” அவர் குரலில் கிண்டல் வெளிப்பட்டது.

“சரி... அவய்ங்கள விடுங்க தம்பி... நீங்க கண்ணாடிய கழற்ற ரெடினா சொல்லுங்க... கண்ணு சரியாகும்...” என்றார்.

எனக்கு ஆச்சரியமாக இருந்தது. எனக்குத் தெரிந்து, நான் படித்த, கேள்விப்பட்ட அறிவில் இருந்து இது சாத்தியமில்லை என்று தோன்றியது. ஆனால், அவர் பேசிய விதம் உண்மையைப் போலவே இருந்தது. அவரிடம் என்ன பதில் சொல்வது என்று தெரியவில்லை.

“சரிங்க தம்பி... யோசிச்சுப் பாருங்க... கண்ணாடி இல்லாமலே கண் சரியாகுற வாய்ப்பு இருக்கு... கண்ணாடியை கழற்றணும்னு உங்களுக்கு எப்ப தோணுதோ அப்ப நீங்க வாங்க...”

“சரிங்க சார்...” என்று சொல்லிக்கொண்டே நான் இருக்கையில் இருந்து எழுந்தேன். அவர் என்னைப் பார்த்தபடியே கை குலுக்குவதற்காக கைநீட்டினார். நானும் கைகுலுக்கினேன். “நீங்க எப்ப வேணும்னாலும் வரலாம்... ஆனா வரும்போது இந்த பேக்கோட வந்துறாதீங்க” என்று சொல்லியபடியே சிரித்தார்.

ஒவ்வொரு டாக்டராகப் பார்த்து விட்டு, லேபிற்கு திரும்ப மணி ஒன்றாகி இருந்தது. பையில் இன்னும் சில கவர்கள் இருந்தன. அவை எல்லாம் கம்பம் நகரைச் சுற்றியிருந்த கிராமங்களில் இருக்கும் டாக்டர்களுக்கு கொடுக்க வேண்டியவை. அந்த டாக்டர்களின் பெயர்களை நான் கேள்விப்பட்டதில்லை. எல்லா கவர்களையும் எடுத்து ஒவ்வொன்றாகப் பார்த்தேன். கம்பத்தில் கொடுக்க வேண்டிய அனைத்தும் முடிந்துவிட்டன.

நான் லேபினுள் செல்லும்போது இருக்கைகள் நிறைய நோயாளிகள் காத்திருந்தார்கள். அரசி அக்கா பணம் வாங்குவதிலும், ரிசல்ட் கவர்களைக் கொடுப்பதிலும் பரபரப்பாக இருந்தார். மில்ட்ரி உள்ளறையில் அமர்ந்து ரிப்போர்ட்டுகளில் கையெழுத்துப் போட்டுக் கொண்டும், பரிசோதனைச் சீட்டுகளை சரிபார்த்துக் கொண்டும் இருந்தார். பயோ கெமிஸ்ட்ரி பகுதியில் கலாவும், உள்ளே மைக்ரோஸ்கோப்பில் ராணியும் இருந்தார்கள். இருவரையும் பார்த்து புன்னகைத்தேன்.

நான் உள்ளே வரும் சப்தம் கேட்டு, மில்ட்ரி நிமிர்ந்து பார்த்தார். “என்ன தம்பி சீக்கிரமே வந்துட்டீங்க...?”

“கம்பம் ஃபுல்லா முடிஞ்சதுங்க சார்... இனி, ரூரல் ஏரியா மட்டும்தான் இருக்கு...” என்றேன். “அட... இவ்வளவு சீக்கிரமா முடிச்சிட்டீங்க...” என்று சொல்லிவிட்டு, அவரே தொடர்ந்தார்.

“கே.கே.பட்டிக்குப் போயிட்டு அப்படியே அணைப்பட்டி போயிருங்க... முடிச்சிட்டு, என்.டி பட்டி. திரும்பி வந்து நேரம் இருந்துச்சுனா சுருளிப்பட்டி போங்க... கூடலூரை அப்புறம் பார்த்துக்கலாம்...” என்றார்.

நான் தயங்கியபடியே சொன்னேன்... “சார்... நான் அந்தப் பக்கம் போய் பழக்கம் இல்ல... எந்த டாக்டரையும் தெரியாது...”

“அப்ப விடுங்க... நாளைக்கு கதிர் வந்தவுடனே அவரைப் பாக்க சொல்லலாம்... நீங்க சாப்பிட்டுட்டு ரெண்டு மணிக்கு வந்துருங்க...”

மில்ட்ரி கவர் கொடுக்கும் வேலையை நிறுத்தச் சொன்னதும் மனம் துள்ளிக் குதித்தது. இதை காலையிலேயே சொல்லி இருக்கலாமோ என்றும் தோன்றியது. பெரிய பிரச்சினையாக இருந்தது மிகச் சுலபமாக முடிந்துவிட்டது. நான் அந்தப் பையை எடுத்து, அரசியிடம் வேகமாகக் கொடுத்தேன். “இந்தாங்கக்கா... நாளைக்கு கதிர் அண்ணன்கிட்ட குடுத்துருங்க...”

“தம்பிக்கு ஒரே சிரிப்புதான்... சரி... சரி... வேலைக்கு புதுசா ஜாயின் பண்ணீருக்கீங்க... எப்ப ட்ரீட்...?” என்றார் அரசி.

“என்ன வேணும்கா...?” என்று கேட்டேன். “லேப்ல ட்ரீட்னாலே பாயசம்தான்... மில்ட்ரிக்கு ரொம்ப பிடிக்கும்... பாட்டிகிட்ட சொன்னா தூக்கு எடுத்துட்டு போயி பார்சல் வாங்கிட்டு வருவாங்க... பத்து ரூவாய்க்கு அசோகாவுல வாங்குனா எல்லாரும் சாப்பிடலாம்...”

“சரிக்கா... நாளைக்கு வாங்கீரலாம்” என்றேன். திடீரென மனதில் ஒரு சந்தேகம் தோன்றியது. வேகமாக, பையை திரும்பவும் வாங்கி, டாக்டர்களின் கையெழுத்து நோட்டை எடுத்துப் பார்த்தேன். கடைசியாக டாக்டர் அன்பு போட்ட கையெழுத்தை பார்த்து விட்டு, நோட்டின் பழைய பக்கங்களில் சென்ற மாத பட்டியல் இருக்கிறதா என்று சோதித்தேன். நோட்டின் ஒவ்வொரு பத்து பக்கங்களிலும் அந்தந்த மாத டாக்டர்களின் பெயர்ப் பட்டியல் இருந்தது. இது ஜூன் மாதம். மே மாதப் பட்டியலில் அன்புவின் பெயர் இருக்கிறதா என்று தேடினேன். எதிர்பார்த்தபடியே இருந்தது. அதற்கு முந்திய மாதப் பட்டியல்களிலும் அவர் பெயர் இருந்தது. ஆனால், இந்த மாதம் டாக்டர் அன்பு போட்டிருந்த கையெழுத்தும், பழைய

மாதங்களில் இருந்த அவருடைய கையெழுத்தும் ஒரே மாதிரியாக இல்லை. அவர் கையெழுத்தில் இருக்கும் அதே எழுத்துகள் தான். ஆனால், அதில் கையொப்பமிட்டது அவராக இருந்திருக்காது என்று தோன்றியது. "இது கதிர் அண்ணனின் ஆட்டோகிராஃபாகத்தான் இருக்கும்" என நினைத்துக் கொண்டேன்.

அப்படியானால், டாக்டருடைய கவர் எங்கு சென்றிருக்கும்? கையெழுத்துப் போட்டவர் அன்பளிப்பை எடுத்துக் கொண்டிருப்பார் என்று தோன்றியது. இதை அரசியிடம் சொல்லலாமா? என்று யோசித்தேன். யாரிடமும் சொல்ல வேண்டாம் என்று தோன்றியது. பையை அரசியிடம் கொடுத்து விட்டு, மறுபடியும் உள்ளறைக்குச் சென்று, மில்ட்ரி அருகில் நின்றேன். அவர் என்ன என்பது போல பார்த்தார். "சார்... டாக்டர் அன்புகிட்ட போயிருந்தேன் சார்... அவர் பேசன்ஸ்ட்கிட்ட மட்டும் கமிஷன் லெஸ் பண்ணி ஃபீஸ் வாங்கச் சொன்னார்..... இன்செண்டிவ் தர வேணாமாம்..."

"என்னவாம்... திடீர்னு...?" என்று கேட்ட மில்ட்ரி, அரசியை நோக்கி குரல் கொடுத்தார். "அரசி... குறிச்சு வச்சுக்கமா... அன்பு பேசண்ட்ஸுக்கு இன்செண்டிவை லெஸ் பண்ணி பில் போடணுமாம்..." மறுபடியும் என்னைப் பார்த்தார். "சரி... நீங்க போய்ட்டு வாங்க தம்பி..."

உள்ளேயிருந்த கலா, ராணி இருவரிடமும் சைகை மூலம் விடைபெற்றேன். வரவேற்பறையைக் கடக்கும் போது அரசியிடமும் சொல்லி விட்டு நகர்ந்தேன். "மில்ட்ரிக்கு உங்களை ரொம்ப பிடிச்சு போச்சு போல... மனுஷன் உங்க கிட்ட பேசும்போது மட்டும்தான் சிரிக்கிறார்..." என்றார் அரசி. நான் சிரித்தபடியே படிகளில் இருந்து சாலையில் இறங்கினேன்.

அன்று பிற்பகலில் லேபின் மையப் பகுதி ஆய்வறையின் இருக்கையில் அமர்ந்திருந்தேன். அரசி, கலா, ராணி மூவரும் சாப்பிட்டு முடித்திருந்தார்கள். மில்ட்ரி ஊருக்குப் போய்விட்டார். இனி, மாலையில்தான் வருவார். எனக்கு என்ன வேலை செய்வது என்று புரியவில்லை. "தம்பி..." ராணிதான் அழைத்தார்.

"சொல்லுங்கக்கா..."

"டெஸ்ட் போடுறீங்களா...? ட்ரெயினிங்குக்கு வந்துட்டு ஊர் சுத்தப் போய்ட்டீங்க... அப்புறம் டெஸ்ட் எப்பத்தான் பழகுவீங்களாம்...?" ராணி அக்காவின் அழைப்பு எனக்கு மகிழ்ச்சியாக இருந்தது. மனம் பரபரப்படைந்தது.

நோயாளிகளிடம் இருந்து ரத்தம், சிறுநீர் பெறுவதில் துவங்கி லேப் இயங்கும் முறையை விவரித்தார். நோயாளி பணம் கட்டிய பிறகு முதலில் சிறுநீர் சோதனை இருந்தால் முதலில் சிறுநீர் பெற வேண்டும். அப்புறம், உள்ளே அழைத்து ரத்தம் எடுக்கும் வேலை. எடுத்த ரத்தத்தை பயோகெமிஸ்ட்ரிக்கும், ஹெமடாலஜி மைக்ரோஸ்கோப் அருகிலும் பிரித்து வைக்க வேண்டும். ரத்தம் எடுத்தவரே வரிசை எண் எழுதப்பட்ட சிறுநீர் டப்பாவை எடுத்துக் கொண்டு, அந்தப் பரிசோதனைகளை முடித்து விட வேண்டும். ரத்தம் எடுத்து டெஸ்ட் டியூப்களில் ஊற்றும் போது, அதிலும் பரிசோதனை சீட்டிலுள்ள வரிசை எண்ணை எழுதி விட வேண்டும் என்று விவரித்தார் ராணி.

"லன்ச் டைம்னால நான் அட்டண்ட் பண்ண பேசண்டோட யூரினை டேபிள்ல வச்சிருக்கேன்... அந்த டெஸ்ட்லருந்து ஆரம்பிங்க... நான் கூட இருக்கேன்..." என்றார். நான் மைக்ரோஸ்கோப்பில் உட்காரும் என் ஆசையை சொன்னேன். "போலாம்... போலாம்... முதல்ல யூரின் டெஸ்ட்... அப்புறம்தான் மைக்ரோஸ்கோப்" என்றார்.

சிறுநீர் பரிசோதனை செய்யும் மேஜையின் அருகில் நின்று கொண்டார் ராணி. அவர் சொல்லச் சொல்ல நான் ஒவ்வொன்றாகச் செய்ய ஆரம்பித்தேன். அங்கிருந்த பெரிய டெஸ்ட் டியூப் ஒன்றை எடுத்து, அதனை கைப்பிடியோடு கூடிய இடுக்கியில் செருகினேன். டியூபில் நீல நிறமாக இருந்த பெனடிக்ட் திரவத்தை *5* மில்லி ஊற்றினேன். இப்போது, மேஜையின் நடுவில் இருந்த ஸ்பிரிட் லேம்ப்பை திறந்து, நெருப்பு பற்ற வைத்தேன். இப்போது ராணி அக்கா சொன்னார். "டெஸ்ட் டியூபை எடுக்கும் போதே ஸ்பிரிட் லேம்ப்பை கொளுத்தக் கூடாது... மில்ட்ரி சத்தம் போடுவார்... பெனடிக்ட் சொல்யூசன் ஊத்தின பிறகுதான் லேம்ப்பை எரிய விடணும்..."

ஸ்பிரிட் லேம்பில் இருந்து மட மடவென எரிந்த நெருப்பிற்கு நேராக, டெஸ்ட் டியூப் இருக்குமாறு பிடித்துக் கொண்டேன். நீல நிற திரவத்தில் வெப்பம் ஏறி கொதிக்க ஆரம்பித்தது. கொதி துவங்கியதும், சோதனைக்காக காத்திருந்த சிறுநீரை ஸ்பில்லர் மூலம் எடுத்து, எட்டு துளிகளை வரிசையாக விட்டேன். சிறுநீர், வெப்பம் ஏறியிருந்த நீல நிற திரவத்தில் கலந்ததும் இன்னும் கொதித்தது. நெருப்பிலிருந்து சற்றே விலக்கி, டியூபை நன்றாகக் குலுக்கி விட்டு, மறுபடியும் வெப்பப்படுத்தினேன். வெப்பம் ஏறிய திரவம் தன் நிறத்தை மாற்றிக்கொள்ளத் துவங்கியது. பச்சை நிறமாக மாறி, அப்படியே நல்ல மஞ்சள் நிறமாக மாறியது. இதே

பரிசோதனையை சில முறை கல்லூரியில் செய்திருந்தாலும், மஞ்சள் நிறமாக மாறுவதை இப்போதுதான் பார்க்கிறேன். இன்னும் கொதித்த பிறகு, மஞ்சள் நிறம் மாறவேயில்லை.

"ரிசல்ட் சொல்லுங்க...?" என்று கேட்டார் ராணி. நான் மனதில் நினைவுப்படுத்திக் கொண்டிருந்தேன். 'பச்சை நிறம் ஒன் ப்ளஸ், மஞ்சள் டூ ப்ளஸ், ஆரஞ்சு த்ரீ ப்ளஸ், அடர் சிவப்பு ஃபோர் ப்ளஸ்' வாய்ப்பாடு மாதிரி மனதில் ஓட, "டூ ப்ளஸ்க்கா..." என்று சொன்னேன்.

"ஓகே தம்பி... ரிசல்ட்டை அந்தச் சீட்டில் யூரின் சுகர் டெஸ்டுக்கு நேரா எழுதிருங்க... இதுல ஒரே ஒரு விஷயம் கவனிக்கணும்... பச்சை நிறம் சரியா வராம பாதியில நிக்கும்... அந்த டெஸ்டுக்கு மட்டும் "ட்ரேஸ்"னு ரிசல்ட் எழுதணும்..."

எனக்குப் புரியாமல் அவரையே பார்த்தேன். "ட்ரேஸ்னா ஒன் ப்ளசை விட கம்மினு அர்த்தம்... அது உறுதியான ரிசல்ட் இல்லைனும் சொல்லலாம்... சுகர் பார்டர்ல இருக்க பேசண்ட்ஸுக்கு இப்படி வரலாம்..."

பாட நூலில் இல்லாத தகவலாக இருந்தது. முதல் பரிசோதனையில் வெற்றி பெற்ற மகிழ்ச்சி மனதில் உருவானது. "சரிங்க தம்பி... அடுத்து அல்புமின் டெஸ்ட் பண்ணுங்க..." என்றார் ராணி. அல்புமின் என்பது சிறுநீரில் இருக்கும் உப்பின் அளவைப் பரிசோதிக்கும் சோதனை. இதே போலவே, மிகச் சிறிய டெஸ்ட் டியூபில் சிறுநீரை எடுத்து சூடு படுத்த வேண்டும். சிறுநீரின் மேல் பகுதியில் புகை போல ஒரு வெள்ளை நிற வளையம் உருவாகும். அப்படி உருவாகி விட்டால் அந்த நோயாளிக்கு உப்பு இருப்பது உறுதி. அந்த வளையத்தின் அடர்த்தியை வைத்து ஒன் ப்ளஸ், டூ ப்ளஸ் என்று ரிசல்ட் இருக்கும். அதையும் ராணி அக்கா சொல்லச் சொல்ல செய்து முடித்தேன். சிறுநீரில் எந்த வளையமும் உருவாகவில்லை. சீட்டில் "நில்" என்று எழுதச் சொன்னார். அப்படி என்றால் இல்லை என்று அர்த்தம்.

இதே போல, அங்கிருந்த மூன்று நோயாளிகளின் சிறுநீரிலும் சுகர், அல்புமின் டெஸ்டுகளை செய்யச் சொன்னார். தொடர்ந்து, சோதனைகளைச் செய்ய செய்ய வேகமும், கையின் லாகவமும் கைவந்தன.

உள்ளறைக்குப் போன ராணி அக்கா அங்கிருந்து குரல் கொடுத்தார். "தம்பி... வாங்க... உங்க மைக்ரோஸ்கோப்புக்கு..."

ஏற்கனவே பல சிறுநீர் சோதனைகளைத் தொடர்ந்து செய்ததில் மகிழ்ச்சியாக இருந்த என் மனது, மைக்ரோஸ்கோப்புக்கு அழைத்ததும் குதியாட்டம் போட்டது. கல்லூரியில் மைக்ரோஸ்கோப்பை பயன்படுத்தியிருக்கிறேன் என்றாலும், அதன் அத்தனை நுட்பங்களும் பிடிபடவில்லை. நான் உடனே உள்ளே சென்றேன்.

மைக்ரோஸ்கோப்பின் அருகே இருந்த உயரமான நாற்காலியில் அமரச் சொன்னார். ராணி அருகில் நின்று கொண்டார். கண்ணாடி ஸ்லைடில் ஒரு துளி சிறுநீரை வைத்து, அதன் மேல் மிகச் சிறிய மெல்லிய இழை போன்ற கண்ணாடியை மிதக்க விட்டார். கண்ணாடி ஸ்லைடின் மேல் இருந்த சிறுநீர் துளியில் இழைக்கண்ணாடி மிதந்து, உள்ளமுங்கியது. அதனை அப்படியே எடுத்து, மைக்ரோஸ்கோப்பில் வைத்தார். என்னை மைக்ரோஸ்கோப்பை சரி செய்து பார்க்கச் சொன்னார்.

“என்ன பவர்க்கா...?” என்று கேட்டேன். “இது யூரின் டெபாசிட் டெஸ்ட்... அதனால் பத்து எக்ஸ் லென்சை யூஸ் பண்ணணும்... பிளட் செல் கவுண்டிங் மாதிரி டெஸ்ட்டுகள்ள 40 எக்ஸ் போகணும்... 100 எக்ஸ் நமக்குத் தேவைப்படாது” என்று விளக்கினார் ராணி.

மைக்ரோஸ்கோப்பின் மேற்புறம் இருந்த குழாயின் வழியே ஒரு கண்ணை மூடி, இன்னொரு கண்ணில் பார்த்தேன். பார்ப்பதற்கு நான் அணிந்திருந்த கண்ணாடி இடையூறாக இருந்தது. ராணி என் தலையில் தட்டினார். “கண்ணாடியை கழற்றி வைங்க தம்பி... கண்ணாடியைக் கழற்றினா கிளியரா இருக்குமா...? வேணும்னா போட்டுக்கங்க...” என்றார். “இல்லக்கா... தெரியும்...” என்று சொல்லி விட்டு, கண்ணாடியை கழற்றி மேஜையின் மேல் வைத்தேன். மைக்ரோஸ்கோப்பில் பார்த்துக்கொண்டிருக்கும் போதே ராணி தொடர்ந்தார். “ஸ்லைடு வச்சிருக்கிற பிளாட்ஃபார்மை நம்ம தேவைக்குத் தகுந்து அங்கிட்டும், இங்கிட்டும் நகட்டிக்கலாம்... லென்ஸ் வழியா வெளிச்சம் தெரியற வரைக்கும் அட்ஜஸ்ட் பண்ணணும்... அப்புறம்தான் கீழே இருக்கிற பெரிய வீலைச் சுற்றி இமேஜை கிளியர் பண்ணணும்... இப்ப மங்கலா தெரியுதா...? மேல இருக்க சின்ன வீலை மெதுவாகச் சுற்றி, கிளியரா தெரிய வைங்க...”

பெரிய சக்கரத்தை கோர்ஸ் அட்ஜஸ்ட்மெண்ட் என்றும், சிறிய சக்கரத்தை ஃபைன் அட்ஜஸ்ட்மெண்ட் என்றும் அழைப்பார்கள். நடுவில் இருக்கும் ஸ்லைடை நோக்கி, நாம் பார்க்கும் லென்ஸ் குழாய் வேகமாகவும், மெதுவாகவும் இறங்கும். அதை இயக்குவதற்குத்தான்

இரண்டு சக்கரங்களும். "ஒரு கண்ணை மூடி பாக்காதீங்க தம்பி... அதுவே பழக்கமாயிரும்... ரெண்டு கண்ணும் திறந்தே இருக்கட்டும்... ஒரு கண்ணுல கவனமா பாருங்க... யூரின்ல என்ன தெரியுது...?" என்று கேட்டார் ராணி.

வட்டம் வட்டமாக செல்களும், குழப்பமான சில உருவங்களும், கற்கள் மின்னுவது போன்ற சில பொருட்களும் இருந்தன. "என்ன பாத்தீங்க சொல்லுங்க?" என்றார். "எபிதீலியல் செல்ஸ் மாதிரி தெரியுது... மத்தது என்னானு தெரியலைக்கா..." என்றேன்.

என்னை விலகச் சொல்லி விட்டு, ராணி மைக்ரோஸ்கோப்பில் பார்த்தார். "எபிதீலியல் செல்ஸ் கூட குழ குழனு இருக்கிறது பஸ் செல்ஸ் தம்பி... சளிதான்... அது. அப்புறம், மின்னுதுல்ல... அதெல்லாம் கல்... கால்சியம் ஆக்சலேட் கிறிஸ்டல்... வைரம் மாதிரி ரிஃபலக்ட் பண்ணும்..." நான் மறுபடியும் ஒவ்வொன்றாகப் பார்த்துக் கொண்டேன்.

ரிசல்ட் எப்படி எழுத வேண்டும் என்று சொல்லித் தந்தார். இவை தவிர, ரத்த செல்களும் சிலருக்கு சிறுநீரில் வரும் என்றும், வேறு ஏதாவது தெரிந்தால் சீனியரிடம் கேட்கலாம் அல்லது அங்கிருக்கும் ரெஃபரன்ஸ் புக்கை எடுத்துப் பார்க்க வேண்டும் என்றும் சொன்னார்.

எனக்கு மைக்ரோஸ்கோப்பின் மீது இருந்த பிரமிப்பு மாறாமல் இருந்தது. கல்லூரியில் இருந்த மைக்ரோஸ்கோப் அளவில் சிறியது. இவ்வளவு துல்லியமாகத் தெரியும் என்று சொல்ல முடியாது. இங்குள்ள மைக்ரோஸ்கோப்பில் பார்க்கும்போது பளிச்சென தெரிகிறது. கிறிஸ்டல்ஸ் கற்களின் மின்னும் தன்மை கண்ணுக்குள்ளேயே நிற்கிறது. சாதாரணக் கண்களில் பார்க்க முடியாதவற்றை, இந்த சிறிய கருவி எத்தனை மடங்காகப் பெருக்கி, கண்களுக்கு முன் நிறுத்துகிறது. சுற்றுலாக்களில் பயன்படும் பைனாகுலர்களிலும், தூரத்தைப் பார்க்கப் பயன்படுகிற டெலஸ்கோப்புகளிலும், ஆய்வுக்கூடங்களின் மைக்ரோஸ்கோப்புகளிலும் இருப்பது எல்லாம் அளவைப் பெரிதாக்கும் லென்சுகளே. தேவைக்குத் தகுந்து நுண்ணியதைப் பெரிதாக்கவும், தூரத்தில் உள்ளதை அருகில் பார்க்கவும் லென்ஸ்களைப் பயன்படுத்தும் யோசனை எந்த மனிதனுக்கு முதன் முதலில் வந்திருக்கும்...? லென்சை எப்போது மனிதன் கண்டுபிடித்திருப்பான்...? அதற்கும் முன்பு, கண்ணாடியை எப்படிக் கண்டுபிடித்திருப்பான்...? கோடிக்கணக்கான மனிதர்களின் ஆயிரம் ஆண்டு உழைப்பை நாம் எந்தச் சிரமமும் இன்றி பயன்படுத்திக் கொள்கிறோம். பயன்படுத்துவதே நமக்கு

சிரமமாகத் தெரிகிறது. பெரும்பாலான மனிதர்கள் அடுத்தவர்களின் உழைப்பைப் பயன்படுத்தியே வாழ்கிறார்கள், அதுவும் உழைத்த மனிதர்களின் மேல் எந்த நன்றியும் இல்லாமல் என்று தோன்றியது.

அன்று மாலை ஐந்து மணிக்கே என்னை வீட்டுக்குப் போகச் சொல்லி விட்டார்கள். காலை ஒன்பது மணி முதல் மாலை ஐந்து மணி வரை ஒரு வேலை நேரம். அதே போல, காலையில் வந்து விட்டு, பிற்பகலில் வராமல் மாலையில் வருவது இன்னொரு வேலை நேரம். சில நாட்களில், பிற்பகல் ஒரு மணியில் இருந்து இரவு ஒன்பது வரை இருப்பது ஒரு வேலை நேரம் என மூன்று விதங்களில் வேலை நேரம் அங்கு நடைமுறையில் இருந்தது. மறுநாள் காலை வந்ததும், மில்ட்ரியிடம் நான் எப்படி வர வேண்டும் எனக் கேட்டுக் கொள்ள வேண்டும். நீண்ட நாட்களுக்குப் பிறகு அன்று மாலை பள்ளி நண்பர்களோடு சூர்யவம்சம் திரைப்படத்திற்குச் சென்றேன்.

9

அன்று இரவு எந்தக் கனவும் இல்லாமல் நிம்மதியாகத் தூங்கினேன். ஆய்வுக் கூடத்தின் ஒரு பகுதியாக நான் ஆகத் துவங்கியிருந்தேன் எனத் தோன்றியது. டாக்டர் அன்புவின் சந்திப்பும் நாளின் இனிமையைக் கூட்டியிருந்தது. கண்ணாடியைக் கழற்ற முடியுமோ இல்லையோ, அவரைப் பார்ப்பதற்காக இன்னொரு நாள் போக வேண்டும் என்று தோன்றியது.

நண்பர்களோடு நேற்று திரையரங்கிற்குப் போனதற்குப் பதிலாக கம்பராயப் பெருமாள் கோயிலுக்குப் போயிருக்கலாம் என்ற எண்ணம் வந்தது. திரைப்படம் நன்றாகத்தான் இருந்தது. ஆனாலும், வேலை முடிந்து ஓய்வாக ஒரு இடத்தில் பேசிக் கொண்டிருந்திருக்கலாம். இன்னொரு நாள் மாலை நேரத்தில் கோயில் மைதானத்தில் போய் அமர்ந்து வர வேண்டும். ஐந்தாவது வரை நான் படித்த கோட்டை பள்ளிக்கூடம் எனப்படும் முக்தி விநாயகர் பள்ளி கோயிலின் முன்புறம்தான் இருந்தது.

கம்பம் மெயின்ரோட்டில் பேருந்து நிலையம் செல்லும் சாலையைக் கடந்து, கொஞ்ச தூரம் நடந்தால் வலது புறம் காய்கறிக் கடைத்தெருவும், அதன் நேரெதிரே கோட்டையின் நுழைவாயிலும் தெரியும். அதன் வழியாக உள்ளே நுழைந்ததும் பெரிய மைதானமும், நேராக கோயில் வாசலும் காணக்கிடைக்கும். மைதானத்தில் இரண்டு பக்கங்களிலும் பள்ளி இரண்டு பகுதிகளாக அமைந்திருக்கும். கோயில், பள்ளி இருக்கும் மைதானம் அனைத்துப் பகுதியையும் சேர்த்து கோட்டை என்று அழைப்பார்கள்.

பள்ளியின் முன்புறம் இருந்த பகுதி கால்நடைகளுக்கான புல்விற்கும் இடமாகப் பயன்பட்டதால் கோட்டை எனும் பெயர் 'புல்லுக் கோட்டை' என்று மாறிவிட்டது. ஆயிரத்து முந்நூறாம் ஆண்டுகளின் துவக்கத்தில் மன்னன் மாலிக் கபூர் இந்தப் பகுதிக்கு படை எடுத்து வந்தபோது, அவனது படைத்தளபதிகள் முகமது மீரான், சஞ்சய்கான் இருவரும் இந்தக் கோட்டையை உருவாக்கியதாகச் சொல்வார்கள். கம்பத்தில் சஞ்சய்கான் உருவாக்கிய குளம் இப்போது கெஞ்சையன் குளம் என்று பெயர் மாறிவிட்டது. மொட்டை வீரன் என அழைக்கப்படும் முகமது மீரான் அங்கு ஒரு காவல் கோபுரத்தையும் உருவாக்கியிருக்கிறான்.

ஆயிரத்து ஐநூறாம் ஆண்டு மத்தியில் மதுரையை ஆண்ட சொக்கநாத நாயக்க மன்னன், கோட்டைப் பகுதியில், கம்பராயப் பெருமாளுக்கும், காசி விஸ்வநாதருக்கும் தனித் தனி கோயிலை ஒரே வளாகத்தில் உருவாக்கினாராம். மன்னர் கனவில் வந்த ஒரு கல் கம்பத்தின் கீழ் இக்கோவில்கள் உருவாக்கப்பட்டு, பிரதிஷ்டை செய்யத் துவங்கியதால் பெருமாளின் பெயரை கம்பராயப் பெருமாள் என்று சூட்டியதாகச் சொல்வார்கள்.

நாங்கள் பள்ளியில் படிக்கும்போது கோவிலுக்குள் இருக்கும் பரந்து விரிந்த புல்தரைதான் எங்கள் விளையாட்டு மைதானமாக இருந்தது. மொட்டை கோபுரம் என்று அழைக்கப்படும் காவல் கோபுரத்திற்கு அருகில் செல்லக்கூடாது என்று எங்களை எச்சரித்திருந்தார்கள். மொட்டையாண்டி சாமி குதிரையில் இரவெல்லாம் அங்கு சுற்றிக் கொண்டிருப்பதாக அப்பகுதி மக்கள் பேசிக்கொள்வார்கள். கம்பராயப் பெருமாள் என்ற கோயிலின் மூலமாகத்தான் ஊரின் பெயரே கம்பம் என்று ஆகிவிட்டதாம். அக்காலத்தில் இப்பகுதியை நிர்வாகம் செய்த நபரும் ஊரின் பெயராலேயே கம்ப நாயக்கன் என்று அழைக்கப்பட்டதாகவும், கோயில் பராமரிப்பினை அவர் மேற்கொண்டதாகவும் கேள்விப்பட்டிருக்கிறேன். பிற்காலத்தில் பீர்மேடு பகுதியோடு சேர்த்து உத்தமபாளையம் வரை ஆட்சி செய்த பூஞ்சாறு தம்பிரான் எனும் கேரள அரசர் கோயில்களை பெரிதாகக் கட்டினாராம். கோயிலைச் சுற்றியும், அதன் முன்பகுதி மைதானத்தைச் சுற்றியும் இருந்த நாற்புற வீதிகளும் கோயிலுக்குச் சொந்தமானவை. அங்கு அமைந்திருந்த கடைகளும், வீடுகளும் அறநிலையத்துறை அதிகாரியிடம் வாடகை செலுத்தி விட வேண்டும்.

கோயில் உருவான வரலாற்றை விட, அரசர்களும் நம் தாத்தா, பாட்டிகளும் நடந்த அதே இடத்தில் நாம் நிற்கிறோம் என்ற உணர்வே ஈர்ப்பின் முதல் காரணமாக இருந்தது.

பள்ளிக்கால நினைவுகளும், புல்வெளியில் அமரும்போது வீசுகின்ற காற்றும் மனதுக்கு எப்போதும் நெருக்கமானவை. கம்பம் நகரக் கோயில்களில் முக்கியமான இன்னொரு கோயில் காய்கறிக் கடைத் தெரு முடியும் ஊரின் மையப்பகுதியில் அமைந்துள்ள வேலப்பர் கோவில். இது மிகப் பழமையான கோவில். ஆயிரத்து இருநூறாம் ஆண்டின் மத்தியில் மதுரையை ஆண்ட மன்னன் வீரபாண்டியன் இக்கோவிலுக்கு நிலதானம் கொடுத்ததாகக் கோயில் கல்வெட்டு ஒன்று கூறுகிறது. அப்போது அதன் பெயர் சுப்பிரமணியன் திருக்கோவில்.

காலையில் வழக்கத்தை விட சீக்கிரமாகக் கிளம்பி விட்டேன். என் வீடு இருக்கும் வேலப்பர் கோவில் தெரு வழியாக நடந்து, காய்கறிக் கடைகளைக் கடந்து கோட்டை முன்பாக மெயின் ரோட்டிற்கு வந்து சேர்ந்தேன். வலது புறம் ரோட்டின் வழியாகவே சென்றால் காந்தி சிலை. கீழ்ப்புறத் தெருவின் வழியாக திடலை அடைந்து லேபிற்குச் செல்லலாம் அல்லது தொடர்ந்து மெயின் ரோட்டின் வழியாகவே நடந்து திடல் செல்லும் இறக்கத்தில் இறங்கியும் லேபிற்குச் செல்லலாம். பதினைந்து நிமிடங்கள் முன்னதாகவே வந்து விட்டதால் சாலையில் போக்குவரத்து மிகக் குறைவாகவே இருந்தது. நான் டாக்டர் பாபுவின் மருத்துவமனை வரவேற்பறைக்குச் சென்று, லேபின் சாவியைப் பெற்றுக் கொண்டேன். நான் முதல் நாளிலேயே அங்கு வந்து சென்றிருந்ததால், என் முகம் அங்கு பணிபுரியும் நபர்களுக்கு அறிமுகமானதாகவே இருந்தது.

ஆய்வுக் கூடத்தின் ஷட்டரைத் திறந்து மேலேற்றினேன். வாசலில் இருந்த முதல் நாள் குப்பையும், தூசியும் லேசாக எழுந்தது. நான் உள்ளே சென்று, வரவேற்பு மேஜையில் இருந்த ரிசல்ட் கவர்களை ஒழுங்கு செய்து வைத்தேன். அடுத்த சில நிமிடங்களில் பெருக்கும் பெண்ணும், மாரியம்மாள் பாட்டியும் வந்து வேலைகளை ஆரம்பித்தார்கள். கதிர் தன் ஹீரோ ரேஞ்சர் சைக்கிளை வாசலில் நிறுத்திவிட்டு, உள்ளே வந்தார். என்னைப் பார்த்ததும் புன்னகைத்து விட்டு, நடுவறைக்குச் சென்று பயோ கெமிஸ்ட்ரி கருவிகளை ஒழுங்கு செய்தார். நானும் அவரின் பின்னே உள்ளே சென்றேன். "டாக்டர்சை ஓரளவுக்கு பாத்தாச்சா தம்பி..." என்று கேட்டார் கதிர்.

"ஆமாண்ணே... கம்பம் முடிஞ்சது... இனி, ரூரல் ஏரியாதேன் மிச்சம்... சார் உங்களைப் போகச் சொல்லணும்னு சொன்னார்ணே..."

கதிரின் முகம் மலர்ந்தது. மில்ட்ரி வந்தவுடன் அவருக்கு நினைவுப்படுத்துமாறு என்னிடம் கேட்டுக்கொண்டார். தொடர்ந்து

அவரிடம் சொன்னேன். "அன்பு டாக்டர்கிட்ட போயிருந்தேன்... அவர் பேசண்ட்ஸ்கிட்ட இன்செண்டிவ் லெஸ் பண்ணச் சொன்னாருண்ணே..." அவர் முகத்தில் இருந்த புன்னகை கொஞ்சம் மறைந்து, பின்பு இயல்புக்கு வந்தார். "ஆமா தம்பி... போன மாசம் எங்கிட்டயும் சொன்னார்... நாந்தேன் மறந்திட்டேன்... அரசிட்ட சொல்லிறலாம்....."

"நான் சொல்லிட்டேண்ணே..." என்று அவருக்கு பதில் சொல்லிவிட்டு, உள்ளறைக்குச் சென்று மைக்ரோஸ்கோப்பினை சரி செய்து, நேராக வைத்தேன். வரவேற்பறையில் இருந்து ஒரு குரல் கேட்டது... "சார்..."

நான் உள்ளிருந்து வெளியே வந்து அவரை இருக்கையில் அமரச் சொன்னேன். அதற்குள் கதிர் வந்து விட்டார். "வாங்க சார்... நல்லா இருக்கீங்களா?" என்று வந்தவரைப் பார்த்துக் கேட்டார். அவரும் தலையாட்டியவாறே, இருக்கையில் உட்கார்ந்தார். உடனே, கதிர் ஒரு சீட்டினை எடுத்து "ஆறுமுகம்" என்று பெயர் எழுதி, ரத்தத்தில் சர்க்கரை அளவு சோதனையைக் குறித்து விட்டு, பரிந்துரை செய்த டாக்டர் பெயர் எழுத வேண்டிய இடத்தில் "செல்ஃப்" என்று எழுதி இருபது ரூபாய் பெற்றுக் கொண்டு, ரசீது கொடுத்தார். சீட்டில் ஒன்றாம் எண்ணை எழுதி, என்னிடம் கொடுத்து ரத்தம் எடுக்கச் சொன்னார். நான் தயங்குவதைப் பார்த்து, அவரும், உடன் வந்தார்.

"சார்... உள்ள வாங்க..." அவரை அழைத்து, நடு அறையில் இருக்கும் மேஜையின் அருகில் அமர வைத்தார். ரத்தம் எடுப்பதற்காக அவரின் வலது கையை மேஜையில் வைக்கச் சொன்னேன். அவர் பழகியவர்போல இயல்பாக கையை நீட்டிக் கொண்டு என்னைப் பார்த்தார். நான் டோனிகட் எனப்படும் பெல்ட் போன்ற துணியாலான சிறிய ரிப்பனை எடுத்து, அவருடைய புஜப் பகுதியில் இறுகக் கட்டினேன். இப்போது முழங்கை குழிந்து, ரத்தம் எடுப்பதற்கு வாகாக நீட்டினார். கொஞ்சம் பஞ்சினை எடுத்து, ஸ்பிரிட்டில் நனைத்து ரத்தம் எடுக்கப் போகிற முழங்கையின் உள்புற ரேகையை சுத்தம் செய்தேன். அந்தப் பகுதியை "ஆண்டி க்யூபிடல் ஏரியா" என்று மருத்துவத்தில் சொல்வார்கள். ரேகையின் மேல் ரத்த நாளம் லேசாகத் தெரிந்தது. அவருடைய விரல்களை மூடி, திறக்கச் சொன்னேன். இரண்டொரு முறைகள் செய்ததும், ரத்த நாளம் பளிச்சென தெரிந்தது. மேஜை மேல் வைக்கப்பட்டிருந்த பெட்டியில் இருந்து டிஸ்போசபிள் சிரிஞ்சினை வெளியே எடுத்து, நீடிலையும் பிரித்து செருகினேன். மறுபடியும் ஒருமுறை

அவருடைய முழங்கை மடிப்பு ரேகையில் தெரியும் ரத்த நாளத்தை சரிபார்த்துக் கொண்டு, ஊசியை மெதுவாக படுக்கை வசத்தில் உள் செலுத்தினேன். அடுத்த வினாடி, சிரிஞ்சும், நீடிலும் சந்திக்கும் பகுதியில் சிவப்பு நிறம் தெரிந்தது. இதுதான் நாம் சரியாக ஊசியை ரத்த நாளத்தில் செலுத்தி இருக்கிறோம் என்பதற்கான சமிக்ஞை. இப்போது சிரிஞ்சின் பிஸ்டனை பின்னோக்கி இழுக்க வேண்டும். மெதுவாக ரத்தம் சிரிஞ்சிற்குள் ஊறி, மேலேறத் துவங்கியது.

கதிர் சாரை நிமிர்ந்து பார்த்தேன். "தம்பி... ஒரு மில்லி அளவு போதும்..." என்றார். நான் உடனே ஊசியோடு சிரிஞ்சினை பின்னோக்கி இழுத்து, கையில் எடுத்துக்கொண்டு, சிறிய பஞ்சினை ஸ்பிரிட்டில் நனைத்து ஊசி குத்திய இடத்தில் வைத்து அழுத்தி பிடித்துக்கொள்ளும்படி சொன்னேன். அவர் எழுந்து, கதிரிடம் விடைபெற்று சென்றார்.

"இதுல கவனிக்க வேண்டிய விஷயம் ரெண்டு... ஒண்ணு ரத்தம் எவ்வளவு எடுக்கணும்னு முடிவு பண்ணிட்டுத்தான் சிரிஞ்சையே எடுக்கணும்... நிறைய டெஸ்டுகளுக்கு ரத்தம் தேவையிருந்தால் அஞ்சு மில்லி சிரிஞ்சை யூஸ் பண்ணணும்... ரெண்டாவது, எடுத்த ரத்தத்தை டெஸ்ட் டியூபில் ஊற்றிய உடனேயே அதில் சீட்டில் இருக்கும் நம்பரை எழுதி, ஒட்டிறணும்... இல்லனா குழப்பமா யிடும்..." என்று சொன்னார் கதிர்.

"சரிங்கண்ணே..." என்று தலையாட்டினேன். கதிரைப் பார்த்துக் கேட்டேன். "செல்ஃப்னா என்னண்ணே...? சீட்டில் எழுதுனீங்க?"

"அதுவா...? சில பேசண்ட்ஸ் டாக்டரோட சீட்டு இல்லாமலே டெஸ்ட் பண்ண வருவாங்க... அவங்கள செல்ஃப்னு போடுவோம்... அதுலயும் நமக்கு ரொம்ப வேண்டிய பேசண்ட்டா இருந்தா மில்ட்ரிட்ட சொல்லிட்டு, கமிஷன் இல்லாம பில் போடலாம்... இப்ப வந்தவரு ரொம்ப வருஷமா நம்ம ரெகுலர் பேசண்ட்... ப்ளட் சுகர் மட்டும் பாப்பார்... அதுவும் ரிப்போர்ட் கூட வேணாம்னு சொல்லிருவார்... ரிசல்ட்டை சும்மா வாயில சொன்னாபோதும்..."

"சரிங்கண்ணே..." இன்று புதிதாக பல விஷயங்களைக் கற்கத் துவங்கி இருந்தது மகிழ்ச்சியாக இருந்தது. முதல் நாள் கவர் கொடுத்த அந்த வேலையை மட்டும் விட்டு விட்டால், இரண்டாவது நாளின் எல்லா வேலைகளும் பிடித்திருக்கிறது. இப்போது மூன்றாவது நாளும் அருமையாகவே ஆரம்பித்திருக்கிறது. நான் யோசித்துக் கொண்டிருக்கும் போதே அரசி வந்து விட்டார். தொடர்ந்து, கலா வந்தார். மில்ட்ரி வந்து சேர்ந்த சில நிமிடங்களில் ராணி

வந்தார். மில்ட்ரி ராணியைப் பார்த்து, ஒரு முறை முறைத்து விட்டு உள்ளறைக்குச் சென்று விட்டார்.

சிறிது நேரத்தில் நான் போய் மில்ட்ரியிடம் கிராமங்களில் இருக்கும் டாக்டர்களுக்கு கவர் கொடுக்க வேண்டியதை நினைவுப் படுத்தினேன். அவரும் சிரித்துக்கொண்டே கதிரை அழைத்து, மற்ற டாக்டர்களைப் பார்த்து விட்டு வரச் சொன்னார். பயோகெமிஸ்ட்ரி பகுதியில் நின்றிருந்த கதிர், கலாவை அங்கு பார்க்கும் படி சொல்லி விட்டு அரசியிடம் பையைப் பெற்றுக்கொண்டு கிளம்பினார்.

கலா காலையில் முதல் ஆளாக வந்திருந்த ஆறுமுகத்தின் ரத்தம் இருந்த டெஸ்ட் டியூபை எடுத்து, தூக்கிப் பார்த்தார். நான் மெதுவாக அருகில் சென்று "என்னக்கா...?" என்று மெதுவாகக் கேட்டேன். "ரத்தம் உறைஞ்சிருச்சானு பார்த்தேன்..." என்றார்.

அவரே தொடர்ந்தார். "ரத்தம் நல்லா உறைஞ்சால்தான் அதுல இருந்து சீரம் தனியா பிரியும்... அந்த சீரத்தை எடுத்துத்தான் சுகர் டெஸ்ட் பண்ண முடியும்... சுகர் மட்டுமில்ல.... எல்லா பயோ கெமிஸ்ட்ரி டெஸ்டுகளுக்கும் சீரம்தான் முக்கியம்..." என்று விவரித்தார் கலா.

எனக்கு கொஞ்சம் தியரி தெரிந்திருந்தாலும், செயல்முறையில் முழுமையாகத் தெரிந்துகொள்வதற்காக ஆர்வமாகக் கேட்டுக் கொண்டிருந்தேன். கல்லூரியின் ஆய்வுக்கூடத்தில் ஒரு சில பயோகெமிஸ்ட்ரி டெஸ்டுகள் மட்டும்தான் இருக்கும். அதையும் விரிவுரையாளரோ, பிரின்சிபலோதான் செய்து காட்டுவார்கள். நாங்கள் வேடிக்கை பார்த்ததோடு சரி. இந்த பயோகெமிஸ்ட்ரி டெஸ்டுகளைச் செய்ய நிறைய வழிமுறைகள் உண்டு. ஒவ்வொன்றும் வெவ்வேறு விஞ்ஞானிகளின் கண்டுபிடிப்பு. 'டெஸ்ட் ப்ரொசிஜரை' அப்படியே மனப்பாடம் செய்து, கல்லூரி வகுப்புகளில் ஒப்பித்ததோடு பயோகெமிஸ்ட்ரி தாள் முடிந்து விடும். எந்த மாணவனுக்கும் ஒரு டெஸ்டினைக் கூட சரியாகச் செய்து, ரிசல்ட் கொடுக்கத் தெரியாது.

கலா மறுபடியும் கேட்டார்... "ஹீமோலைஸ் ப்ளட்னா என்னானு தெரியுமா...?" தெரியாது என்று தலையசைத்தேன். "நாம ரத்தம் எடுக்கும்போது நீடிலுக்குள்ள போகும் ப்ளட் செல்ஸ் சில நேரத்துல டேமேஜ் ஆகிடும்... டெஸ்ட் டியூப்ல அழுக்கு, சோப்பு எதாவது இருந்தாலும் அதில ரத்தத்தை ஊத்தி வைக்கும் போது அது கண்டாமினேசன் ஆயிடும்... அந்த நேரத்துல, ரத்தம் உறைஞ்ச பின்னாடி சீரம் கிளியரா இல்லாம ரெட் கலர் கலந்து இருக்கும்... அதுதான் ஹீமோலைஸ் ப்ளட்... அத வச்சு டெஸ்ட் பண்ண முடியாது..."

"இது ஆறுமுகம் அண்ணே பிளட்டா...?" என்று கேட்டார் கலா.

"ஆமாக்கா... உங்களுக்கும் அவரை தெரியுமா...?"

"எனக்கும் மட்டுமில்ல தம்பி... கம்பத்துல இருக்க எல்லா லேபுலயும் அவர் ஃபேமஸ் பிகரு..."

"ஏங்க்கா... எல்லா லேபுக்கும் டெஸ்டுக்கு போவாரா...?"

"எப்பயாவது போவாரு... அதுனால அவர் ஃபேமஸ் இல்ல... அவரோட பட்டப் பெயர் உங்களுக்குத் தெரியுமா... தம்பி?"

"தெரியாதுக்கா... கதிர் அண்ணன் ஒண்ணும் சொல்லலயே...?"

"அவர் பேரு நானூறு ஆறுமுகம்... இந்தப் பெயருக்கும், அவர் ஃபேமசா இருக்கிறதுக்கும் காரணம் ஒண்ணுதான்... தம்பி..." எனக்கு ஒன்றும் புரியவில்லை. கலாவையே பார்த்துக்கொண்டிருந்தேன்.

"அவர் ரத்தத்த எப்ப டெஸ்ட் பண்ணாலும் சுகர் லெவல் நானூறு இருக்கும்..." என்று சொன்னார். எனக்கு குழப்பமாக இருந்தது. ஓரிரு முறைகளில் நானூறு மில்லி கிராம் அளவு ரத்தத்தில் வரலாம். அது சாதாரணமாக இருக்கும் அளவிலிருந்து மிக மிகக் கூடுதல். சர்க்கரை அளவைக் குறைக்கும் மாத்திரைகளில் ஏதேனும் ஒன்றை எடுத்துக் கொண்டாலோ, இன்சுலின் ஊசியை டாக்டரிடம் சென்று போட்டுக் கொண்டாலோ அந்த அளவு குறைந்து விடுமே... எப்படி நானூறிலேயே இருக்கும்? ஒரு மனிதனின் ரத்தத்தில் சர்க்கரை அளவு எப்போதும் நானூறிலேயே இருந்தால் நிறைய உள்ளுறுப்புகளைப் பாதித்து, உயிருக்கே ஆபத்து ஏற்படும் என்று படித்திருக்கிறோமே...

"அதெப்புடிக்கா நானூறிலேயே இருக்கும்...? ட்ரீட்மெண்ட் எடுத்தா மாறிரும்ல..." என்று கேட்டேன். நாங்கள் பேசுவதைக் கேட்ட மில்ட்ரி சிரித்துக் கொண்டார்.

முதன்முதலாக ஆறுமுகத்துக்கு சர்க்கரை நோய் இருப்பதை இலவசப் பரிசோதனை முகாமில்தான் கண்டுபிடித்திருக்கிறார்கள். அப்போதும் அவருக்கு நானூறு இருந்திருக்கிறது. இதே நிலை நீடித்தால் உயிருக்கு ஆபத்து என்று எடுத்துச் சொல்லி, அவரை மருத்துவமனையில் சேர்த்திருக்கிறார்கள். அவரை பெட்டில் சேர்த்து, இன்சுலின் போட்டு சர்க்கரை அளவினைக் குறைத்திருக்கிறார்கள். ஒன்றிரண்டு நாட்களில் மறுபடியும் பரிசோதித்தபோது அதே நானூறைக் காட்டியிருக்கிறது. தொடர்ந்து மாத்திரைகளை சாப்பிட்டு வரும்படி, நிறைய உணவுக்கட்டுப்பாடுகளும் அறிவுறுத்தப்பட்டிருக்கிறது.

பதினைந்து நாட்களுக்குப் பின்பு, உடல் மெலிந்து ஆறுமுகம் பரிசோதனைக்கு வந்திருக்கிறார். அப்போதும் சர்க்கரை அளவு நானூறையே காட்டியிருக்கிறது. அதன்பிறகு மாதம் தோறும் வரும் சர்க்கரை நோய் சிறப்பு மருத்துவர் ஒருவரிடம் ஆலோசித்து, வேறு மாத்திரைகளை எழுதிக் கொடுத்திருக்கிறார்கள். அவர் உடல் மெலிந்ததே தவிர, சர்க்கரை அளவு குறைந்தபாடில்லை. ஒவ்வொரு பரிசோதனையின் போதும், நானூற்றுப் பத்து, முந்நூற்றி தொண்ணூறு என்று பத்து மில்லிகிராம் கூடவோ, குறையவோ செய்கிறது. ஆனால், சராசரியாக நானூறை விட்டு நகர்வதேயில்லை.

அப்புறம் ஒரு நாள் அவர் எல்லா மாத்திரைகளையும் நிறுத்தி விட்டார். கிளினிக்குகளுக்குப் போவதை விட்டு விட்டு, உணவுக் கட்டுப்பாடுகளையும் கைவிட்டார். ஒரு மாதம் கழித்து, பரிசோதித்த போது எப்போதும் போல நானூறையே காட்டியிருக்கிறது ரிசல்ட். ஆனால், மெலிந்து போயிருந்த அவருடைய உடல் இயல்புக்கு வந்து விட்டதாம். அப்போதிருந்து வருடத்திற்கு ஓரிருமுறை வந்து ரத்தத்தைப் பரிசோதித்துக் கொள்வாராம். எப்போதும் நானூறில் இருக்கும் சர்க்கரை அளவைப் பார்த்து விட்டு, சிரித்துக்கொண்டே போவாராம்.

நானூறு ஆறுமுகத்தின் கதையைக் கேட்ட பின்பு, எனக்கு குழப்பமாக இருந்தது. "அது எப்படிக்கா ஒரே அளவில் இருக்கும்?" என்று கலாவிடம் கேட்டேன்.

"ப்ரொசிஜர் படி டெஸ்ட் போடுறதுதான் நம்ம வேலை... ரிசல்ட்ட ஆராய்ச்சி செய்றதில்ல... இது எப்படி வரும்னு எனக்கும் தெரியாது" என்று உதட்டைப் பிதுக்கினார்.

இதுபற்றி மில்ட்ரியிடமும் பேசினேன். அவரும் இதையேதான் சொன்னார். "நம்ம டெக்னிசியன்ஸ்... யாரோ கண்டுபிடிச்ச டெஸ்டுகளை சயின்டிபிக் ப்ரொசிஜர் படி பார்த்து, ரிசல்ட் தர்றதுதான் நம்ம டூட்டி... அது ஏன் குறையலன்னு யோசிக்க வேண்டியது டாக்டரோட வேலை... அவங்க தொடர்ந்து ரிப்போர்ட் பண்ணாங்கனா மெடிக்கல் சயிண்டிஸ்டுகள் ரிசர்ச் பண்ணுவாங்க... ஆனா இப்ப இருக்க டாக்டர்கள் பேசண்ட்சோட வித்தியாசமான ரிப்போர்ட்டுகளை மேல பேசறது இல்லை... அதனால நாம் வெறும் ஃபாலோவர்ஸ்தான்... ஒண்ணும் செய்ய முடியாது..."

எந்த விஷயம் என்றாலும் நான் நேரடியாக மில்ட்ரியிடம் பேசி விடுவது குறித்து, எல்லாருக்கும் ஆச்சரியம். அரசி அக்காவைத் தவிர, வேறு யாரும் மில்ட்ரியிடம் அதிகமாகப் பேச மாட்டார்கள்.

அவரும் நிர்வாக விஷயங்களைத்தான் பேசுவார். நான் மில்ட்ரியிடம் மருத்துவ விஷயங்கள் பேசுவதால் என்னிடம் அவர் சிரித்துப் பேசுவதாக எல்லாரும் சொல்லிக்கொண்டார்கள். அவர் சீனியர் என்பதால் இயல்பாகவே அவரிடம் கேட்பதுதானே சரியாக இருக்கும்?

ஆறுமுகம் பற்றிப் பேசிக்கொண்டிருந்ததில் "ட்ரீட்" கொடுப்பதாகச் சொன்னது மறந்துவிட்டது. அரசி அக்காவிடம் நினைவுப்படுத்தி, மாரியம்மாள் பாட்டியை அசோகா ஸ்வீட்சில் பாயாசம் வாங்கி வரச் சொன்னேன். எல்லாரும் பாயாசம் சாப்பிட்டு, வேலையில் சேர்ந்ததற்கு எனக்கு வாழ்த்து தெரிவித்தார்கள்.

•

யுனெடெட் லேபின் அன்றாட நடவடிக்கைகளில் நானும் கரைந்து விட்டேன். கற்றுக்கொண்டதில் இருந்து எல்லா நோயாளிகளுக்கும் ரத்தம் எடுக்கும் வேலையும், சிறுநீர் பரிசோதனைகள் முழுவதையும் செய்வதும் என் பொறுப்பாகி விட்டது. சிறுநீர் பரிசோதனைகளை முடிக்கும் போது "டெபாசிட்" டெஸ்டிற்காக அவ்வப்போது மைக்ரோஸ்கோப்பிற்குச் சென்று வருவதால் எனக்கும் திருப்தியாக இருந்தது. சிறுநீரின் பிற பரிசோதனைகளான பைல் சால்ட், பைல் பிக்மண்ட் எனும் மஞ்சள் காமாலைப் பரிசோதனைகளையும், அசிட்டோன் எனும் உயர் சர்க்கரை அளவு உள்ள நோயாளிகளுக்கான பரிசோதனையும் சொல்லிக் கொடுத்தார் மில்ட்ரி. சிறுநீர் பரிசோதனைகள் அனைத்துமே சில நிமிடங்களில் முடிந்து விடுவதாக இருந்தது.

வாரத்தில் திங்கட்கிழமை கலாவும், செவ்வாய்க்கிழமை கதிரும், ஞாயிற்றுக்கிழமை மில்ட்ரியும் விடுப்பு எடுத்துக் கொள்கிறார்கள். நான் வியாழக்கிழமையைத் தேர்வு செய்துகொண்டேன். அங்கு வேலைக்குச் சேர்ந்த பிறகு அந்த வியாழக்கிழமைதான் முதல் விடுமுறை நாளாக இருந்தது.

அந்த வியாழக்கிழமை கொஞ்சம் வழக்கத்தை விட கம்பம் பரபரப்பாக இருந்தது. அன்று தாமதமாக எழுந்து, குளித்து தயாராகி, காந்திசிலை நோக்கி நடந்தேன். பள்ளியில் படித்த நண்பர்களில் சிலர் கல்லூரி மூன்றாமாண்டு படித்துக்கொண்டிருக்கிறார்கள். இன்னும் சிலர் வெவ்வேறு இடங்களில் வேலை செய்து கொண்டிருந்தார்கள். இன்று கல்லூரிக்கும், கடைகளுக்கும் வேலை நாள் என்பதால் எந்த நண்பர்களையும் பார்க்க முடியாது. எங்கு போவது என்றே, தெரியாமல் நடந்துகொண்டிருந்தேன்.

காய்கறிக் கடை வீதியைக் கடந்து, மெயின் ரோட்டினை அடைந்து, மெதுவாக நடந்துகொண்டிருந்தேன். கை வண்டியைத்தள்ளிக் கொண்டே காந்தி சிலை நோக்கிப் போய்க்கொண்டிருந்தான் மணி. நான் பின்னாலிருந்து, அவன் தோளைத் தொட்டேன். சட்டென பதற்றமாகத் திரும்பிப் பார்த்த மணி, என்னைப் பார்த்ததும் புன்னகைத்தான். "என்னா மக்க...? வேலைக்கு போகலையா...?"

"இல்ல மணி... இன்னைக்கு லீவு..." என்றேன். "அப்படியா? எங்க போய்க்கிட்டிருக்க...? நவ்வா பழம் சாப்பிடுறியா...?" கேட்டுக் கொண்டே செய்தித்தாளை சிறியதாகக் கிழித்து, வண்டியில் இருந்த நாவல் பழங்களில் கொஞ்சம் எடுத்து நீட்டினான். நானும் மறுக்காமல் பெற்றுக் கொண்டேன். "சும்மா அப்படியே காந்தி சிலை வரைக்கும் போய்க்கிட்டிருக்கேன்..."

அவன் என் வேலை குறித்தும், நான் அவன் வியாபாரம் குறித்தும் பரஸ்பரம் விசாரித்துக்கொண்டோம். அவ்வப்போது கிடைக்கும் சீசன் பழங்களை வண்டியில் சென்று வியாபாரம் செய்வதாகத் தெரிவித்தான். இன்றைய ஊரின் பரபரப்பு குறித்து கேட்டேன். அவனுக்கு ஒன்றும் தெரிந்திருக்கவில்லை. அவனிடம் விடைபெற்றுக் கொண்டு ஜம் ஜம் பேக்கரியை நோக்கிச் சென்றேன். ஒலி அண்ணனிடம் கேட்டுப் பார்த்தால் ஏதாவது தெரிந்திருக்கும். அவர்தான் ஊரின் எல்லா நிகழ்வுகளையும் தெரிந்து வைத்துக் கொண்டு, வாடிக்கையாளர்களிடம் பேசிக் கொண்டே இருப்பார். மணி பதினொன்றாகி விட்டதால், வெயில் உச்சத்தை நோக்கிப் போய்க்கொண்டிருந்தது. காந்தி சிலை அருகில் இருந்த மோர் கடையில் ஒரு ரூபாயில் மோர் சாப்பிட்டு விட்டு, பேக்கரிக்குள் நுழைந்தேன்.

ஒலி அண்ணன் சிரித்தபடியே வரவேற்றார். "எக் பப்சு சூடா இருக்கு தரட்டுமா தம்பி...? இல்ல பொவண்டோ கொடுக்கவா...?" என்று கேட்டுக்கொண்டே நாற்காலியில் அமரச் சொன்னார். "ஒண்ணும் வேணாம்ணே இப்பதான் மோர் குடிச்சேன்..."

"அப்புறம் என்ன விசேஷம்... தம்பி?" என்றார் ஒலி அண்ணன்.

"ஒண்ணும் இல்லண்ணே... ஊருக்குள்ள என்ன விசேஷம்னு நீங்கதான் சொல்லணும்...?" என்றேன்.

"உங்களுக்கும் தெரிஞ்சிருச்சா... தொல்லியல் துறையில இருந்து அதிகாரிகள் வடக்குப்பட்டிக்கு வந்திருக்காங்களாம்... பொதுவா அவங்க வந்தா புதையல் இருக்கும்னு எல்லாரும் அங்க பாக்கப் போறாங்க..."

எந்த இடம் என்று விசாரித்துக்கொண்டு, நானும் அங்கே சென்றேன். காந்தி சிலையில் இருந்து தேவர் சிலை தாண்டி, தம்பீஸ் தியேட்டருக்கு எதிரில் இருக்கும் வீதியில் சென்றால் அவர் சொல்லும் இடத்துக்குச் சென்று விடலாம் என்பதால் விரைவாக நடந்தேன். கம்பம் மெயின்ரோட்டின் அடையாளங்களாக பெரும்பாலான தியேட்டர்களே இருந்தன. ஊருக்குள் நுழைந்ததும் சந்தைக்கும், தேவர் சிலைக்கும் இடையே தம்பீஸ் தியேட்டர், அப்படியே பேருந்து நிலையம் செல்லும் சாலைக்குச் செல்லும் வழியில் கிரசண்ட் தியேட்டர், காந்தி சிலை கடந்து கால்நடை மருத்துவமனையை அடையும் முன்னாள் யுவராஜா தியேட்டர், அங்கிருந்து கொஞ்சம் நடந்து சென்றால் சக்திபாலா, தேவபாலா தியேட்டர்கள். ப்ரியா தியேட்டர் மட்டும் மெயின் ரோட்டில் இருந்து தூரத்தில் இருக்கும். கிரசண்ட், ப்ரியா இரண்டு தியேட்டர்களும் பழைய படங்களைத் திரையிடுவார்கள். மற்ற தியேட்டர்கள் புதிய படங்களைத் திரையிடுவார்கள்.

யோசித்துக்கொண்டே நடந்ததில் மெயின் ரோட்டைக் கடந்து, வடக்குப் பட்டி வீதியின் வழியாக, கூட்டமாக இருந்த இடத்தை நெருங்கிவிட்டேன். நான் அருகில் செல்வதற்கும், கூட்டத்தை ஒழுங்கு செய்துகொண்டிருந்த ஒரு தொல்லியல் அலுவலர் பேசத் தொடங்குவதற்கும் சரியாக இருந்தது.

"இங்க புதையல் எல்லாம் இல்ல... தங்க கட்டி, பானை பானையா தங்கக் காசு எல்லாம் கிடைக்கல... ஆனா, எங்களப் பொறுத்த வரைக்கும் இது முக்கியமான புதையல்னுதான் சொல்லணும்... அந்தக் கால செம்புக் காசு கொஞ்சம் கிடைச்சிருக்கு..." என்று சத்தமாகச் சொல்லிக் கொண்டிருந்தார். கூட்டத்தின் பின்புறமாக நின்று கொண்டிருந்தவர்களில் பலர் கலைந்து செல்லத் துவங்கினர். நான் பின்னாலிருந்து கொஞ்சம் முன்னால் நகன்று பேசுபவருக்கு அருகில் வந்தேன். இப்போது அவர் சொல்வது முன்பை விட சப்தமாகக் கேட்டது.

"இங்கயிருந்து கிடைச்சிருக்க காசுகள் ரோமானிய காசுகள்..." என்று அவர் சொன்னபோது, ரோமானியர்கள் என்பவர்கள் தொலைதூர நாடுகளில் இருப்பவர்கள்தானே? அவர்கள் பயன்படுத்தும் காசுகள் இங்கு எப்படி வந்தன? என்று யோசனை ஓடியது. அவரே தொடர்ந்தார்.

"முசிறி துறைமுகம் கேள்விப்பட்டிருக்கீங்களா...? கேரளாவில் இருக்கும் கொச்சின்ல இருந்து நீளமா இருக்க கடற்கரைதான் முசிறி... அங்க வரும் ரோமானியர்கள் குமுளி வழியா கம்பம்

வந்து, மதுரை வழியா தூத்துக்குடி பக்கத்துல இருக்க கொற்கை துறைமுகத்துக்கு போவாங்க... அதுதான் தமிழ்நாட்டுல முத்து கிடைக்கிற துறைமுகம்... அங்க முத்துகளை வாங்கிட்டு, இங்க ஏலம், மிளகு வாங்கிட்டு, இதே வழியாதான் திரும்பியும் போவாங்க... ரெண்டாயிரம் வருஷத்துக்கு முன்னாடி இருந்த காசுகளா இருக்கும்... இது எல்லாம் ஆய்வுக்குப்பிறகுதான் உறுதியாகும்... உங்க வீடுகள தோண்டும் போதோ, நிலத்த உழுகும் போதோ ஏதாவது கிடைச்சா தூக்கிப் போட்றாதீங்க. பக்கத்துல இருக்க வாத்தியார்கிட்ட சொன்னீங்கனா கூட போதும்... எங்களுக்கு தகவல் வந்துரும்..."

நான் ஆர்வமாகக் கேட்டுக்கொண்டிருந்தேன். வரலாற்றில் எங்கோ நடந்ததாக நினைத்துக்கொண்டிருந்த பல சம்பவங்கள் நாம் இருக்கும் இடத்திலும் நிகழ்ந்திருப்பதை அறியும் போது மனம் அடையும் மகிழ்ச்சிக்கு அளவே இல்லை. இதே சாலையில்தான் நம் முன்னோர்கள் நடந்து போயிருப்பார்கள். வரலாற்றில் படித்த ரோமானியர்கள் கடந்து போயிருப்பார்கள். எத்தனை அரசர்களும், அவர்களின் வீரர்களும், அக்கால மக்களும் இதே வழியில் நடந்து போயிருப்பார்களோ? தெரியவில்லை. நிலம் முழுவதும் பரவிக் கிடக்கிற வரலாறுகள் எப்போதுமே நிகழ்கால மனிதர்களுக்கு ஆச்சரியத்தை மட்டுமே கொடுத்துக்கொண்டிருக்கின்றன.

நான் திரும்பி வீடு நோக்கி நடந்துகொண்டிருந்தபோது, வரலாற்றில் பரிச்சயமாகி இருந்த ரோமானியர்களோடும், கிரேக்கர்களோடும், அரேபியர்களோடும் நடந்து போவதைப் போல கற்பனை விரிந்துகொண்டே இருந்தது.

10

விடுமுறைக்கு அடுத்தடுத்த நாட்கள் வழக்கம் போலவே சென்றன. ரத்தம் எடுக்கும் வேலையையும், சிறுநீர் பரிசோதனைகளையும் நானே கவனித்துக் கொண்டேன்.

தினமும் ஐம்பது நோயாளிகளில் இருந்து நூறு பேர் வரை பரிசோதனைகளுக்காக வந்துகொண்டிருந்தனர். சில மருத்துவர்கள் ஒன்றிரண்டு பரிசோதனைகளையும், பல மருத்துவர்கள் நிறைய பரிசோதனைகளையும் பரிந்துரைத்திருந்தனர். அந்த வாரத்தின் ஞாயிற்றுக் கிழமை மில்ட்ரி விடுமுறை நாள். அவர் கிறிஸ்துவர் என்பதால் ஞாயிறுகளில் சர்ச்சிற்குப் போகும் வழக்கம் வைத்திருந்தார். மில்ட்ரி இல்லாத அந்த ஞாயிற்றுக்கிழமை கேலியும், சிரிப்புமாகச் சென்றது. அது பொதுவான விடுமுறை நாள் என்பதால் பல கிளினிக்குகளும் இல்லை. பரிசோதனைக்கான நோயாளிகள் குறைவாகவே இருந்தனர். காலையில் பாயாசம், எப்போதும் அரட்டை என்று நாள் முழுவதும் கலகலப்பாகவே சென்றது.

டாக்டர்கள் அனுப்பும் பரிசோதனைச் சீட்டுகளின் குறியீடுகள் குறித்து அன்று கதிர் அண்ணன் விரிவாகச் சொல்லிக் கொடுத்தார். அவற்றைக் கேட்கக் கேட்க எனக்கு நோயாளிகளின் மீது இரக்கமும், அனுதாபமும் அதிகரித்தது.

'யுனைடெட் லேபரட்டரி' பெயரும், பரிசோதனைப் பட்டியலும் அச்சடிக்கப்பட்ட சீட்டுகள் ஒவ்வொரு டாக்டருக்கும் அவ்வப்போது கொடுக்கப்படும். அந்தச் சீட்டுகள் 25, 50 என்ற எண்ணிக்கையில் வரிசை எண் அச்சிடப்பட்டு இருக்கும். நோயாளிகள் கொண்டு வரும்

சீட்டின் எண்ணை வைத்து, டாக்டரின் தேவையை அறிந்து சீட்டுகளைக் கொடுத்து வருவோம். லேபில் பங்குதாரர்களாக இருந்த பதினைந்து டாக்டர்களுக்குத்தான் சீட்டுகளை அடிக்கடி கொடுத்துக்கொண்டே இருப்போம். எம்.டி. டாக்டர் பாபு ஒவ்வொரு வார இறுதியிலும் எந்தெந்த பங்குதாரரின் சீட்டுகள் குறைவாக வந்தன என்று கேட்டுத் தெரிந்துகொண்டு, அவரிடம் தொலைபேசியில் பேசி அதிகரிக்குமாறு கோரிக்கை வைப்பார். அதே போல, அதிகமான நோயாளிகளை அனுப்பிய டாக்டர்களுக்கும் போன் செய்து, அப்படியே தொடரும்படி பாராட்டுவார்.

மொத்த பங்குதாரர்களிலும் அனந்து டாக்டர்தான் நோயாளிகள் அனுப்புவதில் முதலிடம். அதற்கப்புறம்தான் டாக்டர் பாபுவே இருப்பார். கேரள நோயாளிகளின் எண்ணிக்கையும், கம்பத்தை சுற்றியிருக்கும் கிராமங்களில் இருந்து வரும் நோயாளிகளும் அனந்து டாக்டரின் கிளினிக்கில் கூட்டமாக இருப்பார்கள். பங்குதாரர்கள் அளவுக்கு நோயாளிகளை அனுப்பும் மற்ற டாக்டர்களும் ஒன்றிரண்டு பேர் இருந்தனர். அவர்களுக்கு கொடுக்கப்படும் கமிஷன் கவர்களின் கனமும் அதிகமாக இருக்கும்.

ஞாயிற்றுக்கிழமை வந்திருந்த ஒரு பரிசோதனைச் சீட்டு வித்தியாசமாக இருந்ததைப் பார்த்து, நான்தான் கதிர் அண்ணனிடம் கேட்டேன். அந்தச் சீட்டில் ரத்தப்பரிசோதனைகளில் சிலவற்றுக்குக் கீழே கோடு போடப்பட்டிருந்தது. சில பரிசோதனைகள் வட்டமிடப்பட்டிருந்தன. வட்டமிடப்பட்டவை மிகக் குறைவான பரிசோதனைகளாகவும், கோடு போடப்பட்டவை அதிகமாகவும் இருந்தன. பொதுவாக ஒவ்வொரு டாக்டர்களின் பழக்கமும் ஒவ்வொன்றாக இருக்கும். சிலர் பரிந்துரைக்கும் பரிசோதனைகளின் பெயர்களை கோடு போடுவார்கள், சிலர் வட்டமிடுவார்கள். இன்னும் சிலர் டிக் செய்வார்கள். ஆனால், நான் அன்று பார்த்த சீட்டு கோடும், வட்டமும் கலந்திருந்தது. கதிர் அண்ணன் கண்ணடித்தவாறே சொன்னார் "இது ஸ்பெஷல் கேஸ்".

"என்ன ஸ்பெஷல்ணே... எதுவும் கவனமா டெஸ்ட் பண்ணச் சொல்லிருக்காரா...?" என்று கேட்டேன்.

"கோடு போட்டிருக்கிற டெஸ்டுகளுக்கு பில் போடணும்... வட்டம் போட்டிருக்கிற டெஸ்டுகளை மட்டும் செஞ்சு ரிசல்ட் கொடுத்தா போதும்..."

எனக்குப் புரியவில்லை. "எதுக்குண்ணே இப்படி...?"

“அதைத்தான் சொன்னேன் ஸ்பெஷல்னு... வழக்கமா எல்லா டாக்டர்களுக்கும் 40% கொடுப்பமல... இந்தச் சீட்டுக்கு வர்ர பில் தொகையில 50% கமிஷனா கொடுக்கணும்...”

“அப்படினா... பேசண்ட் படிச்சவரா இருந்து, சீட்டுல இருக்க டெஸ்டுகளோட ரிப்போர்ட் இல்லாம இருக்குனு கண்டுபிடிச்சிட்டாருண்ணா...?”

“அதுக்கு ஒரு டெக்னிக் இருக்கு... வட்டம் போட்டிருக்கிற டெஸ்டுகளை நாம செஞ்சு ரிசல்ட் எழுதிருவோம்... கோடு போட்டிருக்கிற டெஸ்டுகளுக்கான ரிசல்ட்டை நார்மல் வேல்யூ வர்ற மாதிரி ரிப்போர்ட்ல டைப் பண்ணீறணும்... அத அரசி பார்த்துக்கிருவாங்க...”

“ஏற்கனவே பேசண்ட் கொடுக்கிற காசுல நாற்பது பர்சண்ட் கமிஷன்... அதுவே பெரிய கொள்ளை... இதுல இது வேறயா...?” கேட்க கேட்க எனக்கு முதல் நாளின் மனநிலை வந்தது.

“எல்லா ஃபீல்டும் அப்படித்தான் தம்பி... மெடிக்கல் ஃபீல்டுல கொஞ்சம் ஓவர்... அவ்வளவுதான்... அதுக்குத்தான எல்லா வீட்லயும் பிள்ளைகளை டாக்டருக்கு படிக்க வக்கிறாங்கெ... அப்புறம் சோசியல் சர்வீஸ் செய்யவா...?”

“அவங்களுக்குத் தேவையான இன்கம் சாதாரணமாவே கிடைச்சுரும்லண்ணே... அப்புறம் எதுக்கு கமிஷன், சீட்டிங் எல்லாம்...?”

“மெரிட்ல பாஸ் பண்ணி மெடிகல் சீட் வாங்குனாலே படிக்க நிறைய செலவாகும்... இப்பயெல்லாம் மார்க் இல்லாமல் சீட் வாங்குறாங்க... அதுக்கு டொனேஷனா குடுத்த லட்சக்கணக்கான பணத்தை எப்படி எடுக்கிறது...? இன்வெஸ்ட் பண்ணவங்க இன்கம் பாக்குறாங்க...” கதிர் சிரித்துக்கொண்டே விவரித்தார்.

“மத்த தொழிலும் இதுவும் ஒண்ணாணே...? வெறும் லாபமும், பணமும் மட்டும்தான் முக்கியமா...?”

“எந்த உலகத்துல இருக்கீங்க தம்பி... மெடிக்கல் ஃபீல்டுதான் இன்னைக்கு நம்பர் ஒன் பிசினஸ்... பணம்தான் எல்லா துறையிலயும் முக்கியம்...”

எனக்கு அயர்ச்சியாக இருந்தது. எதைப் பற்றி பேச்சைத் துவங்கினாலும், எந்த விஷயத்தை அறிந்து கொண்டாலும் அவை பணத்தில் வந்துதான் முடிந்தன. கதிர் தணிந்த குரலில் அருகில் வந்து சொன்னார்...

“இந்த வருஷம் மருத்துவ மேல்படிப்புக்கு எண்ட்ரன்ஸ் எக்ஸாம் வச்சிட்டாங்கெ... கம்பத்துல நிறைய டாக்டருக எண்ட்ரன்ஸ் எழுதுனாங்க... ஒண்ணு ரெண்டு பேரத் தவிர, எல்லாரும் பெயில்... தெரியுமா...? காச கொடுத்து, அடுத்த தடவ சீட் வாங்க ட்ரை பண்ணுவாங்க... எல்லாச் செலவையும் எப்படி திருப்பி எடுக்குறது...?”

பணம்தான் எல்லாம் என்று முடிவு செய்துவிட்டால், அங்கு நியாய அநியாயங்கள் பார்க்க மாட்டார்கள். எந்த விதியும், மனசாட்சியும் அங்கு வேலை செய்யாது போல...? ஏற்கனவே உடலால் பாதிக்கப்பட்டிருக்கும் நோயாளியை, பொருளாதாரத்திலும் நெருக்கடிக்கு உள்ளாக்கினால் அவர்கள் எப்படித்தான் பிழைக்க முடியும்...? இனி வரும் உலகில் பணம் இருப்பவர்கள் மட்டும்தான் மனிதனாக வாழ முடியும் என்று தோன்றியது.

இந்த உரையாடலின் இறுதியாக கதிர் அண்ணன் சொன்ன தகவல் என்னை இன்னும் அதிர்ச்சியாக்கியது “இதெல்லாம் நம்ம ஊர் பழக்கம்தான்... மதுரை, மெட்ராஸ் மாதிரி பெரிய ஊர்கள்ள வேறொரு டெஸ்ட் இருக்கு... அதுக்குப் பேரு “பேசின் டெஸ்ட்” என்று சொல்லி இடைவெளி விட்டார்.

இதுவரை கேள்விப்படாத பெயராக இருக்கிறதே? என்று யோசித்தபடியே கேட்டுக்கொண்டிருந்தேன். “அப்படினா என்ன தெரியுமா...? சீட்டில் இருக்கும் எல்லா டெஸ்டுகளுக்கும் பில் போடணும்... எடுத்த ரத்தத்தை அப்படியே “வாஷ் பேசினில்” ஊத்திரணும்... எல்லா டெஸ்ட் ரிப்போர்ட்டும் நார்மல்னு கொடுத்துறணும்... டாக்டருக்கு 80% கட்டிங் கொடுக்கணும்... இது எப்படி இருக்கு...? இதெல்லாம் நம்ம ஊர்ப்பக்கம் வர்ற அளவுக்கு நாம் இன்னும் வளரல...”

“இதென்னண்ணே வழிப்பறியா இருக்கு...? டெஸ்ட் ரிப்போர்ட் எல்லாம் நார்மல்னு வந்தா பேசண்ட்ஸ்ல ஒருத்தருக்குக்கூட சந்தேகம் வராதா...?”

“என்ன தம்பி சின்னப்புள்ளையா இருக்கீங்க...? டெஸ்டுக்கு குடுக்கும் போது பெரிய நோய் எதுவும் இருக்குமோனு பயந்துக்கிட்டேதான் வருவாங்க... அவங்களுக்கு ரிப்போர்ட் நார்மல்னு வந்தா சந்தோசம் வருமா? சந்தேகம் வருமா...?”

வணிகத்தில் ஊடுருவியிருக்கும் உளவியல் உத்தி, மோசடிக்காக எவ்வளவு கச்சிதமாகப் பயன்படுத்தப்படுகிறது? படித்தவற்றை நல்ல விஷயங்களுக்குப் பயன்படுத்துவதை விட, அதனை பணமாக்குவதற்கே எல்லாரும் விரும்புகிறார்கள் என்று நினைக்கும்போதே மனம்

கனமானது. மூட்டை மூட்டையாக பணத்தைக் குவித்து வைத்து என்ன செய்யப் போகிறார்கள்?

“பணம் சேர சேர பயமும், பதற்றமும் அதிகமாகி நோயாளியா திரிய வேண்டியதுதான்... ஏமாத்தி சம்பாரிக்கிறவனுக்கு தன்னய எப்ப அடுத்தவன் ஏமாத்துவானோங்கிற பயம் அதிகமாயிரும் தம்பி... காசு வச்சு என்ன செய்வாங்கெனு நினைக்கிறீங்க? ஒண்ணும் செய்ய மாட்டாங்கெ... பெருமைக்கு எரும மேய்க்கிற வேலைதான் இது...” சொல்லிவிட்டுச் சிரித்தார் டாக்டர் அன்பு.

அந்த வாரம் திங்கள்கிழமையும் மனசு சரியாகவேயில்லை. வேலையில் மனசு ஒட்டவே இல்லை. இயந்திரத்தனமாக ரத்தம் எடுப்பதையும், பரிசோதனைகளையும் செய்தேன். மைக்ரோஸ்கோப்பில் அமரும்போது கூட, வழக்கமான உணர்வு இல்லை. முதல் நாள் ஏற்பட்டிருந்த பாதிப்பை, ஞாயிற்றுக்கிழமை உரையாடல் மறுபடியும் தூண்டிவிட்டிருந்தது. மனதில் அலை அலையாக எண்ணங்களும், கேள்விகளும் எழுந்தபடியே இருந்தன. அப்போதுதான் டாக்டர் அன்பு நினைவுக்கு வந்தார். அவரிடம் பேசி விட்டு வரலாம் என்று மாலையில் இங்கு வந்திருந்தேன்.

நான் வந்தவுடனேயே அங்கு பணிபுரியும் பெண் அடையாளம் கண்டுகொண்டார். அங்கிருந்த ஒன்றிரண்டு நோயாளிகளைப் பார்த்து முடித்ததும், உள்ளே அனுமதித்தார். பார்த்தவுடன் அன்பு கேட்டார்... “ஏன் டல்லா இருக்க தம்பி...?”

அவ்வளவுதான்... ஆய்வுக்கூடம் பற்றிய என் வருத்தங்களையும், கோபங்களையும் அவரிடம் கொட்டி விட்டேன். இதெல்லாம் அவருக்கு ஏற்கனவே தெரிந்திருந்தது. அனைத்தையும் கேட்டு விட்டு, அப்புறம் என்பது போலப் பார்த்தார்.

“நம்ம வேலைய நாம ஒழுங்கா... மனசாட்சிக்கு விரோதமில்லாம செஞ்சா போதும் தம்பி... மத்தவங்களைப் பத்தி கவலைப்பட வேணாம்... அவெங்க பிசினஸை அவெங்க பாக்கட்டும்... நீங்க டெஸ்ட்ல கவனம் செலுத்துங்க தம்பி...” என்றார் அன்பு.

“சரிங்க சார்... ட்ரை பண்றேன்... வந்த விஷயத்தை விட்டுட்டு வேற பேசிக்கிட்டிருக்கேன்... கண்ணாடியை கழற்றலாம்னு சொன்னீங்களே... கொஞ்சம் டீடெய்ல் சொல்லுங்க சார்...” அவரிடம் பேசிய பின்பு மனம் சமநிலையை அடைந்திருந்தது.

“முதல்ல கண்ணாடி போடுறத நிறுத்துங்க தம்பி... கண்ணாடி போடப் போட கண் பார்வை குறையும்...”

அவர் சொன்னதைக் கேட்டதும் எனக்கு குழப்பம் அதிகமானது. கண் பார்வை கோளாறாக இருக்கிறது என்றுதான் கண்ணாடியே அணிந்தோம். இப்போது நன்றாகத் தெரிகிறது. இவர் என்ன கண் பார்வை குறையும் என்று சொல்கிறார்...? நம்புகிற மாதிரி இல்லையே என்று யோசித்துக்கொண்டிருந்தேன்.

"எப்படி சார்... பார்வை குறையும்னு சொல்றீங்க...?" என்று கொஞ்சம் வேகமாகவே கேட்டேன்.

"நமக்கு ஏற்கனவே தெரிஞ்ச அல்லது நம்ம நம்புற விஷயத்துக்கு மாற்றமா எதையாவது கேட்டா மனசு இப்படித்தான் பதறும்... மனசு எப்பயெல்லாம் பதறுதோ அப்பயெல்லாம் புதுசா ஏதோ கத்துக்கப் போகுதுனு அர்த்தம்... இந்த நேரத்துல கவனமா, நிதானமா இருந்தா மனசே புதுசாயிரும்... கொஞ்சம் கவனம் தவறினா இயற்கை கொடுக்கும் வாய்ப்பை இழந்துருவோம்... சரி... கண்ணாடிக்கு வர்ரேன்..." என்று சொல்லிவிட்டு, அவர் இருக்கையை கொஞ்சம் முன்புறம் நகர்த்திக் கொண்டார்.

"கண்ணாடி போட்டா கண் பார்வை குறையும்னு நான் சொல்லல... டாக்டர்களேதான் சொல்றாங்க... மொத மொதல்ல நீங்க கண்ணாடி போட்ட உடனே டாக்டர் என்ன சொன்னாருனு யோசிச்சு பாருங்க..." சிறிய இடைவெளி விட்டார்.

கண்ணாடி என்றதும் எனக்கு டாக்டர் சொன்னது எதுவும் நினைவில் வரவில்லை... தேனியில் பழைய கண்ணாடிக் கடைதான் நினைவுக்கு வந்தது. மருத்துவமனையில் பரிசோதனை செய்ததும், அதன் முடிவுகளைப் பார்த்து விட்டு டாக்டர் கண்ணாடி அவசியம் என்று சொல்லி விட்டார். அவருடைய கண்ணாடிக்கான பரிந்துரையை வாங்கிக்கொண்டு, அவர் மருத்துவமனையின் கண்ணாடிப் பிரிவிற்குச் செல்லாமல் நானும், அப்பாவும் வெளியில் வந்துவிட்டோம். கண்ணாடி அணிந்துகொண்டு, கல்லூரிக்குச் செல்வதில் எனக்கும் ஆர்வமாக இருந்தது. கண்ணாடி வேண்டாம் என்று அப்பா முடிவெடுத்து விட்டாரோ என நினைத்தேன். வெளியில் வந்து, நேராக கம்பம் வந்துவிட்டோம். டாக்டர் எழுதிக் கொடுத்த பரிந்துரை சீட்டினை எடுத்துக்கொண்டு அப்பா என்னை ஒரு சிறிய கண்ணாடிக் கடைக்கு அழைத்துச் சென்றார். அங்கு சீட்டினைக் கொடுத்து விலையை விசாரித்தார். ஃபிரேமோடு எவ்வளவு, ஃப்ரேம் இல்லாமல் எவ்வளவு ஆகும் என்று கேட்டுக் கொண்டு, வீட்டில் ஒரு ஃப்ரேம் இருப்பதாகவும் கண்ணாடி மட்டும் போதும் என்றும் சொல்லி விட்டு நூறு ரூபாய் கண்ணாடிக்கு மட்டும் கொடுத்து தயார் செய்ய சொன்னார்.

மெயின்ரோட்டில் பேருந்து நிலைய சாலைப் பிரிவுக்கு சற்று தள்ளி, சுவரோரம் சிறிய பெட்டியோடு ஒரு பழைய கண்ணாடிக் கடை இருந்தது. பெட்டியின் அருகிலேயே ஒருவர் அமர்ந்திருந்தார். அவரிடம் ஒரு பழைய ஃபிரேம் வேண்டும் என்று சொல்லி, என்னைக் காட்டினார். கடைக்காரர் ஒன்றிரண்டு பழைய ஃபிரேம்களை எனக்கு அணிவித்துப் பார்த்தார். அதில் அப்பா காட்டிய ஒரு ஃபிரேமை காகிதத்தில் மடித்துக் கொடுத்தார். அதன் விலை பலமுறை பேசப்பட்டு, கடைசியாக முப்பது ரூபாய் இறுதி செய்யப்பட்டது.

அப்போது அப்பா சொன்னார்... "தேனி ஹாஸ்பிடல்ல கண்ணாடி போட்டிருந்தா நானூறு ரூவாய் ஆகியிருக்கும்... ஆப்டிகல்ஸ்ல ஃபிரேமும் சேர்த்து வாங்கியிருந்தா இருநூத்தைம்பது வாங்கியிருப்பான்... இப்ப நூத்தி முப்பது ரூவாய்ல முடிஞ்சிருச்சு..." பரிசோதனைக்குப் போன இடத்தில் கண்ணாடி வேண்டும் என்று சொன்னவுடன், வாங்கித் தர முடியாதோ என்ற அவருடைய ஏக்கம் இப்போது மகிழ்ச்சியாக மாறியிருந்தது.

கண்ணாடி குறித்து டாக்டர் அன்பு பேசியதும் எனக்கு இதுதான் நினைவுக்கு வந்தது. "தம்பி... என்ன யோசனை...? டாக்டர் சொன்னது ஞாபகம் இல்லைனா விடுங்க..." என்ற அவருடைய குரல் என்னை நிகழ்காலத்துக்கு இழுத்து வந்தது.

"சொல்லுங்க சார்..." என்றேன்.

"கண்ணாடி போட்ட பிறகு வருஷா வருஷம் டெஸ்டுக்கு வர சொல்லியிருப்பாங்கல்ல... அது எதுக்குன்னா... கண்ணாடியோட பவர் கூடிக்கிட்டே போகும்... அத அப்பப்ப டெஸ்ட் பண்ணி மாத்திக்கிறணும்... அதுக்குத்தான்..."

"ஆமா சார்... ஆப்டிகல்ஸ்ல அவர் அப்படித்தான் சொன்னார்..." என்றேன்.

"கண்ணாடியோட பவர் வருஷா வருஷம் கூடும்னா, கண்ணோட பவர் என்னாகும்னு அர்த்தம்...?" அன்பு கேள்வியோடு நிறுத்தினார்.

கண்ணாடியின் பவர் அதிகரிக்கும் என்றால், கண்ணின் பார்க்கும் திறன் குறையும் என்றுதான் அர்த்தம். எனக்கு சட்டெனப் புரிந்தது. ஆனாலும், குழப்பமாக இருந்தது.

"உங்களுக்குப் புரியறதுதான் உண்மை... அத ஆழமா புரிஞ்சிக்க முயற்சி பண்ணுங்க... கண்ணாடியைக் கண்டுபிடிச்சவன் நம்ம பயன்பாட்டுக்குத்தான் கண்டுபிடிச்சான்... தொடர்ந்து கண்ணாடி

போட்டா பார்வை குறையுதுனு பின்னால்தான் தெரிஞ்சுச்சு... அத பெரிசா வெளிய சொல்லாம அப்புடியே விட்டுட்டாங்க... அதுக்கு ரெண்டு காரணம்... ஒண்ணு பிசினஸ். ரெண்டு வேற மாற்று வழியும் தெரியல."

அன்பு சொன்னது உண்மைதான் என்று என் மனது ஏற்றுக் கொண்டது. அன்பு தொடர்ந்தார். "டாக்டர் பேட்ஸ்னு ஒருத்தர்... அமெரிக்காகாரர்... எம்.டி. படிச்ச ஆப்தால்மாலஜிஸ்ட்...... அவர்தான் உறுதியா சொன்னார்... கண்ணாடியைத் தூக்கிப் போடுங்கனு... அவரோட புக் 1920இல் வந்துச்சு... முதல் பக்கத்துலயே சொல்றாரு பேட்ஸ் "கண்ணாடியைக் கண்டுபிடித்து மனிதர்களின் கண்களைக் கெடுத்த குற்றத்துக்காக அவரை சபித்து விடாதீர்கள் கடவுளே... அந்தக் கண்டுபிடிப்பாளரை மன்னித்து விடுங்கள்..." அப்படினு... அவரோட கண்டுபிடிப்பு என்ன தெரியுமா...? கண்ணாடி போடாமல், இயற்கையா சில கண் எக்சசைஸ்களை மட்டும் செஞ்சால் போதும்... பார்வை திரும்பிடும் அப்படிங்கிறதுதான்... அவருடைய கிளினிக்ல கண்ணாடியோ, டெஸ்ட்டோ எதுவுமே இல்லையாம்... வெறும் எக்சசைஸ்தான்... உலகம் முழுவதும் பேட்சோட மாணவர்கள் இருக்காங்க... பாண்டிச்சேரி ஆரோவில்ல கூட இதே மாதிரி ஒரு கிளினிக் இருக்கு..."

டாக்டர் சொல்லிய விஷயங்கள் எனக்கு ஆச்சரியமாக இருந்தன. ஒரு முக்கியமான கண்டுபிடிப்பு எப்படி மருத்துவ வரலாற்றுக்குள் மறைக்கப்பட்டு விடுகிறது? மருத்துவ மாணவனாகிய எனக்கே இந்த விஷயம் தெரியவில்லை என்றால், சாதாரண மக்களுக்கு தெரிந்திருக்கும்...? இந்த விஷயம் அனைவருக்கும் தெரிந்து விட்டால் எவ்வளவு வியாபாரம் பாதிப்படையும் என்ற புள்ளி விவரத்தை டாக்டர் விளக்கியபோது, அதிர்ச்சியாக இருந்தது.

"நான் கண்ணாடிய கழற்றணும்னா என்ன செய்யணும்...?" என்று கேட்டேன்.

"உங்களுக்கு தியரியா சொன்னா சரி வராது... நீங்க அலோபதில ஊறுன ஆளு... வாங்க பிராக்டிகலா செஞ்சு பாக்கலாம்..." என்று கூறியவாறே, அவருடைய அறையின் திரை மறைப்பிற்குப் பின்னுள்ள பகுதிக்கு அழைத்தார். நான் எழுந்து சென்றேன். உள்ளே கண் பார்வையைப் பரிசோதிக்கும் ஆங்கில எழுத்துகள் பெரிதும், சிறிதுமாக எழுதப்பட்ட போர்டு ஒன்று சுவரில் மாட்டப்பட்டிருந்தது. என்னை அதற்கு நேராக இடைவெளிவிட்டு நாற்காலியில் உட்காரச் சொன்னார். என் கண்ணாடியைக் கழற்றி பாக்கெட்டில் வைத்து விடச் சொன்னார்.

நான் சுவரில் மாட்டப்பட்டிருந்த எழுத்துகளைப் பார்த்தேன். மேலிருந்து கீழாக ஒன்று முதல் எட்டு வரை எண்கள் குறிக்கப்பட்டு, ஒவ்வொரு எண்ணிற்கும் நேராக சில எழுத்துகள் இடம் பெற்றிருந்தன. எல்லாமே ஆங்கில எழுத்துகள். முதல் வரியில் E எனும் ஒற்றை எழுத்தும், இரண்டாவது வரியில் F, P எனும் இரண்டு எழுத்துகளும், அடுத்த வரியில் T, O, Z எனும் மூன்று எழுத்துகளும் இருந்தன. முதல் வரிசை எழுத்தை விட அடுத்தடுத்த வரிசைகள் அளவில் சிறிய எழுத்துகளைக் கொண்டிருந்தன. எட்டாவது வரிசையில் எட்டு எழுத்துகள் இருந்தன.

நான் சுவரைப் பார்த்து அமர வைக்கப்பட்டிருந்தேன். என் பின்னால் டாக்டர் நின்றுகொண்டிருந்தார். முன்னால் இருந்த எழுத்துகளை ஒவ்வொன்றாக வாசிக்கச் சொன்னார். முதல் ஐந்து வரிசை எழுத்துகளை வாசிப்பதில் ஒரு சிரமமும் இல்லை. வேகமாக வாசித்து விட்டேன். ஆறாவது வரிசையில் இருந்த எழுத்துகள் கொஞ்சம் மங்கலாக இருந்தன. முதலில் இருந்த எழுத்து P மாதிரியும் தெரிந்தது. R மாதிரியும் தெரிந்தது. அதற்குக் கீழேயிருந்த எழுத்துகள் சுத்தமாகத் தெரியவில்லை. அதனை டாக்டரிடம் சொன்னேன். "டெஸ்ட் முடிஞ்சிருச்சு... அடுத்து ட்ரீட்மெண்ட்" என்றார்.

நான் டாக்டரைப் பார்த்துக் கேட்டேன். "எனக்கு எவ்வளவு பவர் இருக்கும்...?"

டாக்டர் சிரித்தார். "டெஸ்ட் அப்படின உடனே எதாவது நம்பர் தெரிஞ்சாகணும்.... அப்படியே பழகிட்டோம் இல்ல... வழக்கமான நம்பர்களை விட்டுட்டு, புதுசா வச்சுக்கலாம்... லெவல் ஃபைவ்னு வச்சிக்கங்க... உங்க கண்ணு லெவல் ஃபைவ் வர பாக்குது... ஆனா கிளியரா இல்ல... இது ஓகேவா...?"

"சரிங்க சார்... இப்ப நான் என்ன செய்யணும்...?"

டாக்டர் தன் இரு கைகளின் விரல்களையும் மடக்கி, உள்ளங்கையை மட்டும் விரித்து என் முன் காட்டினார். "இதுமாதிரி உங்க கையை வச்சுக்கங்க... அப்புடியே தூக்கி உங்க கண்கள் மேல ரெண்டு கையையும் வச்சு அழுத்துங்க... நான் சொல்ற வரைக்கும் அப்படியே இருங்க" என்றார்.

அவர் சொன்னது போல உள்ளங்கைகளால் என் கண்களை மூடி, இமைகளை அழுத்தினேன். கண்ணிற்குள் கும்மிருட்டாக இருந்தது. டாக்டரின் குரல் என் காதுகளுக்கு அருகில் கேட்டது.

"நம்ம உடம்புல ஒரே ஒரு சக்திதான் இருக்கு... அதுதான் கண்களுக்கு பார்வையை குடுக்குது... காதுகளுக்கு கேட்கும் திறனை

குடுக்குது... மனசுக்கு யோசிக்கும் சக்தியை குடுக்குது... இந்த சக்தியை இப்ப நாம அதிகமா யோசிக்கிறதுக்கு பயன்படுத்துறோம்... ரொம்ப பயப்படுறோம்... மனசுக்கு சக்தியோட தேவை அதிகமாகி பெரும்பாலான சக்தி அங்க போயிரும்... அப்படி ஏதாவது உடம்பிலயோ, மனசுலயோ சக்தி தேவைப்படும் பகுதிக்கு அது போயிருச்சினா... வழக்கமா பாக்க முடியுற கண்ணுனால பாக்க முடியாது... ஏன்னா சக்தி பத்தல... இதே விஷயம் காதுல வச்சிக்கிட்டா... வழக்கமா கேட்குற அளவுக்கு கேட்காது... இதுதான் ஒடம்போட சக்தி..."

சிறிய அமைதிக்குப் பிறகு தொடர்ந்தார். "நான் சொல்றத கேளுங்க... கை அப்படியே இருக்கட்டும்... புக் படிச்சிக்கிட்டோ, ஆழமா யோசிச்சிக்கிட்டோ இருக்கும்போது நம்மள யாராவது கூப்பிட்டா கேட்குமா...? அப்ப கேக்காதில்லையா...? ஏன் கேக்காது? நம்ம சக்தி வேற வேலைல இருக்கு... இது டெம்ப்ரவரி... இப்ப கேட்கலங்கிறதுக்காக உங்களுக்கு காது செவிடுனு சொல்ல முடியுமா...? முடியாதில்ல. அது மாதிரிதான் இதுவும்... இப்ப உங்க உடம்புல இருக்கிற சக்தி ஏதோ வேற வேலையா இருக்கு... அது வேலையை முடிச்சிட்டு, மறுபடியும் கண்களுக்கு வரும்... அப்பதான் கண்ணு நல்லா தெரியும்... அப்படி திரும்பி வர்றதுக்குள்ள நம்ம கண்ணாடி போட்டுட்டம்னா சக்தி நிரந்தரமா வராம போயிரும்..."

"இப்ப மனசு அமைதியா இருக்கா...? கண்கள்ல கவனத்தை வையுங்க... மெதுவா திறங்க... கண்ணை மூடி மூடி திறங்க... ம்... அப்படித்தான்... இப்ப போர்டுல இருக்க எழுத்த பாருங்க... முதல் வரிசைல இருந்து பாருங்க..."

அவர் சொல்லச் சொல்ல செய்துகொண்டிருந்தேன். அவர் பேசிய விஷயங்கள் எனக்குள் இறங்கின. ஒரு குரு நேரடியாக மனதுக்குள் சென்று ஒலி எழுப்புவது போல அவருடைய குரல் எனக்குள் ஒலித்தது. ஒருவேளை நம்மை ஹிப்னடைஸ் செய்கிறாரோ...? சரி என்னதான் செய்கிறார் என்று பார்க்கலாம் என்று நினைத்துக் கொண்டு தொடர்ந்தேன்.

முதல் வரிசையில் இருந்து நான்காம் வரிசை வரைக்கும் எழுத்துகள் நன்றாக இருந்தன. ஐந்தாம் வரிசைதான் முதலில் பார்க்கும்போது மங்கலாகத் தெரிந்தது. இப்போது Pஇல் துவங்கி வரிசையாக எழுத்துகள் இருப்பது நன்றாகத் தெரிந்தது. ஒருமுறை கண்களைத் தேய்த்து விட்டுக் கொண்டு மறுபடியும் பார்த்தேன். ஐந்தாவது வரிசை நன்றாகத் தெரிந்தது. சடாரெனத் திரும்பி டாக்டரைப் பார்த்தேன். எதுவும் மாயாஜாலமா இது? கண்கட்டு

வித்தை என்று சொல்வார்களே அதுவாக இருக்குமோ? எண்ணங்கள் எனக்குள் ஓடிக்கொண்டிருந்தன.

"தம்பி... கன்ஃபியூஸ் ஆகாதீங்க... அது உங்க சக்தியைக் குறைக்கும்... முதல்ல பாத்தப்ப இருந்ததும் நிஜம்தான்... இப்ப தெரியறதும் நிஜம்தான்... இடையில ரெண்டு விஷயம் நடந்திருக்கு... உங்களால புரிஞ்சிக்க முடியுதா...?

டாக்டர் கேட்டதை என்னால் புரிந்துகொள்ள முடியவில்லை. நான் இன்னும் ஆச்சரியத்தில் இருந்து விடுபடவில்லை.

"ரெண்டு நிமிஷம் மனசை அமைதியா வச்சிருந்ததில மிச்சமான சக்தி ஒங்க கண்ணுக்கு கிடைச்சது... அப்புறம் கண்ணை மூடி சின்ன எக்சசைஸ் செஞ்சிங்க... அதுனால கண்ணுக்கு சக்தி தேவைங்கிற குறிப்பை உடம்புக்கு குடுத்திருக்கீங்க... அதுனாலதான் கண் பார்வையில மாற்றம் வருது... இது இப்புடியே இருக்கும்னு நம்பிறாதீங்க... கொஞ்ச நேரத்துல போயிரும்... இது சாம்பிள்தான். மொத்தமே ஒரு அஞ்சு நிமிஷத்துல பார்வைல மாற்றம் வரும்னா தொடர்ந்து சில நாட்கள் பிராக்டிஸ் பண்ணா கண்ணு சரியாகுமா...? சரியாகாதா?"

இதே விஷயத்தை சும்மா சொல்லியிருந்தால், நான் நம்பியிருக்க மாட்டேன். சில நிமிடங்களில் என் பார்வையில் உள்ள மாற்றத்தை நானே உணர்ந்திருக்கிறேனே... இதை எப்படி நம்பாமல் இருக்க முடியும்?

"புரியுதுங்க சார்... நான் என்ன செய்யணும்?"

மறுபடியும் முன்புறம் உள்ள டாக்டரின் மேஜைக்கு வந்து அமர்ந்தோம். "இப்ப இருந்து கண்ணாடி போடாதீங்க... ஒருவேளை, படிக்க சிரமமா இருந்தா அப்ப மட்டும் போட்டுக்கங்க... இதுதான் முதல் விஷயம்... அப்புறம், நைட் ஒன்பதரைக்கெல்லாம் படுத்துறணும்... எப்ப சாப்பிட்டாலும் பசி இருக்கானு வயித்த கவனிச்சிட்டு, பசி இருந்தா மட்டும் சாப்பிடணும்... இவ்வளவுதான் நீங்க செய்ய வேண்டியது... நேரம் இருந்தா இப்ப நாம செஞ்ச மாதிரி கொஞ்ச நேரம் கண்ணை மூடிக்கிட்டு உட்கார்ந்திருங்க... நேரம் கிடைக்கலைன்னா பரவாயில்ல... முன்னாடி சொன்ன மூணு விஷயம்தான் முக்கியம்..."

இவ்வளவு எளிமையான தீர்வா? என்று என்னால் ஆச்சரியப்படாமல் இருக்க முடியவில்லை. டாக்டர் சொன்ன விஷயம் அவ்வளவும் உண்மை என்று என்னால் உணர முடிந்தது. பசியே இல்லாமல் சாப்பிட்டுப் பழகி விட்டோம். அதே போல,

இரவுகளில் தூங்காமல் ஊர் சுற்றித் திரிகிறோம். இந்த இரண்டும் சரியாக இருந்திருந்தால் எனக்கு பார்வைக் கோளாறே வந்திருக்காது என்று தோன்றியது. பன்னிரெண்டாம் வகுப்பு படிக்கும்போது, விடுமுறை நாட்களில் இரவு செகண்ட் ஷோ சினிமாவுக்குப் போவது அதிகமாக இருக்கும். வீட்டில் சும்மா இருக்கும் நாட்களிலும் தூங்காமல் எதையாவது வாசித்துக் கொண்டிருப்பதும், யோசித்துக் கொண்டிருப்பதும் நடக்கும். நண்பர்கள் யாராவது அந்நேரத்தில் கிடைத்தால், ஆளில்லாத சாலைகளில் நடந்து வருவது பிடிக்கும். சரியான நேரத்திற்கு நான் தூங்கி எத்தனை மாதங்கள் ஆகின்றன என்று என்னால் யோசிக்கவே முடியவில்லை. சில வருடங்களாகவே இப்படித்தான் இருந்திருக்கிறேன்.

இனி, டாக்டர் அன்பு சொன்னதைக் கடைப்பிடிக்க வேண்டும் என்று முடிவு செய்துகொண்டேன். டாக்டர் சொல்லியதால் கழற்றி, சட்டைப் பாக்கெட்டில் வைத்த கண்ணாடியை வீடு திரும்பும் வரை எடுக்கவேயில்லை.

அடுத்தடுத்த நாட்களில் நான் ஆய்வுக் கூடம் செல்லும்போதும் கண்ணாடியை அணியாமலேயே சென்றேன். அங்கிருப்பவர்களிடம் டாக்டர் அன்பைப் பற்றி பேசிக்கொண்டே இருந்தேன். அவர் கிளினிக்கில் நடந்த விஷயங்களையும், அவர் என்னிடம் பேசியவற்றையும் மறுபடி மறுபடி அனைவரிடமும் சொன்னேன்.

மில்ட்ரி சொன்னார்... "எல்லாம் சரிதான் தம்பி... கண்ணு விஷயம் கொஞ்சம் கவனமா இருங்க.."

11

அன்று கதிர் வெளியில் போயிருந்தார். டாக்டர்கள் சங்கத்தின் நிகழ்ச்சி ஒன்றுக்காக டாக்டர் பாபு கதிரையும் அழைத்துப் போயிருந்தார். கலா, ராணி இருவரும் பரிசோதனைக்கு வந்திருந்த ரத்தத்தை சோதித்து, முடிவுகளை எழுதி விட்டு இருக்கைகளின் அருகில் நின்று கொண்டிருந்தனர்.

டாக்டர் பாபுவின் நோயாளி ஒருவர் சோதனைச் சீட்டுடன் வந்திருந்தார். சிறுநீரிலும், ரத்தத்திலும் சர்க்கரை அளவு மட்டும் பார்க்கும் படி சீட்டில் எழுதியிருந்தது. டாக்டர் பாபுவின் சீட்டுகள் எப்போதும் இப்படி இருப்பதில்லை. ரத்த செல்களின் எண்ணிக்கையில் துவங்கி, சர்க்கரை, உப்பு பரிசோதனைகள் வரைக்கும் நிறைய சோதனைகளை எழுதியிருப்பார். அதே போல சிறுநீரிலும் குறைந்தபட்சம் மூன்று பரிசோதனைகளாவது எழுதப் பட்டிருக்கும். டாக்டரின் நண்பராகவோ, உறவினராகவோ இருப்பார் என்று அரசி சொன்னார்.

அவரை உள்ளே அழைத்து பரிசோதனைக்கான சிறுநீரையும், ரத்தத்தையும் பெற்றுக் கொண்டு ஒரு மணிநேரம் கழித்து வரச்சொல்லி அனுப்பினேன். ரத்தத்தை சர்க்கரை அளவு பார்ப்பதற்காக டியூபில் ஊற்றி, பயோகெமிஸ்ட்ரி பகுதியில் வைத்து விட்டு, சிறுநீரைப் பரிசோதித்தேன். சிறுநீர் பெனடிக்ட் திரவத்துடன் கலந்து வெப்பமேறி, அடர் சிவப்பு நிறமாக மாறியது. "ஃபோர் ப்ளஸ்" என்று மனது சொல்லியது. அவருடைய சீட்டில் இதனை எழுதிவிட்டு, கலா அக்காவுக்கு ரத்தத்தைக் காட்டி சைகை செய்தேன். ரத்தம் உறைந்த பிறகுதான் பார்த்துக் கொள்வதாக சைகை செய்தார்.

மில்ட்ரி என்னை நிமிர்ந்து பார்த்தார்... "தம்பி... சுகர் டெஸ்ட் நீங்க போடலாம்ல...?"

"சரிங்க சார்..." என்று துள்ளிக் குதித்தேன். ஆய்வுக்கூடத்திற்கு வந்து சேர்ந்து பத்து நாட்களுக்கு மேல் ஆன பின்பு, இப்போதுதான் முதல் பயோகெமிஸ்ட்ரி டெஸ்ட். மில்ட்ரி கலாவை அழைத்து, எனக்கு உதவி செய்யும்படி கூறிவிட்டு, எழுந்து வெளியே சென்றார். நோயாளிகள் இல்லாத நேரத்தில் இப்படி மில்ட்ரி வெளியே சென்று வருவது வழக்கம்தான். நல்ல வெயிலாக இருந்தாலும் மெதுவாக நடந்து, காந்தி சிலை வரை போய்விட்டு திரும்ப வந்து விடுவார். அரசிதான் அப்போது சொல்வார்... "மில்ட்ரில பனிப்பிரதேசத்துல இருந்திருப்பார் போல... எவ்வளவு வெயில் அடிச்சாலும் அசையாம நடக்குறத பாருங்க... அவருக்கு மட்டும் நிலா காயும் போல..."

நான் ரத்தம் எப்போது உறையும் என்று காத்துக்கொண்டிருந்தேன். பதினைந்து நிமிடங்களுக்குப் பின்பு ரத்தம் நன்றாக உறைந்து, டெஸ்ட் டியூபின் அடிப்பகுதியில் கெட்டியாக மாறிவிட்டிருந்தது. இதுதான் ரத்தத்தில் இருக்கும் மொத்த அணுக்களின் படிவு.

ரத்தத்தில் சிவப்பு அணுக்கள், வெள்ளை அணுக்கள், தட்டணுக்கள் என மூன்று வகை அணுக்கள் இருக்கின்றன. இவை தவிர இருக்கும் திரவத்தின் பெயர் பிளாஸ்மா. ரத்தத்திலுள்ள வேதியியல் கூறுகளைப் பரிசோதனை செய்வதற்கு அதிலுள்ள அணுக்கள் உறையும் வரை காத்திருக்க வேண்டும். அப்படிப் பிரியும் திரவத்தின் பெயர்தான் சீரம். அதில்தான் சர்க்கரை, உப்பு, கொழுப்பு, மஞ்சள்காமாலை போன்ற பல உயிர் வேதியியல் எனும் பயோகெமிஸ்ட்ரி பரிசோதனைகள் செய்யப்படுகின்றன. ரத்தத்தில் உள்ள சிவப்பு, வெள்ளை ரத்த அணுக்களின் எண்ணிக்கை, தட்டணுக்களின் அளவு போன்ற அணுக்கள் தொடர்பான பரிசோதனைகளை மேற்கொள்ள ரத்தம் உறையும் முன்பே பரிசோதனைகளைத் துவங்கவேண்டும். அணுக்கள் தொடர்பான பரிசோதனைப் பிரிவின் பெயர்தான் ஹெமட்டாலஜி எனும் ரத்தவியல்.

உறைந்த ரத்தத்தின் மேல் பிரிந்து நிற்கும் சீரத்தை இன்னும் துல்லியமாகப் பிரித்தெடுக்க செண்ட்ரிஃபியூஜ் எனும் கருவியைப் பயன்படுத்த வேண்டும். குடை ராட்டினம் போல, மையக் கம்பியில் இணைக்கப்பட்ட டெஸ்ட் டியூப் தொங்கும் தாங்கிகள் அமைக்கப்பட்டிருக்கும். அதில் ரத்தம் உள்ள டியூபை ஒருபுறம் வைத்துவிட்டு, அது சமமாகச் சுற்றுவதற்காக ரத்தம் உள்ள அளவுக்கு இன்னொரு டியூபில் தண்ணீர் ஊற்றி, நேரெதிர் தாங்கியில் பொருத்த வேண்டும். அப்புறம், பொத்தானை அழுத்தினால் ஓரிரு

நிமிடங்கள் சுழலும். அப்படி சுழலும் போது, எடை அதிகமுள்ள பொருளான அணுக்கள் அடிப்பகுதியிலும், எடை குறைவான சீரம் டியூபின் மேற்பகுதியிலும் பிரிந்து நின்றிருக்கும். அதிலிருந்து சீரத்தை தனியாக எடுத்து, சர்க்கரை அளவு பரிசோதனையை மேற்கொள்ள வேண்டும்.

சீரத்தை தனியாகப் பிரித்தெடுத்தவுடன், கலா அருகில் இருந்து ஒவ்வொன்றாகச் சொல்ல ஆரம்பித்தார். சர்க்கரை அளவுப் பரிசோதனைக்கான சிறிய டியூபை எடுத்து, அதில் சர்க்கரைப் பரிசோதனைக்கான வேதிப் பொருளை இட்டேன். சீரத்தை சரியான அளவு பிப்பட் மூலம் எடுத்து டியூபில் கலந்து விட்டேன். இனி, அதன் வேதி வினைகளுக்காக சில நிமிடங்கள் காத்திருக்க வேண்டும்.

பொதுவாக, சீரம் மிகச் சிறிய அளவில் எடுக்க வேண்டி யிருப்பதால் சிறுநீர் எடுப்பது போல ஸ்பில்லர் மூலம் எடுக்க முடியாது. அதற்குப் பயன்படுவதுதான் பிப்பட். இதில் இரண்டு வகைகள் இருக்கின்றன. நீளமான, உட்பகுதியில் மெல்லிய துளை கொண்ட கண்ணாடிக் குழாயின் பெயர்தான் பிப்பட். இதன் மேல் ஸ்பில்லரில் உள்ளவாறு ரப்பர் பலூன் வைத்துக் கொள்வது ஒருவகை. இன்னொரு வகை நம் வாய் மூலம் லேசாக உறிஞ்சி சீரத்தை எடுக்கும் மௌத் பிப்பட். லேசாக சீரத்தை வாயினால் உறிஞ்சும்போது, கொஞ்சம் கட்டுப்பாட்டை இழந்தால் சீரம் வாய்க்குள் வந்துவிடும். அதே போல, வாயை விட்டு பிப்பட்டின் முனையை எடுக்கும் வேகத்தில் ஆட்காட்டி விரல் கொண்டு, அதனை அடைத்து விட வேண்டும். அப்போதுதான் காற்று உள்ளே நுழையாமல், சீரமும் வெளியே போய் விடாமல் இருக்கும்.

பயோகெமிஸ்ட்ரி பரிசோதனைகளைப் பழகுவதற்கு முன்னால் மௌத் பிப்பட்டிங் பழகுவது மிகவும் முக்கியமானது. கடந்த வாரத்தின் பிற்பகல் நேரங்களில் நான் பலமுறை முயன்றுதான் இதைப் பழகினேன். முதலில் பழகத் துவங்கியபோது, பலமுறை தண்ணீரை வைத்து செய்ய முயன்றேன். கொஞ்சம் நம்பிக்கை வந்த பிறகு, ரத்தத்தின் சீரத்தை பிப்பட் செய்ய முயன்றேன். எவ்வளவு முயன்றும் சீரம் வாய்க்குள் போவதைத் தடுக்க முடியவில்லை. ராணி, கலா இருவரும் சிரிக்க நான் அவசரமாக ஓடிச் சென்று பலமுறை வாய் கொப்பளித்தேன். அப்புறம் கொஞ்சம் கொஞ்சமாக பிப்பட் நான் சொல்வதைக் கேட்க ஆரம்பித்தது.

இந்நேரம் சீரமும், சர்க்கரை பரிசோதனைக்கான வேதிப்பொருளும் கலந்து, வினைபுரிந்திருக்கும். பரிசோதனை அவ்வளவுதான். அந்தக் கலவையை எடுத்து, கலோரி மீட்டர் எனும் வண்ணங்களை வைத்து அளவு கணிக்கும் கருவி மூலம் அளவைக் குறிக்க வேண்டும். அதனை, சூத்திரத்தின் அடிப்படையில் மில்லி கிராமாக மாற்றி ரிசல்ட்டினை கண்டறிய வேண்டும். அவ்வளவுதான் முடிந்து விட்டது.

இந்த நோயாளியின் சர்க்கரை அளவு 185 மில்லிகிராம் இருந்தது. அதனை சீட்டில் எழுதி விட்டு, அங்கு நின்றிருந்தேன். வெளியே போன மில்ட்ரி உள்ளே வந்தார். தயாராக இருந்த சீட்டினை எடுத்துப் பார்த்து விட்டு, என்னை அதிர்ச்சியாக நிமிர்ந்து பார்த்தார். “என்ன தம்பி... இப்படி வந்திருக்கு...?”

நான் ஒருமுறை சீட்டினைப் பார்த்தேன். சிறுநீரில் சர்க்கரையின் அளவு ஃபோர் ப்ளஸ். ரத்தத்தில் நூற்றி எண்பது மில்லி கிராம். இரண்டு பரிசோதனைகளையும் நானேதான் செய்திருந்ததால், அதில் அதிர்ச்சியாக என்ன இருக்கிறது? என்று புரியவில்லை.

நான் அவரையே பார்த்துக்கொண்டிருந்தேன். “யூரின் டெஸ்டும், ப்ளட் டெஸ்டும் ரிசல்ட்ல ஒத்துப் போகலயே... தம்பி.?”

“அது தெரியல சார்... ஆனால், ரிசல்ட் அப்படித்தான் வந்தது...”

மில்ட்ரிக்கு நிறைவு ஏற்படவில்லை. “சரிங்க தம்பி... யூரின் சாம்பிள் இருக்கா...? இன்னொரு முறை டெஸ்ட் பண்ணுங்க...” என்றார்.

அந்த நோயாளியின் சிறுநீர் இன்னும் மிச்சம் இருந்தது. மில்ட்ரியின் கண்காணிப்பில் மறுபடியும் சிறுநீர் பரிசோதனையைச் செய்ய ஆரம்பித்தேன். வெப்பம் ஏறிய கலவை மறுபடியும் அடர் சிவப்பை வெளிப்படுத்தியது. மறுபடியும் அதே ஃபோர் ப்ளஸ்.

மில்ட்ரி கையை உதறிக்கொண்டு, பயோகெமிஸ்ட்ரி பிரிவின் பக்கம் திரும்பினார். கலாவை அழைத்து, ரத்த சர்க்கரை அளவை மறுபடியும் பரிசோதிக்க சொன்னார். ரத்தத்தின் சீரமும் கொஞ்சம் மிச்சம் இருந்தது. மறுபடியும் பரிசோதனை செய்யப்பட்டது. இப்போது ரிசல்ட் 183 மில்லிகிராம். ஒவ்வொரு முறை பரிசோதனை செய்யும்போது மிகச் சிறிய அளவில் வேறுபாடு வரலாம் என்பது பரிசோதனை விதி. எனவே, நான் செய்த பரிசோதனை சரியாக இருந்தது என்பதை மில்ட்ரி புரிந்துகொண்டார். ஆனாலும், அவர் பதற்றம் குறையவில்லை.

"சார்... சரியாத்தானே இருக்கு...? ஏன் சார் டென்சனாவே இருக்கீங்க...?" என்றேன்.

"ரிசல்ட் சரியா இருக்க மாதிரித்தான் இருக்கு... ஆனா, இப்படி வரக்கூடாதே..." என்று பரபரப்பு அடங்காமல் சொன்னார். ஏன் வரக்கூடாது என்று எனக்குப் புரியவில்லை.

மில்ட்ரி பயோகெமிஸ்ட்ரி மேஜையின் முன் நின்றார். "அந்த சீரம் எடும்மா..." என்று கலாவைப் பார்த்து கைநீட்டினார். டியூபில் மிச்சமிருந்த சீரத்தினை அவர் கையில் கொடுத்தார். "இன்னொரு டெஸ்டுக்கு வருமா...?" என்று கேட்டபடியே, மறுபடியும் பரிசோதனையை அவரே செய்யத் தயாரானார். மிக அரிதாகத்தான் மில்ட்ரி பரிசோதனை செய்யும் வேலையை மேற்கொள்வாராம். மிகச் சிக்கலான நோயாளிகளுக்கு மட்டுமே அவரே இறங்கி பரிசோதனை செய்வாராம். மற்றபடி எல்லா பரிசோதனை ரிசல்டுகளை சரிபார்ப்பதும், கையெழுத்து இடுவதும் மட்டுமே அவர் வழக்கமான வேலையாக இருந்தது.

"ராணி... நீ இன்னொரு தடவ யூரின் சுகர் பார்த்துடும்மா..." என்றார். அவர் ரத்த சர்க்கரை அளவுக்காகக் காத்திருந்த நேரத்தில் சிறுநீர் பரிசோதனை முடிவு வந்துவிட்டது. மறுபடியும் அதே ஃபோர் ப்ளஸ். படபடப்பு அதிகமாக டியூபில் இருந்த கலவையை குலுக்கிக் கொண்டிருந்தார். எனக்கு அந்த நிலையில் அவரைப் பார்க்கும்போது சிரிப்பு வந்துவிட்டது. வெளியே தெரிந்து விடாமல் அடக்கிக்கொண்டேன். கண்ணாடி தடுப்பு வழியே வெளியில் இருந்த அரசியைப் பார்த்தேன். அவரும் சத்தமின்றி சிரித்துக்கொண்டிருந்தார். இதுபோன்ற நேரத்தில் ஐந்து நிமிடங்கள்கூட காத்திருக்க முடியாமல் மில்ட்ரி அங்கும் இங்கும் நடந்து கொண்டிருப்பது பார்ப்பவர்களுக்கு சிரிப்பை வரவழைக்கும்.

கலோரி மீட்டரில் கலவையின் அளவை சரி பார்த்து, கால்குலேட்டரில் பொத்தான்களை அழுத்தி, திரையில் பார்த்தார். மறுபடியும் 186 மில்லிகிராம். தலையை குலுக்கிக் கொண்டு, பரிசோதனைச் சீட்டினைக் கையில் எடுத்தார். கலாவை அழைத்து, "இந்த வாரம் நானூறு ஆறுமுகம் வந்திருந்தார்ல... அவருக்கு எப்பவும் போல நானூறு இருந்துச்சா...?" என்று கேட்டார்.

"ஆமாங்க சார்... அதே அளவுதான் இருந்துச்சு..." என்று சொல்லிவிட்டு, அவர் ஏன் கேட்கிறார் என்பது புரிந்தது போல, தொடர்ந்து பேசினார். "சொல்யூசன் ஸ்டாண்டர்ட் சரியாத்தான் சார் இருக்கு... இதுவரை எல்லா ரிப்போர்ட்டும் சரியாத்தான் சார் வந்திருக்கு..."

“இட்ஸ் ஓகேம்மா... பார்த்துக்கலாம்...” கையில் இருந்த பரிசோதனைச் சீட்டில் நான் எழுதியிருந்த 185 என்ற ரத்த சர்க்கரை அளவை அடித்துத் திருத்தினார். 322 மில்லிகிராம்ஸ் என்று எழுதினார். சிறுநீர் சர்க்கரை அளவு ஃபோர் ப்ளஸ் என்பது அப்படியே இருந்தது. என்னிடம் கொடுத்து, அரசியிடம் கொடுக்கச் சொன்னார்.

ரத்த சர்க்கரை அளவை மூன்று முறை பரிசோதித்தும், ஒரே அளவுதான் வந்தது. ஆனால், மில்ட்ரி கொடுக்கும் அளவு கூடுதலாக இருக்கிறதே... பரிசோதனையில் என்ன வருகிறதோ, அதை அப்படியே கொடுத்துவிடுவதுதானே நல்லது? இதை வைத்துத்தான் டாக்டர் சிகிச்சை கொடுக்கப் போகிறார் என்றால், நாம் கொடுக்கும் ரிசல்ட் தவறாக இருந்தால் சிகிச்சையே தவறாகி விடாதா...? மில்ட்ரி பரபரப்புக்கு குறைந்து அமைதியான அதே நேரத்தில், எனக்குள் பரபரப்பு வந்துவிட்டது. அவர் கொடுத்த சீட்டை கையில் வைத்து நின்றுகொண்டிருந்தேன்.

“சார்... வந்த ரிசல்ட்டை அப்படியே குடுக்கலாமே சார்...?” என்றேன். மில்ட்ரியின் முகத்தில் புன்னகை தோன்றியது. “டாக்டர் ஒத்துக்கிற மாட்டார் தம்பி...”

“ரிசல்ட் என்னங்கிறதை நம்மதானே சார் சொல்ல முடியும்...? டாக்டருக்கு டெஸ்ட்டை பத்தி என்ன தெரியும்...?”

“ஆமா தம்பி... நீங்க சொல்றதெல்லாம் சரிதான்... ஆனா பேசண்டை அனுப்புன டாக்டர் இது தப்பான ரிப்போர்ட்னு சொல்லுவாரே...”

“அவர் அப்படித்தான் சொல்லுவாருனு நாம் ஏன் சார் முடிவு பண்ணணும்... வந்த ரிசல்ட்டை குடுத்துப் பார்க்கலாமே...?”

மில்ட்ரியின் முகம் இயல்புக்கு வந்தது. “சரிங்க தம்பி... நாம ஒரு அக்ரிமெண்ட்டுக்கு வருவோம்... உங்களுக்கும் ஒரு எக்ஸ்பீரியன்சா இருக்கும்... நீங்க சொல்ற மாதிரியே டெஸ்ட்ல வந்த ரிப்போர்ட்டை கொடுக்கலாம்... ரிசல்ட் பேப்பர்ல நீங்களே சைன் பண்ணுங்க... டாக்டர் கூப்பிட்டா நீங்களே போய் பேசுறீங்களா...?”

“சார்...” என அழைத்துக்கொண்டே தயங்கினேன். “நான் விளையாட்டுக்கு சொல்லல... உண்மையிலேயேதான் சொல்றேன் தம்பி... ட்ரை பண்ணுங்க...” என்றார். சரியாகப் பரிசோதனை செய்து வந்த ரிசல்ட்டை நான் கையெழுத்துப் போட்டு கொடுப்பதில் ஒன்றும் தயக்கம் இல்லை.

“அரசி... இங்க வாம்மா... இந்த ரிப்போர்ட் ரெடி பண்ணு...” என்று சப்தமாக அழைத்தார். நான் ஒன்றும் சொல்லவில்லை. சில நிமிடங்களில் ரிப்போர்ட் தயாராகிவிட்டது. அதைப் பெற்று மில்ட்ரி என்னிடம் கொடுத்தார். “சீரியசாதான் சொல்றேன் தம்பி... சைன் பண்ணிக் குடுங்க...” நான் அவருடைய முகத்தை உற்றுப் பார்த்தேன். கிண்டலோ, கேலியோ இல்லை. உண்மையில்தான் சொல்கிறார். “சரிங்க சார்...” என்று சொல்லியபடியே, ரிசல்ட் தாளினைப் பெற்று கையெழுத்திட்டேன். இதுவரை கல்லூரி சேர்க்கை விண்ணப்பம், தேர்வு விண்ணப்பம், கடிதங்கள் என்று மட்டுமே பயன்பட்டுக்கொண்டிருந்த என் கையெழுத்து முதல் முறையாக பொதுப் பயன்பாட்டுக்கு வருகிறது. மனதில் மகிழ்ச்சியும், மில்ட்ரியின் முன்னால் கையெழுத்துப் போடும் சங்கடமும் ஒருசேர எழுந்தது.

நான் கையெழுத்திட்ட ரிப்போர்ட்டை அடுத்த சில நிமிடங்களில் அந்த நோயாளி வாங்கிச் சென்றார். மில்ட்ரி என்னைப் பார்த்து சொன்னார்... “கவுண்ட் டவுன் ஸ்டார்ட்ஸ்... தம்பி... ரெடியா இருங்க... டாக்டர் பாபு இப்ப கூப்பிடுவார்... போய் விளக்கம் சொல்லுங்க... என் பேர மட்டும் இழுத்து விட்றாதிங்க.”

“சரிங்க சார்...” என்று சொல்லி விட்டு, டாக்டர் என்ன கேட்பார்? நாம் என்ன சொல்லலாம்? என்று யோசிக்க ஆரம்பித்தேன்.

பத்து நிமிடங்களில் டாக்டர் பாபுவின் கிளினிக்கில் இருந்து அழைப்பு வந்தது. மில்ட்ரி என்னைப் பார்த்து சிரித்துக்கொண்டே போய் வருமாறு சொன்னார். நான் வாசலை விட்டு வெளியேறிக் கொண்டிருந்தபோது, அரசியிடம் இன்னொரு ரிப்போர்ட் தயார் செய்யுமாறு சொல்லிக்கொண்டிருந்தார்.

நான் டாக்டர் பாபுவின் கிளினிக் வரவேற்பறையில் நின்று கொண்டிருந்தேன். உள்ளிருந்தவர் வெளியே வந்ததும், என்னை உள்ளே போகச் சொன்னார் நர்ஸ். நான் மெதுவாக உள்ளே சென்று “குட்மார்னிங் சார்...” என்றேன்.

“வாங்க... தம்பி... இந்த டெஸ்ட்டை நீங்கதான் போட்டீங்களா...?” என்று என் கையெழுத்துள்ள ரிப்போர்ட் தாளினைக் காட்டி கேட்டார் டாக்டர் பாபு.

“ஆமாங்க சார்...”

“நீங்க டெக்னிசியன்தான... யூரின்ல ஒரு ரிப்போர்ட்டும், சம்பந்தமில்லாம ப்ளட்ல ஒரு ரிப்போர்ட்டும் கொடுத்திருக்கீங்க...”

“டெஸ்ட்ல வந்த ரிசல்ட்டதான் குடுத்துருக்கேன் சார்…”

“ரிசல்ட்டே தப்பாத்தான் வந்துச்சுனு சொல்றீங்களா…?”

“இல்லசார்… அது தப்புனு எப்படி சொல்ல முடியும்…? டெஸ்ட்ல வந்த ரிசல்ட் சார்…”

டாக்டர் பாபுவின் குரலில் கோபம் தெரிந்தது. “அப்ப எனக்கு ஒண்ணும் தெரியாதுனு சொல்றீங்களா…?”

“சார்… நான் அப்படியெல்லாம் சொல்லல சார்… ப்ரொசிஜர் படி டெஸ்ட் பண்ணிருக்கேன் சார்… இது கரெக்ட் ரிசல்ட்தான்னுதான் சொல்றேன் சார்…”

“டெஸ்ட் ரிசல்ட் எப்படி வரும்னு எனக்கு சொல்லித்தாரீங்களா…? இது தப்புதான்னு சொல்றேன்… நீங்க மறுபடி மறுபடி சரின்னு சொல்லிக்கிட்டே இருக்கீங்க…”

“க்ராஸ் செக் பண்ணினேன் சார்… மறுபடியும் அதே ரிசல்ட்தான்சார் வருது…”

“தம்பி… நீங்க புதுசுங்கறதினால பொறுமையா சொல்றேன்… இதே ரிசல்ட்டை கதிர் குடுத்திருந்தான்னா ‘வெளிய போடா’னு சொல்லியிருப்பேன்…” குரலில் இருந்த கோபத்தை குறைத்துக் கொண்டு, தொடர்ந்தார் டாக்டர் பாபு.

“யூரின்ல ஒன் ப்ளஸ் இருந்தா ப்ளட்ல சுகர் லெவல் 140 இலருந்து 190 வரை இருக்கும்… டூ ப்ளஸ் இருந்தா 190 இலருந்து 240 வரை இருக்கும்… த்ரீ ப்ளஸ்னா 240 இலருந்து 290 … ஃபோர் ப்ளஸ்னா 290க்கும் மேல… இதுதான் என் எக்ஸ்பீரியன்ஸ்… அதுமட்டும் இல்ல… நீங்க போடுற டெஸ்ட்டுகளை சரி பார்க்க டாக்டர்களுக்கு இருக்கும் கைட் லைனும் இதுதான்… இதுக்குள்ள வர்ற ரிசல்ட்டுதான் கரெக்டுனு கண்டுபிடிச்சிடுவோம்… நீங்களே பாருங்க… நீங்க கொடுத்த ரிப்போர்ட்ல என்ன இருக்கு…? யூரின்ல ஃபோர் ப்ளஸ்… ஆனா, ப்ளட்ல 185… இந்த பேசண்டுக்கு ப்ளட் சுகர் முந்நூறுக்கு மேல இருக்கும்… சரிங்க தம்பி… போய் டெஸ்ட்ட கவனமா போடுங்க…”

இதற்கு மேல் இவரிடம் சொல்வதற்கு ஏதுமில்லை என்று தோன்றியது. ரிசல்ட் எப்படி இருக்கும் என்பதை ஒரு பட்டியலை வைத்துக் கொண்டு எதிர்பார்க்கிறார். பட்டியல்கள் என்பது சராசரியை வைத்து உருவாக்குவது. இந்தப் பட்டியல்களுக்குள் எல்லா மனிதர்களின் உடல்களையும் அடைத்து விட முடியுமா என்ன? டாக்டர்களின் பாடத்திட்டத்தில் டெஸ்ட் செய்வது பற்றி

எதுவுமே இருக்காது. இங்கே இருந்து கொண்டு, நாம் அங்கே செய்த டெஸ்ட்டை தவறு என்று சொல்கிறார்.

"சரிங்க சார்..." என்று சொல்லி விட்டு, மெதுவாக அங்கிருந்து வெளியேறினேன். இதே அனுபவம் பலமுறை மில்ட்ரிக்கு இருக்கும் போல. அதனால்தான் ப்ளட் சுகர் ரிப்போர்ட்டை 322 என்று எழுதியிருப்பாரோ...? பரிசோதனையில் வருகிற ரிசல்ட்டை கொடுப்பது சரியா...? அல்லது டாக்டர்கள் எதிர்பார்க்கிற ரிசல்ட்டைக் கொடுப்பது சரியா...?

ஆய்வுக் கூடத்தின் வாசலில் மில்ட்ரி நின்றிருந்தார். "வாங்க தம்பி... பாபு பாடம் நடத்தினாரா...? டெஸ்ட் ரிப்போர்ட் எப்படி வந்தாலும் இவங்களுக்கு கவலை இல்லை தம்பி... அவங்க எதிர்பார்க்கிறதத்தான் கொடுக்கணும்... சரி விடுங்க... போய் சாப்பிட்டுட்டு வந்து வேலையைப் பாருங்க..." என்று சொல்லி விட்டு, மதிய உணவுக்காக கிளம்பினார் மில்ட்ரி.

நான் வரவேற்பறைக்குச் சென்ற போது அங்கு புதிதாகத் தயாராகி யிருந்த ரிசல்ட் மேஜையின் மேல் இருந்தது. ரத்த சர்க்கரையின் அளவு 322 மில்லி கிராம் என்று தட்டச்சு செய்யப்பட்டிருந்தது. அதில் மில்ட்ரியின் கையொப்பமும் இடப்பட்டிருந்தது.

12

அன்று பிற்பகல் முழுவதும் குழப்பமாகவே இருந்தேன். பரிசோதனைக்கு வாங்கும் கட்டணத்தில்தான் பங்கு கேட்கிறார்கள் என்றால், சோதனை முடிவுகளிலும் தலையிடுகிறார்களே என்று வருத்தமாக இருந்தது. மருத்துவத்துறையின் ஆணிவேரே நோயறியும் உத்திதான். சரியான முறையில் நோய்களைக் கண்டுபிடிப்பதற்கு உதவியாகத்தான் ஆய்வுக்கூடங்களும், பரிசோதனைகளும் கண்டுபிடிக்கப்பட்டிருக்கின்றன. இப்படி பரிசோதனை முடிவுகள் தங்கள் இஷ்டத்திற்குத் தான் வேண்டுமென்றால், இதை வைத்து எப்படி சரியான சிகிச்சையை நோயாளிக்கு அளிக்க முடியும்? ஆய்வுக் கூடங்களில் டாக்டர்களின் தலையீடு நீடித்தால் மருத்துவத்தின் அடிப்படையே சிதைந்துவிடும் என்று தோன்றியது.

இப்போதெல்லாம் மனதில் குழப்பமோ, கவலையோ ஏற்பட்டால் அன்பு நினைவுக்கு வந்து விடுகிறார். இன்று மாலையே போய் சந்தித்துவிட்டு வரலாமா என யோசித்தேன். அவரைப் பார்த்து விட்டு வந்து நான்கைந்து நாட்கள் ஆகிவிட்டிருந்தன. அவர் சொன்னபடி தினமும் காலையிலும், இரவிலும் ஐந்து நிமிடங்களாவது கண்களை மூடி, அமைதியாக அமர்ந்திருக்கிறேன். இரவில் சீக்கிரமாகவே படுக்கைக்குச் செல்வதும், பசிக்கும் போது சாப்பிடவும் பெருமளவு முயல்கிறேன்.

பல வருடங்களாக இரவில் தாமதமாகத் தூங்கிப் பழகியதால் இன்னும் முழுமையாக தூக்கம் வரவில்லை. ஒன்பதரை மணிக்கெல்லாம் படுத்து விடுகிறேன். இந்த ஐந்து நாட்களில் இரண்டு நாட்கள் மட்டுமே உடனே

தூங்கியிருக்கிறேன். மற்ற நாட்களில் திருப்தியான தூக்கமாக இல்லை. கொஞ்சம் கொஞ்சமாக சரியாகிவிடும் என்று தோன்றியது.

பசியைக் கண்டுபிடிப்பதுதான் பெரும் பிரச்சினையாக இருந்தது. இத்தனை வருடங்கள் எப்படி பசியே இல்லாமல் சாப்பிட்டுக் கொண்டிருந்தோம் என்பதை யோசிக்கவே அவமானமாக இருந்தது. சிறு வயதில் பசித்து, உணவுக்காக ஏங்கிய நாட்களை எப்படி மறந்தேன்? அப்பாவின் வியாபாரம் முடங்கிப் போயிருக்கும் சில நாட்களில் குடும்பச் சூழல் மிகச்சிக்கலாக இருக்கும். ஆனால், அப்பாவும், அம்மாவும் எதுவும் எனக்குத் தெரியாமல் பார்த்துக் கொள்வார்கள். அந்த நாட்களில் உணவு நேரம் நெருங்க நெருங்க அம்மா பதற்றமடைந்து, மாமாவிடம் பேசியோ, யாரிடமாவது கடன் பெற்றோ அந்த நேரத்தை சமாளித்து விடுவார். வெளியில் போன அப்பா ஏதாவது ஒரு வகையில் சிறு தொகையோடு வருவார். அடுத்த சில நாட்களுக்குப் பிரச்சினை இருக்காது. அப்படி, பசியின் அருமையை சிறுவயதில் உணர்ந்த நானே இப்போது பசியின்றி பல ஆண்டுகளாகச் சாப்பிட்டுக்கொண்டிருக்கிறேன் என்று யோசிக்கிற போதே மன ஓட்டம் குறைந்தது போல இருந்தது.

ஆதி மனிதர்கள் எதற்காக உழைப்பைத் துவங்கியிருப்பார்கள்? மலை குகைகளில் வாழ்ந்துகொண்டிருந்த மனிதர்கள் தமது பசிக்காகவே வேட்டைக்குச் சென்றிருப்பார்கள். இப்போது மனிதர்கள் அனைவரும் வேலைகளுக்குச் செல்வதும், தொழில் செய்வதும் தானும், தன் குடும்பமும் பசியற்று உணவருந்துவதற்காகத்தானே...? அப்புறம் எப்படி பசியை மறந்த சமூகமாக மாறினோம்...? எதற்கு வேலைக்குப் போக ஆரம்பித்தோம் என்ற அடிப்படையை மறந்துவிட்டோம் என்றே தோன்றியது. ஒரு ஊரை நோக்கிய பயணம் துவங்கும் மனிதன், போகும் வழியில் எங்கு செல்கிறோம் என்பதையே மறந்து விட்டால் என்ன ஆகும்? பாதை தவற விட்ட மனிதனைப் போல மனிதர்களில் பெரும்பாலோர் காரணமற்ற பயணம் செய்வதாகத் தோன்றுகிறது.

உயிர் வாழ்வதற்கான உடலின் அடிப்படைத் தேவைதான் பசி. அதையே மறந்துவிட்டு, எப்படி உயிர் வாழ முடியும்? "பசி" என்ற சொல்லையே இப்போதெல்லாம் கேட்க முடிவதில்லை. இப்போது வந்து கொண்டிருக்கும் திரைப்படங்களில் "பசி" என்ற சொல்லை சமீபத்தில் கேட்டதாக நினைவில் இருக்கிறதா? என்று யோசனை ஓடியது. திரைப்படங்களின் ஒரு பகுதி சமகால வாழ்வினைப் பிரதிபலிக்கிறது என்பது என் நம்பிக்கை. எண்பதுகளில் வெளிவந்த படங்களோடு பசி குறித்த திரைப்படங்கள் முடிந்துவிட்டதாகத்

தோன்றுகிறது. அதன் பிறகு, திரைப்படங்களிலிருந்து பசி மறைந்து விட்டது. இப்போதும், மூன்று வேளை உணவு கிடைப்பதற்காக கடுமையாக உழைத்தும், நிறைவடைய முடியாத பல குடும்பங்களை நானறிவேன். ஆனால், சமூகத்தின் பெரும்பகுதியில் இருந்து பசி பற்றிய கவலை மறைந்துவிட்டது என்றுதான் தோன்றுகிறது.

பசி எப்படி இருக்கும் என்று சிறுவயது நினைவுகளைக் கிளறி, முழுமையாக உணர முயற்சித்தேன். ஒரு நாள் முழுவதும் ஒன்றும் சாப்பிடாமல் காத்திருந்தேன். வயிற்றில் ஏற்பட்ட மாற்றங்கள் கொஞ்சம் கொஞ்சமாக பசியைக் கொண்டு வந்தன. மென்மையாக பசி துவங்கும்போது ஒரு குழந்தையின் தொடுதலைப் போல இருந்தது. அது படிப்படியாக உச்சத்தை அடைந்தபோதும் கடுமையாக இல்லை. ஒருவேளை பல நாட்கள் உணவின்றி இருக்கும் மனிதனின் உடல்தான் பசியை கடுமையானதாக மாற்றி விடுகிறதோ என்னவோ? இயல்பில் பசி மென்மையான உணர்வாகத்தான் புரிந்துகொண்டிருக்கிறேன். அடுத்தடுத்த நாட்களில் என் கவனம் பசியின் மீது இருந்தது. பசியில்லாமல் எந்த உணவையும் வாயில் வைப்பதில்லை என்பதை விரதம் போல கடைப்பிடிக்க முயன்றேன். இப்போது ஓரளவு பழகிவிட்டது. பசிக்கும் போது சாப்பிடும் உணவு ருசியாக இருக்கும் அதே உணவு, பசியில்லாமல் சாப்பிடும்போது சுவை குன்றியதாக இருந்தது. எதையாவது சும்மாவாவது வாயில் போட்டு மென்றுகொண்டிருப்பது இப்போது பழக்கமாகிவிட்டதாக தோன்றுகிறது. வாய் சும்மா இருக்கும் நேரத்தை எல்லாம், வயிறு சும்மா இருப்பதாக நினைத்துக்கொண்டு புதிது புதிதாக வாயில் எதையாவது போட்டுக்கொண்டிருக்கிறோம் போல. உண்மையில், வாய் தன் வேலையை முடித்த பிறகுதான் செரிமான உறுப்புகள் வேலையை ஆரம்பிக்கவே செய்கின்றன. இரண்டு, மூன்று மணி நேரம் தொடர்ந்து வேலை செய்யும் உள்ளுறுப்புகள் உணவிலிருந்து தேவையானவற்றைப் பிரித்து ரத்தத்திற்குக் கொடுத்த பிறகுதான் வேலையை முடிக்கின்றன. ஆனால், நாம் உடல் என்ன செய்து கொண்டிருக்கிறது என்பதைப் பற்றிய கவலையின்றி அடுத்த உணவுக்கு வாயைத் தயார் செய்து விடுகிறோம்.

ஒருவகையில் யோசித்துப் பார்த்தால் இது மிகச் சிறிய விஷயம்தான். ஆனால், மொத்த மனித சமூகத்தின் ஆதாரமே உணவு என்றால், அதன் அடிப்படை இந்தப் பசி. இன்னொரு விதத்தில் பசியே உலகத்தின் அடிப்படை.

டாக்டர் அன்புவின் புண்ணியத்தில் நானும் பசித்து சாப்பிடுகிறவர்களில் ஒருவனாக மாறியிருந்தேன். கண்ணாடியை

எப்போதும் அணிவதில்லை. முதல் மூன்று நாட்கள் பாக்கெட்டில் வைத்துக்கொண்டே சுற்றிக்கொண்டிருந்தேன். ஆனால், நடைமுறையில் அது தேவைப்படவே இல்லை என்பதைப் புரிந்த பிறகு வீட்டில் வைத்துவிட்டேன். கண்ணாடியைக் கழற்றிய முதல் நாள், கண் எரிச்சலும், கண்ணீர் வடிவதுமாக இருந்தது. ஓரிரு நாட்களில் அவை சரியாகி, லேசான தலைவலி வந்துவிட்டது. இப்போது எதுவும் இல்லை.

டாக்டர் அன்பு கிளினிக்கிற்கு சென்று காத்திருந்தேன். வழக்கம்போல, ஓரிரு நோயாளிகளே இருந்தனர். அவர்கள் வெளியேறியதும் உள்ளே சென்று, திரைக்குப் பின்னால் சுவற்றில் இருந்த கண் சோதனைக்கான எழுத்துகளைப் பார்த்தேன். இப்போது ஐந்தாவது வரிசை தெளிவாக இருந்தது. ஆறாவது வரிசையின் எழுத்துகள் புலப்படத் துவங்கியிருந்தன. டாக்டர் அன்புவைப் பார்த்து "லெவல் சிக்ஸ்" என்றேன் சிரித்தபடி.

"அப்ப சரியா ஃபாலோ பண்ணிக்கிட்டிருக்கீங்க..." என்று அன்புவும் சிரித்தார். அவர் சிரிப்பதைப் பார்க்கும்போது மனசு ஒவ்வொருமுறையும் லேசாகி விடுகிறது. சின்னக் குழந்தைகள் சிரிப்பது போல, முகம் மலர அப்படி ஒரு சிரிப்பு.

"ஆமாங்க சார்... பசியைக் கண்டுபிடிக்கத்தான் சிரமப்பட்டேன்... சீக்கிரம் படுக்கிறதுல பிரச்சினை ஒண்ணும் இல்லை... கொஞ்சம் தூக்கம்தான் உடனே வர மாட்டிங்குது."

"நம்ம வேல படுக்கிறது மட்டும்தான்... தூங்குறதை உடம்பு பார்த்துக்கட்டும்... கவலையில்லாம படுத்திருக்க வேண்டியதுதான..."

"ஆமாங்க சார்... அதத்தான் செஞ்சிட்டிருக்கேன்... ரொம்ப ஆச்சரியமா இருக்கு சார்... ஒண்ணுமே செய்யாம கண் பார்வை சரியாகிட்டிருக்கு..."

அன்பு என்னை அதிர்ச்சியாகப் பார்த்தார். "ஒண்ணுமே செய்யாமலா...?" என்ன நினைத்தாரோ, என்னைப் பார்த்து குடும்பம் குறித்துக் கேட்டார்.

"அப்பா என்ன செய்றாரு...?"

"கேரளா ஏல எஸ்டேட்டுகளுக்கு பூச்சி மருந்து சப்ளை பண்றாரு சார்... சின்ன வியாபாரம்தான்..."

"அம்மா என்ன செய்றாங்க...?"

"வீட்ல சும்மாதான் இருக்காங்க சார்..."

"அப்புறம் சமைக்கிற வேலையெல்லாம் யார் செய்யுறா...?"

நான் கொஞ்சம் சுதாரித்துக்கொண்டு, "அம்மாதான் சார் செய்றாங்க..." என்றேன்.

"வீட்டைச் சுத்தம் பண்றது, உங்க துணியைத் துவைக்கிறது... மொத்த குடும்பத்தையும் நிர்வாகம் பண்றது... இதெல்லாம் அம்மாதான பாக்குறாங்க...?"

"ஆமாங்க சார்..."

"அப்ப... அம்மா சும்மா இருக்கதா சொன்னீங்க...?"

நான் தலையைக் கவிழ்த்திக்கொண்டேன். வீட்டில் இருக்கும் பெண்களை சும்மா இருப்பதாகச் சொல்லிப் பழகிய வழக்கம், எனக்கும் வந்திருக்கிறது. ஒவ்வொரு சொல்லையும் நான் சுயமாக மட்டும் பேசுவதில்லை. அவ்வப்போது நம்மோடு வாழ்ந்து கொண்டிருப்பவர்களின் பிரதிபலிப்பும் குறுக்கிடுகிறது என்று தோன்றியது.

அன்பு தொடர்ந்தார்... "நாம வேலனு சொல்றதெல்லாம் வெளில தெரியிற வேலையைத்தான்... நாம உணராத ஆயிரக் கணக்கான வேலைகள் இருக்கு... அம்மா செய்ற வேலைகளை எப்படி நம்மால உணர முடியுறதில்லையோ, அதே மாதிரி உங்களுக்காக உங்க உடம்பு செய்ற வேலைகளையும் உணர முடியல... உங்க கண்ணு சரியானதுக்குப் பின்னாடி ஆயிரக்கணக்கான செல்களின் உழைப்பு இருக்கு... உங்களுக்காகவே வேலை செய்ற பல இயக்கங்கள் உங்க உடம்புக்குள்ள இருக்கு... பசியைக் கவனிச்ச மாதிரி உடம்ப கவனிங்க... நிறைய விஷயம் புரியும்..."

டாக்டர் என் குடும்பம் பற்றிக் கேட்டதும் தெரிந்து கொள்வதற்காகக் கேட்கிறார் என்று நினைத்தால், எனக்கு பதில் சொல்வதற்காக கேட்டிருக்கிறார். மனிதர் எது பேசினாலும், அதில் நூறு அர்த்தங்கள் இருக்கின்றன.

"சரிங்க சார்... கவனிக்கிறேன்..." என்றேன். இதே சரிங்க சாரை இன்று பிற்பகலில் டாக்டர் பாபுவிடம் சொல்லியிருக்கிறேன். இப்போது டாக்டர் அன்புவிடம். ஆனால், இரண்டிற்கும்தான் எவ்வளவு வேறுபாடு? ஒன்று கட்டாயப்படுத்துதலில் இருந்து வந்தது. ஆனால், இன்னொன்றோ புரிந்துகொள்வதில் இருந்து வந்திருக்கிறது.

ஆய்வுக்கூடத்தில் நடந்தவற்றை டாக்டரோடு பகிர்ந்து கொண்டேன். அவர் சிரித்தபடியே கேட்டுக்கொண்டார். கூடவே,

நானூறு ஆறுமுகம் பற்றியும் சொன்னேன். அதற்கும் ஒரு சிரிப்புதான் பதிலாக வந்தது.

"இது எப்படி சார்...?" என்று கேட்டேன். நான் எதைக் கேட்கிறேன் என்பது டாக்டருக்குப் புரிந்திருந்தது. சற்று நேரம் அமைதியாக இருந்தவர் திடீரென பேசத் துவங்கினார்.

"தம்பி... நீங்க டெஸ்ட் பண்றீங்க... ரிசல்ட் தர்றீங்க... இந்த ரிப்போர்ட்ட வச்சு நாங்க என்ன செய்வோம்...?"

"நார்மல் வேல்யூவோட கம்பேர் பண்ணி எப்படி இருக்குனு தெரிஞ்சிக்குவீங்க.... சார்... குறைவோ, கூடுதலோ அதுக்குத் தகுந்தமாதிரி ட்ரீட்மென்ட் குடுக்கணும்."

"கரெக்ட்... இப்ப விஷயத்துக்கு வர்றேன்... இந்த நார்மல் வேல்யூ எங்கிருந்து வந்துச்சு...?"

"சயிண்டிஸ்டுகள் கண்டுபிடிச்சதை டெக்ஸ் புக்ல போட்டிருக்காங்க... அதைத்தான் நாம எல்லாரும் ஃபாலோ பண்றோம்... சார்" என்றேன்.

"உலகமே ஃபாலோ பண்ற, அந்த நார்மல் வேல்யூவ எப்படி கண்டுபிடிச்சிருப்பாங்க...?"

எனக்குத் தெரியவில்லை. என் கல்லூரிப் பாடநூல்களிலோ, என் வகுப்புகளிலோ நான் கேள்விப்படாத விஷயம் இது. நீங்களே சொல்லுங்கள் என்பது போல அவர் முகத்தையே பார்த்தேன்.

"முதல்ல இந்த நார்மல் வேல்யூங்கற விஷயம் சர்வேயா? சராசரியா...?" என்னைப் பார்த்துக் கேட்டார் டாக்டர். எனக்கு கேள்வியே புரியவில்லை. "நீங்களே சொல்லீருங்க சார்..." என்றேன்.

டாக்டர் அன்பு தொடர்ந்தார். "நீங்க டென்த் படிச்சிருப்பீங்கள்ல... அதில எடுத்த மார்க்குகளை எப்படி சராசரி பாப்பீங்க...?"

இந்த மனுஷன் எல்லா கேள்விகளையும் என் பக்கமே திருப்பி விடுகிறார். ஒரு கேள்வி கேட்டால், அதற்கு பதில் சொல்லாமல் மறுபடியும் எதிர்க் கேள்வி கேட்கிறார்.

"டென்த்ல அஞ்சு சப்ஜெக்ட்ஸ்... அதோட மொத்த மார்க்கைக் கூட்டி, அஞ்சால வகுத்தால் சராசரி மார்க் கிடைக்கும் சார்..." என்றேன்.

"கரெக்ட்... இதுல என்ன புரிஞ்சிக்கிறணும்னா சராசரி பார்க்கணும்னா எல்லா சப்ஜெக்ட்டையும் கூட்டிதான் பார்க்க

முடியும்... அதுல ஒண்ண விட்டுட்டுப் பார்க்க முடியாது... இப்ப சுகர் லெவலுக்கு வரலாம்... உலகம் முழுக்க இருக்க கோடிக்கணக்கான ஜனங்களுக்கு ரத்தத்துல இருக்க சுகர் லெவல் சராசரி கண்டுபிடிக்கணும்னா என்ன செய்யணும்...?"

"சராசரின்னா எல்லாத்துக்கும் பார்த்தாதான சார் வரும்...? அதுனால, உலகத்துல இருக்கிற எல்லாருக்கும் சுகர் லெவலை டெஸ்ட் பண்ணி எல்லாத்தையும் கூட்டி, நபர் எண்ணிக்கையால வகுக்கணும்... ஆனா, இதுல ஒரு பிரச்சினை இருக்கே சார்... உலகத்துல எல்லாருக்கும் பார்த்தா அதுல சர்க்கரை நோயாளிகளும் இருப்பாங்கள்ல...?"

"சரிதான்... அப்ப இப்புடி வச்சிக்கலாம்..... உலகம் முழுவதும் சர்க்கரை நோய்க்கான தொந்தரவுகள் இல்லாதவங்களோட ரத்தத்தை மட்டும் எடுத்து, சராசரி பார்க்குறோம்... அப்ப சராசரி கிடைக்கும்ல..."

"ம்... கிடைக்கும் சார்..."

"அப்பிடித்தான் ப்ளட் சுகரோட சராசரிய கண்டுபிடிச்சிருந்தாங்கன்னா உங்க குடும்பத்துலயும் வந்து டெஸ்ட் எடுத்தாங்களா...? வேர்ல்ட் ஹெல்த் ஆர்கனைசேசன்ல இருந்து வர்றோம்... உலக சுகர் நார்மல கண்டுபிடிக்க கொஞ்சம் டெஸ்ட் எடுக்கணும்னு யாராவது வீட்டுக்கு வந்தாங்களா...?" சிரித்துக் கொண்டே கேட்டார் டாக்டர்.

அவர் கிண்டலை ரசித்தபடியே, இல்லை என்று தலையை ஆட்டினேன். "சராசரி பாக்கணும்னா உலகத்துல உள்ள எல்லாருக்கும் பார்க்கணும்... அப்படி பார்க்கலைனா இது சராசரி இல்ல... அப்படித்தானே... தம்பி? ஸ்டேட்டிக்ஸ்ல ரெண்டு மெதேட் இருக்கு... ஒண்ணு சராசரி... இன்னொண்ணு சர்வே. இது சராசரி இல்ல... அப்ப சர்வேயா...? சர்வேன்னா என்னனு புரியுதா...? நம்ம எலக்ஷன் சர்வேயை ஞாபகத்துல வச்சிக்கங்க... ஒரு தொகுதியில யார் ஜெயிப்பாங்கனு பார்க்கணும்னா அங்க இருக்கும் எல்லார்கிட்டயும் சர்வே எடுக்கணும்னு அவசியம் இல்ல... சர்வே எப்போதும் சாம்பிள்லதான் பண்ணுவாங்க... சிட்டில கொஞ்சப் பேரு... கிராமத்துல கொஞ்சப்பேருனு ரொம்ப கம்மியானவங்ககிட்டதான் சர்வே எடுப்பாங்க... நம்ம நார்மல் வேல்யூ சராசரி இல்லனு முடிவு பண்ணிட்டோம்... அப்ப அது சர்வேயா...?"

"இருக்கலாம்..." என்றேன். "சராசரியா இருந்தாலே அது கற்பனை மதிப்பீடுதான்... உங்க டென்த்ல மார்க்சீட்ல சராசரி

மார்க் ஏதாவது சப்ஜெக்டோட மார்க்கா இருக்கணும்னு எந்தக் கட்டாயமும் இல்லைல... அதுனாலதான் சொல்றேன்... சராசரியா இருந்தாலே அதை நம்ப முடியாது... சர்வேயா இருந்தா... எப்படி நம்புறது...?"

டாக்டர் விளக்கம் அளிப்பதாக நினைத்து, என்னை குழப்பிக்கொண்டிருக்கிறாரோ என்று ஒரு நிமிடம் யோசிக்கத் தோன்றியது. அவர் சொல்வது சரியாகத்தான் இருக்கிறது. எல்லா பரிசோதனைகளையும் விட முக்கியம் நார்மல் வேல்யூதான். பரிசோதனை முடிவுகளில் இருந்து வரும் ரிசல்ட்டை நார்மலுடன் ஒப்பிட்டுத்தான் நோய்த்தன்மையை முடிவு செய்ய முடியும். இவர் என்னடாவென்றால் நார்மல் வேல்யூவையே கேள்விக்குள்ளாக்குகிறார். என்னதான் சொல்கிறார் என்று பார்ப்போம் என்று தொடர்ந்து கவனித்தேன்.

"அப்ப எப்புடித்தான் சார்... நார்மல் வேல்யூவை கண்டுபிடிச்சாங்க...?" என்று ஆர்வமாகக் கேட்டேன்.

"நல்ல கேள்விதான் தம்பி... ஆனா இத நான்தான் உங்களிடம் கேட்க வேண்டும்...? ஏன்னா இது இது உங்க டிபார்ட்மெண்ட்..."

"சார்... இது எங்க டிபார்ட்மெண்ட் சம்பந்தப்பட்ட கேள்வியா இருந்தாலும், எங்களுக்கு டெஸ்ட் போடுறது மட்டும்தான் வேல... அதுனால நார்மல் வேல்யூ எப்புடி வந்துச்சுனு எங்க சிலபஸ்லயே இல்ல... எம்.பி.பி.எஸ்.ல இருக்குமாங்க சார்...?"

"அதிலயும் இருக்காது தம்பி... இது நம்ம ஆர்வத்துல தேடி கண்டுபிடிக்க வேண்டிய விஷயம்..." என்று சொல்லி விட்டு தொடர்ந்தார். அவர் விவரிக்க விவரிக்க எனக்கு ஆச்சரியமாக இருந்தது. அவருடைய தேடலின் மீதான வியப்பும், நார்மல் வேல்யூவின் சிக்கல் ஏற்படுத்திய அதிர்ச்சியும் எனக்குள் உருவானது.

ரத்த சர்க்கரை அளவின் சராசரி என்பது நன்றாக இருப்பவர்களையும், நோய்வாய்ப்பட்டிருப்பவர்களையும் பிரிப்பதற்கான அளவு கோடாகும். எனவே, எந்தத் தொந்தரவும் இல்லாதவர்களில் சிலரைத் தேர்வு செய்து அவர்களுக்கு சர்க்கரை அளவு முதலில் பார்க்கப்படுகிறது. உதாரணமாக, பத்துப் பேருக்கு அப்படிப் பரிசோதிக்கப்படுகிறது. அதில் ஒன்பது பேருக்கு 90 மில்லி கிராமும், ஒரே ஒருவருக்கு முன்னூறு மில்லி கிராமும் வருகிறது என்று வைத்துக் கொண்டால், மொத்தத்தையும் கூட்டினால் 1,110 வரும். இதனை பத்தால் வகுத்தால் 111. இப்படி பல குழுக்களில் பரிசோதனை செய்யப்பட்டு, அத்தனையும் கணக்கில் கொள்ளப்பட்டு

சராசரி பார்க்கப்படும். அப்படிக் கிடைத்த அளவுதான் இப்போது சராசரியாக இருக்கிறது. உலகம் முழுவதும் உள்ள டாக்டர்களின் விதம் விதமான அனுபவங்களின் அடிப்படையில் பல ஆண்டுகளுக்கு ஒருமுறை இந்த அளவு மறுபரிசீலனை செய்யப்படுகிறது. அப்போது இருப்பதில் இருந்து சில மில்லி கிராம்கள் கூடவோ, குறையவோ வாய்ப்பிருக்கிறது. இதில் முக்கியமான விஷயமே அப்படி நிர்ணயிக்கப்படும் சராசரி அளவில் இருந்து, மிகச் சிலரின் ரத்த அளவு மாறுபடலாம் என்பதுதான். அப்படி மாறுபட்டால், பரிசோதனை முடிவினை புறக்கணித்துவிட்டு அவர் உடல் தொந்தரவுகளைக் கொண்டு நோய் நிலையை அறிந்துகொள்ள வேண்டும்.

இப்போது டாக்டர் கேட்டார். "நார்மலக் கண்டுபிடிக்க முதல்ல டெஸ்ட் பண்ணவங்கள்ல ஒருத்தருக்கு 300 வந்திச்சில்ல... அவரை இப்ப நாம என்ன செய்வோம்னு தெரியுதா... தம்பி?"

அவரை வைத்து பரிசோதிக்கப்பட்டு, நார்மல் கண்டுபிடிக்கப்படுகிறது. அவர் நன்றாக இருக்கிறார் என்ற உடல்பரிசோதனைகளின் அடிப்படையில்தான் அவர் சோதனைக்கே உட்படுத்தப்படுகிறார். நார்மல் கண்டுபிடிக்கப்பட்டவுடன் அவருக்கு மறுபடியும் ரத்த பரிசோதனை செய்தால் அவருக்கு வரும் 300 அப்நார்மலாகப் பார்க்கப்படும். அவர் சர்க்கரை நோயாளியாகக் கருதப்படுவார்.

"புரியுது சார்... அவர் இப்ப சுகர் பேசண்ட்..." சொல்லிக் கொண்டே நான் சிரிக்க, அவரும் சிரிப்பில் இணைந்து கொண்டார்.

"கஷ்டப்பட்டு பலர் உழைச்சு சயின்சை கண்டுபிடிச்சா... நம்ம ஆட்கள் ஈசியா அதை மேத்ஸா மாத்துறாங்க... அறிவியலை அறிவோட அணுகனும்... வெறும் கணக்கா மாத்தீறக் கூடாது..."

"அந்தக் காலத்துல எல்லா டாக்டர்சும் கிட்டத்தட்ட சயிண்டிஸ்ட்டா இருந்தாங்க தம்பி... அவங்களோட அனுபவத்தை ஒருத்தருக்கொருத்தர் ஷேர் பண்ணி, ஏற்கனவே இருக்கிற சயின்சை அடுத்த நிலைக்கு கொண்டு வந்தாங்க... இப்ப அத செய்யலனா கூட பரவாயில்ல... சயின்சை சரியா புரிஞ்சிக்கிட்டு, ஒழுங்கா பயன்படுத்துனாலே போதும்..."

அறிவியல் பூர்வமான கணக்குகளுக்கு வெளியேயும் நோயாளிகள் இருப்பார்கள் என்பதைப் புரிந்துகொண்டு, சரியாக அணுகினால் அறிவியல் அடுத்த கட்டத்தை அடையும் என்று தோன்றியது.

“ஆமாம் சார்... நீங்க சொல்றது புரியுது. எங்க லேபுல பார்த்த ஆறுமுகத்துக்கு சுகர் லெவல் ஏன் நானூறு இருந்தும் தொந்தரவுகள் இல்லாம இருக்காருனு இப்ப புரியுது... சார்... எவ்வளவு முக்கியமான விஷயம்... ஒவ்வொரு டாக்டருக்கும் எவ்வளவு பொறுப்பு இருக்கு...? இப்ப இருக்கிற டாக்டருக சயின்சையே மதிக்கலனாலும் பரவாயில்லை சார்... ஒரு டாக்டரா இருந்து பேசண்ட்டை மதிச்சாலே போதும்... பெரிய மாற்றம் வரும்...”

டாக்டர் அன்பு தொடர்ந்து சிரித்துக்கொண்டே இருந்தார். “நல்ல டாக்டர்களும் இருக்காங்க தம்பி...” என்றவர் தொடர்ந்து பேசினார். ” முந்தி இருந்த எண்ணிக்கை இப்ப இல்ல... குறைஞ்சிட்டே வருது... மெடிக்கல் ஃபீல்டு எங்க போகுதுனே தெரியல...” அதுவரை அவரிடம் நான் பார்த்திராத கவலை அவர் முகத்தில் படர்ந்தது.

“சார்... இன்னைக்கு ஒரு பேசண்டுக்கு ரத்தத்துல சுகர் லெவல் கம்மியாவும், யூரின்ல ரொம்ப அதிகமாவும் இருந்துச்சு சார்... பாபு டாக்டர் ஒரே சண்டை... இது ராங் ரிப்போர்ட்னு... நானும் திரும்பித் திரும்பி டெஸ்ட் பண்ணேன் சார்... அதே ரிசல்ட்தான் வந்துச்சு...”

டாக்டர் அன்பின் முகம் ஆச்சரியம் அடையும் என்று எதிர்பார்த்திருந்த எனக்கு ஏமாற்றம்தான். அவர் சாதாரணமாகக் கேட்டுக்கொண்டிருந்தார். “நீங்க என்ன நினைக்கிறீங்க தம்பி...?”

“டெஸ்ட் ரிப்போர்ட் கரெக்ட்னு மட்டும் தோணுச்சு சார்... இது எப்படி நடக்கும்னு எனக்குப் புரியல...”

“இது ரொம்ப சின்ன விஷயம்தான் தம்பி... ரொம்ப ரேரா இப்புடி வரலாம்...”

“எதுக்கு இப்படி வருது சார்...?”

என் ஆர்வத்தைப் பார்த்து, விளக்கமாக விவரித்தார்.

ஒவ்வொரு மனிதனின் உடலில் உள்ள சிறுநீரகம் எனும் கிட்னியின் வேலை ரத்தத்தில் உள்ள கழிவுப் பொருட்களை பிரித்தெடுத்து, சிறுநீராக மாற்றுவதுதான். உடலுக்குப் பயன்படாத பொருட்களை இப்படிப் பிரித்து, சிறுநீர்ப்பைக்கு அனுப்புகிறது கிட்னி. ரத்தத்தில் உடலிற்குப் பயன்படாமல் அதிகமாக உள்ள சர்க்கரையையும் இப்படித்தான் பிரித்து, சிறுநீராக வெளியேற்றுகிறது. அப்படி ரத்தத்தில் உள்ள சர்க்கரை சிறுநீரில் வெளியேறிக் கொண்டிருக்கும் போது சோதனை செய்தால் ரத்தத்தில் இருக்கும் சர்க்கரை அளவும், சிறுநீரின் அளவும் ஏறக்குறைய ஒன்றாக இருக்கும்.

ஆனால், ரத்தத்தில் இருக்கும் தேவையற்ற, கூடுதல் சர்க்கரையை முழுமையாக கிட்னி பிரித்தெடுத்து வெளியேற்றி விட்டால், ரத்தத்தில் சர்க்கரை குறைவாகவும், சிறுநீரில் அதிகமாகவும் இருக்கும். மிகவும் அரிதாக இப்படி நோயாளிகளைப் பார்க்கும்போது டாக்டர்கள் குழம்பி விடுவார்கள். பரிசோதனைகளைச் சந்தேகப்படுகிறார்கள்.

டாக்டர் அன்பு சொல்லிய விளக்கங்கள் எளிய அறிவியல் விளக்கங்கள்தான். இதைக்கூட யோசிக்காமல் என்ன படித்தோம் என்று கவலையாக இருந்தது. மருத்துவம் சார்ந்தவர்களுக்கே எளிய உடலியல் உண்மைகள் புரியாமல் போனால், நோயாளிகள் என்னதான் செய்வார்கள்?

அடுத்தடுத்த நாட்களில் ஆய்வுக்கூட நடைமுறையில் இன்னும் சில விஷயங்கள் புரிந்தன. வீட்டில் ஓய்விலோ, படுக்கையிலோ இருக்கும் நோயாளிகளுக்கு ரத்தப் பரிசோதனை செய்ய வேண்டுமானால், அவர்கள் வீட்டில் இருந்து சீட்டைக் கொண்டுவந்து ஆய்வுக்கூடத்தில் கொடுத்து விடுகிறார்கள். சிறிது நேரத்தில் அங்கிருந்து கதிர் அண்ணன் போய் ரத்தம் எடுத்துக்கொண்டு வந்து விடுகிறார். டாக்டர் பாபுவின் மருத்துவமனையில் தங்கி சிகிச்சை எடுக்கும் நோயாளிகளாக இருந்தால் அறை எண்ணைக் கேட்டுக் கொண்டு கலா அக்காவோ, ராணி அக்காவோ கூட போய் விட்டு வருகிறார்கள். ஆய்வுக்கூடம் அல்லாத வெளி இடங்களுக்குச் சென்று ரத்தம் எடுத்து வந்தால், ஒருமுறைக்கு பத்து ரூபாய் என்று கணக்கிட்டு போகிறவர்களுக்குக் கொடுக்கிறார் அரசி. பெரும்பாலும், கதிர் அண்ணனே போக விரும்புவதால், மற்றவர்கள் போவதில்லை. இப்போது "ப்ளட் கலெக்ஷன்" வேலையில் அதிகமாக நான் ஈடுபடுவதால் 'ஹவுஸ் விசிட்' போகும் பொறுப்பை என்னிடம் ஒப்படைத்தார் மில்ட்ரி. பொதுவாக டாக்டர்களின் பரிந்துரை சீட்டுகளில் பயோ கெமிஸ்ட்ரி பரிசோதனைகள் அதிகமாக இருப்பதால் கதிரும், கலாவும் இருந்தால்தான் சமாளிக்க முடியும் என்று என்னிடம் சொன்னார் மில்ட்ரி.

ராணி வழக்கம் போல மைக்ரோஸ்கோப்பிலும், நான் ரத்தம் எடுப்பது, சிறுநீர் பரிசோதிப்பது, தேவைக்கேற்ப மைக்ரோஸ்கோப் பயன்படுத்துவது என்று நாட்கள் ஓடத்துவங்கின. முதல் மாத சம்பளத்தை மில்ட்ரி ஒரு வெள்ளைக் கவரில் கொடுத்தார். அதை அப்படியே அம்மாவிடம் கொடுத்து விட்டேன். அம்மா அதைப் பிரித்துப் பார்த்து விட்டு, இரவு அப்பாவிடம் கொடுத்துவிட்டார். அப்பா அதை என்னிடமே கொடுத்து, தேவையானவற்றை வாங்கிக் கொள்ளுமாறு கூறிவிட்டாராம். நான் மறுநாள் அப்பாவிற்கு ஒரு

வேட்டியும், சட்டைத் துணியும், அம்மாவிற்கு ஒரு சேலையும் வாங்கி, அம்மாவின் கையில் கொடுத்துவிட்டேன். இரவில் அப்பாவின் குரல் கேட்டது. "அவனுக்கு தேவையானத வாங்காம இத எதுக்கு வாங்கினான்...?", காலையில் அம்மா சொன்னார் "உங்கப்பா பேச்சுதான் அப்புடி... வேட்டியை வாங்கிட்டு பெருமையாத்தான் இருக்கார்..."

அம்மாதத்தில் இடையில் ஒருநாள் ரத்த அணுக்களை எண்ணுவதற்கான ப்ளட் ஸ்மியர் ஸ்லைடுகளைத் தயாரிக்க கலா கற்றுத் தந்தார். நோயாளியிடம் ரத்தம் எடுக்கும் போதே, ஓரிரு ஸ்லைடுகளில் ஒரு முனையில் ஒரு துளி ரத்தத்தை இட்டுக் கொள்ள வேண்டும். இன்னொரு ஸ்லைடை குறுக்காகப் பிடித்துக் கொண்டு, அந்த துளியின் மேல் வைத்து தேய்த்து விட வேண்டும். அழுத்தமாகத் தேய்த்துவிட்டால் ரத்தம் முழுவதும் வெளியில் வடிந்து விடும். அழுத்தம் மிகக் குறைவாக இருந்தால் ரத்த பரவலின் அடர்த்தி அதிகமாக இருக்கும். மைக்ரோஸ்கோப்பில் வைத்து, அணுக்களை எண்ணும்போது அடர்த்தி அதிகம் இருந்தால் தெரியாமல் போய்விடும். அதனால், அழுத்தமாகவும் இல்லாமல், லேசாகவும் இல்லாமல் நுட்பமாக அதைச் செய்ய வேண்டும். இரண்டு, மூன்று ஸ்லைடுகளில் ஒரே நோயாளியின் ரத்தத்தில் செய்துகொள்வது நல்லது. ஒன்று சரியாக வராவிட்டாலும், இன்னொன்று நன்றாக அமைந்துவிடும். இதன் பெயர்தான் ப்ளர் ஸ்மியர். ரத்தம் எடுக்கும் போது விரைவாக இதனைச் செய்ய வேண்டும். கொஞ்சம் தாமதித்தால் ரத்தம் உறைந்து விடும். அப்புறம், ஸ்மியர் எடுப்பது நடக்காத காரியம்.

இப்படி தயார் செய்த ஸ்லைடுகளை கொஞ்ச நேரம் நன்றாக உலர வைத்து விட்டு, அதன் மேல் வண்ணம் ஏற்ற வேண்டும். ஸ்லைடுகளின் மேல் லீஷ்மென் ஸ்டெயின் எனும் வண்ண வேதிப்பொருளை ஊற்றி சில நிமிடங்கள் வைத்திருந்து விட்டு, தண்ணீர் ஊற்றி கழுவ வேண்டும். ஊதா நிறமாக மாறியிருக்கும் ரத்தம் தேய்ந்த பகுதியை மைக்ரோஸ்கோப்பில் வைத்து, அணுக்களை எண்ண வேண்டும். இப்படி எண்ணப்படும் பரிசோதனையின் பெயர் "டிஃப்ரன்சியல் கவுண்ட்" அதாவது ரத்த வெள்ளை அணுக்களை வேறுபடுத்தி சொல்லும் பரிசோதனை. மைக்ரோஸ்கோப்பில் வைத்து வெள்ளை அணுக்களை எண்ணும்போது, வெள்ளை அணுக்களின் பல வகைகளில் எது இருக்கிறது என்று குறித்துக் கொண்டே எண்ண வேண்டும். மொத்தம் நூறு அணுக்களை எண்ணி முடித்தவுடன்

அதில் எத்தனை விதமான அணுக்கள் என்ன எண்ணிக்கையில் இருந்தன என்பதைப் பிரித்து எழுதித் தர வேண்டும்.

வெள்ளை அணுக்களை எண்ணும்போது, அவற்றுக்குள் நாமே இருப்பது போன்ற எண்ணம் உருவாகும். இந்த சோதனை என்றில்லை... மைக்ரோஸ்கோப் பயன்படுத்தி செய்யப்படும் அனைத்துப் பரிசோதனைகளிலும் நம்மை இன்னொரு உலகத்துக்கு அழைத்துச் செல்லும் தன்மையுடையவை. ரத்தம் எடுப்பது, சிறுநீர் பரிசோதனைகளை விட அணுக்களை எண்ணுவது போன்ற ஹெமட்டாலஜி ரத்தவியல் சோதனைகள் என்னை மேலும் ஈர்க்க துவங்கிவிட்டன. என்னுடைய நாட்கள் அணுக்களோடு இணைந்து, நகர்ந்துகொண்டிருந்தன.

13

அன்று டாக்டர் அனந்துவின் நோயாளி ஒருவர் பரிசோதனை சீட்டோடு வந்திருந்தார். அரசி கட்டணத்தைக் கணக்குப் பார்த்து, சொல்லியவுடன் தன் வேட்டியின் உள்புறமாக கையை விட்டு, டவுசர் பாக்கெட்டில் இருந்து ஒரு பாலிதீன் சுற்றிய கவரை வெளியில் எடுத்தார். அதை எடுத்துப் பார்த்தவுடன் அதிர்ச்சியான முகத்தோடு நிமிர்ந்து பார்த்தார்.

"அய்யய்யோ…" அருகிலிருக்கும் கிராமத்திலிருந்து வந்த பெரியவராகத் தெரிந்தார். தோளில் இருந்த துண்டை எடுத்து முகத்தைத் துடைத்துக் கொண்டார். அருகிலிருந்தவர் அவர் மனைவியாக இருக்க வேண்டும். அந்தப் பெண்மணியின் முகத்தையும் ஒருமுறைப் பார்த்துக் கொண்டார்.

அரசி கேட்டார். "என்னாச்சுங்கய்யா…?", நானும் அப்போது வரவேற்பறையின் மேஜை அருகில் நின்றிருந்தேன்.

அவருடைய புலம்பல் நின்றபாடில்லை. "ச்சே… இப்படிப் பண்ணிட்டேனே…" அவர் மனைவியின் முகத்தைப் பார்த்து "நீயாவது சொல்லக் கூடாதா…?" என்று கேட்டார்.

கேள்வி கேட்ட அரசியையும், என்னையும் பார்த்தார். "டாக்டருக்கு ஃபீஸ் குடுக்காம மறந்திட்டு வந்திட்டேம்மா… அங்க இருக்கிற கூட்டத்தில அவங்களும் மறந்திட்டாங்க போல…" என்று சொல்லி விட்டு தனது யோசனையை தொடர்ந்து கொண்டிருந்தார். நான் சொன்னேன்…

"அதுனால பரவாயில்லங்கய்யா... டெஸ்டுக்கு ரத்தம் குடுத்திட்டு அவர் கிளினிக்குக்குப் போயி ஃபீஸ் கொடுத்துக்கங்க... பக்கத்துல தான இருக்கு..."

நான் சொன்னதில் பெரியவருக்கு உடன்பாடு ஏற்படவில்லை. "இல்லையா... மொதல்ல காச குடுத்திட்டு வந்திர்றேன்... டெஸ்ட்டை வந்து பார்த்துக்கலாம்..."

அவர் மனைவியைப் பார்த்து இங்கேயே இருக்கும் படியும், தான் போய் பணத்தினைக் கொடுத்து விட்டு வந்து விடுவதாகவும் சொல்லிக் கொண்டிருந்தார். அவர் மனைவி அதற்கு சம்மதிக்காமல் தானும் உடன்வருவதாக சண்டை போட்டுக்கொண்டிருந்தார். மணி நண்பகல் பன்னிரெண்டினை நெருங்கிக்கொண்டிருந்தது. இந்த உச்சி வெயிலில் வயதான இருவரும் நடந்து போய்விட்டு, திரும்பி வருவது மிகவும் சிரமம். நான் மறுபடியும் பெரியவரிடம் சொன்னேன்.

"அய்யா... ஒண்ணு செய்யலாம்... நான் அனந்து டாக்டர்கிட்ட போயி உங்க ஃபீசை கொடுத்திட்டு வந்திர்றேன்... நீங்க இங்க டெஸ்ட்டு வேலையைப் பாருங்க..."

"அது தோதுப்படாது பேராண்டி... எம்முகத்தைக் காட்டி, காச கொடுத்திட்டு வந்தாத்தான் மனசு ஆறும்... இப்புடிச் செஞ்சு தொலைச்சிட்டேனே... சிரிச்ச மொகத்தோட பேசுற மனுஷன்... நான் காசைக் குடுக்காம வந்தது தெரிஞ்சா என்ன நினைப்பாரு...?" பெரியவரை என்ன சொல்லியும் சமாதானப்படுத்த முடியவில்லை. அவர் மனைவியும் அங்கு தனியாக இருக்க விரும்பவில்லை. கடைசியாக, இருவருமே கிளம்பிப் போய் பணத்தினை கொடுத்து விட்டு வருவதாக முடிவானது.

அரசி சொன்னார்... "கிராமத்து மனுஷங்கள மாத்த முடியாது தம்பி... அவங்க போக்குக்கு விட்டுறணும்..."

அவர்கள் போய் சில நிமிடங்கள்தான் இருக்கும். அனந்து கிளினிக்கில் இருந்த வாட்ச்மேன் அவசர அவசரமாக வரவேற்பறைக்கு வந்தார். என்னையும், அரசியையும் பார்த்து பதற்றத்தோடு கேட்டார்.

"கிளினிக்லருந்து வெள்ளச் சட்ட போட்ட கிழவனும், கூட ஒரு கிழவியும் வந்தாய்ங்களா..?"

அவர் கேட்பது சற்று முன் சென்ற பெரியவரையும், அவர் மனைவியையும்தான் என்பது எங்களுக்குப் புரிந்தது. "என்ன விஷயம் சார்...?" என்று கேட்டேன்.

"ட்ரீட்மெண்ட் பார்த்துட்டு ஃபீஸ் குடுக்காம ஏமாத்திட்டு வந்துட்டாய்ங்கெ தம்பி..."

எனக்கு கடுப்பாக இருந்தது. "இல்ல சார்... அவங்க ஏமாத்திட்டு வரல... மறந்துட்டு வந்துட்டாங்களாம்... இப்பதான் திரும்பி கிளினிக் போயிருக்காங்க... ஃபீஸ் குடுக்க..." என்றேன்.

"டெஸ்டுக்கு குடுத்து ரிசல்ட் வாங்கிட்டாங்களா...? சும்மா சொல்லிட்டு வேற பக்கம் போயிறப் போறாய்ங்க..."

"இல்ல சார்... டெஸ்டுக்கு இன்னும் கொடுக்கல... சீட்டு கூட இங்கதான் இருக்கு... போங்க. இந்நேரம் ஃபீஸ் குடுத்திருப்பாங்க..." என்று சொல்லி அனுப்பினேன்.

அவர் போனதும், அரசியை சோர்வோடு பார்த்தேன். "ஏங்க்கா இப்படி இருக்காய்ங்க... அந்த மனுஷன் ஃபீஸ் குடுக்கலனு பதறிப்போய் ஒரு நிமிஷம்கூட உட்காராம ஓடுறாரு... இவிங்கெ ஏமாத்திட்டாருனு தேடி வர்றாய்ங்கெ... வர வர கிளினிக்குகளைப் பார்த்தாலே கடுப்பா இருக்கு..."

"விடுங்க தம்பி... எல்லாரும் அப்படித்தான் இருக்காய்ங்க... இதப் பார்த்து நாம கோபப்பட்டா நம்ம உடம்புதான் கெட்டுப்போகும்..." என்று சொல்லிவிட்டு, ரிசல்டுகளை தட்டச்சு செய்யும் வேலையை ஆரம்பித்து விட்டார். நானும் உள்ளே சென்று மீதமிருந்த சிறுநீர் பரிசோதனைகளைச் செய்ய ஆரம்பித்தேன்.

சிறிது நேரத்தில் இருபது வயது மதிக்கத்தக்க பெண் ஒருவர் மில்ட்ரியைப் பார்க்க வந்திருந்தார். அவரிடம் சிறிது நேரம் பேசிக்கொண்டிருந்தார் மில்ட்ரி. நான் வந்து போன பெரியவர் பற்றியே யோசித்துக்கொண்டிருந்தேன். "தம்பி..." மில்ட்ரி என்னை அழைத்தார்.

"சொல்லுங்க சார்..." என்றபடியே அவர் அருகில் சென்றேன். அந்தப் பெண்ணைக் காட்டியபடியே சொன்னார்.

"இவங்க ரோகிணி... டெக்னீசியன் கோர்ஸ் முடிச்சிட்டு இங்க ட்ரெய்னிங்கிற்காக வந்திருக்காங்க... டாக்டர் ரவி நம்ம லேப் பார்ட்னர் அனுப்பியிருக்கார்... எம்.டி.யைப் பார்த்துட்டு வந்துட்டாங்க... லேப் ரெகுலர் ஒர்க் பத்தி சொல்லுங்க..." என்றார்.

"சரிங்க சார்..." என்று சொல்லி உள்ளறைக்கு ராணி அக்கா அருகில் அழைத்து சென்றேன். ரோகிணியை ராணி அக்காவிற்கு அறிமுகம் செய்து வைத்தேன். நானும், ராணி அக்காவும் அறிமுகம் செய்துகொண்டோம். வெளியில் இருக்கும் அரசி, பயோ

கெமிஸ்டிரியில் இருக்கும் கதிர், கலா அனைவரைப் பற்றியும் சொன்னேன். ரோகிணியின் முகம் உறவினர் முகம் போல, ஏற்கனவே அறிமுகம் ஆனது போல இருந்தது. பெண்களிடம் பேசும் கூச்சம் ஆய்வுக்கூடத்தில் சேர்ந்த பிறகு குறைந்துவிட்டது என்பதால் ரோகிணியிடம் இயல்பாக என்னால் பேச முடிந்தது.

ரோகிணியும் கம்பத்தை சேர்ந்தவர்தான். திண்டுக்கல்லில் காந்திகிராமியப் பல்கலைக்கழகத்தில் படித்து முடித்திருக்கிறார். யுனைடெட் லேப் பற்றி எனக்குத் தெரிந்த விவரங்களைச் சொன்னேன். நோயாளி வந்தவுடன் அரசி அக்கா சீட்டை வைத்துக் கொண்டு அழைப்பார். அதன் பின்பு நோயாளியை அழைத்துக் கொண்டு எப்படி ரத்தம் எடுக்க வேண்டும், தொடர்ந்து என்னென்ன செய்ய வேண்டும் என்பது பற்றி விளக்கினேன். அரசி அக்கா நான் சேர்ந்த புதிதில் என்னிடம் சொன்ன அனைத்து விஷயங்களையும் ரோகிணியிடம் சொல்லி முடித்தேன்.

“தம்பி...” அரசி அழைக்கும் குரல் கேட்டது. ராணியிடம் பேசிக்கொண்டிருக்கும் படி சொல்லி விட்டு, வரவேற்பறைக்கு வந்து சேர்ந்தேன். “ஒரு ஹவுஸ் விசிட்” என்றார் அரசி. “வீடு எங்கக்கா?” என்றேன் நான்.

“பெரிய பள்ளிவாசல் தெரு...” என்றார். என் வீடு இருக்கும் வேலப்பர் கோயில் தெருவில் இருந்து அப்படியே உட்புறமாக நடந்து சென்றால், சுங்கத் தெரு வந்து விடும். சுங்கத் தெரு வழியாக கேரளாவுக்குச் செல்லும் கம்பமெட்டுப் பாதையையும் அடைய முடியும். அதே தெருவில் இடது புறம் ஒரு பழைய பள்ளிவாசல் தெரியும். அதுதான் பெரிய பள்ளிவாசல் தெரு.

“லஞ்ச் முடிச்சிட்டு வரும் போது போயிட்டு வரவா அக்கா...?” என்றேன். “ஆமா தம்பி... ஒரு மணி ஆகப் போகுது... அப்படியே நீங்க கிளம்பி, லஞ்ச் பிரேக் முடிஞ்சதும் பிளட் கலெக்ட் பண்ணிட்டு வந்துருங்க...”

“சரிங்க்கா...” என்ற படி உள்ளறைக்குச் சென்றேன். சிறிது நேரம் அங்கிருந்து விட்டு, அனைவரிடமும் விடைபெற்று விட்டு, வீட்டிற்குக் கிளம்பினேன்.

உணவை முடித்து விட்டு, சுங்கத் தெரு நோக்கி நடந்தேன். சிறிது தூரத்தில் இடதுபுறம் பிரிந்த பெரிய பள்ளிவாசல் தெருவில் நுழைந்து, அடையாளம் சொல்லப்பட்ட வீட்டைக் கண்டுபிடித்தேன். வீட்டின் உள்ளறையில் ஒரு வயதான நபர் படுக்கையில் இருந்தார். நீண்ட நாட்களாக படுக்கையிலேயே இருந்ததன் விளைவாக

முதுகில் படுக்கைப் புண் ஏற்பட்டிருந்தது. மிகவும் மெலிந்து, ஒழுங்கு செய்யப்படாத தாடியோடு இருந்த அவருக்கு டோனிகட்டினை புஜத்தில் கட்டுவதற்கு முன்பே ரத்த நாளங்கள் வெளியே தெரிந்தன.

ரத்தத்தில் சர்க்கரை, உப்பு, கொழுப்பு மற்றும் சிறுநீரக இயக்கத்தை கணிக்கும் பரிசோதனைகள் அவருடைய சீட்டில் எழுதப்பட்டிருந்தன. ஐந்து மில்லி சிரிஞ்சில் ஊசியைப் பொருத்தி, ரத்தம் எடுக்க ஆரம்பித்தேன். கண்ணை மூடிப்படுத்திருந்த பெரியவர் லேசான முனகலோடு, மெதுவாகக் கண்களைத் திறந்து பார்த்தார். பின்புறம் இருந்து கிசுகிசுவென சில பெண்களின் குரல்கள் கேட்டன. அதில் ஒரு குரல் “அல்லாவே... ஏற்கனவே ஒடம்பு முடியாத மனுஷன்கிட்ட இம்புட்டு ரத்தத்த உறிஞ்சிறாம் பாரு...” என்றது.

நான் ரத்தம் எடுப்பதைப் பார்த்துக்கொண்டு, என் அருகில் ஒருவர் நின்றிருந்தார். அவர் மகன் போல இருந்தது. நான் சிரிஞ்சினை வெளியே எடுத்தவுடன், அந்த இடத்தில் பஞ்சு வைத்து அழுத்தினேன். அருகிலிருந்தவர் அழுத்திப் பிடித்துக் கொண்டார். ஐந்து நிமிடம் கழித்து எடுத்து விடுமாறு சொன்னேன். என்னையே பார்த்துக்கொண்டிருந்த பெரியவரைப் பார்த்து சிரித்தேன். அவருடைய முகமும் மலர்ந்தது. “உடம்புக்கு என்ன செய்துங்கய்யா...?” என்றேன்.

அவர் லேசான முனகலோடு, ஒன்றும் இல்லை என்று தலையசைத்தார். “சரி... ரெஸ்ட் எடுங்க சரியாயிருங்கய்யா...” என்று சொல்லிவிட்டு, என் சிறுபையை எடுத்துக்கொண்டு அவரிடம் விடைபெற்றேன். சற்று முன்புதான் டாக்டர் வீட்டுக்கு வந்து பார்த்ததாகவும், உடனடியாக ஐ.சி.யூ.வில் சேர்க்கச் சொன்னதாகவும் அவர் மகன் சொன்னார். பெரியவர் மருத்துவமனைக்குச் செல்ல மறுத்து விட்டாராம். மாதம் தோறும் உடல் சோதனை செய்து கொள்வதற்கும், சிகிச்சை செய்து கொள்ளவும் மருத்துவமனைக்குச் செல்லும் பழக்கமுடைய அவர், இந்த முறை மறுத்துவிட்டது குடும்பத்தாருக்கு ஆச்சரியத்தைக் கொடுத்திருக்கிறது. அப்புறம்தான் டாக்டர் இந்த பரிசோதனைகளை எழுதிக் கொடுத்திருக்கிறார்.

பெரியவரின் மூக்கு நுனி மங்கியது போல இருந்தது. காதுகளின் கீழ்ப்பகுதி தரை நோக்கி வளைந்திருந்தது. அவருடைய உடற்தசைகள் அனைத்தும் மெல்லிசாக எலும்புகளை விட்டு, பிரிந்திருந்தது போல இருந்தது. டாக்டர் அன்புதான் சொல்வார்... இது போன்ற உடற்குறிகளை வைத்துத்தான் கிராமத்தில் இருக்கும் முதியவர்கள் இறப்பினைக் கணிப்பார்களாம். நான் அவர் மகனிடமும் விடைபெற்று

விட்டு, வெளியில் வந்தேன். மீண்டும் பள்ளிவாசலின் முகப்பு கண்ணில் பட்டது. வாவேர் பள்ளிவாசல் என்று எழுதியிருந்த தமிழ் எழுத்துகள் பெரிதாகத் தெரிந்தன. இதைத்தான் பெரிய பள்ளிவாசல் என்று அழைப்பார்கள். கம்பத்தில் இன்னொரு பள்ளிவாசல் கம்பமெட்டு சாலையில் அமைந்திருக்கிறது. அதனை சின்னப்பள்ளிவாசல் என்று சொல்வார்கள்.

பெரிய பள்ளிவாசலின் பின்புற இடம்தான் கம்பம் நகர இஸ்லாமியர்களின் அடக்கத்தலமாக இருந்தது. இறந்தவரின் உடலை ஒரு கூண்டுப் பெட்டியில் வைத்து, ஊர்வலமாகத் தூக்கி வந்து, இங்கு அடக்கம் செய்வார்கள்.

ஆயிரத்து முந்நூறுகளின் துவக்கத்தில் மாலிக்கபூர் இப்பகுதிக்குப் படை எடுத்து வந்தபோது, போரில் இறந்தவர்களை அங்கங்கு அடக்கம் செய்திருந்தார்களாம். நிறைய யுனானி மருத்துவர்களும், மதகுருமார்களும் அரசனுடன் வருவார்களாம். அவர்கள் எந்த இடத்தில் இறந்தாலும், அந்தப் பகுதியிலேயே புதைத்து விடும் பழக்கம் இருந்திருக்கிறது. கம்பம் நகருக்கு வெளியில் தேனி செல்லும் சாலையிலும், உத்தமபாளையம், சின்னமனூர், பெரியகுளம்... என்று பல இடங்களில் இப்படியான சமாதிகளைப் பார்க்க முடியும். இதில் சில சமாதிகள் வழிபாட்டுத் தலங்களாகவும் மாறியுள்ளன. அப்படி மாலிக் கபூரோடு வந்ததில், இறந்த இரண்டு சகோதரர்களின் உடல்கள் பெரிய பள்ளிவாசலின் பின்புறம் உள்ள பன்னீர் மரத்தின் அடியில் அடக்கம் செய்யப்பட்டுள்ளதாக சொல்வார்கள். சுமார் எழுநூறு ஆண்டுகளுக்கு முன் அங்கு உருவாக்கப்பட்ட சமாதிகள் இப்போதும் இருக்கிறதாம்.

மதுரையில் வாழ்ந்த சமணர்களுக்கும் அரசருக்குமான முரண்பாட்டில் ஏராளமான சமணர்கள் கழுவேற்றப்பட்டபோது, அங்கிருந்து தப்பி வந்த பலர் கம்பம் பள்ளத்தாக்கு பகுதியில் குடியேறி, பிற்காலத்தில் இஸ்லாமியர்களாக மாறியதாக சொல்பவர்களும் உண்டு. சமணச் சொற்கள் பலவும் தமிழ் இஸ்லாமியர்கள் மத்தியில் புழக்கத்தில் இருப்பதால் இது உண்மையாக இருக்கவும் வாய்ப்புண்டு. தேனி மாவட்டத்தின் பழமையான கிறிஸ்துவ தேவாலயமும் கம்பம் அருகில் இருக்கும் ராயப்பன்பட்டியில்தான் இருக்கிறது. தேனி மாவட்டத்தின் முதல் பள்ளிக்கூடத்தை கிறிஸ்துவர்களின் மிஷனரிதான் துவக்கியது.

கேள்விப்பட்ட பல செய்திகளும் என் மனதில் எண்ணங்களாக ஓடின. நான் மெதுவாக நடந்து, வேலப்பர் கோயில் வழியாக காந்திஜி பூங்கா கடந்து, ஆய்வுக்கூடத்திற்கு வந்து சேர்ந்தேன்.

மணி இரண்டரை ஆகியும், கதிர் அண்ணன் இன்னும் அங்குதான் இருந்தார். உள்ளே நுழைந்த என்னைப் பார்த்ததும் சிரித்தார்.

"தம்பி... நீங்க போயிட்டு ஈவ்னிங் வந்துர்றீங்களா...? எனக்கு கொஞ்சம் வேலையிருக்கதுனால மில்ட்ரி இருக்க சொல்லிட்டார்..."

"பரவாயில்லண்ணே... நைட் வரைக்கும் இருந்துக்கறேன்... ஒண்ணும் வேலையில்ல..." என்று சொல்லிவிட்டு, வரவேற்பறைக்குள் நுழைந்தேன். புதிதாக வந்து சேர்ந்திருந்த ரோகிணி வீட்டுக்குப் போயிருந்தார். கலா, ராணி, அரசி மூவரும் சாப்பாடு முடித்துவிட்டு அமர்ந்திருந்தனர். நான் எடுத்து வந்த ரத்தத்தை பயோகெமிஸ்ட்ரி பிரிவில் டியூபில் ஊற்றி வைத்து விட்டு உள்ளறைக்குச் சென்று மைக்ரோஸ்கோப் அருகில் அமர்ந்தேன்.

வரவேற்பறையில் இருந்து கதிர் அழைத்தார். அரசி மெல்லிய குரலில் முனகினார். "வேல செய்ய ஒரு ஆள் சிக்கிட்டா தலைவர் எஸ்கேப் ஆயிடுவார்..."

"வர்றேண்ணே..." என்று சொல்லியபடியே அவர் அருகில் சென்றேன். டெஸ்ட் டியூபில் சீரத்தை எடுத்து தனியே பிரித்துக் கொண்டிருந்தார். ஒரு சிறிய பிளாஸ்டிக் டியூபில் அதை ஊற்றி, மேலே இருந்த மூடியை அழுத்தி மூடினார். பிளாஸ்டிக் டியூபை அன்றுதான் முதன் முதலாகப் பார்க்கிறேன். மூடியோடு இருந்த அது, சீரத்தை பத்திரமாக வைத்திருக்க பயன்பட்டது.

"இது எதுக்குண்ணே...?"

"தைராய்டு டெஸ்ட்டுக்கு ஒரு கேஸ் வந்திருந்தது. அதை இங்க டெஸ்ட் பண்ண முடியாது. அதனால் பம்பாய்க்கு அனுப்புறதுக்குத்தான் இந்த சீரம்..."

"இங்க தேனில... இல்ல மதுரைல கூட டெஸ்ட் பண்ணமாட்டாங்களாண்ணே...?"

"இல்ல தம்பி... சென்னையில பண்றாங்கனு சொல்றாங்க... ஆனாலும், இது ஹார்மோன் டெஸ்டுங்கிறதுனால பெரிய லேபுக்கு அனுப்புறது நல்லதுனு பம்பாய் தைரோ கேர் லேபுக்கு அனுப்புறோம். அந்த லேப் தைராய்டு டெஸ்ட்ல ஸ்பெஷலிஸ்ட்"

"அப்படியாண்ணே... சீரத்தை எதுல அனுப்புவீங்க...?"

"இந்த பிளாஸ்டிக் டியூபை காட்டனுக்குள் வைத்து, பேக் பண்ணி சின்ன அட்டைபெட்டியில் வைத்து குரியரில் அனுப்புவோம்

தம்பி... பெரும்பாலும் உள்ளேயே ஃபீசை வச்சிருவோம்... சில நேரம் பேங்க் அக்கவுண்ட்ல போடச் சொல்லுவாங்க...”

எனக்கு ஆச்சரியமாக இருந்தது. தமிழ்நாட்டின் தென்மேற்கு மூலையில் இருந்து ரத்தம் எடுக்கப்பட்டு, இந்தியாவின் இன்னொரு பகுதிக்கு பல ஆயிரம் கிலோமீட்டர்கள் பயணம் செய்து, அது பரிசோதிக்கப்படுகிறது. அதன் பிறகு, அதன் ரிப்போர்ட் குரியர் மூலம் அனுப்பப்படுகிறது. எப்படியும் டெஸ்ட் முடிந்து, ரிப்போர்ட் வந்து சேர ஒரு வாரம் ஆகிவிடும். தொடர்பு வசதிகள் மருத்துவத்தில் எப்படியெல்லாம் பயன்படுகின்றன என்று யோசித்துக் கொண்டிருந்தேன். சட்டென ஒரு சந்தேகம் வந்துவிட்டது.

“அண்ணே... பம்பாய் போக எப்படியும் மூணு நாள் ஆகுமில்லண்ணே...”

“ஆமா தம்பி... ரெண்டு நாள் இல்லனா மூணு நாள் ஆகிரும்...”

“ரத்தம் எடுத்து இத்தனை நாள் கழிச்சு டெஸ்ட் போட்ட ரிசல்ட் கரெக்ட்டா இருக்குமாண்ணே...?”

என்னைப் பார்த்து கொஞ்சம் தயங்கியவர், உடனே சுதாரித்துக் கொண்டு பேசினார். “இது பயோகெமிஸ்ட்ரி டெஸ்ட் இல்லை தம்பி... கெமிக்கல்ஸ் ரியாக்சன் ஆகி மாறுறதுக்கு...”

“அதனாலதாண்ணே சந்தேகமே... பயோகெமிஸ்ட்ரி டெஸ்ட்லயே ஒரு நாள் கழிச்சு டெஸ்ட் பண்ணா ரிப்போர்ட் மாற வாய்ப்பிருக்குன்னா, இது ஹார்மோன் டெஸ்ட் இல்லையாண்ணே... இன்னும் கூடுதல் ரிஸ்க்தான...? அதுவும் எத்தனை கிளைமேட்ட கடந்து குரியர் பார்சல் போகுதோ தெரியல... சாம்பிளை நம்ம ஃப்ரிட்ஜ் பாக்ஸ்லயும் அனுப்ப முடியாது... அப்ப ரிசல்ட்ல பிரச்சினை வர வாய்ப்பிருக்குமேண்ணே...”

கதிர் கொஞ்சநேரம் அமைதியாக இருந்தார். “ரொம்ப யோசிக்காதீங்க தம்பி... பம்பாய்ல இருந்து லேப் ரெப் வந்து ஊர் ஊருக்கு இப்படி அனுப்ப சொல்லிட்டுப் போறாங்க... இந்த யோசனை அவங்களுக்கு இல்லாமயா இருக்கும்... நம்மளும் இதுவரை நிறைய சாம்பிள்ஸ் அனுப்பியிருக்கோம்... ஒண்ணுல கூட டாக்டர்ஸ் கம்ப்ளெயிண்ட் இல்ல தம்பி....”

அதன் பிறகு நான் எதுவும் கேட்கவில்லை. நோயாளியிடம் முந்நூறு ரூபாய் கட்டணமாகப் பெற்று, பம்பாய்க்கு எண்பது ரூபாய் அனுப்புவதாகச் சொன்னார். இதிலும் டாக்டர்களுக்கு கமிஷன்

உண்டாம். தமிழ்நாட்டிலுள்ள பெரும்பாலான ஆய்வுக்கூடங்களில் இதுதான் நடைமுறையாம்.

மருத்துவமனைக்கு ஒரு நோயாளி போய் விட்டாலே பணம்தான். மருத்துவமனையின் ஒவ்வொரு நடவடிக்கையிலும் பணமே நோக்கமாக இருக்கும் என்று தோன்றியது. கையில் எது சிக்கினாலும் அதையும் பணமாக்கும் உத்தி அனைவருக்குமே தெரிந்திருக்கிறது. இப்போது பணம் கொழிக்கும் துறையாக மருத்துவமும், அதற்கு பக்க பலமாக அறிவியலும் மாறிக்கொண்டிருக்கிறது.

மதியம் பள்ளிவாசல் தெருவில் நான் ரத்தம் எடுத்து வந்த பெரியவர், இரவே இறந்துவிட்டதாக தகவல் வந்தது என்று அரசி சொன்னார்.

அ. உமர் பாரூக்

14

ஒரு பறவை கண்டங்கள் கடந்து பறப்பதைப் போல, நாட்கள் மாதங்களைக் கடந்து ஓடிக்கொண்டிருந்தன.

இப்போதெல்லாம் எதற்கும் அதிர்ச்சியாவதில்லை. மருத்துவத்துறையின் அனைத்தும் பழகிவிட்டன. அதை விட முக்கியம், நான் அதற்குள் இயங்க பழகி விட்டேன் என்பதுதான். ஒவ்வொரு மாதமும் அரசி டாக்டர்களுக்கான கமிஷன் தொகையை கவரில் வைத்து தயார் செய்யும் போதோ, கதிர் அவற்றைக் கொண்டு சென்று அவர்களுக்கு கொடுத்து விட்டுத் திரும்பும் போதோ எனக்கு ஒன்றும் தோன்றுவதில்லை. காலம் எவ்வளவு வினோதமானது. நல்ல விஷயமோ, கெட்ட விஷயமோ காலத்தைக் கொண்டு அதனைக் கடந்து விடும்போது அதன் வீரியம் குறைந்து போகிறது.

என் மனம் அமைதியடைந்து விட்டதா? அல்லது நான் அவற்றை சகித்துக்கொண்டிருக்கப் பழகிவிட்டேனா? என்பது இன்னும் எனக்குப் புரியவில்லை. நான் அதனை யோசிக்கவும் தயாராக இல்லை. காந்திசிலை அருகிலுள்ள 'பொறி உருண்ட' ஒர்க்ஷாப்பில் வேலை செய்யும் சிறுவன் எப்போதாவது ஒருமுறை வருவான். தன் முதலாளி குறித்துப் புலம்பிவிட்டுச் செல்வான். அவன் கிளம்பும் போது நான் இரண்டு ரூபாய் கொடுத்தனுப்புவேன்.

டாக்டர் அன்பு சொன்னதன் அடிப்படையில் என் வாழ்க்கை முறை முற்றிலும் மாறிவிட்டது. முன்னை விட சுறுசுறுப்பாகவும், கண்களின் கோளாறு முற்றிலும் சரியாகி விட்டதை உணர்ந்தேன். அடுத்தடுத்த மாதங்களில் அவருடைய கிளினிக்கிற்குப் போகும்போது கண்களை

எழுத்துப் பரிசோதனைக்கு உட்படுத்துவதில்லை. கண்கள் சரியாகத் துவங்கும்போது, சந்தேகத்தில் பலமுறை சோதித்தேன். அதன் பின்பு, பார்வைத்திறனின் மாற்றத்தை நான் முழுமையாக உணரத் துவங்கிய பின்பு, பரிசோதனைகள் அவசியப்படவில்லை. அனுபவத்தில் நேரடியாக உணர்ந்த பின்பு, இனி நம்பிக்கையைப் பிடித்துக்கொண்டிருக்க வேண்டிய அவசியமில்லை. நம்பிக்கையே அவசியமில்லை எனும் போது அவநம்பிக்கைக்கான அடிப்படைத் தேவையே முடிந்து போய்விடுகிறது.

கல்லூரி நண்பர்களில் பாஸ்கர், செல்வம், மூர்த்தி, அகமது, மாரி... என அனைவருக்கும் கடிதம் எழுதினேன். மூர்த்தியும், அகமதுவும் பதில் எழுதினார்கள். பாஸ்கர் ஒருமுறை போன் செய்தான். மாரியும், செல்வமும் தொடர்பில் இல்லை. பாஸ்கர் உள்ளூர் அரசு மருத்துவமனையில் ப்ராஜெக்ட் ஃபண்டின் கீழ் பணிபுரிவதாகக் குறிப்பிட்டான். அரசு அவ்வப்போது சில நோய்களுக்கான ஐந்தாண்டு, பத்தாண்டு திட்டங்களை அறிவிக்கும். அதன் கீழ் அரசு மருத்துவமனைகளில் சில தற்காலிகப் பணிகள் உருவாக்கப்படும். அத்திட்டம் முடியும் வரை அதில் பணிபுரியலாம். அப்படி ஒரு எய்ட்சிற்கான சிறப்புத் திட்டத்தில் வேலைக்குப் போவதாகச் சொன்னான். இது அரசுப் பணி போல இல்லை... தனியார் வேலைதான். ஆனால், வேலை மட்டும் அரசு மருத்துவமனையில் என்று விவரித்தான்.

டாக்டர்கள் கமிஷன், கூடுதலாக பரிசோதனைகளை எழுதச் சொல்வது என்று எந்தப் பிரச்சினையும் இல்லாத வேலை. பெரும்பாலும் ஹெச்.ஐ.வி. டெஸ்ட் மட்டும்தான் செய்ய வேண்டியதிருக்குமாம். எப்போதாவது ஓரிருவருக்குத்தான் பிற பரிசோதனைகள் தேவைப்படுமாம். எந்தச் சிக்கலும் இல்லாத வேலை என்று தோன்றியது. அகமது தன் கடிதத்தில் உள்ளூரில் வேலைக்கு முயல்வதாகக் குறிப்பிட்டிருந்தான். அங்கிருக்கும் லேப்களிலும், மருத்துவமனைகளிலும் சம்பளம் மிகக் குறைவாக இருப்பதால் அவனுடைய அப்பா வேலைக்குப் போக வேண்டாம் என்று கூறி விட்டாராம். சில மாதங்களில் அரேபிய விசா கிடைத்ததும் சூப்பர் மார்க்கெட்டில் வேலைக்குச் செல்ல உள்ளதாக எழுதியிருந்தான்.

மூர்த்தியும் மருத்துவத்துறைக்குள்ளே நுழையும் வாய்ப்பில்லாமல், கல்லூரிப் படிப்பை தொடர்வதாகச் சொன்னான். பி.எஸ்.சி. பயோ கெமிஸ்ட்ரி கோவையில் படித்துக்கொண்டிருக்கிறான். அவன் மூலம்தான் மாரி பற்றிய தகவலும், செல்வம் பற்றிய தகவலும் கிடைத்தது. மாரி அவன் அப்பாவின் சந்தை வியாபாரத்தையே

தொடர முடிவு செய்துள்ளானாம். வேறு வேலைக்குப் போகும் யோசனையை கைவிட்டு விட்டதாக தகவல்.

இவற்றையெல்லாம் விட, செல்வத்தின் கதைதான் வேறுமாதிரியாக இருந்தது. செல்வம் கல்லூரியில் படிக்கும்போதே அவனுடைய நடவடிக்கைகள் வித்தியாசமாக இருக்கும். விடுதியில் யாரும் எழுவதற்கு முன்பே, அதிகாலை நான்கு மணிக்கெல்லாம் எழுந்து குளித்து தயாராகிவிடுவானாம். நண்பர்கள் சொல்வார்கள். கல்லூரி நேரம் தவிர, மற்ற நேரங்களில் எல்லாம் எல்லா நண்பர்களும் பனியன், லுங்கியுடன் இருக்கும்போது செல்வம் மட்டும் சட்டையைக் கழற்றவே மாட்டானாம். கல்லூரியில் பல நண்பர்கள் அவனை "செல்வி" என்று அழைப்பதை நானே பலமுறை கேட்டிருக்கிறேன். அப்படி அழைக்கும்போது தலையைக் குனிந்து கொள்வான். அவனுடைய நடையும், உடல் அசைவுகளும், பேசும் முறையும் பெண்ணைப் பிரதிபலிப்பது போல இருக்கும். அவனைப் போன்ற பல ஆண்களை நான் பார்த்திருந்ததால் ஒன்றும் வேறுபாடாகத் தெரியவில்லை. மற்ற நண்பர்களை விட, என்னுடன்தான் அதிகமாக நெருக்கமாக இருப்பான். வெளியிடங்களுக்குச் செல்லும் போதெல்லாம் என்னுடன்தான் அமர்ந்து கொள்வான். அப்போதெல்லாம் எனக்கு ஒரு வேறுபாட்டையும் உணரமுடியவில்லை.

செல்வம் பற்றிய இந்த தகவலைக் கேள்விப்பட்ட பிறகுதான், அவன் பழகிய விதம், பேசும்போது இருக்கும் உடலசைவு எல்லாவற்றையும் நினைத்துப் பார்க்கத் தோன்றுகிறது. அவனுடைய பெற்றோர்கள் செல்வத்தின் உடல் மாறுபாட்டைக் கவனித்த பிறகு, எட்டாம் வகுப்பிலேயே மதுரை விடுதியில் சேர்த்திருக்கிறார்கள். அப்போதிருந்து, எங்களுடன் கல்லூரியில் படிக்கும் வரைக்கும் வெவ்வேறு விடுதிகளிலேயே தங்கி படித்திருக்கிறான். விடுமுறைக்கு ஊருக்குப் போனால் கூட சில நாட்கள்தான் அங்கு இருக்க சொல்வார்களாம். எங்கள் கல்லூரிப் படிப்பு முடிந்த ஓரிரு வாரங்களில் அவன் வீட்டை விட்டு ஓடி விட்டானாம். அரவாணியாகி விட்டதாக மூர்த்தி எழுதியிருந்தான். சிறு வயதில் இருந்து அவன் என்னென்ன பிரச்சினைகளை சந்தித்தானோ...? பகிர்ந்து கொள்ளவும் நெருக்கமான உறவுகள் இன்றி, நண்பர்களும் அமையாமல் இருந்திருப்பான். கல்லூரியில் படிக்கும்போது, என்னிடமாவது அவன் சிக்கல்களைச் சொல்லியிருக்கலாம். என்னால் வழி சொல்ல முடியாமல் போனாலும், மன ஆறுதலாகவாவது அமைந்திருக்கும்.

கல்லூரியில் நடந்த விடுதி உணவுப் பிரச்சினையில் துவங்கி, தேர்வுச் சிக்கல் வரைக்கும் என்னுடனும், பாஸ்கருடனும் முதலில்

வந்து நிற்பவன் செல்வம்தான். நண்பர்கள் மீது அவனுக்குள்ள அக்கறையும், மோசடிகளின் மீதான வெறுப்பும் அவனை இயக்கிக் கொண்டிருந்தன. அவன் கல்லூரியில் படித்த காலத்தில், ஒருமுறை கூட அவன் பெற்றோர் அவனைச் சந்திக்க வந்ததில்லை என்பது இப்போதுதான் நினைவுக்கு வருகிறது.

வெளிநாடு போகப் போகிற அகமதுவையும், உடன் படித்த பல நண்பர்களையும் எப்போதாவது பார்த்து விடலாம் என்ற நம்பிக்கை இருக்கிறது. ஆனால், செல்வம் வழக்கமான மனிதர்களின் உலகை விட்டு மாயமாகிவிட்டதாகத் தோன்றியது.

பிரதீப் அருகிலுள்ள கோம்பையில் இருப்பதால் எப்போதாவது சந்திக்கும் வாய்ப்பிருக்கும். அவன் கம்பம் வரும்போதோ, நான் கோம்பை செல்லும்போதோ சந்திப்பு வாய்க்கிறது. அவன் உள்ளூரிலேயே ஒரு மருந்துக்கடை வைத்திருக்கிறான். விரைவில் சிறிய ஆய்வுக்கூடம் ஒன்றினைத் துவங்கும் ஏற்பாடுகளைச் செய்து கொண்டிருப்பதாகக் கூறினான். "பிரின்சியைப் பார்த்தியா...?" என்று கேட்டேன். அவனுக்குப் புரியவில்லை. "கோபால்சாரைப் பார்த்தியானு கேட்டேன்...?"

நான் அவரைப் பற்றிக் கேட்பது அவனுக்கு ஆச்சரியமாக இருந்திருக்க வேண்டும்.

தேர்வு முடிவுகள் வந்து, என் சான்றிதழைப் பெறக் கூட நான் போகவில்லை. என் அப்பாதான் போய் வந்தார். எல்லா மாணவர்களையும் அழைத்து, விழா நடத்திக் கொடுப்பார்கள் என்று நினைத்திருந்தேன். அப்படி நடந்தால் மறுபடியும் நண்பர்களைப் பார்க்கும் ஆவலில் காத்திருந்தேன். ஆனால், கல்லூரி வேலை நாட்களில் வந்து பெற்றுக்கொள்ளலாம் என்ற சுற்றறிக்கை அஞ்சலில் வந்து சேர்ந்த போதே, நான் போகவேண்டாம் என்று முடிவெடுத்து விட்டேன். அப்பா போய் வாங்கி வந்து விட்டார். அவரிடம் கல்லூரி விஷயங்கள் எதையும் நான் சொல்லிக் கொள்ளவில்லை. சான்றிதழ் பெறப் போகும் போது அப்பாவிடம் கோபால் ஏதாவது சொல்வார் என்று எதிர்பார்த்தேன். அப்படி ஒன்றும் நடக்கவில்லை.

ஆய்வுக்கூடத்தில் சேர்ந்த சில நாட்களில், டாக்டர்களின் கமிஷன் குறித்த நடவடிக்கைகளுக்குப் பின்பு கோபால் மேலிருந்த கோபம் குறைந்து விட்டதாகத் தோன்றியது. டாக்டர்களை ஒப்பிடும்போது, அவரே பரவாயில்லை என்று நினைத்துக்கொண்டேன். உடல் நோயால் நலிந்திருக்கும் நோயாளிகளிடம் பணம் பறிப்பதை விட,

மாணவர்களிடம் வணிகம், செய்தது மோசமாகத் தெரியவில்லை. கல்லூரியை விட்டு வந்த கடைசி நாளில், அவர் மேல் இருக்கும் கோபம் வாழ்நாள் முழுவதும் தொடரும் என்று நினைத்திருந்தேன். ஆனால், சில மாதங்களில் கோபத்தின் ஆயுள் குறையத் தொடங்கி விட்டது.

கல்லூரி நிர்வாகத்தில் ஏதோ சிக்கல் என்று சொன்னான் பிரதீப். கவுன்சிலில் அவரோடு தொடர்பில் இருந்த நபர்களோடு சிக்கல் உருவாகி, கல்லூரி அங்கீகாரத்தில் பிரச்சினை உருவாகிவிட்டதாம். அதனைச் சமாளிக்க கோபால் திருநெல்வேலியில் இருக்கும் ஒரு கல்விக் குழுமத்தோடு கல்லூரியை இணைத்துக்கொண்டு விட்டாராம். கல்லூரியின் பெயரையும் மாற்றி விட்டதாக பிரதீப் சொன்னான். எங்களுக்கு அடுத்த பேட்சில் படித்துக் கொண்டிருந்த மாணவர்களை புதிய கல்லூரியின் நிர்வாகத்திற்கு மாற்றி விட்டாராம்.

நாங்கள் கல்லூரியில் படித்துக்கொண்டிருந்த காலத்திலேயே கோபாலோடு, பிரதீப்புக்கு வரவு செலவு இருந்தது. திடீரென்று எதற்காகவாவது பணம் தேவைப்பட்டால் பிரதீப்பிடம் கேட்பார். அவனும் தன் அப்பாவிடம் சொல்லி வாங்கித் தருவான். அவருடைய சூழல் சரியானதும் திரும்பித்தந்து விடுவார். இப்படி பல முறை நடந்திருக்கிறது. கல்லூரியில் சிக்கல் ஏற்பட்ட நேரத்தில் ஒரு பெரிய தொகையை வாங்கியவர் இன்னும் திருப்பித்தரவில்லை என்று சொன்னான் பிரதீப்.

நண்பர்களின் நினைவுகளோடு, ஆய்வுக்கூடத்தின் அன்றாட நடவடிக்கைகளில் நான் மூழ்கிப் போனேன்.

அது ஒரு பிற்பகல் நேரம். அன்று ஆய்வுக்கூடத்தில் நானும், கதிர் அண்ணனும் தனியாக இருந்தோம். மில்ட்ரியின் வார விடுமுறை நாளாக அது இருந்தது. ஒரு திருமணத்திற்காக ராணி சொல்லி விட்டுப் போயிருந்தார். கலாவும், ரோகிணியும் மாலைதான் வருவார்கள்.

அன்று வந்திருந்த நோயாளிகளுக்கு ரத்தம் எடுப்பதையும், சிறுநீர் பரிசோதனை, அணுக்கள் குறித்த சோதனைகள் அனைத்தையும் நான் பார்த்துக்கொண்டிருந்தேன். கதிர் பயோகெமிஸ்ட்ரி சோதனைகளைச் செய்து, எல்லா சீட்டுகளையும் இறுதி செய்து, ரிசல்ட்டுகளில் கையொப்பம் இட்டு கொடுக்கும் வேலையைச் செய்துகொண்டிருந்தார்.

என்னுடைய வேலைகள் முடிந்து விட்டன. சீட்டுகளில் இருக்கும் பரிசோதனை முடிவுகளை ஒழுங்கு செய்து கொண்டிருந்தார் கதிர். நான் அவர் அருகில் நின்று கவனித்துக் கொண்டிருந்தேன். அவர் மிகவும் வேகமாக பல பரிசோதனை முடிவுகளை திருத்தியும், புதிதாகவும் எழுதிக்கொண்டிருந்தார். சில பரிசோதனைகளின் பெயர்களுக்கு முன்பு எதுவும் எழுதப்பட்டிருக்கவில்லை. அவற்றுக்கும் அவர் ரிசல்ட் எழுதி பூர்த்தி செய்தார். நான் கவனிப்பதைப் பார்த்து, என்னை நோக்கித் திரும்பினார்.

“என்ன தம்பி...?”

“நிறைய ரிசல்ட்டுகளை அடிச்சு கரெக்ட் பண்றீங்க... அது புரியுது... டாக்டர்கள் எப்படி இருக்கணும்னு சொல்றாங்களோ அப்படி வர்ற மாதிரி சரி பண்றீங்க... ஆனா, சில டெஸ்டுகள் செய்யவே இல்லை... அதுக்கெல்லாம் ரிசல்ட் எழுதுறீங்களேண்ணே...”

“ஆமா தம்பி... அதுதான் லேபின் டாப் சீக்ரெட்...”

“புரியலண்ணே... டெஸ்ட் போட்டாத்தான ரிசல்ட் தெரியும்... கரெக்ட் பண்ணி எழுதுறதுக்குக் கூட ஒரு நம்பர் வேணும்லண்ணே...”

“உங்களுக்குப் புரியுற மாதிரியே சொல்றேன்... இதுல ரெண்டு வேல செய்யலாம்... ஒண்ணு யூரின் டெஸ்ட்டைப் பார்த்துட்டு ப்ளட்ல டெஸ்ட் பண்ணாமலே ரிசல்ட் கொடுத்திரலாம்... எப்படினு கேக்குறீங்களா....? அன்னைக்கு பாபு டாக்டர்கிட்ட டோஸ் வாங்குனீங்களே ஞாபகம் இருக்கா...? அப்ப என்ன சொன்னார்...? யூரின்ல எத்தனை ப்ளஸ் இருக்கோ, அதுக்குத் தகுந்த மாதிரித்தான் ரத்தத்திலயும் இருக்கணும்... சரிதான தம்பி? உண்மையிலேயே ரத்தத்தில டெஸ்ட் போட்டு, அதுல வர்ற்த குடுக்க முடியாமப் போறதுக்கு யூரின் டெஸ்ட் மட்டும் பார்த்துட்டு அப்படியே ப்ளட் வேல்யூவை எழுதிறலாம்ல... கெமிக்கலும் மிச்சம்... மன உளைச்சலும் மிச்சம்...”

அன்று நான் பல முறை ரத்தத்தை பரிசோதித்தும், சிறுநீரின் அளவை வைத்து மில்ட்ரி கொடுத்த போலி அளவைத்தான் கடைசியில் டாக்டர் ஏற்றுக்கொண்டார் என்பது நினைவுக்கு வந்தது. கதிர் அதனை மேலும் விளக்கினார். யூரின்ல ஒவ்வொரு ப்ளசுக்கும், ப்ளட்ல இவ்வளவு இருக்கும்னு அவங்க ஒரு பட்டியல் வச்சிருப்பாங்கள்ல... அதையே நம்மளும் ஃபாலோ பண்ணிறலாம்ல... அப்படி எழுதும்போது ரவுண்ட் ஃபிகரா எழுதக் கூடாது... 150, 160 இப்படி எழுதாம 163, 151 இப்படி எழுதணும்... இதுதான் ‘சிம்பல் ஆஃப் அக்யூரசி’... இந்த டெஸ்ட்டு மட்டும் இல்ல...

யூரியா, பிலிருபின் இப்படி பல டெஸ்ட்டுகளுக்கும் இதே மெத்தேட ஃபாலோ பண்ணினா நேரமும் மிச்சம்.....”

இது டாக்டர்கள் விரும்பும் ரிசல்ட்டுகளைத் தருவதற்கான முயற்சியாகத்தான் புரிந்தது. இப்படி டெஸ்ட்டுகளைச் செய்து, உண்மையான ரிசல்ட்டுகளை கொடுக்க முடியாமல் போவதற்கு டெஸ்ட்டே செய்யாமல் ரிசல்ட் கொடுப்பது சரிதானே? என்று எனக்கும் தோன்றியது. நமக்கும், டாக்டர்களுக்கும் இடையில் சிக்கிக் கொண்டு கஷ்டப்படப் போவது நோயாளிகள்தான். அவர்களிடம் நாம் சொன்னாலும் நம்ப மாட்டார்கள். அவர்களுக்கு டாக்டர்கள் சொல்வதே தெய்வ வாக்கு. நம்பி, நம்பி நாசமாகப் போகட்டும்... நாம் என்ன செய்ய முடியும்?

“இன்னொரு வேலை என்னண்ணே...?”

“அது எல்லா லேப்லயும் செய்றதுதான்... கால்குலேசன் ரிசல்ட்ஸ்...”

“அப்படின்னா..?”

“ஒரு பேசண்டுக்கு ஹீமோகுளோபின், பிசிவி, ஆர்பிசி கவுண்ட் இப்படி டெஸ்ட்டுகளை டாக்டர் எழுதிவிட்டால்... நாம ஹீமோகுளோபின் மட்டும் பார்த்தால் போதும்... அதுல கிடைக்கும் ரீடிங்கை வச்சு கால்குலேட் பண்ணி மத்த ரிசல்ட்டுகளை தயார் பண்ணலாம்... ஹீமோகுளோபின் ரிசல்ட்டோட மூணால பெருக்கினா பிசிவி ரிசல்ட். ஹீமோகுளோபினோட மூணால வகுத்தா ஆர்பிசி யோட ரிசல்ட். இதுலயும் ரொம்ப முக்கியம் ‘சிம்பல் ஆஃப் அக்யூரசி’தான்....”

எனக்கு ஆச்சரியமாக இருந்தது. இப்படி ஒரு குறுக்கு வழியா? கதிர் தொடர்ந்தார். “இந்த டெஸ்ட்டுகளுக்கு மட்டுமில்ல... இன்னும் நிறைய டெஸ்ட்டுகளுக்கு கால்குலேசன் சார்ட்கட் இருக்கு... நீங்க எப்பவாவது நம்ம லேப்ல டிசி (வெள்ளை அணுக்களின் மொத்த எண்ணிக்கை) டெஸ்ட் பண்ணுனது பாத்திருக்கீங்களா...? அத எண்ணுறதுக்கு கவுண்டிங் சேம்பர்னு ஒரு ஸ்பெசல் சிலைட் இருக்கு... அதை வெளில எடுத்தே வருஷங்களாச்சு... டிப்ரண்சியல் கவுண்ட் பார்க்கும் போதே இதையும் குத்து மதிப்பா அனுமானிச்சிறலாம்... பயோகெமிஸ்ட்ரில அஞ்சு வகை கொலஸ்ட்ரால் பார்க்க சொல்லுவாங்க... ஆனா, ரெண்டு டெஸ்ட் பார்த்தாபோதும் அஞ்சோட ரிசல்ட்டையும் கொடுத்திறலாம்.... இப்படி நிறைய டெக்னிக்ஸ் இருக்கு... தம்பி... இதெல்லாம் தெரிஞ்சாத்தான் சீஃப் ஆக முடியும்...”

பரிசோதனைக்கு ஆயிரக்கணக்கான ரசாயனங்களையும், பத்துக்கு மேற்பட்ட கருவிகளையும் பயன்படுத்தி ரிசல்ட்டுகளைக் கண்டுபிடித்தால், இதிலிருக்கும் கணக்குகளை மட்டும் எடுத்துக் கொண்டு சூத்திரம் கண்டுபிடிக்கிறார்கள். வெறும் கால்குலேட்டர்களை மட்டும் வைத்துக்கொண்டு, ரிசல்ட்டுகளைக் கண்டுபிடித்துவிட முடிகிறது. அறிவியல் கணிதத்தைப் பயன்படுத்தும் காலம் போய், கணிதம் அறிவியலைப் பயன்படுத்தும் காலம் துவங்கி விட்டதாகத் தோன்றியது.

சில நேரங்களில் வேறு ஆய்வுக்கூடங்களில் பரிசோதித்த நோயாளிகளை டாக்டர்கள் மறுபரிசோதனைக்காக இங்கு அனுப்பி வைப்பார்கள். அது பற்றிக் கேட்கலாம் என்று தோன்றியது. எப்படியும் வாரத்திற்கு ஓரிருவராக அப்படி வந்து விடுகின்றனர்.

"இப்படி கால்குலேன்சல ரிசல்ட் குடுக்கிறோம்... ஓகே... வேற லேபுகள்ல டெஸ்ட் பார்த்துட்டு, ரீ டெஸ்ட்டுக்காக வர்றவங்களுக்கு இந்த கால்குலேசன் உதவுமா...? அப்பயாவது டெஸ்டுகளை உண்மையிலேயே செய்யணும்ல... அண்ணே."

கதிருக்கு சிரிப்பு வந்து விட்டது. "நீங்க அப்படி நினைச்சிட்டீங்களா... தம்பி? வேறொரு லேப்ல பார்த்த ரிசல்ட்ட டாக்டர் சந்தேகப்பட்டு நம்ம கிட்ட அனுப்புறார்னு...?"

"ஆமாண்ணே... அப்படித்தான அனுப்புறாங்க...?" என்றேன். கதிருக்கு சிரிப்பை அடக்க முடியவில்லை. "தம்பி... அவ்வளவு நல்லவங்களா இவங்கெ..."

"நம்ம லேபுக்கும் குறிப்பிட்ட டாக்டர்களுக்கும் ஒரு கமிஷன் அக்ரிமெண்ட் இருக்குல்ல தம்பி... அதே மாதிரி எல்லா லேபுக்கும் இருக்கும்... நம்ம சீட்ல எழுதின டெஸ்ட்ட சில பேசண்ட்ஸ் வேற லேப்ல பார்த்துட்டு வந்துருவாங்க... அதப் பார்க்கிற டாக்டர் கமிஷன் போச்சேனு கோபப்பட்டு, ரிசல்ட் சரியா இல்லை... நான் சொல்ற லேபில பார்த்துட்டு வான்னு சொல்லி பேசண்ட்ட இங்க அனுப்பிருவாங்கெ... அவ்வளவுதான்..."

எல்லா ஆய்வுக்கூடங்களிலும் ஒரே மாதிரியாகத்தான் பரிசோதனை செய்வார்கள். சில நேரங்களில் தவறு நேர்ந்திருப்பதாக டாக்டர் சந்தேகப்பட்டாலும் கூட, அதே லேபுக்கே அனுப்பி உறுதி செய்து கொள்ளலாம். அப்படி இல்லாமல் எதற்கு இங்கு அனுப்புகிறார்கள்? என்று யோசித்திருக்கிறேன். ஒருவேளை 'யுனைடெட் லேப்' ரிசல்ட்டுகள் மேல் டாக்டர்களுக்கு நம்பிக்கை

போல என்று நினைத்துக்கொண்டிருந்தேன். இதற்குப் பின்னால் இப்படி ஒரு காரணம் இருக்கிறதா...?

"இதே மாதிரித்தான் மத்த லேபுக்கு பதிலா இங்க வந்து பார்த்துட்டுப் போனாலும், அவங்க டாக்டர் அந்த லேபுக்கே போகச் சொல்லுவாரு....."

எங்கு துவங்கினாலும் எல்லா ரகசியங்களும் பணத்திலேயே முடிகின்றன. பணமே இல்லாத ஒரு ஊர், பணத்துக்காக தவறே நடக்காத, பொய்யே சொல்லாத ஒரே ஒரு ஊரைக் கண்டுபிடிக்க முடிந்தால் அங்கு போய்விடலாம் என்று தோன்றுகிறது. "போங்கடா நீங்களும், உங்க டெஸ்ட்டும்" என்று அனைத்தையும் விட்டு விட்டு ஓடி விடலாமா? என்ற எண்ணம் இப்போது மறுபடியும் தலைகாட்ட துவங்கியிருக்கிறது.

அன்று மாலையே டாக்டர் அன்புவைச் சந்தித்தேன். ஆய்வுக் கூட முடிவுகள் எப்படியெல்லாம் கணக்கின் வழியாகப் பிறக்கின்றன என்பதைச் சொல்லி வருத்தப்பட்டேன்.

சிரித்துக்கொண்டே சொன்னார்... "சிக்கல் சண்முகசுந்தரம் நாயனம் வாசிக்கிறார்..." நான் புரியாமல் பார்த்தேன். "மருத்துவத் துறையில சிக்கல் கூடிக்கிட்டே இருக்குனு சொன்னேன்."

"ஏதோ சண்முக சுந்தரம்னு சொன்னீங்களே சார்...?"

"அவர் நாதஸ்வர வித்வான்... அவரோட ஊர்ப்பேரு சிக்கல். யாராவது சிக்கல்னு சொன்ன உடனே எனக்கு அவர் ஞாபகம் வந்திரும்... அதனால சிக்கல அப்படிச் சொல்வேன்..." எனச் சொல்லி விட்டுச் சிரித்தார். கண்களைச் சிறுத்துக் கொண்டு, உடல் அதிர கட கடவெனச் சிரிக்கும் அன்புவின் சிரிப்பைப் பார்த்தால் நமக்கும் சிரிப்பு தொற்றிக் கொள்ளும்.

"வாளால் அறுத்து சுடினும் மருத்துவன்பால் மாளாத காதல்..." என பாடல் போல சொன்னார் அன்பு. "புரியல சார்..."

மறுபடியும் மெதுவாகச் சொன்னார். அர்த்தம் புரிந்தது. "இது ஆழ்வார் பாசுர வரி... குலசேகர ஆழ்வார் எழுதுனது... நோயாளிகள் டாக்டர் மேல எவ்வளவு அன்பா இருப்பாங்கனு சொல்றார் ஆழ்வார்... எவ்வளவு மோசடி பண்ணாலும் இன்னும் அங்கயேதான போறான்... நல்லா இருக்கிறவனுக்கே புத்தி சரி யில்லை... இதுல நோய் வந்தவனுக்கு எப்படி சரியாயிருக்கும்...?"

"சமுதாயம் சரியாயிருக்கணும்னா படிச்சவந்தான் முதல்ல சரியாயிருக்கணும்..." சொல்லிக்கொண்டே என்னைப் பார்த்தார் அன்பு.

"எல்லா நாட்டுலயும் டாக்டர்க இப்படித்தானா சார்...?" என்று கேட்டேன்.

"இல்ல தம்பி... இங்கயே நல்ல டாக்டர்களும் இருக்காங்க... ஆனா எண்ணிக்கை குறைஞ்சு போய்ச்சு... ஒவ்வொரு நாட்லயும் ஒவ்வொரு விதம்... எல்லாரும் ஒரே காலத்து மனுஷங்கெதான... எல்லா நாட்டுலயும் மருத்துவம் பிசினசாதான் இருக்கு... ஆனா சின்னச் சின்ன வித்தியாசம்..." "போன வருஷம் வந்த "இந்தியன்" படம் பாத்தீங்களா... தம்பி?"

"பார்த்துருக்கேன் சார்... ஷங்கரோட படம்... நல்லா இருக்கும்..."

"அதுல வயசான கமல், டாக்டரா நடிக்கும் நிழல்கள் ரவிகிட்ட ஒரு கேள்வி கேப்பாரு... இப்ப நீங்க கேட்ட கேள்வி மாதிரித்தான் அதுவும் இருக்கும்..."

"ஆமாங்க சார்... ஞாபகம் வருது... எல்லா நாட்டுலயும் லஞ்சம் இருக்கானு கேப்பாரு..."

"கரெக்ட் தம்பி... அதுக்கு என்ன பதில் சொல்வாருனு தெரியுமா...? மத்த நாட்டுல கடமையை மீறுறதுக்குத்தான் லஞ்சம்... ஆனா நம்ம நாட்டுல கடமையைச் செய்யறதுக்கே லஞ்சம்..... அப்படித்தான் மருத்துவத்துறையும் இருக்கு... பெரும்பாலான நாடுகள்ல மருந்துக் கம்பெனிகளோட கைக்குள் டாக்டர்கள் இருக்காங்க... நம்ம நாட்டுலயும் அது சீக்கிரம் வந்துரும்..."

டாக்டர் அன்பு தொடர்ந்தார்.

"டாக்டரோட வேலை என்ன தெரியுமா தம்பி...? எல்லாரும் நினைக்கிற மாதிரி டாக்டர் மருத்துவத்தோட கேப்டன் கிடையாது... ஆர்கனைசர்..."

"என்ன செஞ்சாலும் டாக்டர்தான சார்... மெடிக்கல் ஃபீல்டோட கேப்டன்... எல்லா விஷயமும் டாக்டரை சுத்தித்தான இருக்கு..."

"இல்ல தம்பி... எல்லாத்துக்கும் மையமா டாக்டர்தான் இருக்கார்... தெளிவா சொல்றேன் கேளுங்க... ஒரு டாக்டர் நல்ல டயக்னோசரா இருக்கணும்... நோய்களைக் கண்டுபிடிக்கணும்... நல்ல பார்மசிஸ்ட்டா இருக்கணும்... அப்பத்தான் சரியான மருந்தை கொடுக்க முடியும்... நல்ல நர்சா இருக்கணும்... நோயாளிகளைப்

பராமரிக்கத் தெரியணும்... இந்த மூணு விஷயத்தை மட்டும் வச்சுக்கலாம்... அலோபதிக்கு இது போதும்... சித்த மருத்துவமா இருந்தா மருத்துவனுக்கு தொண்ணித்தாறு தத்துவம் தெரியணும்... ”

ஒரு சிறிய இடைவெளி விட்டுத் தொடர்ந்தார் டாக்டர். ஒரு அலோபதி டாக்டராக இருந்து கொண்டு, சித்த மருத்துவம் பற்றி தெரிந்து வைத்திருப்பது ஆச்சரியமாக இருந்தது. மற்ற டாக்டர்கள் எல்லாம் சித்த மருத்துவர்களை “குவாக்” என்றுதான் செல்லமாக அழைப்பார்கள். குவாக் என்றால் போலி என்று பொருள்.

“நீங்க படிச்ச லேபரட்டரி டெக்னாஜில டிகிரி படிக்கணும்னா எத்தனை வருஷம் படிக்கணும்...?” என்று கேட்டார் டாக்டர்.

“நாலு வருஷம் சார்...” என்றேன். “நர்சிங், பார்மசி டிகிரி...?”

“அதுவும் நாலு வருசம்தான் சார்... பி.எஸ்.சி நர்சிங்கும், பி.பார்மும் நாலு வருஷ படிப்புதான்...”

“லேபரட்டரி விஷயங்களை நல்லா தெரிஞ்சிக்கிற நாலு வருஷம், நர்சிங் தெரிய இன்னொரு நாலு வருஷம், பார்மசிக்கு ஒரு நாலு வருஷம்... ஆக இது மூணுலயும் ஒரே ஆளு டிகிரி லெவலுக்கு தெளிவாக பன்னண்டு வருஷம் வேணும்... இல்லையா...?”

ஒரே ஆள் எதற்கு மூன்றையும் படிக்கப் போகிறார்? என்று குழம்பிக்கொண்டே “ஆமாங்க சார்...” என்றேன்.

“டாக்டருக்குப் படிக்க எத்தனை வருஷம் தம்பி... அஞ்சரை வருஷந்தான...? இந்த அஞ்சரை வருஷத்தில மூணு பிரிவுலயும் டிகிரி லெவலுக்கு நாலஜ் வந்துருமா...?” என்று கேட்டு நிறுத்தினார்.

நான் அமைதியாக இருந்தேன். “இந்த மூணு விஷயங்களையும் அறிமுகம்தான் செய்வாங்க... எம்.பி.பி.எஸ்.ல... முக்கியமா டாக்டர்கள் நாலஜ் உடலியல்லதான் இருக்கும்... அடுத்து, பிசிகல் டயக்னோசிஸ், நோய்க்குறியீட்டியல்... ஒரு டாக்டர் இதுகள்ல தெளிவா இருந்தாலே போதும்... மத்தவங்க சப்போர்ட்டோட அருமையா ட்ரீட்மெண்ட் கொடுக்கலாம்... டாக்டரோட முதல் வேலை நோயாளியை பிசிகலா டெஸ்ட் பண்ணுறது... கண், நாக்கு, பல்ஸ் பீட், அப்புறம்... சாப்பாடு, தூக்கம், தொந்தரவுகள்... இதுகளை கேட்டுத் தெரிஞ்சுக்கிறணும்... இதிலேயே நோயை உறுதிப்படுத்திறலாம்... ஒருவேளை சந்தேகம் வந்தாத்தான் லேபரட்டரி... டெக்னீயன்ஸ் ஹெல்ப்போட நோயை உறுதி செய்யணும்... அப்புறம், பார்மசிஸ்ட் கூட கன்சல்ட் பண்ணி, அவர் உடம்புக்கு ஏத்த டோஸ்ல மருந்துகளைக் கண்டுபிடிக்கணும்... கடைசியா, நர்சோட உதவியோட அந்த நோய்க்கான உடல்

பராமரிப்பை நோயாளிக்கு சொல்லித்தரணும்... இதுதான் அலோபதியின் மெதோட்...”

“பல நாடுகள்ல இப்படித்தான் இருக்கு... ஆனா, இங்க மொத்தமும் கொலஞ்சு கிடைக்கு... லேபரட்டரிய டாக்டர்கள் கரெக்ட்டா யூஸ் பண்ணுறதில்ல... டெஸ்ட் பண்ணாலும் அதை பிசிகல் டயக்னோசோட கம்பேர் பண்ணி முடிவுக்கு வரணும்... இங்க டெஸ்ட் சொல்லிட்டா அதுதான் ஃபைனல்... பிசிகல் டயக்னோசிசுக்கு ஒரு வேலையும் இல்லை... அதே போல, பார்மசிஸ்ட்டுக்குத்தான் எந்தெந்த மருந்துகள சேத்துக் குடுக்கணும், குடுக்கக் கூடாதுனு தெரியும்... அவங்க ஆலோசனை இல்லாம மருந்தே பரிந்துரைக்கக் கூடாது... எதையும் ஃபாலோ பண்றதில்லை... இங்க டாக்டர்தான் மருத்துவத்துறையின் ஒரே ராஜா... ஒன்மேன் ஷோ... இதெல்லாம் ஒழுங்கா நடந்தா ஓரளவுக்கு சிக்கல் இல்லாம இருக்கும்...”

டாக்டர் அன்பு விவரித்து முடித்த போது வியப்பாக இருந்தது. என் துறையும் மருத்துவத்தின் தவிர்க்க முடியாத பிரிவாக இருந்திருக்க வேண்டியது என்பதும், மொத்த மருத்துவத்துறையின் குழப்பத்தால் பல துறைகளின் முக்கியத்துவம் இல்லாமல் போய்விட்டது என்பதும் எண்ணங்களில் ஓடியது.

“ஆமா சார்... நீங்க சொல்றது சரியா இருக்கு... ரூல்சை மீறுவது டாக்டர்கள் மட்டும் இல்ல சார்... லேப்லயும் இருக்கு... ஒரு டெஸ்ட்டுக்கு பேசண்ட்ட தயார்படுத்துறதுக்கு நிறைய புரொசிஜர்ஸ் இருக்கு... ஆனா எதையும் ஃபாலோ பண்றதில்லை... ஒருத்தருக்கு சுகர் டெஸ்ட்டுக்காக ரத்தம் எடுக்கணும்னா அதுக்கு முன்னாடி சில நாட்கள் மாத்திரைகள் சாப்பிடக் கூடாது... நிறைய உணவுக்கட்டுப்பாடும் இருக்கு... இது எதையுமே ஃபாலோ பண்ணாம வந்த இடத்துல அப்படியே டெஸ்ட் எடுத்துடுவோம்... டாக்டர்கள் உடனே செய்யுங்கன்னு அனுப்பினாலும், நாங்க இத ஸ்டிரிக்ட்டா ஃபாலோ பண்ணினாலே பிரச்சினைல பாதி குறைஞ்சிரும்... எல்லா டிப்பார்ட்மெண்ட்லயும் இதே பிரச்சினைதான் சார்...”

“ஆமா தம்பி... மருத்துவத்துறையின் ஆணிவேரே அழுகிப் போயிருக்கு...”

ஆணிவேர் அழுகத் துவங்கியிருந்த ஒரு பழம்பெரும் மரத்தின் கிளைகளாகவும், இலைகளாகவும் இருப்பது போன்ற உணர்வு எங்கள் இருவருக்குமே ஏற்பட்டது. கிளைகளாலோ, இலைகளாலோ ஆணி வேரைச் சரி செய்துவிட முடியுமா...? இல்லை... அந்த மரத்திலிருந்து துண்டித்துக்கொண்டு உதிர்ந்து விடுவதுதான் தீர்வா...? தனித்துப்

பிரிவதில் அன்புவைப் போன்ற டாக்டர்கள் கிளைகளைப் போல பிழைத்துக் கொள்ள வாய்ப்புண்டு. என்னைப் போன்ற இலைகளால் தனித்து உயிர்வாழ முடியுமா...? சந்தேகங்களும், கேள்விகளும் நிறைந்து போய் மனம் கொந்தளித்துக் கொண்டிருந்தது.

அன்று பிற்பகலில் வெள்ளை அணுக்களை பரிசோதிப்பதற்காக ரோகிணி ரத்த தடவல்களுடனான ஸ்லைடுகளைத் தயாரித்துக் கொண்டிருந்தார். உள்ளறையில் கலாவும், ராணியும், அரசியும் சாப்பிட்டு விட்டு அமர்ந்திருந்தார்கள். நான் வரவேற்பறையில் வேடிக்கை பார்த்துக் கொண்டு இருந்தேன். மதிய நேரம் என்பதால் எந்த நோயாளிகளும் இன்றி, இருக்கைகள் காலியாக இருந்தன.

ரத்த தடவல்களுக்கு நிறமேற்றுவதற்காக சிறிய பாட்டிலில் இருந்த ஸ்டெயினை எடுத்தார் ரோகிணி. அதில் தீர்ந்து போயிருக்கவே, மேலே தட்டில் அடுக்கப்பட்டிருந்த லீஷ்மென் ஸ்டெயின் பாட்டிலை மெதுவாக எடுத்தார். அருகில் இருந்த மேஜையின் மீது வைத்து, மூடியைக் கழற்ற முயற்சித்தார். ஸ்டெயின் என்பது மை என்பதால், அது மூடியின் உட்புறக் கோடுகளில் பட்டு காய்ந்து போயிருக்கும். சில நேரங்களில் மூடியைத் திறக்க வராது. ரோகிணி கடுமையாக முயற்சித்து திறந்து கொண்டிருந்தார். ஸ்டெயின் பாட்டில் கைகளில் இருந்து நழுவி, தரையில் விழுந்தது. மேஜை உயரத்தில் இருந்ததாலும், இறுக்கமான பிடியில் இருந்து விழுந்ததாலும் தரையில் வேகமாகப் பட்டு பாட்டில் உடைந்து, தெறித்தது. அப்பகுதி முழுவதும் நீல நிறமாகக் காட்சியளித்தது.

பாட்டில் உடையும் சப்தம் கேட்டவுடன் உள்ளறையில் இருந்து மூவரும் வெளியே வரவும், வரவேற்பறையில் இருந்து நான் உள்ளே வரவும் சரியாக இருந்தது. கீழே விழுந்த பாட்டிலையும், நீல நிறப் பரவலையும் பார்த்து அழ ஆரம்பித்தார் ரோகிணி. ராணியும், கலாவும் அருகில் சென்று தேற்றினர். நான் மெதுவாக உடைந்த பாட்டிலின் கண்ணாடித் துண்டுகளை எடுக்க ஆரம்பித்தேன். நேரம் கூடக் கூட நீல நிறக் கறை அதிகமாகிவிடும் என்பதால், உடனடியாக அதன் மீது சோப்பு நீரை தெளித்து விட்டேன். எல்லாரும் சேர்ந்து மீதமிருந்த பாட்டில் துண்டுகளை எடுத்து குப்பையில் போட்டோம். ராணி தரையில் இருந்த நீல நிறக்கறையை சோப்பு நீரில் அழுத்தித் தேய்த்து, கழுவி வெளியேற்ற முயற்சித்துக் கொண்டிருந்தார். ரோகிணி கொஞ்சம் பயந்த சுபாவமாக இருந்தார்.

“மில்ட்ரி வந்து என்னை என்ன செய்யப் போறார்னே தெரியல... பயமா இருக்கு தம்பி...” என்றார். ரோகிணி என்னை விட வயதில் இளையவராக இருந்தாலும் ராணி, அரசி, கலா இவர்களுடன்

சேர்ந்து என்னை தம்பி என்றே அழைத்துக்கொண்டிருந்தார். நானும், அழைப்பதற்கு எளிமையாக இருந்ததால் ரோகிணியை அக்கா என்றே அழைக்க ஆரம்பித்தேன்.

"அக்கா... ஒண்ணும் சொல்ல மாட்டார்... தெரியாமத்தான விழுந்துச்சு... வேணும்னா உடைக்கப்போறோம்... கவலைப் படாம இருங்க..." என்றேன். எல்லாரும் ஆறுதல் சொல்லியும் அவருடைய பயம் போகவே இல்லை. மில்ட்ரி வரும் நேரம் நெருங்க நெருங்க ரோகிணிக்கு உடல் நடுக்கம் எடுத்தது. அரசி சொன்னார் "இன்னும் ஒரு தடவ பிளீச்சிங் பவுடர் போட்டு கழுவலாம்... அதுல சுத்தமா போயிருச்சினா பாட்டில் உடைஞ்சத சொல்லவே வேணாம்..."

கலாவும், ராணியும் ஒத்துக் கொண்டனர். இன்னும் இரண்டு லீஷ்மென் ஸ்டெயின் பாட்டில்கள் இருந்ததால் ஒன்று குறைவதை இப்போதே கண்டுபிடிக்க இயலாது. கண்டுபிடிக்கும் போது சமாளித்துக் கொள்ளலாம் என்று அரசி சொன்னார். அன்று கதிருக்கு வார விடுமுறை என்பதால் அவருக்கும் தெரியப் போவதில்லை.

ரோகிணிதான் மில்ட்ரியிடம் சொல்லி விடலாம் என்று சொல்லிக்கொண்டிருந்தார். அவர் திட்டினாலும், பணம் கேட்டாலும் பரவாயில்லை... சமாளித்துக் கொள்ளலாம்... ஆனால், மறைக்க வேண்டாம் என்றார் ரோகிணி. எனக்கும் அதுதான் சரியாகப் பட்டது. ஆனாலும், மில்ட்ரியின் கோபத்தை ரோகிணி தாங்குவாரா என்று தெரியவில்லை. வேலை செய்வதில் நேர்த்தியையும், ஒழுங்கையும் எதிர்பார்ப்பவர் மில்ட்ரி. அவரிடம் எல்லாருமே திட்டு வாங்கி இருக்கிறார்கள். என்னை மட்டும் அவர் ஒன்றும் சொன்னதில்லை. ஒருமுறை ஸ்லைடுகள் இருக்கும் கண்ணாடிப் பெட்டியை கீழே போட்டு விட்டேன். சில ஸ்லைடுகள் உடைந்து விட்டன. ஆனாலும், அவர் என்னை ஒன்றும் சொல்லவில்லை. ராணி, கலா இருவரும் என்னை மில்ட்ரியின் செல்லப்பிள்ளை என்று கிண்டலடிப்பார்கள்.

இன்னொருமுறை தரையை சுத்தம் செய்ததும் நீல நிறத்தின் சுவடு கூட தெரியவில்லை. ஸ்டெயின் கீழே விழுந்து விட்டது என்று சொன்னால் கூட, யாரும் நம்ப மாட்டார்கள். இப்போது அரசி சொன்னார் "நான் சொன்னதை செய்யலாம்... அவர்ட்ட யாரும் சொல்ல வேணாம்..." ரோகிணி தயங்கித் தயங்கி ஒத்துக் கொண்டார். சிறிது நேரத்தில் மில்ட்ரி வந்து விட்டார். அவர் வழக்கமாக உட்காரும் நாற்காலியின் முன்புறம்தான் பாட்டில் உடைந்த இடம். வந்து நாற்காலியில் உட்கார்ந்த சில நிமிடங்களில், அவருக்கு டாக்டர் பாபுவிடம் இருந்து அழைப்பு வந்தது. அவர் உடனே

கிளம்பிப் போய் விட்டார். ராணி அக்காவும், ரோகிணியும் ஒருவர் முகத்தை ஒருவர் பார்த்துக் கொண்டனர். ஐந்து நிமிடத்திற்குள் திரும்பி வந்தார் மில்ட்ரி. என்னையும் அழைத்துக்கொண்டு கிளினிக் வாசலை நோக்கி விரைந்தார்.

கிளினிக்கின் வரவேற்பறையில் நின்றவாறே சொன்னார். “கெமிக்கல் கம்பெனியிலிருந்து ஒரு ஆஃபர் வந்திருக்காம்... லேபுக்கு ஏதாவது எக்யூப்மெண்ட் வேணுமானு டாக்டர் கேக்குறார்... என்ன தேவை இருக்கு தம்பி...?” வழக்கமாக கதிர் அண்ணன் இருந்தால், அவரிடம் கலந்துரையாடுவார். இன்று அவர் இல்லாததால் என்னிடம் கேட்கிறார் என்று தோன்றியது. பயோகெமிஸ்ட்ரியில் இருக்கும் கலோரி மீட்டர் பழையதாகி விட்டது என்றும், டிஜிடல் கலோரி மீட்டர் கம்பத்தில் இருக்கும் லேபுகளுக்கு வரப் போவதாகவும் சொன்னது நினைவில் வந்தது.

மில்ட்ரி கேட்டார்... “இன்னொரு மைக்ரோஸ்கோப் கேட்கலாமா...?”

“கேக்கலாம் சார்... யூஸ்ஃபுல்லாதான் இருக்கும்... ஆனால், அது அடிஷனல்தான் சார். நம்ம கலோரி மீட்டர் ரொம்ப பழசாயிருச்சு... புது டிஜிட்டல் கலோரி மீட்டர் கேட்கலாம் சார்... இப்ப அதிகமா சுகர் டெஸ்ட்தான் வருது... ரிசல்ட் அக்யூரெட்டா இருக்கும்ல சார்...” என்றேன்.

மில்ட்ரியின் முகம் மலர்ந்தது. “வெரிகுட் ஐடியா... இங்கேயே இருங்க டாக்டர்கிட்ட சொல்லிட்டு வந்திறேன்...” என்று சொல்லிக் கொண்டே டாக்டருடைய அறைக்குள் சென்றார். சில நிமிடங்களில் சிரித்தவாறே வெளியில் வந்தார். “டாக்டர் ஓகே சொல்லிட்டார்... நாம் உருப்படியான பொருளா கேட்காம விட்டா கிளினிக்குக்கு எதையாவது வாங்கிக்கிருவார்... பரவால்ல... ரொம்ப நாள் கழிச்சு புது எக்யூப்மெண்ட் வரப் போகுது .....”

நான் அவரோடு இணைந்து ஆய்வுக்கூடத்தை நோக்கி நடக்க ஆரம்பித்தேன். சட்டென ஒரு யோசனை தோன்றியது. “சார்...” என அழைத்தேன். நடந்து கொண்டே என்னை திரும்பிப் பார்த்தார். “மதியம் லீஷ்மென் ஸ்டெயின் எடுக்கும் போது கீழ போட்டுட்டேன் சார்... உடைஞ்சிருச்சு...” என்றேன். நடந்து கொண்டிருந்தவர் ஒரு நிமிடம் நின்றார். மறுபடியும் நடக்க ஆரம்பித்தார். “உடைஞ்ச பாட்டில் எதுவும் கைகால்ல பட்டுடலையே...?” என்றார். “இல்லை சார்... உடைஞ்ச உடனே ரோகிணி, ராணி, அரசி, கலா எல்லாரும் கிளீன் பண்ணிட்டாங்க... தரையில கூட ஸ்டெயின்

இல்ல சார்...” எனக்குத் தெரிந்து மில்ட்ரியை கோபக்காரர் என்று சொல்லி விட முடியாது. தேவையான நேரத்தில் கோபப்படுவார். அதுவும், தேவையற்ற வார்த்தைகளைக் கையாள மாட்டார். குரல் மட்டும்தான் உயருமே தவிர, சொற்களில் கவனமாக இருப்பார்.

“ஓகே தம்பி... பார்த்துக்கலாம்... கவனமா ஹேண்டில் பண்ணுங்க...” என்று சொன்னபடி வரவேற்பறை கடந்து, அவர் நாற்காலியை நோக்கிப் போனார். நான் உள்ளே போகும் போதே ரோகிணி, கலாவைப் பார்த்து உதட்டில் விரலை வைத்து சைகை செய்தேன். மில்ட்ரி நாற்காலியில் அமர்ந்தவுடன் பாட்டில் விழுந்த இடத்தைப் பார்த்துக்கொண்டே சொன்னார். “கறையே தெரியல... சுத்தமா போயிருச்சு... நல்லா கிளீன் பண்ணீருக்கீங்கம்மா...” மூவரும் உள்ளிருந்து அதிர்ச்சியாக என்னைப் பார்த்தனர். அரசி வெளியில் இருந்து எட்டிப் பார்த்தார்.

“ராணி... லீஷ்மென் ஸ்டெயின் ஒண்ணு தீர்ந்திருச்சினு ஸ்டாக் நோட்ல குறிச்சிக்கம்மா... அடுத்து வாங்கும் போது சேர்த்து வாங்கிக்கலாம்...” யாருக்கும் ஒன்றும் புரியவில்லை. சிறிது நேரத்தில் அவர் வெளியில் சென்ற பிறகு நான் நடந்ததை விவரித்தேன்.

ரோகிணி திரும்பத் திரும்ப கேட்டுக் கொண்டிருந்தார். “உங்களை எதுவும் திட்டினாரா தம்பி...? என்னாலதான இந்தப் பிரச்சினை சாரி தம்பி...” அப்படி எதுவும் நடக்கவில்லை என்பதை பலமுறை சொல்லியும் அவர் நம்பவே இல்லை.

15

கேள்விகள் எவ்வளவுதான் முளைத்தாலும் நம் அன்றாட அனுபவங்களில் அவை உள்ளமிழ்ந்து விடுகின்றன. மீண்டும் புதிய கேள்விக்கான வாய்ப்பு உருவாகும் போது, உள்ளமிழ்ந்த பழைய கேள்வியும் வெளிவந்து விடுகிறது. பதிலற்ற கேள்விகள் நிறையச் சேரும்போது என்ன நடக்கும் என்பது தெரியாமல், பதில் தேடும் பயணங்கள் நீண்டுகொண்டே இருக்கின்றன.

நான் மிகச் சிறிய வயதில் சந்தித்த டாக்டரின் முகம் மங்கலாக நினைவில் வந்தது. பொதுவாக அனைவருக்கும் சிறிய வயது நினைவுகள் என்றாலே, பாட்டி சொன்ன கதைகளும், அப்பாவோடு திருவிழாக்களுக்குப்போன நாட்களும் நினைவுக்கு வரும். அல்லது அம்மா சோறு பிசைந்து ஊட்டிய பொழுதுகளும், தாத்தாவோடு கழித்த நாட்களும் நினைவுக்கு வரும். எனக்கு இவற்றையெல்லாம் விட, டாக்டர் சாமியின் கிளினிக் நினைவுகளே அதிகம் வந்துவிடும்.

அப்போது எனக்கு இரண்டு, மூன்று வயது இருக்கலாம். எனக்கு நினைவு தெரிந்தபோது என் தலை மொட்டையாகவே இருந்தது. என் குழந்தைப் பருவம் பற்றி யார் பேசினாலும், தவிர்க்க முடியாத படி மொட்டைத்தலை நினைவுகள் வந்து போகும். அந்த மொட்டைக்கு காரணமானவர்தான் டாக்டர் சாமி. சிவந்த முகத்தோடு, சிரித்த படி இருக்கும் நபர். அவருடைய கிளினிக் பேருந்து நிலையத்திற்கு பிரியும் சாலையின் எதிரே துவங்கும் ஓடைக்கரைத் தெருவில் இருந்தது. மெயின் ரோட்டிலிருந்து வரும்போது, இடது புறம் குதிரை வண்டிகளும், வாடகைக் கார்களும் அங்கு நிற்கும்.

வலது புறம் நான்கைந்து கட்டடங்கள் தள்ளி டாக்டர் சாமியின் கிளினிக் இருந்தது. அதன் பெயரை நினைவுப் பரப்பின் ஆழத்தில் தேடியும் கிடைக்கவில்லை.

அப்போது எனக்கு தொடர்ந்து காய்ச்சல் இருந்திருக்கிறது. சில நாட்களுக்குப் பிறகுதான் அது டைபாய்டு என உறுதி செய்யப்பட்டிருக்கிறது. அந்தக் காலத்தில் டைபாய்டு காய்ச்சலுக்கு தினமும் ஒரு ஊசி போடுவார்கள். எனக்கும் அப்படித்தான் சிகிச்சை அளித்தார்கள். சில நாட்களில் காலையிலும், இரவிலுமாகக் கூட ஊசி போடப்பட்டிருந்தது. அவருடைய கிளினிக்கின் முன்புறம் இருக்கும் பென்சில் உட்கார்ந்திருக்கும்போது, அவரது அறையில் சிரிஞ்ச் கழுவும் சப்தம் எழும். கண்ணாடியில் செய்யப்பட்ட சிரிஞ்சினால் சுடுநீரை உறிஞ்சி, மறுபடியும் பீய்ச்சியடித்து வெளியேற்றும் சப்தம் என் இடுப்புத் தசைகளைக் கூசசெய்யும். அந்த அளவுக்கு ஒவ்வொரு நாளும் அந்த சப்தத்தைத் தொடர்ந்து, எனக்கு போடப்பட்ட ஊசிகளின் எண்ணிக்கை இருந்தது. பார்க்க வசீகரமாக இருந்த டாக்டரை அப்போது எனக்குப் பார்க்கவே பிடிக்கவில்லை. சில நேரங்களில் கனவுகளில் கூட ஊசியோடு வந்து நிற்பார். "வேணாம்... வேணாம்..." என்று அலறி எழும் போது, அவர் மறைந்து விடுவார். தொடர்ந்து பல நாட்களுக்குப் பிறகு, ஒருநாள் என் வாயிலிருந்த தெர்மாமீட்டரை எடுத்துப் பார்த்தபடி சொன்னார் "இனி ஊசி வேணாம்..." நான் முதல் முறையாக அவர் முகத்தை முழுமையாகப் பார்த்தது அப்போதுதான். அவரைப் பார்த்து என்னையும் அறியாமல் சிரிப்பு வந்து விட்டது. அவரும் சிரித்தார்.

அந்த காய்ச்சல் காலத்தில் டைபாய்டிற்குப் போடப்படும் ஊசியின் விளைவாலும், உடல் வெப்பத்தாலும் முடி உதிர்ந்து விடுமாம். அதனால் டாக்டர் சாமி மொட்டை எடுக்கச் சொல்லி விட்டார். அப்போதெல்லாம் டைபாய்டு காய்ச்சல் வந்தவர்களுக்கு மொட்டை எடுத்து விடுவார்கள். பால்யகால நினைவுகளிலிருந்து அகல மறுக்கும் மொட்டைத் தலையின் ஒவ்வாமையால், இப்போது வரை நான் மொட்டை எடுப்பதேயில்லை. தொடர் காய்ச்சலின் போது, எனக்குப் பிடித்த பன் ரொட்டி தினமும் கிடைத்து விடும். அதற்காகவே காய்ச்சல் இருக்கக் கூடாதா என்று ஆசை கொண்டேன். ஆனால், ஊசிக்கும், மாத்திரையின் கசப்பிற்கும் பயந்து விரைவில் சரியாகி விட வேண்டும் என்று நினைத்துக் கொள்வேன்.

அப்புறம் ஏதாவது சின்னச் சின்ன தொந்தரவுகள் என்றாலும், எங்கள் குடும்பமே டாக்டர் சாமியிடம்தான் போகும். நான் கொஞ்சம் பெரியவனாகி பள்ளிக்குப் போய்க் கொண்டிருக்கும் போது அவர் கிளினிக்கிற்கு சில முறைகள் போயிருக்கிறேன். பள்ளி வரைக்கும் நடந்து சென்றாலே அப்போது கால் வலி வந்து விடும். அதற்காக அப்பா ஒருமுறை டாக்டரிடம் அழைத்துச் சென்றிருந்தார். அப்போது நான் ஐந்தாம் வகுப்பு படித்துக் கொண்டிருந்தேன். என்னை அவர் கிளினிக்கில் விட்டு விட்டு ஒரு வேலையாக அப்பா வெளியே சென்றுவிட்டார். அப்போது நான் டாக்டர் மேஜையின் அருகில் உட்கார்ந்திருந்தேன். ஒரு பெண் தன் மகனை அழைத்துக் கொண்டு, அம்பாசிடர் காரில் இருந்து இறங்கி உள்ளே வந்தார். ஆறாம் வகுப்பு படித்துக் கொண்டிருந்த அந்த சிறுவனை டாக்டரின் முன்னால் உட்கார வைத்தார்.

"இவன் நல்லாத்தான் படிக்கிறான் சார்... ஆனா பரீட்சையில மார்க் எடுக்கிறதில்ல... கேட்டா மறந்திருதுனு சொல்றான்..."

டாக்டர் சிறுவனிடம் நாக்கை நீட்டச் சொன்னார். ஒரு சிறிய டார்ச் லைட்டை எடுத்து நாக்கை பரிசோதித்தார். கண்களின் கீழ்ப்பகுதியை ஒரு விரலால் கீழ்நோக்கி இழுத்துப் பார்த்தார். "சாப்பாடு, தூக்கமெல்லாம் எப்படி இருக்கும்மா...?" என்று கேட்டார்.

"அதெல்லாம் நல்லாத்தான் இருக்கு சார்... விளையாட, சாப்பிட, தூங்கவுமா இருக்கான்... எப்பயாவதுதான் படிப்பான்... ஆனா மறந்து போகுதுனு சொல்றான்..."

"என்ன விளையாடுவ...?" என்று அவனைப் பார்த்துக் கேட்டார் டாக்டர். அவன் நிமிர்ந்து பார்ப்பதற்குள் அம்மா சொன்னார் "கிரிக்கெட்".

டாக்டர் நிமிர்ந்து சிறுவனின் அம்மாவைப் பார்த்து முறைத்தார். "அவனைப் பேச விடுங்கம்மா..."

"நீ சொல்லு தம்பி... இந்தியன் டீம்ல உனக்கு யாரப் பிடிக்கும்...?"

அவன் அம்மாவைப் பார்த்தபடியே, மெதுவாகச் சொன்னான். "கவாஸ்கர்..."

"ஏன் கபில்தேவைப் பிடிக்காதா...?" அவன் என்னை ஒருமுறைப் பார்த்துக் கொண்டான். "பிடிக்காது..."

"ஏன் பிடிக்காது...?"

“அவரு பூஸ்ட் குடிக்கச் சொல்றாரு... எனக்கு பூஸ்ட் புடிக்காது... அப்புறம் கவாஸ்கர் மீசை இல்லாம கபில்தேவ விட அழகா இருப்பாரு...” சொல்லிவிட்டுச் சிரித்துக் கொண்டான்.

“எனக்கும் கவாஸ்கரைத் தான் பிடிக்கும்... சரி... இந்தியா எப்ப வேர்ல்ட் கப் வாங்கினாங்க தெரியுமா...?”

“ம்... தெரியுமே... *1983*”

“வெரிகுட்... நல்லா விளையாடு... அப்பப்ப படி...” என்று சொல்லிவிட்டு, டாக்டர் அம்மாவை நிமிர்ந்து பார்த்தார். “அவனுக்கு மெமரி எல்லாம் நல்லா இருக்கும்மா... உடம்புலயும் ஒரு பிரசிச்னையும் இல்ல... போகப் போக சரியாயிரும்...”

“இல்ல டாக்டர்... படிப்புனு இல்ல... சும்மாவே ஞாபகமறதி இருக்கு... ஏதாவது மருந்து எழுதிக் குடுங்க... மெமரி இம்புரூவ் ஆகட்டும்...”

டாக்டர் அந்த அம்மாவைப் பார்த்துக்கொண்டே, மருந்துச்சீட்டினை எடுத்தார். பேனாவை அதில் வைத்தவாறு பேசினார். “இந்த மருந்தை டெய்லி நைட் சாப்பாட்டுக்குப் பிறகு குடுங்க...” மருந்தின் பெயரை எழுதினார்.

“மாத்திரை சாப்பிட சாப்பிட மெமரி நல்லா இருக்கும்...” சீட்டின் கீழ்ப்புறம் கையெழுத்துப் போட்டு, தேதி எழுதினார். “மாத்திரை சாப்பிடறத எப்ப நிறுத்தினாலும், எல்லா மெமரியும் போயிரும்... பரவாயில்லையா...?” சீட்டை அந்த அம்மாவிடம் நீட்டியவாறு கேட்டார்.

“இல்ல டாக்டர் வேண்டாம்...”

“அதனாலதான் சொல்றேன்... எல்லாத்துக்கும் மாத்திரைய போட்டா சரியாயிருமா... ஒரு அவசர ஆத்திரத்துக்கு யூஸ் பண்ணலாம்... இதுலருந்து வர்ற பிரச்சினைகளை உடம்பு பாத்திக்கிரும்... அதுக்காக மாத்திரையிலயே காலத்த ஓட்டக் கூடாதும்மா... ஒங்க பையன் நல்லா இருக்கான்... இப்ப விளையாடுற வயசு... படிப்போட முக்கியத்துவத்த எடுத்துச் சொல்லுங்க... மாறும்... போய்ட்டு வாங்க...” என்று வழியனுப்பி வைத்தார்.

அதே போல இன்னொரு நாள் அவர் பேசியவையும் இப்போதும் நினைவில் நிற்கிறது. அன்றும் என்னை அவர் கிளினிக்கில் விட்டு விட்டு அப்பா மெயின் ரோட்டுக்குப் போயிருந்தார். அப்பாவுடைய நண்பர்கள் மெயின் ரோட்டில், பூம்புகார் ஜவுளிக்கடைக்கு எதிரில் இருந்த ஈவ்னிங் ஸ்டாலில் நின்றுகொண்டிருப்பார்கள். அவர்களைப்

பார்ப்பதற்காகத்தான் இங்கு வரும் போதெல்லாம் செல்வார். அங்கிருக்கும் அப்பாவின் நண்பர்களில் ஓரிருவர் புகைப்பழக்கம் உள்ளவர்கள். பேசிக்கொண்டே புகையை ஊதுவார்கள். அதனைத் தவிர்க்கவே என்னை டாக்டர் சாமியின் கிளினிக்கில் விட்டு விட்டுப் போய் விடுவார்.

நான் கிளினிக்கில் அமர்ந்திருக்கும் போது, ஒருவர் புல்லட்டில் வந்து இறங்கினார்.

டாக்டருக்கு நேராக இருந்த நாற்காலியில் அமர்ந்து கொண்டார். கைப்பையில் இருந்த காகிதங்களை எடுத்து மேஜையில் வைத்தார். "மதுர போயிருந்தேன் சார்... ப்ளட் டெஸ்ட் எடுத்தேன்... கொஞ்சம் பாருங்களேன்..."

அந்தக் காகிதங்களை தள்ளி ஓரமாக வைத்தார் டாக்டர் சாமி. "உடம்புக்கு என்ன செய்யுது சார்...?"

"கொஞ்சம் டயர்டா இருக்கு சார்... சில நேரம் பசி அதிகமா இருக்கு... யூரின் அதிகமா போற மாதிரி ஃபீல் பண்றேன்..." சொல்லிக்கொண்டே, தான் கொடுத்த காகிதங்களைக் காட்டினார். "ரிப்போர்ட் பாருங்க சார்..."

"இருக்கட்டும்... நீங்க சொல்லுங்க... தூக்கம் எப்படி இருக்கு...? காலைல எந்திரிச்சதும் சோர்வா இருக்கீங்களா...?"

"தூக்கம் நல்லா இருக்கு சார்... தூங்கதான் கொஞ்சம் லேட்டாயிரும்... சுகர் இருக்கோனு டவுட்டா இருக்கு சார்... அந்த ரிப்போர்ட்..."

அவர் பேசிக்கொண்டிருக்கும் போதே, டாக்டர் ரிப்போர்ட் காகிதங்களை இழுத்து, அவர் முன்னால் வைத்தார். "ட்ரீட்மெண்ட் உங்களுக்கு குடுக்கணுமா...? இல்ல உங்க ரிப்போர்ட்டுக்கு குடுக்கணுமா...?"

குரலை தாழ்த்திக்கொண்டு, பணிவாக சொன்னார் "எனக்குத்தான் சார்..."

"அப்ப நான் சொல்றதை கேளுங்க... லேப் டெஸ்ட்டுங்கறது டாக்டர் எழுதிக்குடுத்தா மட்டும் தான் எடுக்கணும்... சும்மா சும்மா எடுக்கக் கூடாது... வெறும் ரிப்போர்ட்ட வச்சு ட்ரீட்மெண்ட் பார்க்க முடியாது... உங்க உடம்ப பார்த்துட்டு தேவைப்பட்டாதான் ட்ரீட்மெண்ட்... சரியா...? நைட் சீக்கிரமா தூங்குங்க... சோர்வு மாறுதான்னு பார்க்கலாம்... இப்ப குளிர்ச்சியான காலம்தான்... அதுனால கூட யூரின் அதிகமா போகலாம்... பசி எடுக்கும் போது

சாப்பிடுங்க... ஏதாவது தொந்தரவு இருந்திச்சின்னா ஒரு வாரம் கழிச்சு வாங்க... இப்ப கிளம்புங்க" என்றார்.

நான் ஒன்பதாம் வகுப்பு படிக்கும்போது டாக்டர் சாமி இறந்து போனார். அதன் பிறகு அவரைப் போல ஒரு டாக்டரை நான் இப்போது வரை பார்த்ததில்லை.

மாதங்கள் எப்படிக் கரைந்து போய் வயது கூடுகிறது என்பது எப்போதுமே ஆச்சரியமானதுதான். அதிலும் ஒரே மாதிரியான வேலைகளை தினமும் செய்து பழகியவர்களுக்கு, மற்றவர்களை விட வேகமாகவே காலம் கரைந்து போய் விடுகிறது. சில நேரங்களில், சில நாட்களோ, சில மாதங்களோ கூட எவ்வித முக்கியத்துவமும் இன்றி நினைவில் இருந்து காணாமல் போய்விடுகின்றன. அப்படித்தான் என் நாட்களும் விரைந்து போய்க்கொண்டிருந்தன. டெஸ்ட்டுகள், டாக்டர்கள், பணம்... இப்படி ஓடிக்கொண்டிருக்கும் நாட்கள் சில நேரத்தில் மட்டும் டாக்டர் அன்புவோடு கழிந்தது. அவரோடு இருக்கும் நேரங்களில் மருத்துவம் தொடர்பானவை மட்டுமல்லாமல், பல்வேறு விஷயங்களை அறிந்து கொள்ளும் வாய்ப்பைப் பெற்றேன்.

என்னுடைய சம்பளப் பணம் அப்பாவிற்குத் தேவைப்படவில்லை. என் செலவுக்கான சிறு தொகை போக, மீதப் பணம் அம்மாவிடமே இருந்தது. அது மெதுவாக பொருட்களாக மாறி, என் வீட்டின் சூழலை மாற்ற தொடங்கியது. சிறிய 'போர்ட்டபிள்' கலர் டிவிதான் என் சம்பளத்தின் மூலம் வீட்டிற்கு வந்த முதல் பொருள். அப்புறம் சின்னச் சின்னப் பொருட்கள் சமையலறையை நிறைத்தன.

டாக்டர் அன்புடைய கிளினிக்கிற்கு எப்போது சென்றாலும், ஏதாவது ஒரு கோபத்துடனோ, அல்லது கவலையுடனோதான் சென்று கொண்டிருந்தேன். மருத்துவ உலகில் அன்று நடக்கும் பிரச்சினையை எதிர்கொள்ள முடியாமல் அவரிடம் சென்று அடைக்கலம் தேடுவது போலத் தோன்றியது. அவர் எப்போதும் ஆறுதல் வார்த்தைகளைத் தந்ததில்லை. ஆனாலும், என் மனம் ஆறுதல் அடைந்திருக்கிறது. அவரிடம் நான் கலந்துரையாடும் விஷயங்களின் மையப் பகுதியை எனக்குப் புரிய வைத்து விடுகிறார். அதன் பின் அது என் பிரச்சினையாக இருப்பதில்லை. சமூகப் பிரச்சினையின் சிறு விளைவாக மாறிவிடுகிறது. டாக்டர் அன்பு சொல்லிக்கொண்டேயிருப்பார். "செயல்கள் எதுவும் வீண் போகாது... கொஞ்சம் கொஞ்சமாக தண்ணீர் வெப்பமேறி, ஒருநாள் ஆவியாகி மறைந்து விடுவதைப் போல, செயல்களின் விளைவுகள் சேகரமாகிக்கொண்டேயிருக்கும். தன்மை மாறி, மாறி

அ. உமர் பாரூக் • 189

அது நிலைமாற்றம் அடையும் நிமிடத்தை சரியாகப் பயன்படுத்திக் கொண்டால் எல்லாம் மாறிவிடும்...”

என் நண்பர்களிடமும், ஆய்வுக்கூடத்திலும், வீட்டிலும் எப்போதும் அன்புவைப் பற்றிய பேச்சுத்தான். எனக்கும், அவருக்குமான நெருக்கம் எப்படி இவ்வளவு தூரம் அதிகரித்தது என்று பலமுறை யோசித்துப் பார்த்திருக்கிறேன். நான் அவரிடம் போய் பேசி விட்டு வருவதற்கு நிறைய காரணங்கள் இருந்தாலும், அவர் என்னுடன் நேரம் செலவழிப்பதற்கான காரணம் என்று எதுவும் புரிபடவில்லை.

அப்பாதான் ஒருமுறை சொன்னார்... “உன்னை மாதிரியே அவருக்கும் டாக்டர்கள் மேல கோவம்... அலோபதி மேலயே வெறுப்பு...”

டாக்டர்கள் மேலே கோபம் இருப்பது எனக்கும் தெரியும். என்னுடன் உரையாடும் போதே பலமுறை உணர்ந்திருக்கிறேன். ஆனால், அலோபதி மருத்துவத்தின் மீது வெறுப்பு இருந்தால், ஏன் கிளினிக் வைத்திருக்கப் போகிறார்? இதை அப்பாவிடமே கேட்டேன்.

“இவ்வளவு நாளா அங்க போயி என்ன கவனிச்ச...?” என்ற கேள்வியோடு நிறுத்தினார் அப்பா. நான் என்ன கவனிக்க தவறினேன்? என்று யோசித்துப் பார்த்தேன். அவர் வைத்திருப்பது கிளினிக்தான். அவர் படித்தது எம்பிபிஎஸ் தான். அங்கு சிகிச்சைக்காக பல நோயாளிகள் வந்து செல்வதையும் பார்த்திருக்கிறேன். “நீங்க சொல்றது புரியலப்பா...?” என்றேன்.

“டாக்டர் அன்பு பார்க்குறது சித்த மருத்துவம்...”

அப்பா சொன்னவுடன் நான் அதிர்ந்து போய் விட்டேன். நோயாளிகளை அவர் பார்த்துக்கொண்டிருக்கும்போது நான் எப்போதும் அவர் அறைக்குள் சென்றதில்லை. ஆனாலும், இந்த விஷயம் எப்படி எனக்குத் தெரியாமல் போனது? ஒருமுறை பேசும் போது கூட சித்த மருத்துவர்கள் குறித்து பேசியது நினைவுக்கு வந்தது. அது பொதுவான விஷயம்தான் என்று நினைத்துக் கொண்டதால் அது பற்றி மேலும் பேசவில்லை. எனக்கு உடனே டாக்டரைப் பார்க்க வேண்டும் போலிருந்தது.

அன்று எனக்கு விடுமுறை தினம் என்பதால் டாக்டர் அன்புவுடைய கிளினிக்கிற்கு அப்போதே கிளம்பிச் சென்றேன். வழக்கம்போல ஒருவர் வெளியிலும், ஒருவர் அவர் அறையிலும்

இருந்தனர். வரவேற்பறையில் இருந்த பெண் சிரித்துக்கொண்டே வரவேற்றார். 'உட்காருங்க சார்... இப்ப முடிஞ்சிடும்."

அவரிடம் கேட்டு விடலாமா...? இவ்வளவு நாட்களில் பலமுறை வந்தும் இதைப் போய் கேட்டால் நம்மைத் தவறாக நினைத்துக் கொள்வார் எனத் தோன்றியது. டாக்டரிடமே கேட்டுக் கொள்ளலாம் என்று காத்திருந்தேன்.

அங்கிருந்த இரண்டு பேரும் கிளம்பும்போது கவனித்தேன். கையில் காகிதத்தால் சுற்றப்பட்ட பொட்டலம் கையில் இருந்தது. முதல்முறை வந்தபோதே இதைப் பார்த்திருக்கிறேன் என்பது இப்போதுதான் நினைவுக்கு வருகிறது. எந்த அலோபதி கிளினிக்கில் காகிதப் பொட்டலம் தரப் போகிறார்கள். அங்கு மருந்துச் சீட்டும், பரிசோதனைச் சீட்டும் மட்டும்தானே தருவார்கள்?

டாக்டர் அன்புவை புதிதாகப் பார்ப்பது போல, கவனித்துப் பார்த்துக் கொண்டு அவர் அறைக்குள் சென்றேன். "என்ன தம்பி... புதுசாப் பார்க்கிறது மாதிரிப் பார்க்கிறீங்க...?" புன்னகைத்துக் கொண்டே கேட்டார்.

"ஆமாம் சார்... இவ்வளவு நாள் நீங்க அலோபதி டாக்டர்னு நினைச்சிக்கிட்டிருந்தேன்... நீங்க சித்த மருத்துவர்னு இப்பதான் தெரிஞ்சுச்சு..."

"ரெண்டு விஷயம் தம்பி... ஒண்ணு 'ஒன்றை நோக்கி வருகிற யாரும், இருப்பதை எடுத்துக் கொள்வதில்லை'. நீங்க எப்பவுமே ஏதாவது ஒரு பிரச்சினையோடயே வருவீங்களா... அதுனால இங்க இருக்கிறத நீங்க பார்க்காம விட்டுட்டீங்க. ரெண்டாவது நான் அலோபதி டாக்டர்தான். ஆனால் அலோபதில ட்ரீட்மெண்ட் தர்றதில்லை... அதே மாதிரி என்னை சித்த மருத்துவர்னு சொல்லிக்கிற்ற அளவுக்கு எனக்கு சித்த மருத்துவம் தெரியாது... பத்து, பதினைஞ்சு வருஷமா சித்தாவுல ட்ரீட்மெண்ட் குடுத்திட்டிருக்கேன்... அவ்வளவுதான்..."

டாக்டர் முதலில் சொல்லிய விஷயம் புதிதாக இருந்தது. நாம் ஏதாவதொன்றை நினைத்துக் கொண்டே, அல்லது எதிர்பார்த்துக் கொண்டே ஒரு இடத்துக்குச் செல்லும்போது அங்குள்ள முழுமையை நம்மால் உள்வாங்க முடிவதில்லை என்பது உண்மைதான். சித்த மருத்துவம் பற்றி எனக்கு பெரிதாக ஒன்றும் தெரியாது என்பதால் அது பற்றி விரிவாக டாக்டரிடம் பேச வேண்டும் என நினைத்துக் கொண்டேன்.

"சரிங்க சார்..." என்று சொல்லியதோடு அமைதியானேன்.

டாக்டர் அன்பு என்ன நினைத்தாரோ அவரே பேச ஆரம்பித்தார்.

"அலோபதினு ஒரு மருத்துவமே கிடையாது தம்பி... ஆரம்ப காலத்துல உருவான தொந்தரவுகளில் இருந்து தப்பிக்க சிலர் முயற்சி செஞ்சாங்க... அவங்க முயற்சில உருவானதுதான் மருத்துவம்... மனுஷங்க எங்கெல்லாம் இருந்தாங்களோ அந்தப் பகுதிக்கு தகுந்த மாதிரி, பருவநிலைக்கு தகுந்த மாதிரி வித விதமான மருத்துவங்கள் உருவாயிருச்சு... அதுக்கு தனியான பெயரெல்லாம் கிடையாது... இப்ப உலக சுகாதார நிறுவனத்தின் கணக்குப் படி உலகம் முழுசும் 64 மருத்துவங்கள் இருந்திருக்கு... அந்தக் காலத்துல எதையெல்லாம் செய்யணும்னு தோணுச்சோ எல்லாத்தையும் செஞ்சு பாத்தாங்க... உச்சந்தலைல ஓட்டை போடுறதெல்லாம் கூட செஞ்சிருக்காங்க... ரொம்ப பழைய மருத்துவங்கள்ல தமிழ்நாட்டு மருத்துவமும் ஒண்ணு...

ரெண்டாயிரத்து ஐநூறு வருஷத்துக்கு முன்னால கிரேக்கத்துல ஹிப்போகிரேட்ஸ்னு ஒருத்தர் இருந்தார்... அவரைத்தான் நவீன மருத்துவத்தின் தந்தைனு சொல்லுவாங்க... அவர் காலத்துக்கும் முன்னாடியே இங்கயும், உலகத்துல பல பகுதிகள்லயும் பல மருத்துவங்கள் இருந்துச்சு... ஆனால் அவர்தான் மருத்துவக் குறிப்புகளை சேர்த்து ஒரு ஸ்கூல் ஆரம்பிச்சிருக்கார்... பல விஷயங்களை எழுதி வச்சிருக்கார்... அதுனால அவர் பேரு மட்டும் வெளிய வந்துருச்சு... அவருடைய குறிப்புகள்ல மிளகு பத்திக் கூட எழுதியிருக்கார்..."

சொல்லிவிட்டு சிறிது இடைவெளி விட்டார். மறுபடியும் தொடர்ந்தார். "ஹிப்போகிரேட்ஸ் மிளகை" "இந்திய மருந்து"னு எழுதியிருக்கார். அப்படினா அவர் காலத்துக்கும் முன்னாலேயே இங்கே மருத்துவம் இருந்திருக்குனு தெரிஞ்சிக்கிறலாம்... அப்பயெல்லாம் எல்லா நாடுகள்லயும் இயற்கையான மருத்துவங்கள் மட்டும்தான்... பின்னாலதான் ரசாயனங்களை பிரிச்செடுக்கிற முறை வந்துச்சு... அப்புறம் பேரு வச்சிக்கிட்டாங்க சித்தா, ஆயுர்வேதம், யுனானி, ஹோமியோபதி, அலோபதினு...

அலோபதியோட ஆரம்பகாலப் பயன்பாடே மில்ட்ரில மட்டும்தான்... இன்னைக்கு அடிப்பட்டு காயமானா, நாளைக்கே போருக்கு போகணும்... ஆள்தேவை அதிகம்... அதுனால ரசாயனங்கள வச்சு வலி குறைக்கிற முறையை பயன்படுத்தினாங்க... இப்போதைக்கு வலி போயிரும்... ஆனால் ரசாயனங்களோட பின்விளைவு அதிகம்... அதுனால மில்ட்ரிக்கு மட்டும்தான் முதல்ல பயன்பட்டுச்சு... அதுக்கப்புறம் கொஞ்சம் கொஞ்சமா வெளில பரவ ஆரம்பிச்சது...

வலியோட மூல காரணம் தெரியாம, வலியை மட்டும் குறைக்கிற ரசாயன மருத்துவத்தை அப்ப இருந்த பெரும்பாலான வைத்தியர்கள் ஏத்துக்கிறலை... ஆனாலும் மக்கள் மத்தியில பரவ ஆரம்பிச்சுச்சு... பிறகு, அத சொல்லித்தர்றதுக்கு மாடர்ன் மெடிக்கல் ஸ்கூல்ஸ் வர ஆரம்பிச்சது... அதுக்கு கிடைக்கிற வரவேற்ப பார்த்து அன்னைக்கு இருந்த சாயப்பட்டறைகள் மருந்து தயாரிக்கிற கம்பெனிகளா மாற ஆரம்பிச்சது... அந்தக் காலத்துல வந்த அதே மருந்துக் கம்பெனிகள் இப்பவும் பெரிய ஆதிக்கத்தோட வளர்ந்து நிக்குது...

வெள்ளைக்காரன் போன இடத்துக்கெல்லாம் இந்த மருத்துவத்தையும் தூக்கிட்டுப் போனான்... நம்ம நாட்டுலயும் இப்படித்தான் அலோபதி வந்துச்சு..."

ஒரு பெரிய மருத்துவ வரலாறை சுருக்கமாகச் சொல்லி விட்ட திருப்தி டாக்டரின் முகத்தில் இருந்தது. இப்போதுதான் முதல்முறையாக நான் எதுவும் கேட்காமல், அவரே நீளமாகப் பேசியிருக்கிறார். முடிந்த வரைக்கும் கேள்விகள் இல்லாமல் அவர் சொல்வதைப் புரிந்துகொள்ள வேண்டும் என்று தோன்றியது.

நீண்ட நாட்கள் கழித்து, பிரதீப்பிடம் போனில் பேசினேன். அவன் கல்லூரி குறித்து சொன்ன தகவல் அதிர்ச்சி அளிப்பதாக இருந்தது.

திருநெல்வேலியைத் தலைமையகமாகக் கொண்ட கல்விக் குழுமத்தோடு எங்கள் கல்லூரி இணைக்கப்பட்டு, அந்த ஆண்டு முழுவதும் நன்றாக நடந்துள்ளது. பணப்பிரச்சினை இருந்தாலும் கல்லூரியைத் தக்கவைத்துக் கொள்ள கோபால் செய்த முயற்சிகள் பலனளித்துள்ளன. யாரும் எதிர்பார்க்காத திருப்பமாக, திருநெல்வேலியில் இருந்த தலைமை அலுவலகக் கல்லூரியில் இருந்த மாணவி ஒருவர் இயக்குநர் மீது பாலியல் குற்றச்சாட்டை எழுப்பினார். முதலில் காவல்துறை சாதாரணமாகக் கையாண்ட இந்த வழக்கு, கொஞ்சம் கொஞ்சமாக பூதாகரமாக மாறியது. அங்கு விடுதியில் இருந்த பல மாணவிகள் ஒருவர் பின் ஒருவராக புகார் அளித்தனர். எல்லா புகார்களும் ஒருங்கிணைக்கப்பட்டு, பெரிய வழக்காக மாறியது. தினமும் நாளிதழ்களில் தலைப்புச் செய்தியாக வருமளவிற்கு பிரச்சினை மிகப் பெரியதானது. பல பத்திரிகையாளர்கள் கல்விக் குழுமம் குறித்து விசாரிக்கத் துவங்கிய பின்பு, புதிய புதிய பிரச்சினைகள் முளைத்தன. கடைசியில்தான் தெரிந்தது எந்த கவுன்சிலின் அங்கீகாரமும் இல்லாமல் அத்தனை ஆண்டுகளாக கல்லூரிகள் நடத்தப்பட்டிருக்கின்றன. கடைசியில் மொத்த கல்லூரிகளின் இயக்குநர் கைது செய்யப்பட்டார்.

கல்விக்குழுமத்தின் கிளைக் கல்லூரிகளாக இயங்கிக் கொண்டிருந்த எட்டு கல்லூரிகளும் சீல் வைக்கப்பட்டன. எங்கள் கல்லூரியும் மூடப்பட்டதைத் தொடர்ந்து, பிரின்சிபல் கோபால் தலைமறைவாகி விட்டாராம். பிரதீப், தான் கடனாகக் கொடுத்த பணம் பறிபோய் விட்டதாகப் புலம்பிக்கொண்டிருந்தான்.

16

திடீரென மில்ட்ரிக்கு மஞ்சள்காமாலை வந்து விட்டது. சில நாட்களாகத் தொடர்ந்து ஆய்வுக்கூடத்திற்கு வரவில்லை. எப்போதும் சுறுசுறுப்பாக இருக்கும் மில்ட்ரிக்கு ஒன்றிரண்டு நாட்களாக லேசான தலைச்சுற்றலும், சோர்வும் இருந்திருக்கின்றன. அப்புறம்தான் உள்ளூரில் ஒரு டாக்டரிடம் காட்டி, சிறுநீர் பரிசோதனை மூலம் உறுதி செய்துகொண்டு சிகிச்சை எடுக்கத் துவங்கிவிட்டார்.

"வீட்டுக்குப் போய் பார்த்துட்டு வரலாமா...?" என்று நான்தான் அரசியிடம் கேட்டேன். இதற்கு முன்பு அப்படி யாரும் யார் வீட்டுக்கும் போனதில்லை, எல்லாரும் மொத்தமாகப் போகும் பழக்கமும் இல்லை என்று சொன்னார் அரசி. ஒவ்வொருவராகப் போய்விட்டு வரும் சாத்தியம் குறைவு என்பதால், அன்று பிற்பகலில் எம்.டி.யிடம் கேட்டு விட்டு எல்லாரும் போய் வரலாம் என்று மறுபடியும் சொன்னேன். நானே சென்று ஆய்வுக்கூடத்தின் எம்.டி.யான டாக்டர் பாபுவிடம் அனுமதி கேட்டு வந்தேன். முதலில் தயங்கியவர் சிறிது யோசித்து விட்டு, போய் விட்டு வருமாறு கூறிவிட்டார். நாங்கள் எல்லாரும் உத்தமபாளையத்தில் இருக்கும் மில்ட்ரியின் வீட்டிற்குச் செல்வதற்காக, பேருந்தில் கிளம்பினோம். அன்று கதிர் அண்ணன் விடுமுறை என்பதால் நாங்கள் ஐவர் மட்டும்தான் கிளம்பினோம். இதற்கு முன்பு அவர்களோடு இணைந்து எங்கும் சென்றதில்லை. ஆய்வுக் கூட சூழல் இல்லாமல் வெளியில் சந்திப்பதே இதுதான் முதல் முறை என்பதாலும் மகிழ்ச்சியாக இருந்தது.

பதினைந்து நிமிடப் பயணம் அரசியின் கலகலப்பான பேச்சில் போனதே தெரியவில்லை. பைபாஸ் நிறுத்தத்தில் இறங்கிக் கொண்டோம். நான் போய் அங்கிருந்த கடையில் கொஞ்சம் பழங்கள் வாங்கிக்கொண்டேன்.

அரசி "தம்பி... பெரிய மனுஷன் ஆயிட்டாப்ல..." என்று கிண்டலடித்தார். "உடம்பு சரியில்லாத மனுஷன பாக்கும் போது ஏதாவது பழம் வாங்கிட்டுப் போறதுதான நல்லதுக்கா... இதுல என்ன பெரிய மனுஷன், சின்ன மனுஷன்..." என்றேன்.

பைபாசில் இருந்து பிரிந்து கோம்பை செல்லும் சாலையில் சர்ச்சிற்கு அருகே அவர் வீடு அமைந்திருந்தது. சர்ச் அருகே செல்லும் வரை எந்தக் குழப்பமும் இல்லை. அவர் ஏற்கனவே சொல்லியிருந்ததால் அதுவரை வந்து விட்டோம். இனி, வீட்டைக் கண்டுபிடிக்க வேண்டும் என்றால் விசாரித்துத்தான் போக வேண்டும். அங்கிருந்த சிறிய கடையில் விசாரித்து வரக் கிளம்பினேன். என்ன சொல்லி விசாரிப்பது? என்று யோசித்த போதுதான் அவருடைய பெயரே எனக்கு நினைவில் இல்லை என்பது தெரிந்தது. கடைக்கு அருகில் போய்விட்டு, திரும்பி அரசியின் அருகில் வந்தேன்.

"அக்கா... மில்ட்ரியோட பேர் என்ன... மறந்திட்டேன்..."

"நீ சொல்லு ராணி..." என்றார் அரசி. ராணி அக்காவும், கலா அக்காவும் ஒருவர் முகத்தை ஒருவர் பார்த்துக் கொண்டார்கள். அவர்களுக்கும் சட்டென நினைவுக்கு வரவில்லை போல. அரசிதான் சொன்னார்... "அடிப்பாவிகளா... கூட வேலை பார்க்குற மனுஷன் பேர மறந்திட்டீங்களே... ஆசைத்தம்பி..." என்றார். ரோகிணிக்கு அன்றுதான் அவர் பெயரே தெரிந்தது.

மில்ட்ரியில் இருந்த ஆசைத்தம்பி சார் வீடு என்று விசாரித்து ஒருவழியாய் வீட்டைக் கண்டுபிடித்தோம். வீட்டிற்குள் நுழைந்ததும் மில்ட்ரியின் மனைவி வரவேற்றார். அவரைப் பார்க்கும்போது மில்ட்ரியை விட வயதில் மூத்தவர் போல தோற்றம் இருந்தது. மில்ட்ரி உள்ளறையில் கட்டிலில் படுத்திருந்தார். கொஞ்சம் உடல் மெலிந்திருந்தது. எப்போதும் பேண்ட், சட்டையில் மிடுக்காக இருக்கும் மில்ட்ரி இப்போது பனியனோடு, சோர்வாக இருந்தது மனதை என்னவோ செய்தது. எங்களைப் பார்த்ததும் எழுந்து அமர்ந்தார். "பரவால்ல சார்... படுத்துக்கங்க..." என்றேன். அவர் லேசாகச் சிரித்தவாறே, "அவ்வளவு மோசமில்ல தம்பி... நல்லாதான் இருக்கேன்..." என்று சொல்லிக்கொண்டே எழுந்து உட்கார்ந்தார்.

அவர் மனைவி சொன்னார்... "இன்னைக்குதான் தம்பி சிரிக்கிறார்... இத்தன நாள் முகமே கொராவிப் போய்தான் இருந்துச்சு..."

"இப்ப எப்படி இருக்கு சார்...?" என்றேன். "கொஞ்சம் பரவால்ல தம்பி... டயர்டும், வாமிட்டுங்கும் இருக்கு... சாப்பிட முடியல..." என்றார். அவர் மனைவி குறுக்கிட்டு "நைட்ல வயித்து வலி வந்துருதுப்பா..." என்றார்.

"என்ன ட்ரீர்ட்மெண்ட் எடுக்குறீங்க சார்...?"

"இங்கதான் தெரிஞ்ச டாக்டர் அழகர்கிட்ட பார்க்குறேன்... சின்னப் பையன் நல்லா பார்க்கிறார்..." என்றார்.

"சார்... தப்பா எடுத்துக்காதீங்க... அலோபதில ஜியான்டிசுக்கு மெடிசின் இல்லைல சார்... லிவ் ஃபிப்டி மாதிரி ஆயுர்வேத டானிக்குகளைத்தான் எழுதித் தருவாங்க... பிலிருபின் லெவலை குறைக்கிறதுக்காக ட்ரிப்ஸ் போடுவாங்க... விட்டமின்ஸ் டேப்லட் தருவாங்க... ஆனா, இது ட்ரீட்மெண்ட் இல்லையே சார்..." என்றேன். மில்ட்ரி அமைதியாக இருந்தார்.

"கோம்பைல போய் நாட்டு மருந்து சாப்பிடுங்க சார்... நாலைஞ்சு நாள்ல சரியாயிடும்... சந்தேகமா இருந்தா மருந்து சாப்பிட்டுக்கிட்டே டெய்லி டெஸ்ட் பண்ணிக்கங்க... இல்லனா சொல்லுங்க சார்... கம்பத்துல அன்பு டாக்டர்கிட்ட போவோம்... சித்தா எடுத்துக்கங்க... இதுக்கு அலோபதி செட் ஆகாது சார்..." என்றேன்.

அவர் மனைவியும் ஆமோதித்தார். "நானும் கோம்பைக்கு கூப்புட்டு தலையால அடிச்சிக்கிட்டேன்... நல்லா சொல்லுங்க"

நான் மறுபடியும் சொன்னேன். "ஜியாண்டிஸ்ங்கிறது லிவர் ப்ராப்ளம்தான சார்...? இதுக்கு கெமிக்கல்ஸவே மெடிசினா எடுத்தா லிவர் எப்படி சரியாகும்... ஒருதடவை கோம்பை போய்ட்டு வாங்க சார்..."

"சரிங்க தம்பி... நாளைக்குப் போறேன்..." என்றார் மில்ட்ரி.. அவர் மனைவிக்கு சந்தோஷம். மில்ட்ரிக்கு ஒரு பெண்ணும், ஒரு பையனும் இருக்கிறார்கள். பையன் எஞ்சினியரிங் படித்து விட்டு, மதுரையில் பணிபுரிகிறார். பெண்ணையும் மதுரையில்தான் மணம் முடித்துக் கொடுத்திருக்கிறார்கள். மில்ட்ரி லேபைப் பற்றியே விசாரித்துக் கொண்டிருந்தார். அரசி, கலா, ராணி மூவரும் மாற்றி மாற்றி விவரங்களைக் கேட்டுக்கொண்டிருந்த போதுதான்

தோன்றியது. ஒருவேளை கோம்பை, கம்பம் என்று போக துணைக்கு ஆளில்லாமல்தான் யோசித்துக்கொண்டிருக்கிறார்களா...?

"சார்... நான் காலைல ஏர்லியரா வேணா வரவா சார்... கோம்பைக்கு போய்ட்டு வந்திருவோம்..." என்றேன். மில்ட்ரி என்னை நிமிர்ந்து பார்த்தார். அவர் கண்களில் உற்சாகம் தெரிந்தது. "வேணாம் தம்பி... பக்கத்துல தம்பி பசங்க இருக்காங்க... நானே போய்க்கிறேன்..."

"சரிங்க சார்... உடம்ப பார்த்துக்கங்க ... நாங்க கிளம்புறோம்" என்று சொல்லிவிட்டு எழுந்துகொண்டோம். அவர் மனைவி தேநீர் சாப்பிடாமல் போகவே கூடாது என்று அடம்பிடித்து, அப்புறம் சாப்பிட்டுவிட்டுத்தான் அங்கிருந்து கிளம்பினோம். அவர் இருந்த அறையை விட்டு, வெளியில் வந்தோம். உள்ளிருந்து மில்ட்ரியின் குரல் என்னை அழைப்பதைப் போலிருந்தது. திரும்பிப் பார்த்தேன். அவர்தான் அழைத்திருக்கிறார்.

நான் மட்டும் உள்ளே சென்று "சொல்லுங்க சார்..." என்றேன்.

"யார்கிட்டயும் இப்ப சொல்ல வேணாம்... தம்பி... அப்புறம் சொல்லிக்கலாம்... நான் டூட்டியை விட்டு நின்றலாம்னு யோசிக்கிறேன்... வயசு எழுபத தொடப் போகுது... பசங்க ரொம்ப நாளா சொல்லிக்கிட்டிருக்காங்க... ஒய்ஃபும் தனியாவே இருக்கா... இப்புடியே ரெஸ்ட் எடுத்துரலாம்னு முடிவு பண்ணியிருக்கேன்..."

எனக்கு என்ன சொல்வதென்றே தெரியவில்லை. ஆய்வுக்கூடத்தின் மைய அச்சே மில்ட்ரிதான். அவர் இல்லாத யுனைடெட் லேப் எப்படி இருக்குமோ? என்று யோசிக்கவே அச்சமாக இருந்தது.

"சரிங்க சார்... நல்லதுதான்... அம்மாவும் தனியா இருப்பாங்கள்ல... கரெக்ட்தான் சார்... ரிலீவ் ஆயிட்டிங்கனாலும் அப்பப்ப லேபுக்கு வந்துட்டுப் போங்க சார்..." என்று சொன்னேன். மில்ட்ரி என் கைகளைப் பிடித்துக் கொண்டார். எனக்கு கண்களில் லேசாக நீர் துளிர்த்தது. அவருடைய கண்களும் கலங்கியிருந்தன. நாங்கள் இருவரும் ஆய்வுக்கூட விஷயங்கள் தவிர்த்து வேறு எதுவும் எப்போதும் பேசிக்கொண்டதில்லை. ஆனாலும், ஏதோ ஒரு நெருக்கம் இருவருக்குள்ளும் வளர்ந்து விட்டிருந்தது.

"சரிங்க சார்... ரெஸ்ட் எடுங்க... நான் இன்னொரு நாள் வந்து பார்க்குறேன்..." என்று சொல்லி விட்டு, அங்கிருந்து வெளியேறினேன்.

பாளையத்திலிருந்து கம்பம் வந்து சேரும் வரைக்கும் நான் அமைதியாகவே இருந்தேன். எனக்கும் ஆய்வுக்கூடத்திற்கும் இடையில் இருந்த ஒரு இணைப்பு அறுந்து போனது போல உணர்வு எழுந்தது. மில்ட்ரி இல்லாத ஒரு ஆய்வுக்கூடம் எப்படி இருக்கப் போகிறதோ? அடுத்த சீஃப் கதிர் அண்ணன்தான். அவரும் நல்லவர்தான். ஆனால், அவரோடு இணைந்து என்னால் வேலை செய்ய முடியுமா? கல்லூரியின் கடைசி நாளைப் போல, மனம் கனமாகி இருந்தது.

அன்று மாலையில் கதிர் அண்ணன் ஆய்வுக்கூடத்திற்கு வந்திருந்தார். விடுமுறை அன்று எதற்காக வருகிறார் என்று எனக்குப் புரியவில்லை. பொதுவாக, அப்படி வரும் வழக்கம் அவருக்கு இருந்ததில்லை.

டாக்டர் தேவி அழைத்ததால் வந்ததாகச் சொன்னார் கதிர். மில்ட்ரி வீட்டுக்குப் போய் வந்தது பற்றி நான் சொன்னேன். தானும் போய்ப் பார்க்க வேண்டும் என்று சொல்லிக் கொண்டார். “எப்படி இருக்காரு மில்ட்ரி... ?”

“பரவால்லண்ணே... டயர்டா இருக்கார்... சீக்கிரம் சரியா யிரும்...” என்றேன். “டூட்டிக்கு எப்ப வர்றதா சொன்னாரு...?” கொஞ்சம் தணிந்த குரலில் “வர்றதா சொன்னாரா...?” என்று கேட்டார்.

அவர் குடும்பப் பின்னணி பற்றி கதிருக்கு தெரிந்திருப்பதால் இந்த சந்தேகம் வந்திருக்கிறது. “ஒண்ணும் சொல்லலண்ணே... ஆனா, வர்றது டவுட்டுதான்...” என்றேன். “எப்படிச் சொல்றீங்க தம்பி...?” என்று கேட்கும் போது அவரிடம் ஆர்வம் பொங்கி வழிந்தது.

“அவர் ஒய்ஃப் சொல்லிக்கிட்டிருந்தாங்க... இனி அலைச்சலக் குறைக்கணும்னு... அத வச்சு சொல்றேன்...”

“ஆமா... தம்பி... இந்த வயசுக்கு மேல டெய்லி ரெண்டுதடவ ட்ராவல்... இனி ரெஸ்ட்தான் நல்லது... மில்ட்ரிலருந்து பென்சன் வருது... மகன் மதுரைல செட்டில்... பணப்பிரச்சினை எதுவும் இல்லை... சும்மாதான் வந்துட்டிருந்தார்...”

நான் ஒன்றும் சொல்லாமல் கேட்டுக்கொண்டிருந்தேன். “டாக்டர் தேவி எதுக்கு வரச் சொன்னாங்கண்ணே...? எதுவும் பிளட் டோனர் வேணுமா...?”

"இல்ல தம்பி... இது வேற விஷயம்... ப்ளட் வேணும்னா உங்க கிட்ட சொன்னாலே போதும்ல... ப்ளட் பேங்க்ல அரேஞ் பண்ணிருவீங்க... செமன் பேங்க்லருந்து அவங்களுக்கு செமன் வேணுமாம்..." என்றார்.

எப்போதாவது ஒருமுறை கதிர் இப்படி தேவி டாக்டரைப் பார்க்கச் செல்வதுண்டு. கம்பத்தின் முன்னணி டாக்டர்களில் ஒருவர் தேவி. யுனைடெட் லேபின் பங்குதாரர்களில் ஒருவர். எம்.பி.பி.எஸ். தான் படித்திருக்கிறார் என்றாலும் பெண்கள் சிறப்பு மருத்துவராக மக்கள் மத்தியில் பிரபலம். அவருடைய கிளினிக்கில் பிரசவம் பார்க்குமளவுக்கு இடமில்லை என்பதால், இன்னொரு மருத்துவமனையில் தங்க வைத்து பார்த்துக் கொள்வார். ஆனால், டாக்டர் தேவிக்கு பிரசவத்திற்காக வரும் நபர்களை விட, வெவ்வேறு பெண்கள் தொடர்பான நோய்களுக்கு சிகிச்சைக்கு வருபவர்கள்தான் அதிகம். ஆய்வுக்கூடத்திற்கு அதிக நோயாளிகளைப் பரிந்துரைக்கும் டாக்டர்களில் இவரும் ஒருவர்.

"செமன் பேங்க் எங்கண்ணே இருக்கு...? நான் கேள்விப்பட்டதே இல்லையே...? தேனில ப்ளட் பேங்கே இப்பதான் வந்திருக்கு" என்று ஆச்சரியமாகக் கேட்டேன்.

"அதப்பத்தி அப்புறம் சொல்றேன்..." என்றார் கதிர்.

"சரிங்கண்ணே... செமன் வாங்கி தேவி என்ன செய்வாங்க?"

"ஆர்டிஃபிசியல் இன்சம்னேசனுக்கு கேட்குறாங்க... தம்பி... கேள்வியெல்லாம் அப்படியே வச்சிருங்க... நாளைக்கு பேசிக்கலாம்... நான் கிளம்புறேன் லேட்டாயிருச்சு..." என்று சொல்லி விட்டு, கிளம்பினார் கதிர்.

பாளையம் போய் விட்டு வந்ததில் இருந்து அமைதியாகவே இருந்தார் அரசி. "என்னக்கா ஒரே ஃபீலிங்கா...?" என்றேன்.

"ஆமா தம்பி... மில்ட்ரியை நினைச்சு இல்ல... அவர் மெட்டல் பாடி... சீக்கிரமா எந்திரிச்சு லேபுக்கு வந்திருவார்... இவ ராணிதான் வேலைல இருந்து நிக்கப் போறாளாம்..."

எனக்கு முகமே மாறிவிட்டது. "ஏங்க்கா... என்னாச்சு..?"

"நல்ல விஷயம்தான்... அவளுக்கு வீட்ல மாப்பிள்ளை பார்த்துருக்காங்களாம்... அவரு சென்னைல இருக்காராம்... ரெண்டு, மூணு நாள்ல கன்ஃபர்ம் ஆயிருச்சினா நின்றிருவேன்னு சொன்னா..."

ஏற்கனவே மில்ட்ரி வேலையை விட்டு நிற்கப்போவது ஒருபுறம் கவலையாக இருக்கிறது. இன்னொரு புறம், ராணி அக்கா திருமணம் ஆகி சென்னைக்கு போய்விடுவார் போல. உண்மையில் மகிழ்ச்சிக்குரிய விஷயம்தான். ஆனாலும், மனம் கவலையோடு அதனை எதிர்கொள்வது புதுமையாக இருந்தது. வாழ்வின் எல்லா மாற்றங்களுமே ஒருவகையில் மனதிற்குள் அச்சத்தையும், கவலையையுமே தோற்றுவிக்கிறது. ஆனாலும், அதன் அடிப்படை மகிழ்ச்சியான எதிர்காலம்தானே...? மனதின் வினோதங்களைப் புரிந்துகொள்வது சாத்தியமற்றது போல தோன்றுகிறது. பள்ளிக் காலத்தில் ஆசிரியரின் பிரம்படியை நினைத்து ஒரு காலத்தில் பயந்த நாட்கள் உண்டு. அன்று பள்ளிக்குப் போவதற்கே பயமாக இருக்கும். பல வருடங்களுக்குப் பிறகு இப்போது நினைத்தால், அன்றைய பயம் இன்று மகிழ்ச்சியாக இருக்கிறது. நாளை நடக்கப் போவது மகிழ்ச்சிக்கான மாற்றம் என்று தெரிந்தும், இன்று மனம் கவலையாக இருக்கிறது. மனதின் வடிவமைப்பே சிக்கலானதுதான் போல. காலத்தோடு இணைந்து தன்னை மாற்றிக் கொள்ளும் வேகமும், உருமாறும் திறனும் உலகின் எந்த உயிரினத்திற்கும் இருக்காது எனத் தோன்றுகிறது.

நான் ஆய்வுக்கூடத்தின் உள்ளறைக்குச் சென்றேன். "ராணி அக்கா... சொல்லவே இல்லை... மாப்பிள்ளை என்ன செய்றாராம்...?" என்று சிரித்துக்கொண்டே கேட்டேன்.

"போங்க தம்பி... நானே கவலைல இருக்கேன்..." என்றார். உண்மையில் அவர் முகம் கவலையையும், குழப்பத்தையுமே வெளிப்படுத்தியது.

"அக்கா... இதுல கவலப்படுறதுக்கு என்ன இருக்கு...? ஸ்கூல்ல படிச்சிட்டு காலேஜுக்கு போகும்போது வருத்தமாத்தான் இருக்கும்... அதுக்காக ஸ்கூல்லயே இருக்க முடியுமா...? எல்லாம் நடக்குறதுதானக்கா...? கவலைப்படாம மாப்பிள்ளையை பிடிச்சுருக்கானு பாருங்க...?"

நான் எப்போது இப்படிப் பேச ஆரம்பித்தேன் என்று எனக்கே தெரியவில்லை. எப்போதும் ஆறுதலையும், அடுத்தவர்களிடம் இருந்து ஆதரவையும் எதிர்பார்த்திருந்த நான் இப்படி பேசுவது அதிசயமானதுதான். கல்லூரி முடிந்த இந்த ஒரு ஆண்டு வாழ்க்கை அனுபவம் என்னை இப்படி மாற்றிவிட்டதோ...?

"இல்ல தம்பி... மாப்பிள்ளை சொந்தக்காரர்தான்... ஏற்கனவே பார்த்திருக்கேன்... அதெல்லாம் பிரச்சினை இல்லை... ஊரை விட்டு, வீட்ட விட்டு போகணும்னுதான் கவல தம்பி..."

"எங்க கல்யாணம் ஆனாலும் போய்த்தானாக்கா ஆகணும்...? நீங்க கவலையா இருந்தா உங்க அப்பா அம்மா என்ன செய்வாங்க...?"

"சரிங்க தம்பி... கவலைப்படல... நீங்க கிழவன் மாதிரி பேசாதீங்க..."

எங்களோடு அரசியும், கலாவும், ரோகிணியும் இணைந்து கொண்டார்கள். அரசியின் வழக்கமான கல கல பேச்சில் சூழலின் இறுக்கம் மாறிவிட்டது. ஆனால், யுனைடெட் லேபிற்கும் எனக்குமான தொடர்பு மேலும் துண்டிக்கப்பட்டது போல இருந்தது. ராணி அக்காவும், மில்ட்ரியும் இல்லாத யுனைடெட் லேப். மில்ட்ரியின் இடத்தில் கதிர் அண்ணன். மாற்றம் தவிர்க்க முடியாது என்றாலும், அதை உடனே ஏற்றுக்கொள்ளுமளவுக்கு மனம் தயாராகவில்லை.

யுனைடெட் லேபில் இருந்து நேராக டாக்டர் அன்புவைப் பார்க்கச் சென்றேன். அவரும் என்னைத்தான் எதிர்பார்த்திருந்ததாகச் சொன்னார். ஆய்வுக்கூடத்தின் விஷயங்கள் எதையும் இன்று அவரிடம் சொல்லக்கூடாது என்று முடிவு செய்திருந்தேன்.

"சொல்லுங்க சார்...? எதுவும் வேலையா...?"

"ஆமா... தம்பி... வேலையேதான்... முடியுமானு யோசிச்சு சொல்லுங்க..."

"யோசிக்காம சொல்லுங்க சார்... எதுக்கு இவ்வளவு பில்ட் அப்?"

"நம்ம கிளினிக்ல இருந்த வேலை பார்த்துக்கிட்டிருந்த பொண்ணுக்கு கவர்ன்மெண்ட் வேலை கெடைச்சிருச்சு... ஏற்கனவே ரெண்டு நாளா வரல... ரொம்ப நாளா வேலைக்கு ட்ரை பண்ணிட்டிருந்தாங்க... கன்ஃபர்ம் ஆனதுக்குப்புறம் சொல்லிக்கலாம்னு இருந்திருக்காங்க... அவங்க ரிலேசன் ஒருத்தரு மூலமா காசு கொடுத்து, அவங்க அப்பா கன்ஃபர்ம் பண்ணிட்டாராம்..."

வேலைக்கு வேறு யாராவது தேவை என்று கேட்பார் எனத் தோன்றியது. யாரைச் சொல்லலாம் என்று யோசித்துக்கொண்டே அவரைக் கவனித்தேன்.

"எனக்கும் ரொம்ப நாளா ஒரு ஐடியா... குட்டியா ஒரு லேப் வைக்கலாம்னு... நம்ம பேசண்ட்ஸ் மட்டும் பார்த்தா போதும்.....

அதே மாதிரி, இந்த கிளினிக்குக்கு ரிசப்சனிஸ்டெல்லாம் தேவையில்ல... நானே பார்த்துக்கிருவேன்... அதுனால லேப் டெக்னீசியனாப் பார்த்து, வேலைக்குப் போடலாம்னு யோசிச்சேன்..."

"நல்ல ஐடியா சார்... சின்னதா லேப் வச்சிட்டா கரெக்ட் ரிப்போர்ட்ஸ் கிடைக்கும்... உங்க தேவைக்கு சரியா வரும் சார்..." என்று சொல்லிக்கொண்டிருக்கும் போதே, ரோகிணியிடம் கேட்கலாமா? என்ற யோசனை ஓடியது.

டாக்டர் அன்பு என்னைப் பார்த்து கேட்டார்... "நீங்க ஜாயின் பண்ணிக்கிறீங்களா தம்பி.?" அவரின் குரல் எனக்குள் மகிழ்ச்சியை உருவாக்கியது. அலை அலையாக மகிழ்ச்சியைச் சுரக்கும் அலைகள் வந்துகொண்டிருப்பதைப் போல உணர்ந்தேன். யுனைடெட் லேபை நினைத்தவுடன் கவலையாக இருந்தது. அங்கிருக்கும் அனைவரையும் விட்டு விட்டு வர வேண்டும் என்ற யோசனை கவலையின் கனத்தை அதிகரித்து, துக்கமாக மாற்றியது.

டாக்டரே தொடர்ந்தார்... "நல்லா யோசிச்சிட்டு... வீட்லயும் கலந்துக்கிட்டு சொல்லுங்க தம்பி... அவசரமில்ல... வீட்ல பேசும் போது சம்பளம் பத்தி கேட்டாங்கன்னா மூவாயிரம் ரூபாய் தர்றேனு சொல்லுங்க..."

நான் ஆய்வுக்கூடத்தில் இப்போது ஆயிரத்து இருநூறுதான் வாங்கிக் கொண்டிருந்தேன். முதல் மூன்று மாதத்திற்குப் பிறகு ஐநூறில் இருந்து, ஆயிரத்து இருநூறாக சம்பளம் உயர்ந்திருந்தது. இப்போது அதிரடியாக இரட்டைச் சம்பளம் என்பது அப்பாவிற்கு மகிழ்ச்சியைத் தரும். உறவினர்களிடமும், நண்பர்களிடமும் "மூவாயிரம் சம்பளம்" என்று சொல்வதற்கு மட்டும்தான் எனக்குப் பயன்படுமென்று தோன்றியது. பணம் அதிகமாக வருவதால் உருவாகும் மகிழ்ச்சியை விட, டாக்டர் அன்புவோடு பேசிக் கொண்டிருப்பதற்கு கிடைக்கும் வாய்ப்பே எனக்குப் பிடித்திருந்தது.

அவரிடம் விடைபெறும்போது "ஆரோக்கிய நிகேதனம்" என்று ஒரு நாவலைக் கையில் கொடுத்தார். "இது முக்கியமான மருத்துவ நாவல்... பெங்காலி மொழில 1950களில் வந்தது... சாகித்ய அகாடமியும், ரவீந்திர புரஸ்கார் விருதுகளும் வாங்குன கதை. தமிழ்லயும் 1972இல் வந்துச்சு... அந்தக் காலத்துல இருந்த வைத்தியம், அலோபதி வரும் போதிருந்த சூழல் எல்லாத்தையும் வச்சு தாராசங்கர் எழுதியிருக்கார். மெதுவா படிங்க தம்பி... நல்ல எக்ஸ்பீரியன்சா இருக்கும்..."

அவரிடம் விடைபெற்றுக்கொண்டு, வீடு நோக்கி நடந்தேன். ஒரே நாளில் ஒரு வருடம் இருந்த வாழ்க்கை மாறப்போகிறது என்பதே வியப்பாக இருந்தது. ஒருபுறம் ஆய்வுக்கூடத்தின் சூழல் மாற்றம். இன்னொருபுறம் பிடித்த சூழலுக்கான அழைப்பு. இரண்டும் ஒரே நேரத்தில் வருவது இதுதான் வாழ்வின் முதல்முறை. பயணம் செய்து கொண்டிருந்த நீளமான பாதை சட்டென முடிந்து, இரண்டு பாதைகளாகப் பிரிந்ததைப் போல இருந்தது. இனி, எதில் பயணம் செய்ய வேண்டும் என்பதை நான் தான் முடிவு செய்ய வேண்டும். எந்த முடிவையும் உடனடியாக எடுத்து விடக்கூடிய மனநிலையில் இப்போது நான் இல்லை என்று தோன்றியது.

17

மறுநாள் காலையில் யுனைடெட் லேபிற்கு சீக்கிரமே வந்து விட்டேன். ஆய்வுக்கூடத்தின் ஒவ்வொரு பகுதியையும் புதிதாகப் பார்ப்பவன் போல பார்த்துக் கொண்டிருந்தேன். சீக்கிரமே இங்கு வருவதை நிறுத்திக் கொள்வேன் என்று தோன்றியது. வேலையில் இருந்து நிற்பதில் அரசி, ராணி, கலா, ரோகிணி இவர்களைப் பிரிவதுதான் யோசிக்கவே கஷ்டமாக இருந்தது. எல்லாரையும் அடிக்கடி சந்தித்து விட முடியும் என்றாலும், இது போல ஒன்றாகச் சந்திப்பது சாத்தியமே இல்லை என்று தோன்றியது. கல்லூரியின் கடைசி நாட்களைப் போல, மனம் பிரிவை நினைத்து கலங்குவது போல உணர்ந்தேன்.

இரவு அப்பாவிடம் பேசும்போது அவர் எளிமையாக விஷயத்தை முடித்து விட்டார். "எனக்கு லேப் பத்தியோ, கிளினிக் பத்தியோ உன் அளவுக்குத் தெரியாது... உன்னோட எதிர்காலம் எல்லாத்தையும் யோசிச்சு நீயே ஒரு முடிவெடுத்துக்க... இங்கயே இருந்தாலும் சரிதான்... இல்ல அன்பு டாக்டர்கிட்ட சேருறன்னாலும் சரிதான்... நிதானமா முடிவு பண்ணு..." நான் இந்த வேலையை விட்டுப் போவதாக இன்னும் முடிவெடுக்கவில்லை. ஆனால், மனம் குழம்பிக்கொண்டே இருந்தது.

முதல் நாள் இரவு நீண்ட நேரம் தூக்கம் வரவே இல்லை. 'என்ன செய்வது?' என்று குழப்பமாக இருக்கவே, அன்பு கொடுத்த நாவலை மெல்ல விரித்துப் பார்த்தேன். "ஆரோக்கிய நிகேதனம்" எனும் பழமையான ஆயுர்வேத மருத்துவமனையைப் பற்றிய அறிமுகத்தோடு நாவல் துவங்கியிருந்தது.

எண்பது வருடம் தொடர்ந்து மக்கள் கூட்டத்தோடு இயங்கிக் கொண்டிருந்த அந்த மருத்துவமனை பாழடைந்து, கைவிடப்பட்ட பழைய வீடு போல இருளடைந்திருந்ததாகவும், அதன் மேற்கூரை இடிந்து விழும் நிலைமையில் இருந்தது என்றும் அறிமுகத்தோடு கதையைத் துவக்கியிருந்தார் தாராசங்கர். கதையின் நாயகன் ஜீவன் மஷாய் முதல் நான்கு பக்கங்களிலேயே அறிமுகம் ஆகிவிட்டார். ஆழ்ந்த துயரத்தில் தோய்ந்த பக்கங்கள் என்னை இன்னும் சோர்வுக்குள்ளாக்கின. என்னால் தொடர்ந்து வாசிக்க முடியவில்லை. மரபுவழி மருத்துவம் ஒன்று அழிந்து போகக் காத்திருந்ததை குறியீடாக 'ஆரோக்கிய நிகேதனம்' மருத்துவமனையின் மூலம் சொல்லப்பட்டிருப்பதாக எனக்குத் தோன்றியது. மறுபடியும் தூங்க முயன்றேன்.

இருள் நீண்டுகொண்டே இருந்தது. பகல் தோன்றுவதற்கான சாத்தியமே இல்லாத இருளாக அது இருந்தது. இருட்டில் நான் தனியே நடந்து கொண்டிருக்கிறேன். நான் போகும் பாதை சரியா என்பது தெரியவில்லை. நான் நடப்பது தரைதானா? என்பதைக் கூட என்னால் பார்க்க முடியவில்லை. இருள் எதனையும் புரிந்து கொள்ளும் வாய்ப்பை எனக்கு அளிக்கவில்லை. கால்கள் துவளும் வரை தொடர்கிறது என் நடை பயணம். கண்களை மட்டுமே மறைத்திருந்த இருட்டு இப்போது, அடர்த்தியாகி என் உடலின் மீது படுகிறது. என் தோல் இருட்டை உணர்கிறது. பாதையும் இல்லை. திசைகளும் இல்லை. லேசாக வந்துகொண்டிருந்த காற்றையும் இப்போது காணவில்லை. காற்றும், இருளும் இணைந்து கொண்டது போல தோன்றியது. இருள் இன்னும் அடர்த்தியாக என்னை நெருக்கத் துவங்குகிறது. என் நடை ஓட்டமாக மாறுகிறது. எங்கு போவது என்று தெரியவில்லை. ஆனாலும், வியர்வை வழிய, மூச்சுத் திணற வெறியெடுத்து ஓடுகிறேன். தூரத்தில் மிகச் சிறிய வெளிச்சம் கண்ணில் படுகிறது. அடர் இருளுக்கிடையில் தோன்றிய சிறு வெளிச்சம் என் சுவாசத்திற்கு காற்றைக் கொண்டு வந்து சேர்க்கிறது. இப்போது வெளிச்சத்தை நோக்கி ஓடத் துவங்குகிறேன்.

கை நீட்டியபடி விழித்துக்கொண்டேன். ஜீரோ வாட்ஸ் பல்பின் வெளிச்சம் அறை முழுவதும் நிறைந்திருந்தது. இன்னும் விடிவதற்கு சற்று நேரம் இருந்தது. அம்மா முன்வாசலில் தண்ணீர் பிடிக்கும் சப்தம் கேட்டது. இரவு முழுவதும் நீண்ட கனவா இது? என்று ஆச்சரியமாக இருந்தது. ஒரு நிமிடம் கூட தூங்கிய நினைவேயில்லை. மெதுவாக எழுந்து முன்பகுதி வாசற்படியில் நீண்ட நேரம் அமர்ந்திருந்தேன். அப்பா எழுந்து கொண்ட சப்தம் கேட்டதும், குளிக்கத் தயாரானேன்.

அன்று கதிர் அண்ணனும் சீக்கிரமே வந்து விட்டார். மில்ட்ரி தொடர்ந்து விடுப்பில் இருப்பதால் அவர் வழக்கத்தை விட சீக்கிரமே வந்து விட்டார் என்று நினைத்துக்கொண்டேன். மாரியம்மாள் பாட்டி அவருடைய வேலைகளை ஆரம்பித்து விட்டார். அடுத்த சில நிமிடங்களில் அரசியும், கலாவும் வந்து விட்டனர். ராணியும் சிறிது நேரத்தில் வந்து விட்டார். நான் கதிரிடம் 'செமன் பேங்க்' குறித்த பேச்சினை ஆரம்பித்தேன்.

"விடமாட்டீங்க போல... திரும்ப திரும்ப அதயே ஆர்வமா கேட்கிறீங்க...?"

"இல்லண்ணே... தேனில புதுசா ப்ளட் பேங்க் வந்திருக்குனு தெரியும்... ஆனா, செமன் பேங்க் கேள்விப்படவே இல்லையேனு கேட்டேன்..."

"வெளில சொல்லிற வேணாம்... சீக்ரெட் மேட்டர் இது." என்றார் கதிர்.

"சரிங்கண்ணே... சொல்லுங்க..." என்று நான் சொன்னதும் விவரிக்க ஆரம்பித்தார் கதிர்.

'செமன் பேங்க்' எதுவும் தேனி, மதுரை, திண்டுக்கல் மாவட்டங்களிலேயே இல்லை. எனவே, டாக்டர் தேவி ஏதாவது ஒரு நோயாளியின் சிகிச்சைக்காக தேவைப்படும் போது ரகசியமாக கதிரிடம் சொல்வார். கதிர் தனக்குத் தெரிந்த இளைஞர்கள் யாரிடமாவது 'செமனை' ஒரு சிறிய பாட்டிலில் பெற்றுச் சென்று கொடுத்து விடுவார். பெரும்பாலும் மாலை நேரங்களில் டாக்டர் சொல்லியனுப்பி, கதிர் ஏற்பாடு செய்து தருவார். சில நேரங்களில் தானே 'செமன் டொனேஷன்' கொடுத்துள்ளதாகவும் கூறினார்.

எனக்கு குழப்பமாக இருந்தது. செயற்கை கருவூட்டல் மையங்கள் சென்னையில்தான் இருப்பதாகக் கேள்விப்பட்டுள்ளேன். மதுரையில் சில பெரிய மருத்துவமனைகளில், சிறப்பு டாக்டர்களை வரவழைத்து கருவூட்டல் நடப்பதாகவும் அங்கங்கே கிளினிக்குகளில் சொல்லிக் கொள்வார்கள். தேனியில் கூட இல்லை, கம்பத்திலுள்ள ஒரு கிளினிக்கில் செயற்கை கருவூட்டல் சிகிச்சை என்பது நம்ப முடியாத செய்தியாக இருந்தது. தமிழகத்தின் தென்மேற்கு மூலையில் உள்ள கம்பம் போன்ற சிறு நகரில் செயற்கைக் கருவூட்டல் செய்து கொள்ளுமளவிற்கு எந்த நோயாளிகள் இருக்கிறார்கள்?

கதிரிடம் என் சந்தேகத்தைக் கேட்டேன். அவர் லேசான புன்னகையோடு, மறுபடியும் பேச ஆரம்பித்தார்.

“இத டாக்டர் தேவி அவங்க கிளினிக்லதான் செய்றாங்க... தம்பி...”

“அத எப்படி செய்ய முடியும்னே... இங்க அதுக்கான ஸ்பெஷலிஸ்ட் இல்லையேண்ணே..”

“இதுக்கு எதுக்கு தம்பி ஸ்பெஷலிஸ்ட்...? ரூல்ஸ் படி டிஜிஓ படிச்ச டாக்டர்கள்தான் டெலிவரி பார்க்கணும்... இங்க அப்படியா நடக்குது? எம்.டி.ஜெனரல் மெடிசின் படிச்சிட்டு ஹார்ட் ஸ்பெசலிஸ்ட்னு போட்டுக்கறாங்க... அதுமாதிரிதான் இதுவும்... தேவி எம்பிபிஎஸ்தான், ஆனா இதுல ஸ்பெஷலிஸ்ட்...”

“அதுகூட ஓகேதாண்ணே... ஆர்டிஃபிஷியல் இன்சம்னேசனுக்கு பேசண்ட்ஸ் எங்கிருந்து வர்றாங்கண்ணே... நம்ம ஊர்ல வர்றாங்களா...?” எனக்கு இன்னும் ஆச்சரியம் தீரவில்லை.

செயற்கை கருவூட்டல் எனும் ஆர்டிபிசியல் இன்சம்னேசனை மருத்துவம் என்றே சொல்ல முடியாது. குழந்தை இல்லாத தம்பதிகளுக்கு முதல் கட்டமாக, எல்லா பரிசோதனைகளையும் செய்து, என்ன பிரச்சினை என்று கண்டுபிடிக்க முயல்வார்கள். இதில் மூன்றுவிதமான பிரச்சினைகள் இருக்க வாய்ப்புண்டு. ஒன்று பெண்ணுடல் சார்ந்த குறைபாடுகள். இன்னொன்று ஆண் உடல்சார்ந்த குறைபாடுகள். சிலருக்கு இரண்டு பேருக்கும் எந்தப் பிரச்சினையும் இல்லாத நிலையிலும் குழந்தைப்பேறு இல்லாமல் இருக்கலாம். இது பரிசோதனைகளில் கண்டறிய முடியாத உடல் கோளாறுகள் மூன்றாவது. இதில் பெண்ணிற்கு எந்தப் பிரச்சினையும் இல்லை என்றால், செயற்கை கருவூட்டல் முறையில் முயற்சிப்பார்கள். குறிப்பாக, தம்பதிகளில் ஆணுக்கு விந்தணுக்கள் குறைவாகவோ அல்லது இல்லாத நிலையிலோ இருந்தால் அவரின் மனைவிக்கு இம்முறையை செய்து பார்ப்பார்கள்.

பெண்ணின் கருமுட்டை முதிரும் நாட்களைக் கணித்து, அதில் ஏதாவது ஒரு நாளைத் தேர்வு செய்து, செமன் பேங்கில் இருந்து கொண்டுவந்து பத்திரப்படுத்தப்பட்டிருக்கும் விந்துவை ஊசியின் மூலம் நேரடியாக பெண்ணுறுப்பிற்குள் செலுத்தி விடுவார்கள். இதன் பெயர்தான் ஆர்டிபிசியல் இன்சம்னேசன். இந்த செயற்கை கருவூட்டல் முறை மிகச் சமீப காலத்தில்தான் வீட்டில் வளர்க்கப்படும் கறவை மாடுகளுக்கு அறிமுகமானது. அதற்குள் இவ்வளவு பின் தங்கிய ஒரு பகுதியில் நடைமுறைக்கு வந்து விட்டது என்பதுதான் என் அதிர்ச்சிக்கும், ஆச்சரியத்திற்கும் காரணம்.

கதிர் அண்ணனின் முகத்தில் ரகசியம் காக்கும் ஆர்வம் தெரிந்தது. "இது டாப் சீக்ரெட் தம்பி... வெளில தெரிஞ்சா டாக்டர் தேவி என்னைய தொலைச்சிருவாங்க..."

"சொல்லுங்கண்ணே... நான் யார்கிட்ட சொல்லப்போறேன்...? தெரிஞ்சிக்கிறதுக்குத்தான் கேக்குறேன்..."

"அந்த விஷயத்தையே பேசண்ட்கிட்ட சொல்லமாட்டாங்க..." கதிர் சொல்லிய விஷயம் எனக்குப் புரியவில்லை.

"பேசண்ட்டுக்குத் தெரியாம எப்படி ஊசி போட முடியும்ணே...?"

"எல்லா ட்ரீட்மெண்ட்டையும் ட்ரை பண்ணிட்டு, கடைசியா ஒரு ஸ்பெஷல் ஊசி இருக்கிறதா பேசண்ட் கிட்ட சொல்லுவாங்க... குறிப்பிட்ட நாள பிக்ஸ் பண்ணி வரச்சொல்லுவாங்க... முதல்ல ஸ்லீப்பிங் டோஸ்ல பாதி குடுத்துட்டு, கொஞ்ச நேரம் கழிச்சு சிரிஞ்ச் வழியா இன்சம்னேசன் பண்ணுவாங்க... அவ்வளவுதான் ட்ரீட் மெண்ட் ஓவர்..." என்றார் கதிர்.

அந்த ஆய்வுக்கூடத்தின் தரையில் நின்றிருந்த என் கால்கள் கூசின. பணத்துக்காக எதையும் செய்யும் நபர்களிடமா நான் வேலை பார்த்துக்கொண்டிருக்கிறேன்...? எவ்வளவு ஒரு குரூரமான மோசடி. நினைக்கும் போதே கோபம் தலைக்கேறி, முகம் கறுத்து விட்டது. உடலின் ஆற்றல் மொத்தமும் வடிந்து விட்டது போல உணர்வு எழுந்தது. கதிரிடம் நின்று பேசிக்கொண்டிருந்த நான், என்னை அறியாமலேயே நாற்காலியில் உட்கார்ந்துவிட்டேன்.

ஏதோ ஒரு சிறப்பு ஊசியால்தான் தனக்கு கரு உண்டாகிவிட்டதாக அந்தப் பெண் நினைத்துக் கொள்வார். யாருடைய குழந்தையைச் சுமக்கிறோம் என்று தெரியாமலேயே ஒரு குழந்தையை தன் கருப்பையில் வளர்த்துக்கொண்டிருப்பார். இதை விட, மோசமானது கணவனின் நிலை. தனக்குப் பிறந்த குழந்தை என்று தன் முழு வாழ்நாளிலும் நம்பிக்கொண்டிருப்பார். அவர்களிடம் சொல்லி விட்டு, அவர்கள் ஏற்கும் பட்சத்தில் இதை நடைமுறைப்படுத்துவது வேறு விஷயம். ஆனால், இங்கு நடப்பது சிகிச்சை என்று சொல்ல முடியுமா...?

ஊர் முழுக்க டாக்டர் தேவியிடம் சென்றால் எப்படியும் குழந்தை பிறந்துவிடும் என்ற நம்பிக்கை பரவி இருந்தது. "கைராசிக்கார டாக்டரம்மா..." என்று பல நோயாளிகள் சொல்லக் கேட்டிருக்கிறேன். இதுபோன்ற மோசடிகளால் பெற்ற பெயரும், பணமும் எதற்குப் பயன்படப் போகிறது? ஒரே ஒரு குடும்பத்திற்கு இந்த உண்மை

தெரிந்தால் டாக்டரின் நிலை என்ன ஆகும்? மற்றவற்றை எல்லாம் கூட விட்டு விட்டாலும், தன் மனசாட்சியையும் மீறி எவ்வளவு தைரியமாக இதைச் செய்யத் துணிகிறார்கள்...?

யாரிடமும் சொல்லிக்கொள்ளாமல் வீட்டுக்குப் போய்விடலாமா? என்று நினைத்தேன். உள்ளறையின் மேஜையின் மேல் இருந்த புது போன் அடித்தது. ராணி அக்காதான் எடுத்துப் பேசினார். போன வாரம்தான் ஆய்வுக்கூடத்திற்கு என்று ஒரு தனி தொலைபேசி இணைப்பை எம்.டி. வாங்கிக் கொடுத்திருந்தார். எங்கள் எல்லோரின் கவனமும் தொலைபேசியில் பேசிக்கொண்டிருக்கும் ராணியிடமே இருந்தது. அவர் பேசி முடித்து விட்டு, என்னை நோக்கி வந்தார்.

"என்னஙக்கா...? யார் பேசுனா...?" என்றேன்.

"டாக்டர் பாபு கிளினிக்ல இருந்துதான். சிஸ்டர் பேசினாங்க... உங்களை டாக்டர் வரச் சொன்னாராம் தம்பி..."

நான் மறுபடியும் என்னைத்தானா? என்று உறுதி செய்து கொண்டு, அவர் கிளினிக்கிற்குச் சென்றேன். வரவேற்பறையில் இருந்த பெண்ணிடம் வழக்கமான சிரிப்பு இல்லை. கொஞ்சம் கவலையாக இருப்பதைப் போல இருந்தது. "இன்னைக்கு காலைல இருந்தே டாக்டருக்கு மூடு சரியில்ல... எல்லார்கிட்டயும் எரிஞ்சு விழுறாரு... பார்த்து பேசுங்க..." என்று எச்சரித்தார்.

டாக்டரின் அறைக்குள் நுழைந்தேன். அவர் முகம் கடு கடுவென்றிருந்தது. அவருக்கு முன்னால் இருந்த நாற்காலியில் ஒருவர் உட்கார்ந்திருந்தார். வலதுபுறம் ஒரு நர்ஸ் எப்போதும் போல நின்றுகொண்டிருந்தார். கையில் ஒரு ரிப்போர்ட்டை வைத்துக் கொண்டு, டாக்டர் என்னை "உள்ளே வாங்க..." என்று அழைத்தார்.

"சொல்லுங்க சார்..." என்றேன். கையில் இருந்த ரிப்போர்ட்டை நீட்டி "இது என்ன?" என்றார். என் கையெழுத்தோடு இருந்த யுனைடெட் லேபின் ரிசல்ட் பேப்பர் அது. நான் வாங்கிப் பார்த்து விட்டுச் சொன்னேன்.

"கிராவிண்டக்ஸ் டெஸ்ட் ரிப்போர்ட் சார்... பிரக்னன்சி பாசிடிவ்னு வந்திருக்கு..."

"அது தெரியுது... இதையும் என்னானு பாருங்க..." என்று சொல்லிக்கொண்டே, 'பிரக்னன்சி டெஸ்ட்' செய்யும் சிறிய பிளாஸ்டிக் கிட்டை நீட்டினார். அதையும் வாங்கிப் பார்த்தேன். "இது நெகடிவ் ரிசல்ட் கிட் சார்..."

பெண்களின் உடலில் கரு உருவாகி விட்டால் அதனைப் பராமரிப்பதற்காக ஒரு சிறப்பு ஹார்மோன் ஒன்று சுரக்க ஆரம்பிக்கும். அது ரத்தத்தில் கலந்து, சிறுநீரிலும் வெளியேறும். அதைத்தான் ஆய்வுக்கூடங்களில் பரிசோதித்து சொல்கிறார்கள்.

கர்ப்பமாக இருக்கிறார்களா என்பதை கண்டறியும் சிறுநீர் பரிசோதனைகள் முன்பு போல இப்போது இல்லை. முன்பு, சிறுநீரை எடுத்து, அதற்கென இருக்கும் வேதிப்பொருளோடு சேர்த்து, மைக்ரோஸ்கோப்பில் வைத்துப் பார்க்கும் பரிசோதனை முறை நடைமுறையில் இருந்தது. ஆனால், சமீபமாக ரெடிமேட் டெஸ்ட் கிட்டுகளைப் பயன்படுத்தும் முறை வந்து விட்டது. அவை மருந்துக்கடைகளிலேயே கிடைக்கின்றன. யார் வேண்டுமானாலும் அதனை வாங்கி, சிறுநீரின் சில துளிகளை விட்டால் கோடுகளின் மூலம் முடிவை அறிவித்து விடும். ஒரு கோடு இருந்தால் நெகடிவ். இரண்டு கோடுகள் வந்து விட்டால் பாசிடிவ். இந்த ரெடிமேட் கிட்டைப் பயன்படுத்தித்தான் இப்போது எல்லா ஆய்வுக்கூடங்களிலும் பரிசோதிக்கிறார்கள். அதில் ஒன்றைத்தான் டாக்டர் பாபு கையில் வைத்திருந்தார்.

"அதப் பார்த்தாலே நெகடிவ்னு தெரியுது... நான் கேட்குறது அத இல்ல... நீங்க பாசிடிவ்னு குடுத்த அதே பேசண்ட்டுக்கு, இங்க நாங்க டெஸ்ட் பார்க்கும் போது நெகடிவ்னு வருது... அது எப்புடினுதான் கேட்குறேன்...?"

அப்படி வர சாத்தியமில்லையே...? அரிதாக சில டெஸ்ட் கிட்டுகளில் எர்ரர் ரிசல்ட் வர வாய்ப்புண்டு. அதுவும் கர்ப்பம் இருப்பதை, இல்லையென்று வேண்டுமானால் வரலாம். ஆனால், கர்ப்பமாக இல்லாத ஒருவருக்கு இருப்பதாக வந்திருப்பது சாத்தியமில்லையே.

"இது மேனுவல் டெஸ்ட் இல்ல சார்... கிட்ல எர்ரர் வர வாய்ப்பிருக்கும்... அதுவும் லேப் ரிப்போர்ட்ல தப்பிருக்க வாய்ப்பில்ல சார்... இங்க பார்த்த கிட்ல எர்ரர் இருக்கலாம்..." என்றேன்.

"அப்ப எங்களுக்கு டெஸ்ட் போட தெரியாது, உங்களுக்கு மட்டும்தான் தெரியும்னு சொல்றீங்களா...?"

"நான் அப்படி சொல்லல சார்... இந்த கிட்ல நிறைய கம்பெனி இருக்கு... நம்ம லேப்ல வாங்குறது பெஸ்ட் கம்பெனி... அதுவும் இல்லாம நெகடிவ் ரிசல்ட் பாசிடிவ்னு எர்ரர் வராது சார்..." என்று விளக்கிக் கொண்டிருந்தேன். என் கைகளில் டாக்டர் கொடுத்திருந்த கிட் இருந்தது. விரல்களால் அதனைத் தடவிக்கொண்டே பேசிக்

கொண்டிருந்தேன். டாக்டர் பாபு நான் பேசுவதைக் கேட்கும் மனநிலையில் இருந்ததாகத் தெரியவில்லை. நான் சொன்ன எந்த விளக்கத்தையும் கேட்காதது போலவே முகத்தை வைத்துக் கொண்டிருந்தார்.

“கொஞ்ச நாளாவே லேபை கவனிச்சிக்கிட்டுத்தான் இருக்கேன்... எல்லாம் உங்க இஷ்டத்துக்கு செய்றீங்க... பேசண்ட்கிட்ட ரிசல்ட்ட சொல்லிவிடுறது, சில பேசண்ட்களை சித்தாவுக்கு ரெஃபர் பண்றதுனு ஓவராத்தான் போறீங்க... எல்லாரும் என்ன நினைச்சுக்கிட்டீங்க...? நீங்க இல்லாம லேபை நடத்த முடியாதுன்னா...? மில்ட்ரி என்னடான்னா முன்னக்கூடியே சொல்லாம திடீர்னு வரலைங்கிறார்... நீங்க இஷ்டத்துக்கு ஆடுறீங்க... சரி இதெல்லாம் கண்டுக்காத மாதிரி இருந்தா... இப்ப ரிசல்ட்லயே பிரச்சினை... எர்ரர் கிட்டுனு கதை சொல்லிக்கிட்டு இருக்கீங்க...”

டாக்டர் பாபுவின் முகம் கோபத்தில் சிவந்திருந்தது. குரல் உயர்ந்து, என்னை நோக்கிக் கத்திக்கொண்டிருந்தார்.

“சாரோட ஒய்ஃபுக்குத்தான் பிரக்னென்சி பாசிடிவ்னு கொடுத்திருக்கீங்க... அவரு சந்தேகப்பட்டுத்தான் என்கிட்ட சொன்னாரு... ஏற்கனவே இது ஃபால்ஸ் பிரக்னென்சியா இருக்கும்னுதான் டாக்டர்கிட்ட ட்ரீட்மெண்ட் போயிருக்காங்க... நீங்க கொடுத்த ரிசல்ட்ட நம்பி, யுட்ரஸ் கிளினீங்கை தள்ளிப் போட்டிருக்காங்க... அப்புறம்தான்... நான் ரெப் கொடுத்த சாம்பிள் பேக்ல இருந்த கிட்ட எடுத்து இங்க டெஸ்ட் போட்டு பார்த்தா நெகடிவ்னு வருது...”

சில நேரம் அதிகாலை சிறுநீருக்கு பதிலாக, வேறு நேரத்தில் எடுத்து டெஸ்ட் செய்தால் நெகடிவ் என்று வர வாய்ப்பிருக்கிறது. டாக்டர் பேசிக் கொண்டிருக்கும் போதே, நான் குறுக்கிட்டு, இதைச் சொல்ல முயன்றேன். டாக்டர் பாபு கைகளை உயர்த்தினார். “எந்த எக்ஸ்யூசும் வேணாம்... விளக்கமும் வேணாம்... உங்க கவனம் எல்லாம் வர வர லேப்லயே இல்ல... எனக்கு லேபை ரன் பண்ண உங்க யாரோட ஹெல்ப்பும் தேவையில்ல...பெரிய எக்ஸ்பீரியன்ஸ் ஹேண்ட்ஸ்னு நினைப்பு... நாலு ட்ரெயினிங் பசங்களைப் போட்டா போதும்... மொத்த லேபுக்கே சம்பளம் ரெண்டாயிரம் போதும்...”

எதையெல்லாம் கணக்குப் பார்க்கிறார் இவர்? எதுவும் படிக்காமல் கடைகளில் வேலை செய்கிற நபர்களே நான் வாங்குகிற சம்பளத்தை விட அதிக சம்பளம் வாங்குகிறார்கள். ஒரு டாக்டருடைய ஒரு மாதக் கமிசன் தொகையே எங்கள் அத்தனை பேரின் சம்பளத்தை விட பல மடங்கு அதிகம். நாள் முழுக்க வேலையும் செய்து

விட்டு, இவர்கள் சொல்லும்படி ரிப்போர்ட்டுகளையும் மாற்றி எழுதி, நோயாளிகளையும் ஏமாற்றுவதற்கு நமக்கு இது தேவைதான் என்று தோன்றியது.

என் விரல்கள் தடவிக் கொண்டிருந்த டெஸ்ட் கிட்டில் ஏதோ ஒரு வித்தியாசமான உணர்வு எனக்கு ஏற்பட்டது. அந்த கிட்டை முன்புறமும், பின்புறமும் புரட்டி உன்னிப்பாகப் பார்த்தேன். டாக்டருக்கு அருகில் இருந்த நர்சிடம் திரும்பினேன். “சிஸ்டர்... இந்த கிட்டோட கவரைக் கொடுங்க...” என்று கேட்டேன்.

டாக்டர் என்னை முறைத்துக்கொண்டே உரக்கக் கத்தினார். “எக்ஸ்ப்ரி டேட்டெல்லாம் பார்த்தாச்சு... என்னைப் பார்த்தா உங்களுக்கு முட்டாள் மாதிரி தெரியுதா...?”

நான் அவரைப் பார்க்காமல் சிஸ்டரைப் பார்த்து மறுபடியும் கேட்டேன். “சிஸ்டர்... ப்ளீஸ் அதை எடுத்துட்டு வாங்க.”

“அதை பார்த்து என்ன விளக்கம் சொல்றாருன்னு கேப்போம்... ஏற்கனவே நிறைய சொல்லிட்டாரு. இதையும் கேப்போம்... நீ எடுத்துட்டு வாம்மா...” என்று கிண்டல் தொனிக்கும் குரலில் சொன்னார். நர்ஸ் அருகில் இருந்த மேஜையில் இருந்த பிளாஸ்டிக் கவரை எடுத்து, என்னிடம் கொடுத்தார்.

அதைப் பார்த்தவுடன் எனது சந்தேகம் உறுதியாகிவிட்டது. இது பிரக்னென்சி டெஸ்டிற்கான கிட்டே இல்லை. இது மஞ்சள் காமாலையின் ‘பி’ வைரஸ் இருக்கிறதா என்று பார்க்கும் ரத்தப் பரிசோதனைக்கான ரெடிமேட் கிட். பெரிய நிறுவனங்கள் தயாரிக்கும் கிட்டுகள் தரம் உயர்ந்த பிளாஸ்டிக் கவரில், அச்சிடப்பட்டு இருக்கும். விலை குறைவாக சில கம்பெனிகள் தயாரிக்கும் கிட்டுகள் ‘சில்வர்’ நிறத்தாள்களால் ஆகியிருக்கும். கவரின் மேல்புறம் எதுவும் குறிப்பிடாமல் கீழே சிறிய எழுத்தில் என்ன கிட் என குறிப்பிடப்பட்டிருக்கும்.

குரலை உயர்த்தி டாக்டர் பாபுவைப் பார்த்து சொன்னேன். “இது ப்ளட்ல ஹெபடைடிஸ் பி டெஸ்ட் பார்க்குற கிட்... இதுல யூரினை ஊத்தினா இப்படித்தான் வரும்...” இதுவரை என் குரலை டாக்டரின் மேஜைக்கு அருகில் நிற்கும் நர்சே கேட்டிருக்க மாட்டார். அவ்வளவு சப்தம் குறைவாக இருக்கும். இப்போது நான் பேசியது வரவேற்பறை வரை கேட்டிருக்கும் என்று தோன்றியது.

கையில் இருந்த டெஸ்ட் கிட்டை டாக்டர் பாபுவின் மேஜை மீது ஓங்கி அடித்து, சப்தம் எழுப்பி வைத்தேன். “நான் லேப்லருந்து விலகிக்கிறேன்... நீங்க ட்ரெய்னீஸைப் போட்டு நடத்திக்கங்க...”

நான் சொல்லிவிட்டு யாரையும் பார்க்காமல் வெளியேறினேன். வரவேற்பறையில் இருந்த நர்ஸ் என்னைப் பார்த்த பார்வையில் பயம் தெரிந்தது. உடல் முழுவதும் வெப்பமேறி தக தகக்க, ஒவ்வொரு அடியையும் தரையில் அழுத்தமாக ஊன்றி, வீடு நோக்கி நடந்தேன்.

கண்ணுக்குத் தெரியும் வரை எனக்கான பாதை நீண்டிருந்தது.

பகுதி : இரண்டு

குளிர்ச்சி

18

"வயித்துல வளர்றது கொழந்த இல்ல சார்... கட்டி" தயங்கியவாறே ரவியிடம் அந்த வரியை நான் சொல்லி முடித்தபோது, அவர் கண்கள் கலங்கியிருந்தன.

"சங்கடப் படாதீங்க சார்... இப்ப இருக்கிற மருத்துவ வசதிகள் ரொம்பப் பெரிசு. பயப்படறதுக்கு ஒண்ணும் இல்ல..."

ரவி கையில் இருந்த ஸ்கேன் ரிப்போர்ட்டை தடவியபடியே நின்றுகொண்டிருந்தார்.

"சார்... என் வொய்ஃப் உயிருக்கு எதுவும் ரிஸ்க் இல்லைல சார்..."

"அதெல்லாம் ஒண்ணுமில்ல சார்... இப்பவே கண்டுபிடிச்சதுனால பயப்படவேண்டியதில்ல. போய் டாக்டரைப் பாருங்க... இதுக்குப் போயி இப்படி ஃபீல் பண்றீங்க... தைரியமா இருங்க சார்" நான் அவரைத் தேற்றுவதற்காக சொன்ன வார்த்தைகள் பெரிய விளைவைத் தரவில்லை. அவர் முகத்தில் படிந்திருந்த பயம் இன்னும் விலகாமல் நின்றுகொண்டிருந்தார்.

"ரவி சார்... என்ன யோசனை? ஒண்ணும் பயப்படற மாதிரி இல்ல சார்... கட்டினுதான் ரிப்போர்ட்டுல போட்டிருக்கு... டாக்டரைப் பாருங்க... என்ன செய்யலாம்னு சொல்வாரு... போங்க சார்... பார்த்துட்டு வாங்க..."

"இவ்வளவு நாள் ட்ரீட்மெண்ட் எடுத்தும் எப்படி சார் இப்புடி...?" அவருடைய கண்கள் கலங்கியிருந்தன.

ரவி ரிப்போர்ட்டை வாங்குவதற்காக தனியாகத்தான் வந்திருந்தார். பள்ளி உணவு இடைவேளையில் வந்திருப்பார் போல. விரைவாகப் போகும் பதற்றம் ரிப்போர்ட்டைப் பற்றி பேசியவுடன் காணாமல் போயிருந்தது.

ரவியை முதன் முதலாகச் சந்தித்து சில மாதங்கள்தான் இருக்கும். அவ்வப்போது இந்த மருத்துவமனைக்கு வந்து தன் மனைவிக்கு தொடர்ந்து சிகிச்சை எடுத்துக்கொள்ளும் ரவி தேனியிலுள்ள பள்ளியின் அறிவியல் ஆசிரியர். அவரை தேனியிலேயே பல முறை பார்த்திருந்தாலும் எனக்கும் அவருக்கும் பெரிய பரிச்சயமில்லை. நான் தினமும் கம்பத்தில் இருந்து பேருந்தில் வந்து இறங்கி, தேனி பேருந்து நிலையத்தில் இருக்கும் சிறு கடையில் பாலில்லாத டீ சாப்பிடும் பழக்கம் இருந்தது. அப்போது ரவியும் பாலில்லாத டீ சாப்பிடுவார். புதிய கடைகளில் பாலில்லாத டீ கேட்பதும், முதல் முறையாக கடையின் டீ மாஸ்டர் தயாரிக்கும் பிளாக் டீயைக் குடிப்பதும் மிகப் பெரிய அனுபவமாக இருக்கும். சில நேரங்களில் வெற்றியைத் தரும் இந்த பரிசோதனை முயற்சி, பல நேரங்களில் படு தோல்வியை சந்திக்கும். வேலைக்காக தேனிக்கு வந்திறங்கிய முதல் நாளில் இந்த சிறிய கடையில் முயற்சி செய்தேன். நன்றாக இருந்தது. அதன்பிறகு, தினமும் இங்கேயே தொடர்ந்து கொண்டிருக்கிறேன். ஒருவேளை ரவிக்கும் அதே அனுபவம் இருக்கலாம். அதற்குப் பின்பு, அவர் டூ வீலரில் கடந்து போகும் போது எப்போதாவது சந்திக்க நேர்ந்தால் லேசாக சிரித்துக்கொள்வோம். ஒரே ஊரில் அன்றாடம் பார்க்கும் பல முகங்களில் ஒருவர்தான் ரவி.

நான் இந்த மருத்துவமனையின் லேபரட்டரியில் சேர்ந்த முதல் நாள் ஸ்கேன் எடுக்க வந்திருந்தார் ரவி.

சீஃப் டெக்னீசியன் வருவதற்காக கையில் அப்பாயின்மெண்ட் ஆர்டரோடு லேபரட்டரியின் உட்பகுதியில் நான் அமர்ந்திருந்தேன். புதிதாக தேனியில் துவங்கப்பட்டிருந்த இந்த மருத்துவமனையில் எனக்கு வேலை கிடைத்திருந்தது. லேபின் உள்ளே நான்கைந்து பேர் இங்கும் அங்குமாக கையில் டெஸ்ட் டியூப்களோடு நடந்த படி இருந்தார்கள். நான் இதற்கு முன் பணியாற்றியது மருத்துவ மனையோடு இணைந்த ஆய்வுக்கூடத்தில் இல்லை. பதினைந்து மருத்துவர்கள் இணைந்து வைத்திருந்த கம்பத்தில் இருந்த 'யுனைடெட் லேபில்'. அதன் பிறகு டாக்டர் அன்பு கிளினிக்கில் இருந்தேன். சில அறைகளைக் கொண்ட அந்த கிளினிக்கில் ஒரு அறையில் டாக்டர் அன்பு இருப்பார். இன்னொரு அறையில் லேபரட்டரியில் நான். நான் அவரோடு இருந்த நாட்கள் என் வாழ்வின் மறக்க முடியாத காலமாக இருந்தது.

218 • ஆதுர சாலை

எனது மனதை எப்போதும் தொடர்ந்து வரும் அச்சமும், மகிழ்ச்சியும் இல்லாத நாட்கள் என்றால் அவை டாக்டர் அன்போடு நான் இருந்த நாட்கள்தான். மனம் லேசாகி, எதைப் பற்றிய கவலையும் அற்றவனாக என் இருப்பை நான் உணர்ந்தது அப்போதுதான். அந்த வசந்த காலம் ஒரே வருடத்தில் முடிவுக்கு வந்து விடும் என்று நான் நினைத்தே பார்க்கவில்லை. டாக்டர் அன்புவின் கிளினிக் மூடப்பட்ட பிறகு நான் எதுவும் செய்யாமல் பல வாரங்கள் வீட்டிலேயே அடைந்து கிடந்தேன். என்ன செய்வதென்றே எனக்குப் புரியவில்லை.

அப்பாவின் தொடர் வற்புறுத்தலால் மறுபடியும் ஒரு வேலைத் தேடிக் கொள்ள வேண்டியிருந்தது. மருத்துவத்துறையின் அவ்வளவு சிக்கல்களும் புரிந்து, அதிலிருந்து விலகி ஓடி விடும் மனநிலையில் இருந்த நான் குடும்பத்தின் பொருளாதார நிலை காரணமாக மறுபடியும் வேலைக்குப் போக வேண்டிய சூழல் உருவாகியிருந்தது. எப்போதும் மனதால் சுயமாக முடிவெடுக்க முடிந்தாலும், அதனை செயல்படுத்துவதற்கான வாய்ப்பினை காலம் எல்லாருக்கும் கொடுத்து விடுவதில்லை. நாம் விரும்பாத ஒன்றில் மறுபடியும் இயங்க வேண்டிய சூழல் உருவாகிவிடுகிறது. அல்லது அதனை நாமே உருவாக்கிக் கொள்கிறோம். அப்படியான சூழல் கைதியாக நான் மறுபடியும் மருத்துவமனையில் நின்றேன்.

கம்பத்தில் எந்த ஆய்வுக்கூடத்திலோ, மருத்துவமனையிலோ நான் சேர விரும்பவில்லை. எனவேதான், தேனியில் புதிதாகத் துவங்கப்பட்டிருந்த இந்த மருத்துவமனையில் வேலைக்குச் சேர்ந்தேன்.

இந்த மருத்துவமனையின் தோற்றமும், அங்கு பணியாற்றும் நபர்களின் பரபரப்பும் எனக்கு தயக்கமாக இருந்தபோதும் பிடித்திருந்தது. அவர்களின் பரபரப்பு என் மன இறுக்கத்தை தளர்த்துவது போல இருந்தது. எனக்குப் பிடித்த மைக்ரோஸ்கோப்பின் அருகாமையால் மனக்காயங்களை ஆற்றி விடலாம் என்று தோன்றியது. நான் லேபரட்டரியின் நுழைவுப் பகுதியில் வரவேற்பறை கடந்து போடப்பட்டிருந்த நாற்காலியில் அமர வைக்கப்பட்டிருந்தேன். எதிரில் சீஃப் டெக்னீசியனின் காலி இருக்கை.

அப்போதுதான் ரவி மனைவியோடு லேபரட்டரியில் நுழைந்தார். லேப் ரிசப்ஷனில் கையில் இருந்த சீட்டைக் கொடுத்து கேட்டுக்கொண்டிருந்தார். அங்கிருந்து என்னைப் பார்த்தவர் புன்னகைத்தார். நானும் இங்கு தனியாக உட்கார்ந்திருப்பதைத் தவிர்ப்பதற்காக மெதுவாக எழுந்து அவர் அருகில் சென்றேன். "என்ன சார் லேபுக்கு வந்திருக்கீங்க?"

“சார் நீங்க இங்கயா வேலை செய்றீங்க?” அவர் கேள்விக்கு பதில் சொல்லாமல் நான் சிரித்தபடி கை கொடுத்தேன். தூரத்து ஊரில் சந்தித்துக்கொள்ளும் சொந்த ஊர்க்காரர்களைப் போல நாங்கள் அன்பைப் பரிமாறிக்கொண்டோம். “இன்னைக்குத்தான் இந்த ஹாஸ்பிட்டலில் ஜாயின் பண்றேன். சீஃப் வருவதற்காக வெயிட்டிங்.”

“நான் ரவி சார். பக்கத்துல இருக்கிற கவர்ன்மெண்ட் ஹையர் செகண்டரி ஸ்கூலில் பி.ஜி.அஸிஸ்டெண்ட். சயின்ஸ் டீச்சர் சார். உங்களை நிறைய தடவை பார்த்திருக்கேன் ஆனா நமக்குள் அறிமுகமில்லை. ஸாரி சார்...”

“இதுக்கு எதுக்கு சார் ஸாரி... உடம்பு எதுவும் சரியில்லையா சார்? டெஸ்ட்டுக்கு வந்தீங்களா?” அவர் கையில் இருந்த துண்டு சீட்டைப் பார்த்தவாறே நான் கேட்டேன்.

தயங்கியபடியே சீட்டை காட்டியவர் “அதெல்லாம் ஒண்ணுமில்ல சார்... ரெகுலர் செக்கப்தான். ஸ்கேன் எடுக்க வந்தேன். இங்க இல்லையாமே... வலதுபக்கம் மூணு ரூம் தள்ளி இருக்காம், அதைத்தான் விசாரிச்சிட்டிருந்தேன்...”

நானும் லிஃப்டில் இருந்து நடந்து வரும் போது கவனித்திருந்தேன். ஸ்கேன் என்ற சிறிய பெயர்ப்பலகை வைக்கப்பட்டிருந்தது. ஆனால் லிஃப்டிலிருந்து இடது புறம் திரும்பி விட்டால் அந்த பெயர் கண்ணில் படுவதற்கு வாய்ப்பில்லை.

“ஆமா சார். இது ரத்தம், யூரின் டெஸ்ட் பண்ற இடம். ஸ்கேன் லிஃப்டுக்கு பக்கத்திலேயே இருக்கு” வலது புறம் கை நீட்டியபடி சொன்னேன். வட்ட வடிவில் கட்டப்பட்டிருந்த மருத்துவமனை அது. டெஸ்ட்டுகள், எக்ஸ்ரே, ஸ்கேன் எல்லாம் இந்த மூன்றாவது தளத்தில் இருக்கின்றன. லிஃப்டில் இருந்து வலதுபுறம் திரும்பியவுடன் முதல் அறை ஸ்கேன் சென்டர். இடது புறமாக நடந்து வந்தால் ஒரு முழுச் சுற்று சுற்றிய பின்புதான் ஸ்கேனைக் கண்டுபிடிக்க முடியும். ரவி இடது புறம் வந்தவராக இருப்பார். அதனால் தான் நான் சொன்ன இடத்தை அவரால் யூகிக்க முடியவில்லை.

நான் வேலை பற்றி விசாரிக்க ஒருமுறையும், நேர்காணலிற்கு ஒரு முறையும் வந்திருந்ததால் ஓரளவு இடம் புரிந்திருந்தது. எந்த ஊருக்குப் போனாலும் லேபரட்டரி, எக்ஸ்ரே, ஸ்கேன் போன்ற பெயர்ப்பலகைகள் கண்களில் முதலில் பட்டு விடும். அப்படித்தான் இங்கேயும்.

ரவி தயங்கியதைப் பார்த்தவுடன் "வாங்க சார் நானும் வர்றேன்..." என்று அவரிடம் சொல்லியபடியே, ரிசப்ஷனிஸ்ட்டைப் பார்த்து "இந்த வந்துர்றேன் சிஸ்டர்... சீஃப் வந்தவுடன் சொல்லுங்க..." என்று நடக்கத் துவங்கினேன். ரவிக்கும் நான் வருவது தேவையாக இருந்தது போல. நான் வருவதாகச் சொல்லியிருக்காவிட்டால் அவரே அழைத்திருக்கவும் வாய்ப்புண்டு.

ரவியின் மனைவி லேபரட்டரிக்கு வெளியே வராண்டாவில் நின்றுகொண்டிருந்தார். நல்ல கிராமத்து முகம். நெருங்கிய உறவினரை நினைவுபடுத்தும் தோற்றம்.

ரவி அவர் மனைவியை அறிமுகப்படுத்தினார். அவர்களோடு இணைந்து ஸ்கேன் அறையை நோக்கி நடந்தேன். ஸ்கேன் சென்டரில் என்னை அறிமுகம் செய்து கொண்டு, அவர் சீட்டைக் காண்பித்து விசாரித்தேன். ஸ்கேன் எடுப்பதற்காக வெறும் வயிற்றில் சாப்பிடாமல் வரவேண்டும் என்பதால் அன்று ரவி ஸ்கேன் எடுக்கவில்லை. மறுநாள் வருவதாகச் சொல்லிவிட்டுச் சென்றார்.

அதற்குப் பின் நான் லேபரட்டரி இரத்தவியல் துறையில் சேர்ந்தேன். வருகிற நோயாளியின் இரத்தத்தை எடுத்து நம்பர் போட்டு என் வொர்க்கிங் டேபிளில் வைத்துவிட்டால் அது நான் டெஸ்ட் செய்ய வேண்டிய இரத்தம் என்று அர்த்தம். சுகர், கொல்ஸ்டிரால், யூரியா... இப்படி வேறு டெஸ்ட்டுகள் செய்ய வேண்டியிருந்தால் அருகில் இருந்த இன்னொரு டேபிளுக்குப் போய்விடும்.

அந்த லேபரட்டரியின் வேலைத் தன்மையைப் புரிந்து கொள்வதற்கே இரண்டு, மூன்று நாட்கள் பிடித்தன. எல்லாம் பழகிப்போன பின்பு, காலை ஒன்பது மணிக்கு லேபரட்டரிக்குள் நுழைந்தால் தேநீர் குடிக்க பதினோரு மணிக்கு வெளியே வருவதும், அப்புறம் மதிய உணவிற்கு வெளியே வருவதும்தான் இடைவேளைகள். மற்ற நேரங்களில் தொடர்ந்து கவனம் வேலையில் மட்டுமே இருந்து கொண்டிருக்கும். கொஞ்சம் கவனம் பிசகினாலும் டெஸ்ட்டுகளில் குழப்பம் வந்து விடும். அப்புறம் முதலில் இருந்து டெஸ்ட் செய்ய வேண்டும்.

லேபரட்டரியில் என்னையும் சேர்த்து நான்கு பேர் வேலையில் இருந்தோம். இரத்தம் எடுப்பதற்கு ஒருவர், பயோ கெமிஸ்டிரி டெஸ்டுகளுக்கு ஒருவர், சிறுநீர் பிரிவிற்கு ஒருவர், அப்புறம் சீஃப் டெக்னீசியன் ராஜன். வரவேற்பறையில் ஒரு கணினி உதவியாளரும், பில் வசூல் செய்பவர் ஒருவரும் இருப்பார்கள். யுனைடெட் லேப்

அ. உமர் பாரூக் • 221

போல இங்கு கமிஷன் கொடுக்கும் வேலையோ, டாக்டர்களைச் சந்திக்கும் வேலையோ இல்லை. இது ஒரு பெரிய மருத்துவமனையின் பகுதியாக இருந்ததால் டெஸ்ட் செய்வதும், ரிசல்ட் கொடுப்பதும் மட்டுமே வேலையாக இருந்தது. லேபிற்கு அருகிலுள்ள அறையிலேயே ரத்த வங்கியும் இருந்ததால், ப்ளட் டொனேஷனுக்காகவும் பல ரத்த டெஸ்ட்டுகள் செய்ய வேண்டியிருந்தன. ஏதாவது ஒரு நோயாளிக்கு ரத்தம் தேவைப்பட்டு, அங்கிருந்து கொண்டு செல்வதற்காகவும் பல பரிசோதனைகள் செய்ய வேண்டிவந்தன.

பெரும்பாலும் டெஸ்ட் தொடர்பான விஷயங்களை பேசிக் கொள்வதற்குத்தான் நேரம் இருக்கும். தேநீர், உணவு இடை வேளைகளில் கூட இருவர் சேர்ந்து சென்று வர முடியாது. ஒவ்வொருவராகத்தான் சென்று வர வேண்டும். பயோ கெமிஸ்டிரி டெக்னீசியன் ஜெயா வெளியே சென்று விட்டான் என்றால் அந்த டெஸ்டுகள் வெயிட்டிங்கில் இருக்கும். அவசர கேசுகளில் சீஃப் டெக்னீசியன் ராஜன் பார்த்துக் கொள்வார். ராஜனுக்கு ஐம்பது வயதிருக்கும். மதுரையில் ஒரு பெரிய மருத்துவமனையில் பணிபுரிந்த அனுபவத்தோடு இருந்தார்.

டெஸ்டுகள் முடிந்து சீட்டு கைக்கு வந்ததும், அதனை ஒருமுறை பார்த்துவிட்டு, கணினிக்கு அனுப்புவார் ராஜன். ரிப்போர்ட் தயாரானதும் அதில் கையெழுத்திடுவார். மற்ற நேரங்களில் வரவேற்பறையிலோ, லேபரட்டரியிலோ நடந்து கொண்டிருப்பார்.

சில நேரங்களில் தேநீர் இடைவேளையில் ராஜன் என்னையும் அழைத்து செல்வார். அவரும் பாலில்லாத டீ குடிக்கும் பழக்கம் இருந்தவர். இருவரும் போய் விட்டுத் திரும்பும் போது ஜெயா ஒரு மாதிரியாகச் சிரிப்பான். அவர் லேபில் இருக்கும் மற்றவர்களை அழைத்துச் செல்லாமல் என்னை மட்டும் கூப்பிடுவது ஏன் என்று யாருக்கும் தெரியாது. ராஜன் குறைவாகப் பேசுவார். வேலையில் கவனமாக இருப்பார். ரொம்ப குறைவாகச் சிரிப்பார். ஆனால் நல்ல மனிதர். அவரைப் பார்க்கும்போது யுனைடெட் லேபின் மில்ட்ரி நினைவுக்கு வந்தார்.

ரவி மனைவியின் ஸ்கேன் ரிப்போர்ட்டைப் பார்த்து விட்டு, நான் ஆறுதல் சொல்லிக்கொண்டிருந்த போது ராஜன் என்னைக் கடந்து புன்னகைத்தவாறே லேபிற்குள் நுழைந்தார். நானும் பதிலுக்கு புன்னகைத்து விட்டு “இந்தா வந்துர்றேன் சார்” என்று அவரிடம் சொன்னேன். அவர் “ஓகே தம்பி... நிதானமாவே வாங்க... கேஸ் குறைவுதான்” என்று சொல்லிவிட்டு உள்ளே போனார்.

மதிய உணவு இடைவேளை முடிந்து இப்போதுதான் லேப் திரும்பினேன். தரைத்தளத்தில் இருக்கும் கேண்டீனில் நான் சாப்பிடுவது வழக்கம். ராஜன் எப்போதுமே வீட்டில் இருந்து டிபன் பாக்ஸில் சாப்பாடு கொண்டு வந்து விடுவார்.

இருபது நிமிடத்தில் டாக்டரைப் பார்த்து விட்டு, மறுபடியும் வந்தார் ரவி. நான் ராஜனிடம் சொல்லி விட்டு வரவேற்பறைக்கு வெளியில் வந்தேன். ரவியின் முகம் இறுக்கமாக இருந்தது. "டாக்டர் என்ன சொன்னார் சார்?"

ரவியின் உதடுகள் லேசாக நடுங்கியதைப் போல இருந்தது. "உடனே ஆபரேஷன் செய்யணும்னு சொல்றார். கட்டி வேகமா வளர்றதுனால லேட் பண்ண நேரமில்ல உயிருக்கு ஆபத்துனு சொல்றார் சார்."

நான் ரவியின் கையைப் பிடித்துக்கொண்டேன். "அதுக்கு ஏன் சார் ஃபீல் பண்றீங்க... கர்ப்பப்பை ஆபரேஷன் எல்லாம் இப்ப சாதாரணம் சார். சரியான நேரத்துல சர்ஜரி பண்ணிட்டீங்கன்னா பிரச்சினையே இல்ல சார்". ரவியின் முழு உடலிலும் அதிர்ச்சி பரவி இருந்தது.

"அதெல்லாம் புரியுது சார்... டாக்டர் விளக்கமா சொன்னார். கல்யாணமாகி ஏழு வருஷமாகியும் குழந்தை இல்லைனுதான் சார் இங்க ட்ரீட்மெண்ட்டுக்கு வந்தோம். இந்த சர்ஜரில கர்ப்பப்பையையே எடுக்கணும்னு டாக்டர் சொல்றார் சார்..." ரவியின் கண்களில் இருந்து கண்ணீர் வெளிப்பட்டது.

எனக்கும் அதிர்ச்சியாகத்தான் இருந்தது. டாக்டர் அன்பு கிளினிக்கில் அவருடன் இருந்த நாட்களில் அலோபதி மருத்துவத்தின் சிகிச்சை முறைகளின் மீது முழுமையாக நம்பிக்கை இழந்திருந்தேன். கல்லூரி முடித்து, யுனைடெட் லேபில் சேரத் தயாரான நாட்களில், 'உலகம் முழுவதும் உயிர்காக்கும் பணியில் ஈடுபட்டிருக்கும் அறிவியல் மருத்துவத்தின் அடிப்படைப் பணியாளர்களில் ஒருவனாக இணைந்து பணியாற்றப் போகிறோம்' என்ற பெருமிதம் இருந்தது. லேப் கொடுத்த முதல் நாள் அதிர்ச்சியும், தொடர்ந்த பல பிரச்சினைகளும் பரிசோதனைகள் மீதான என் நம்பிக்கையை அந்த ஒரு வருடத்தில் குறைத்துவிட்டிருந்தது. வணிக வெறி மருத்துவத்திலும் நுழைந்து விட்டதால்தான் இப்படி ஆகிவிட்டது என்ற என் முடிவு, நார்மல் வேல்யூக்களில் இருக்கும் சிக்கல்களையும், டெஸ்ட் செய்யும் விதிகளின் தளர்வையும் பார்த்த பிறகு மொத்தமாக மாறிவிட்டது. ஆயிரக்கணக்கான அறிவியலாளர்களின் உழைப்பும்,

கனவும் பொறுப்பற்ற மருத்துவத்துறையாலும், வணிகத்தாலும் சிதைந்து கொண்டிருந்தன என்ற முடிவுக்கு வந்து சேர்ந்திருந்தேன். தொடர்ந்து டாக்டர் அன்புவின் மீதான நெருக்கம். அலோபதி மருத்துவத்தின் அடிப்படை குறித்தே கேள்விகளை எழுப்பியிருந்தது.

ரவியின் மனைவிக்கு இத்தனை மாத சிகிச்சைக்குப் பின்னால் கர்ப்பம் உண்டாகியிருக்க வேண்டும். அல்லது சிகிச்சை பலனின்றி அப்படியே இருந்திருக்க வேண்டும். இது இரண்டுமே இல்லாமல், கர்ப்பப்பையில் எப்படி கட்டி உருவாகியிருக்கும்? என்பது புரியவே இல்லை. முதன்முதலாக இங்கு சிகிச்சைக்கு வரும்போது அந்தக் கட்டி இல்லை. இத்தனை மாதங்களில் தொடர் சிகிச்சைக்குப் பிறகு, தீவிரமாக மருத்துவத்தைப் பின்பற்றிக்கொண்டிருக்கும் போதே கட்டி வந்திருக்கிறது என்பது மருத்துவத்தின் மீதான நம்பிக்கையை இன்னும் மோசமாக்கிவிட்டது.

ரவிக்கு நடந்தது காதல் திருமணம். இருவரும் ஒரே சாதி என்பதால் பெரிய பிரச்சினைகள் இல்லை. ஆனால் ரவியின் பெற்றோர் தங்களுக்கு சமமான வசதியில்லாத குடும்பத்தில் பெண் எடுக்க முடியாது என்று எதிர்ப்புத் தெரிவித்தார்கள். அப்புறம் ஒருவழியாக ரவியின் தோழர்கள் இருவரின் பெற்றோரிடத்திலும் பேசி சமாதானப்படுத்தினார்கள். முழு சம்மதம் இல்லாவிட்டாலும் ரவியின் பெற்றோர் ஒத்துக் கொண்டனர்.

திருமணமாகி முதல் ஒரு வருடத்திலேயே குழந்தை இல்லாத பிரச்சினையை உறவினர்கள் பேச ஆரம்பித்து விட்டார்கள். பெண் வீட்டு உறவினர்களில் யார் யாருக்கெல்லாம் குழந்தை இல்லை என்ற கணக்கெடுப்பை ரவியின் வீட்டில் துவங்கினார்கள். இரண்டாம் வருடத்தில் ஆரம்பித்தது அவருடைய மருத்துவப் பயணம். ரவிக்கோ, அவர் மனைவிக்கோ உடலில் எந்தப் பிரச்சினையுமில்லை. எல்லா ரிப்போர்ட்டுகளும் நார்மல். முதலில் ஸ்கேன் பண்ணியபோது கூட எந்தச் சிக்கலும் இல்லை. இருவருடைய ரிப்போர்ட்டும் நார்மல் என்றதுமே குழந்தை பிறந்த அளவிற்கு ரவி சந்தோஷப்பட்டார்.

எல்லா டாக்டர்களும் உடம்பில் ஒன்றும் பிரச்சினை இல்லை என்றும், சிலருக்கு இதுபோல காரணமின்றி குழந்தை பிறப்பு தாமதம் ஆகலாம் என்றும் ஒரே மாதிரியே கூறியிருக்கிறார்கள். அப்புறம் ஒவ்வொரு மருத்துவ மனையாக ஏறி இறங்கி, ஜோதிடம் பார்த்து பரிகாரம் செய்து, கடைசியாக இந்த மருத்துவமனைக்கு வந்து சேர்ந்திருக்கிறார் ரவி.

“கவலைப்படாதீங்க சார்... ஒங்க மிசஸ் உயிருக்கு ஆபத்தில்லைன்னு சந்தோஷப்படுங்க. குழந்தையைப் பத்தி அப்புறம் யோசிக்கலாம். கவலையெல்லாம் தள்ளி வச்சிட்டு, சர்ஜரிக்கு ஏற்பாடு செய்யுங்க சார்...”

ரவியின் நிலையைப் பார்த்து நானும் அவருடன் தரைத்தளம் வரைக்கும் வந்தேன். “சீக்கிரம் ஏற்பாடு பண்ணுங்க சார்... நானும் டாக்டரிடம் பேசுறேன். பிரச்சினை என்னன்னு தெரிஞ்சிருச்சி... இப்ப கவலைப்படுறதுல பிரயோஜனம் இல்ல சார். பிரச்சினையை எப்படி தீர்க்கணும்கிறதுதான் இப்ப முக்கியம்.”

“புரியுது சார்... நான் இங்க ட்ரீட்மெண்டுக்கு வந்தப்ப ஒரு பிரச்சினையும் இல்லை சார். ஸ்கேன்லயும் நார்மல்தான்னு சொன்னாங்க. இப்ப கிட்டத்தட்ட நாலு மாசம் ட்ரீட்மெண்ட் எடுத்தப்புறம் பீரியட்ஸ் தள்ளிப் போச்சு. அவளோட சிம்ப்டம்ஸ் வச்சு பிரக்னண்டா இருக்கும்னுதான் டாக்டர் சொன்னார்... யூரின் டெஸ்டுல நெகடிவ்னு வந்தப்ப இன்னும் பத்து நாள் வெயிட் பண்ணி ஸ்கேன் பண்ணலாம்னு டாக்டர் சொன்னார்... இப்ப திடீர்னு கட்டினு சொல்றாங்க. ஒண்ணும் புரியல சார். இப்ப என்னடான்னா உயிருக்கே ஆபத்துனு சொல்றாங்க சார்... குழந்தை பிறக்கலைன்னாலும் பரவாயில்லை சார்... அவ ரொம்ப பாவம் சார்... நிறைய காயப்பட்டுட்டா... அவளாவது எனக்கு உயிரோட வேணும் சார்...”

எனக்கும் கண்கள் கலங்கியது. ரவியின் கைகளை இறுகப்பற்றிக் கொண்டேன். “பயப்படாதீங்க சார்... நீங்க ஒரு சயின்ஸ் டீச்சர்... நீங்களே இப்புடி கலங்கினீங்கன்னா அவங்க என்ன செய்வாங்க? நீங்கதான் அவுங்களுக்கு ஆறுதல் சொல்லணும்... இப்ப அழுகுறதுக்கெல்லாம் நேரமில்ல சார்... உடனே சர்ஜரிக்கு ஏற்பாடு செய்யுங்க சார்...”

நாங்கள் பேசிக்கொண்டிருப்பதைப் பார்த்து விட்டு, ஒரு அட்டெண்டர் ரவியின் அருகில் வந்தார். “என்ன பிரச்சினை சார்...?” அவர் பி.ஆர்.ஓ.செக்ஷனில் வேலை செய்யும் நபர். “ஒண்ணுமில்ல சார்.. சாருடைய மிசஸுக்கு ஒரு சர்ஜரி... அதைப் பத்தித்தான் பேசிக்கிட்டிருக்கோம். யுட்ரஸ் ரிமூவல் சர்ஜரி... அதுனால சார் கொஞ்சம் கவலையா இருக்கார்.”

என்னை மட்டும் தனியாக அழைத்தார் அட்டெண்டர். “எதுவும் பணப்பிரச்சினையா சார்?” “இல்ல சார்.. அவர் டீச்சர்தான் அதனால சமாளிச்சுக்குவார்” என்று சொல்லிக்கொண்டிருக்கும் போதே, காதருகில் வந்தார்.

"பேசி கரெக்ட் பண்ணிவிடுங்க சார்... சர்ஜரி அமவுண்டுல ரெண்டு பர்சண்ட் வாங்கித்தர்றேன்". எனக்கு என்ன பேசுவதேன்றே தெரியவில்லை. சில நேரங்களில் இப்படித்தான்... இந்தச் சூழ்நிலையில் நான் என்ன செய்ய வேண்டும் என்ற எண்ணம் தோன்றாமல் சில நிமிடங்கள் ஏகாந்தமாகக் கழிகிறது. கவலை, மகிழ்ச்சி இரண்டிற்கும் இடையிலான கனத்த மௌனம் முகத்தை அப்பிக் கொள்கிறது.

நான் நின்று கொண்டிருக்கும்போதே அட்டெண்டர் அவர் அறைக்குச் சென்று விட்டார். நான் திரும்பிப் பார்த்தேன்... இன்னொரு புறம் என்னைப் போலவே ரவியும் நின்றுகொண்டிருந்தார்.

ரவியின் அருகில் சென்றேன். "சார் எதுல வந்தீங்க... டூ வீலரா? இல்ல ஆட்டோ கூப்பிடவா சார்?" "இல்ல சார். டூ வீலர்தான் நான் போய்க்கிர்றேன்."

"சார் கவலையை விட்டுட்டு ஆக வேண்டியதைப் பாருங்க சார்... எல்லாம் நல்ல படியா நடக்கும்" ரவி மெதுவாக நடந்து, டூ வீலர் ஸ்டாண்ட்டை நோக்கிச் சென்றார்.

ரவியிடம் கடைசியாக நான் சொன்ன வரி எனக்கே அந்நியமாக, யாரோ சொன்னது போன்று கேட்டுக்கொண்டிருந்தது. "டூ பெர்சண்டேஜ்" எனும் குரல் மறுபடியும் என்னைத் துரத்த ஆரம்பித்தது. வெளியில் இருந்து கேட்கும் குரலாக இருந்தால் காதுகளை மூடிக் கொள்ளலாம். உள்ளிருந்து துரத்தும் குரலில் இருந்து எப்படி தப்பிப்பது? அந்தக் குரலின் எதிரொலி தலை முழுவதும் பரவி, தலை வலிக்க ஆரம்பித்தது.

19

ரத்த வங்கியின் உதவியாளர் ராமர் அவசரமாக ஒரு சீட்டோடும், இரண்டு டெஸ்ட் டியூப்களோடும் வந்திருந்தார். லேபும், ரத்த வங்கியும் அருகருகே இருந்தன. ரத்த வங்கியிலிருந்து அறுவை சிகிச்சைக்காக ரத்தத்தை வெளியில் எடுப்பதற்கு முன்பாக, லேபிற்கு வந்து பரிசோதனைகளை முடித்து விட்டுத்தான் செல்வார் ராமர்.

'குட் ஈவ்னிங் சார்...' என்றார் என்னைப் பார்த்து.

"வாங்க ராமர் சார்..." என்றேன். பிற்பகல் முழுவதும் நீடித்திருந்த தலைவலி இப்போது கொஞ்சம் குறைந்திருந்தது.

"மதியம் கேண்டீன்ல உங்களை பார்க்க முடியல சார்..." முத்துத்தேவன் பட்டியில் இருந்து பேருந்தில் வந்து செல்லும் ராமரும் மதிய உணவை கேண்டீனில்தான் சாப்பிடுவார். இங்கு பணியில் சேர்ந்ததில் இருந்து மதிய வேளைகளில் தொடர்ந்து இருவரும் சந்தித்துக் கொள்வது வழக்கம். ரத்த வங்கி தொடர்பான பரிசோதனைகள் இருக்கும்போதும் அடிக்கடி லேபிற்கு வந்து விடுவார்.

"கொஞ்சம் தலைவலி சார்... அதனால சாப்பாட கட் பண்ணிட்டேன்..."

"ப்ளட் பேங்க் வந்திருந்தா ஒரு டேப்லட் போட்டிருக்கலாம்ல சார்... என் பேக்ல எப்பவும் பெயின் கில்லர் இருக்கும்..." என்று சொல்லி விட்டு, என் சிரிப்பைப் பார்த்ததும் அவரே தொடர்ந்து பேசினார். "ஓ... நீங்கதான் மெடிசின் எதுவும் சாப்பிட மாட்டீங்கள்ல... அதுவும் நல்லதுதான் சார்... வலி இப்ப ஓகேவா சார்...?"

“ம்... குறைஞ்சிருச்சு சார்... சொல்லுங்க சார் எதுவும் டெஸ்ட்டா...?”

“ஆமா சார்... எமர்ஜென்சி வார்டுல ஒரு ஓ பாசிடிவ் பேசண்ட்... நைட் சர்ஜரி இருக்காம்... ப்ளட் கேட்டாங்க... அதுதான் டெஸ்ட் பண்ண வந்தேன்...”

“ஸ்பெசிமென் குடுங்க சார்... ஒரு அஞ்சு நிமிஷம்...” சொல்லி விட்டு அவர் கொண்டு வந்திருந்த இரண்டு டெஸ்ட் டியூப்களையும் வாங்கிக்கொண்டு உள்ளே சென்றேன். வரவேற்பறையைக் கடந்து துவங்கும் ஆய்வுப்பகுதி ஒரே நீளமான ஹால்தான். இடது, வலது புறங்களில் சுவற்றோரம் மூன்று அடி உயரத்தில் நீளமான மார்பிள் கற்களைக் கொண்டு ‘ஒர்க்கிங் டேபிளை’ உருவாக்கியிருந்தார்கள். அதன் மேல்தான் எல்லா டெஸ்ட்டுகளுக்கான வசதிகளும் செய்யப்பட்டிருந்தன. உள்ளே நுழைந்ததும் இடது புறம் மைக்ரோஸ்கோப்போடு துவங்கும் இரத்தவியல் பிரிவு, சில அடிகள் இடைவெளியில் பயோ கெமிஸ்ட்ரி. இடது ஓரத்தில் இருக்கும் கழுவும் தொட்டி அருகில் சிறுநீர் பரிசோதனைக்கான பிரிவு. வலது புறம் துவக்கப் பகுதியில் ரத்த சேகரிப்பு பகுதியும், தொடர்ந்து பல கருவிகள் வைக்கப்பட்டிருக்கும்.

ரத்த வங்கிகளில் சேமிக்கப்பட்டிருக்கும் ரத்தம் ஏற்கனவே பல வகையான பரிசோதனைகள் செய்யப்பட்டு, வைக்கப்பட்டிருக்கும். கண்ணாடி பாட்டில் மற்றும் புதிதாக வந்திருக்கிற கெட்டியான பாலித்தீன் பேக்கில் இந்த ரத்தம் குளிர்சாதன வசதி செய்யப்பட்ட நீள் பெட்டிக்குள் இருக்கும். ஒவ்வொரு பேக்கிலும் ரத்த வகை மற்றும் சேகரிக்கப்பட்ட தேதியைக் குறிப்பிட்டு வைத்திருப்பார்கள். இருபத்தி நான்கு மணிநேரமும் தடைபடாத மின்சார வசதி ரத்த வங்கிக்கும், அறுவை சிகிச்சை அரங்குக்கும் மட்டுமே செய்யப்பட்டிருக்கும். பிற பிரிவுகளில் தேவைக்கு ஜெனரேட்டர்களை இயக்கி மின்சாரம் பெற்றுக் கொள்வார்கள்.

ஏற்கனவே சேமிக்கப்பட்ட ரத்தத்தில் இருந்து இரண்டு மில்லியை ஒரு டெஸ்ட் டியூபிலும், ரத்தம் தேவைப்படும் நோயாளியின் ரத்தம் எடுக்கப்பட்டு அது ஒரு டெஸ்ட் டியூபிலும் கொண்டு வந்திருந்தார் ராமர். சில நேரங்களில் நோயாளியின் ரத்தத்தை நானோ அல்லது லேபில் இருக்கும் இன்னொருவரோ போய் எடுத்துக் கொண்டு வர வேண்டியதிருக்கும். ரத்த வங்கியில் பெரிய வேலைகள் இல்லாத போது, ராமரே போய் நோயாளியின் ரத்தத்தையும் எடுத்துக் கொண்டு வந்து விடுவார். இப்போதும் அப்படித்தான் எடுத்து வந்திருக்கிறார்.

ரத்த வங்கியில் சேகரிக்கப்பட்டிருக்கும் ரத்தம் நீண்ட நேரத்திற்கு உறையாது. நமது உடலில் இருந்து ரத்தம் வெளியில் எடுக்கப்பட்டவுடன் சில நிமிடங்களில் உறைந்துவிடும். அதுதான் ரத்தத்தின் இயல்பு. சேமிப்பதற்காக எடுக்கப்படும் ரத்தம் உறையாமல் இருக்க ஹெபாரின் எனப்படும் வேதிப்பொருளை கலந்துதான் ரத்தத்தை வைத்திருப்பார்கள். உறையாமல் இருக்கும் ரத்தத்தைத்தான் நோயாளிகளுக்கு ஏற்ற முடியும். ரத்தம் உறைந்து விட்டால் அது பரிசோதனை செய்ய மட்டும்தான் பயன்படும். ரத்தம் உறையாமல் இருப்பதற்காக ரத்த வங்கிகளில் பயன்படுத்தப்படும் ஹெபாரின் விலை அதிகமான ரசாயனம். சில நேரங்களில் நோயாளின் வீட்டிற்குச் சென்று பரிசோதனைக்காக ரத்தம் எடுத்து வர வேண்டியிருக்கும் போது, ஹெபாரின் போன்றேயுள்ள, ஆனால் விலை மலிவான ஈடிடிஏ எனும் பவுடரைப் பயன்படுத்துவோம். இது பரிசோதனை செய்யும் ரத்தத்திற்கு மட்டுமே பயன்படுத்தப்படும். ஏனெனில், இது நோயாளிகளின் உடலில் ஏற்றப்படப் போவதில்லை.

ராமர் கொடுத்த சேமிக்கப்பட்டிருந்த உறையாத ரத்தத்தையும், இப்போதுதான் எடுக்கப்பட்ட உறைந்து கொண்டிருக்கும் ரத்தத்தையும் டியூப் ஸ்டாண்டில் வைத்தேன். இன்னும் ஓரிரு நிமிடங்களில் நோயாளியின் ரத்தம் உறைந்துவிடும். பின்புதான் பரிசோதனை செய்யமுடியும். அதற்குள் ஒருமுறை சேமிக்கப்பட்ட ரத்தத்தின் ரத்த வகையினை உறுதி செய்து கொள்ளலாம் என்று தோன்றியது.

ஒரு பெரிய கண்ணாடி ஸ்லைடை எடுத்து வைத்துக் கொண்டேன். அதில் ஏ, பி எனும் ரத்த வகை கண்டறியும் ரசாயன திரவத்தின் ஒவ்வொரு துளியை இடைவெளி விட்டு விட்டுக் கொண்டேன். இன்னும் சிறிது இடைவெளி விட்டு, ஆர் ஹெச் (பாசிடிவ்/நெகடிவ்) கண்டுபிடிக்கும் ரசாயன திரவத்தை ஒரு துளி விட்டுக் கொண்டேன். இந்த ரசாயன திரவத்தையும் ‘சீரம்’ என்றுதான் அழைப்பார்கள். ரத்த வங்கியில் இருந்து கொடுக்கப்பட்ட ரத்தத்தில் மூன்று சீரத்தின் மேலும் ஒவ்வொரு துளியை இட்டேன். சிறு கண்ணாடிக் குச்சியைக் கொண்டு, ஒவ்வொரு துளியையும் கலக்க ஆரம்பித்தேன். ஏ மற்றும் பி சீரத்தோடு கலந்த ரத்தத்தில் எந்த மாற்றமும் இல்லை. ஏ சீரத்தோடு கலந்த ரத்தம் வினைபுரிந்து துகள் துகளாக மாறி விடுமானால் அது ஏ வகையைச் சேர்ந்த ரத்தம் என்று அர்த்தம். அதே போல பி சீரத்தோடு சேர்ந்து வினைபுரியுமானால் அது பி வகையைச் சேர்ந்த ரத்தம். ஏ, பி இரண்டிலும் இதே வினை நடைபெற்றால் அது ஏபி வகை ரத்தம். இரண்டிலுமே எந்த வினையும் நடைபெறவில்லை என்றால் அது ஓ வகை ரத்தம். இப்படித்தான் ரத்த வகையைக் கண்டுபிடிப்பார்கள்.

தொடர்ந்து ஆர்ஹெச் டைப் எனும் பாசிடிவா, நெகடிவா என கண்டுபிடிக்கும் மூன்றாவது துளியைக் கவனித்தேன். அதில் பாசிடிவ் என்றால் எந்த மாறுதலும் இருக்காது. நெகடிவ் என்றால் துகள் துகளாகப் பிரிந்து, வேதிவினையை உருவாக்கும். இங்கு கொடுக்கப்பட்டிருந்த ரத்தம் ஓ பாசிடிவ் என்பதை உறுதி செய்து கொண்டேன்.

ஆர்.ஹெச் பாசிடிவ், நெகடிவ் என்றால் என்ன என்று கேள்விப்பட்டிருக்கிறீர்களா? ஆர்.ஹெச் என்பது ஒரு குரங்கு இனத்தின் பெயர். ரீசஸ் மங்கி எனப்படும் குரங்கு இனத்தின் ரத்தத்தோடு பொருந்துகிற ரத்தத்தை பாசிடிவ் என்றும், பொருந்தாத ரத்தத்தை நெகடிவ் என்றும் வகைப்படுத்துவார்கள்.

ரத்தத்தில் ஏ, பி, ஏபி, ஓ என்று நான்கு வகைகளும் இவற்றை பாசிடிவ், நெகடிவ் எனப் பிரித்தால் மொத்தமாக எட்டு ரத்த வகைகள் இருக்கின்றன. ஏ வகை ரத்தத்தில் மட்டும் ஏ1, ஏ2 என இருவகையாகப் பிரிப்பார்கள். சமீபத்தில் அந்த ஏ1, ஏ2 இரண்டிற்கும் பெரிய வேறுபாடு எதுவும் இல்லாததால் இவ்வகை மட்டும் கைவிடப்பட்டது.

ரத்தம் ஏற்றுவதில் ரத்த வகையை உறுதி செய்துகொள்வது மிகவும் முக்கியம். அந்தந்த ரத்த வகை கொண்டவருக்கு அதே வகையான ரத்தத்தையே ஏற்ற வேண்டும். இதில் தவறு ஏற்பட்டு விட்டால் நோயாளியின் உயிருக்கே ஆபத்து. சில நோயாளிகள் பல ஆண்டுகளுக்கு முன்போ, தான் பள்ளியில், கல்லூரியில் படிக்கும் காலத்தில் எடுத்த ரத்தப் பரிசோதனை முடிவுகளைக் கொண்டு வருவார்கள். நமது ஆயுட்காலம் முழுவதும் ஒரே ரத்த வகைதான் இருக்கும். ஆனால், முன்னால் செய்யப்பட்ட பரிசோதனையில் தவறு நேர்ந்திருந்தால் இப்போது பிரச்சினை வரும் என்பதால், பழைய ரத்த வகை ரிப்போர்ட்டுகளை நாங்கள் எடுத்துக்கொள்ள மாட்டோம். இப்போது ஒருமுறை உறுதி செய்துகொள்வது மிகவும் முக்கியம்.

நோயாளியின் ரத்தம் உறைந்து விட்டது. இனி, இந்த இரண்டு ரத்தங்களும் பொருந்துகிறதா என்ற ‘கிராஸ் மேட்சிங் டெஸ்ட்’ செய்ய வேண்டும். பொதுவாக, ஏ பாசிடிவோடு ஏ பாசிடிவ் சேரும் என்று சொல்லி விடுவார்கள். ஏ, பி, ஏபி ஆகிய ரத்தங்கள் அதே வகையோடு சேரும். இந்த மூன்றுமே ஓ வகையோடு சேரும். ஒரு வகை ரத்தத்தோடு அதே வகை ரத்தம் சேரும் என்பது உண்மை தான். ஆனால், அதனை உறுதி செய்துகொண்டுதான் ரத்தம் ஏற்ற வேண்டும்.

சிலருக்கு ஒரே வகை ரத்தம் இருந்தாலும் ஒன்றை ஒன்றை எதிர்க்கும். இது ஏன் என்று துல்லியமாகக் கண்டறியப்படவில்லை. அதனால் ரத்தம் ஏற்றுவதற்கு முன்பாக 'கிராஸ் மேட்சிங் டெஸ்ட்' அவசிய தேவையாகி விடுகிறது. இப்போது பரிசோதனைக்கு வந்திருக்கும் நோயாளியின் ரத்தமும், சேமிக்கப்பட்ட ரத்தமும் ஓ பாசிடிவ்தான். இரண்டும் ஏற்றுக்கொள்ளும் தன்மையோடு இருக்கிறதா என்பதை இப்போது சோதிக்க வேண்டும்.

இந்தப் பரிசோதனைக்கு எந்த ரசாயன திரவமும் அவசியமில்லை. சேமிக்கப்பட்ட உறையாத ரத்தத்தின் ஒரு துளியையும், நோயாளியின் உறைந்த ரத்தத்தில் இருந்து பிரிந்த சீரத்தை ஒரு துளியும் ஒரு கண்ணாடி ஸ்லைடில் கலந்தேன். குச்சியை வைத்து, சில வினாடிகள் தொடர்ந்து கலக்கிக்கொண்டிருந்தேன். ஒரு மாற்றமும் இல்லை. ஸ்லைடை தலைக்கு மேலே உயர்த்தி, டியூப் லைட் வெளிச்சம் மேற்பகுதியில் இருந்து படுமாறு காண்பித்தேன். கீழிருந்து ரத்தக்கலவையில் ஏதேனும் மாற்றமிருக்கிறதா என்பதைப் பார்த்தேன். எதுவும் இல்லை. கலவை அப்படியே இருந்தது. இப்படி இருந்தால் சோதனை வெற்றி என்று அர்த்தம். இரண்டு ரத்தங்களும் இணைந்து கொள்கின்றன என்று புரிந்துகொள்ள வேண்டும். ராஜன் சாரை அழைத்துக் காட்டினேன். அவரும் பார்த்து விட்டு உறுதி செய்தார். சீட்டில் குறிக்கப்பட்டு, வரவேற்பறை மேஜைக்குச் சென்று, சில நிமிடங்களில் கணினி அச்சில் ரிசல்ட் தயாராகிவிட்டது.

நான் வரவேற்பறைக்கு வந்து, காத்திருந்த ராமரிடம் ரிசல்ட்டைப் பெற்றுக்கொள்ள சொன்னேன். "ரிப்போர்ட் ரெடி சார்... கிராஸ் மேட்சிங் ஓகே சார்..."

"ஓகே சார்... தாங்க்யூ... வர்றேன் சார்... நாளைக்குப் பார்க்கலாம்" என்று சொல்லி விட்டு, அவர் அறையை நோக்கி நடக்க துவங்கினார் ராமர்.

ராமர் போன சில நிமிடங்களில் நான் மீதமிருந்த வேறு பரிசோதனைகளைக் கவனிக்க ஆரம்பித்தேன். யுனைடெட் லேப் போல இல்லாமல், இங்கு மைக்ரோஸ்கோப்பின் அருகில் செல் கவுண்டர்கள் இருந்தன. மைக்ரோஸ்கோப்பின் வழியாக அணுக்களைப் பார்த்துக்கொண்டே, செல் கவுண்டரில் எண்ணிக்கையைப் பதிவு செய்து விட்டால் நூறு வந்ததும் ஒரு மணியோசையை எழுப்பும். அப்புறம், கவுண்டரில் இருக்கும் எண்ணிக்கையை சரி பார்த்து சீட்டில் எழுதிவிட்டால் போதும். இந்த ஆய்வுக்கூடத்தில் பல கருவிகள் நவீனமாக இருந்தன. பயோ கெமிஸ்ட்ரி பரிசோதனைகளுக்கு டிஜிட்டல் கலோரி மீட்டர் கூட பயன்படுத்தப்படவில்லை.

முழுமையாக கணினி மயமாக்கப்பட்ட "ஆட்டோ அனலைசர்" இங்கு இருந்தது. ஒரே நேரத்தில் பல பரிசோதனைகளை வேகமாகச் செய்து விட முடியும். அதே போல, சோதனைக்குத் தேவையான ரத்தத்தின் அளவும், வேதிப்பொருட்களின் அளவும் மிக மிகக் குறைவாகவே தேவைப்பட்டன.

எல்லா பரிசோதனைகளையும் முடித்து விட்டு, ஸ்லைடுகளை எடுத்து தனியாக வைப்பதற்காக அவற்றை எடுக்க ஆரம்பித்தேன். கிராஸ் மேட்சிங் செய்த ஸ்லைடில் ஏதோ வேறுபாடு தெரிந்தது. அதனை மட்டும் தனியாக எடுத்து, உற்றுப் பார்த்தேன். சந்தேகம் அதிகமாகவே மைக்ரோஸ்கோப்பில் வைத்து பார்த்தேன். மிக மிகச் சிறியதாக துகள்கள் பிரியத் துவங்கி இருந்தன. அது மெதுவாக அதிகரிப்பது போலத் தோன்றியது.

"ராஜன் சார்..." சப்தமாக குரல் கொடுத்தேன். அவர் இடது மூலையில் இருந்து வேகமாக என் அருகில் வந்தார். "என்ன சார்... ?"

"இதைக் கொஞ்சம் பாருங்களேன். "சிறு துகள்களாகப் பிரியும் ரத்தக் கலவையை அவருக்குக் காண்பித்தேன். "மைக்ரோ கிளம்பிங் சார்..." என்றார்.

நான் பதற்றமாகக் கேட்டேன். "கிராஸ் மேட்சிங் ஓகேனு ரிசல்ட் கொடுத்திருக்கோம் சார்... இதுல லேட் ரியாக்சன் இருக்கு... டாக்டர்க்கு இன்ஃபார்ம் பண்ணிறலாம் சார்...?''

"தேவையில்லை சார்... ப்ரொசிஜர் படி ஒரு நிமிசத்துக்குள்ள வர்ற மாற்றத்தைத்தான் நாம கணக்குல எடுக்க முடியும்... இது ரொம்ப நேரம் ஆச்சே சார்... கிளாட்டிங்காவோ, கண்டாமினேசனாவோ கூட இருக்கலாம் சார்..."

"அப்படி இருந்தா பரவாயில்லை சார்... ஒருவேளை இது லேட் ரியாக்சன் பிளட்டா இருந்தா...? பாதிப்பு பேசண்ட்டுக்குத் தானே சார்...?"

"லேட் ரியாக்சன் அப்படினு ஒண்ணு சயின்ஸ்ல ஃப்ரூப் பண்ணப்படல சார்... நாம எக்ஸ்பீரியன்ஸ்ல பேசிக்கிறோமே தவிர, அதை எப்படி டாக்டர்கிட்ட சொல்றது?"

"ராமர் சார் கிட்டயாவது இன்ஃபார்ம் பண்ணலாம் சார்..." என்றேன். "சரி உங்க இஷ்டம். என் அசெம்ப்சன் படி ரிப்போர்ட் கரெக்ட்தான்" என்றார். ராஜன் சாரிடம் உள்ள நல்ல குணமே இதுதான். தனக்குப் பிடிக்காத ஒன்றை நான் செய்வதாகச் சொல்லும்

போதும், அதனை நிறுத்த சொல்லி வற்புறுத்த மாட்டார். 'செய்து பார்க்கட்டுமே' என்று விட்டு விடுவார்.

நான் அவசரமாகக் கிளம்பி ரத்த வங்கிக்குச் சென்றேன். அங்கு வரவேற்பறையில் இருந்த பெண்ணிடம் ராமர் சாரை விசாரித்தேன். அவர் இப்போதுதான் ரத்தத்தை எடுத்துக் கொண்டு, கீழே அறுவை சிகிச்சை அரங்கிற்குச் செல்வதாகச் சொன்னார். நான் நேரம் பார்த்தேன். மணி ஆறு தான் ஆகியிருந்தது. அறுவை சிகிச்சை இரவு என்று தான் சொல்லியிருந்தார் ராமர். இப்போது சொல்லிவிட்டால் மாற்று ஏற்பாடு செய்து கொள்வார்கள் எனத் தோன்றியது. இரண்டாம் தளத்தில்தான் அறுவை சிகிச்சை செய்யும் தியேட்டர் இருந்தது. நான் லிஃப்ட்டில் காத்திருப்பதற்கு பதிலாக படிகளில் இறங்கி ஓடினேன். இரண்டாம் தளம் வந்ததும், இடது புறம் அமைந்திருந்த அறுவை சிகிச்சை அறையின் முன்பகுதிக்குள் நுழைந்தேன். அங்கிருந்த நர்ஸ் தொலைபேசியில் யாரிடமோ பேசிக் கொண்டிருந்தார். அவர் பேசி முடித்ததும், என்னைப் பார்த்து புன்னகைத்தார். "சொல்லுங்க சார்..."

"ராமர் சார் எங்க... ப்ளட் பேக்கோடு வந்தாரே...?"

"இப்பதான் உள்ள போறார் சார்... ப்ளட்டை ஸ்டோரேஜ்ல வச்சிக்கிட்டிருக்கார்... நீங்க உள்ளே போய்ப்பாருங்க சார்... யாரும் இல்ல..."

நான் அவசரமாக கதவைத் தள்ளிக்கொண்டு உள்ளே நுழைந்தேன். "ராமர் சார்..." என் குரலைக் கேட்டு ஃபிரீட்ஜரின் உள்ளே குனிந்து நின்றுகொண்டிருந்த ராமர் நிமிர்ந்து பார்த்தார். "வாங்க சார்... என்ன இங்க வரைக்கும்...?"

"சார்... ஒரு நிமிஷம்... ஓ பாசிடிவ் கிராஸ் மேட்சிங் ரிப்போர்ட் பத்தி பேசணும் சார்..." என்றேன். "சொல்லுங்க சார்..." என்று சொல்லிக்கொண்டே அங்கிருந்த நாற்காலியில் அமரச் சொன்னார். நான் நின்றுகொண்டே பிரச்சினையை விளக்கினேன்.

"நீங்க சொல்றது புதுசா இருக்கு சார்... மைக்ரோ கிளம்பிங் இருக்குன்னா டெஸ்ட் ரிப்போர்ட்ட மாத்தி கொடுத்திரலாமா...?"

"இல்ல சார்... அது முடியாது... ஏன்னா புரொசிஜர் படி ஒரு நிமிஷத்துல வர்ற ரியாக்சனை வச்சுத்தான் முடிவெடுப்போம்... என்னோட பெர்சனல் டவுட்னால இதை சொல்றேன்... கொஞ்சம் டாக்டர்கிட்ட பேசிப்பாருங்க சார்..."

"டாக்டர்கிட்ட எப்படி சார் சொல்றது...? பாசிடிவ், நெகட்டிவ் ரெண்டுக்கும் இடையில ஒன்னைப் பத்தி என்ன சார் சொல்றது...?"

"புரியுது சார்... இது சிக்கலான விஷயம்தான்... பேசண்டுக்கு பிரச்சினை வந்துறக் கூடாதுங்கிறதுனாலதான் சொல்றேன்... கொஞ்சம் டாக்டருக்கு புரியவைக்க முயற்சி செய்ங்க..."

"என்னதான் சார் சொல்றது...?"

"சரி... நான் வேற மாதிரி எக்ஸ்பிளைன் பண்ண ட்ரை பண்றேன் சார்... உங்களை ஒருத்தர் கடுமையா திட்றார்... காரணமில்லாம திட்றார்னு வைங்களேன்... நீங்க என்ன செய்வீங்க...?"

"நானும் திருப்பி திட்டிருவேன் சார்..."

"உடனேவா...? அப்புறமாவா... சார்?"

"உடனேதான் சார்..."

"ஆனால், எல்லாரும் உங்களை மாதிரியே இருக்க மாட்டாங்க சார்... உதாரணமா என்னை எடுத்துக்குவோம்... என்னை காரணமில்லாம யாராவது திட்டினால் உடனே திருப்பி திட்டமாட்டேன்... நான் கொஞ்சம் ஸ்லோ பிராசசர்... யோசிச்சு, நம்ம மேல எதுவும் தப்பு இருக்கானு யோசிச்சிட்டு அப்புறமாதான் ரியாக்ட் பண்ணுவேன்..."

"சரி... அதுக்கும் இதுக்கும் என்ன சம்பந்தம் சார்...?"

"நமக்கு ஒரு கேரக்டர் இருக்குல சார்... அது நம்மோட மனசோட பார்ட்... அது நம்ம மூளையில இருந்து வேலை செய்றதா சொல்றாங்க... இப்ப சில சயிண்டிபிக் ரிசர்ச் பேப்பர்ஸ் என்ன சொல்லுதுனா எல்லா செல்கள்லயும் மனசு இருக்கிறதா சொல்லுது... அதாவது நம்ம கேரக்டரின் ஒரு பகுதி நம்ம செல்கள்லயும் இருக்கலாம்... இப்ப உங்க கேரக்டர் இம்மீடியட் ரியாக்சனா இருந்தா உங்க ப்ளட் செல்ஸ்ல அது பிரதிபலிக்கும் வாய்ப்பு இருக்கு... அதே மாதிரி என்னைப் போல ஸ்லோவான கேரக்டர்களோட பிளட் செல்ஸ் லேட் ரியாக்சன்தானே செய்யும்...?"

"வாய்ப்பிருக்கு சார்... ஆனா இது இன்னும் நிரூபிக்கப்படல... இப்பதான் ரிசர்ச் ஆரம்பிச்சிருக்கு... எந்த டெக்ஸ்ட் புக்லயும் இல்ல... இதைப் போய் டாக்டர்கிட்ட எப்படி சார் சொல்றது...?"

"பேசண்ட் பாதிக்காம இருக்கிறதுக்கு மூவ் பண்ணலாம் சார்... ஒரு ட்ரை பண்ணிப் பாருங்க... நான் வேணும்னா வரட்டுமா...?"

"நானே சொல்லிப் பாக்குறேன் சார்... சர்ஜன் கொஞ்சம் அடமெண்ட் டைப் சார்... அவர்கிட்ட வேற மாதிரிதான் பேசணும்... நீங்க வேண்டாம் சார்..."

"சரிங்க சார்... ரொம்ப தாங்க்ஸ்... முயற்சி பண்ணுங்க..."

நான் சொல்ல வந்த விஷயத்தை ராமர் புரிந்து கொண்டார் என்பதே மனதுக்கு நிறைவாக இருந்தது. இது பற்றி முன்பே டாக்டர் அன்புவிடம் பேசியிருக்கிறேன். ஒவ்வொரு அணுக்களுக்குள்ளும் நமது மனது பரந்து விரிந்திருக்கும் சாத்தியம் அதிகம் என்றே சொன்னார். மூளை என்பது ஒரு கம்ப்யூட்டர் பிராசசர் மாதிரி வேலை செய்யும் என்றும், அதன் நினைவுகள் எல்லாம் அங்கேயே இருக்க வேண்டும் என்ற கட்டாயம் இல்லை என்றும் சொன்னார். மூளையில் மட்டுமே சுரப்பதாகக் கண்டுபிடிக்கப்பட்ட பல வேதிப்பொருட்கள் பல அணுக்களிலும் இப்போது கண்டுபிடிக்கப்பட்டதாகவும், ஒருவேளை நாம் பேசிக்கொண்டிருக்கும் அனைத்துமே தவறாகக் கூட போய்விடலாம் என்றும் அன்பு சொன்னார். சரியா, தவறா என்பதை எதிர்காலம் தீர்மானிக்கட்டும். ஆனால், இப்போது ஒரு உயிருக்கு நமது அறியாமை ஆபத்தை விளைவிக்காமல் இருப்பது அவசியம் என்று தோன்றியது.

என் வேலை நேரம் ஆறு மணியோடு முடிவடைகிறது. ஆனாலும், இன்னும் சற்று நேரம் இருந்து விட்டுப் போகலாம் என்று ஆய்வுக்கூடத்திலேயே இருந்தேன். பகல் வேலை முடிந்த இருவர் கிளம்பியிருந்தனர். ராஜன் சாரும், ஜெயாவும், வரவேற்பறையில் பணிபுரியும் இரண்டு பெண்களும் மட்டும் லேபில் இருந்தனர். ஏழு மணி வரை காத்திருந்து விட்டு, ராஜன் சாரிடம் விடைபெற்று சென்றேன். ரத்த வங்கிக்குச் சென்று ராமரைச் சந்தித்தேன்.

"சர்ஜன் கிட்ட சொல்லியாச்சு சார்... பெரிய ரெஸ்பான்ஸ் இல்ல... இருக்கிற வேலையை மட்டும் பாருங்க... புதுசா தியரியெல்லாம் கண்டுபிடிக்க வேணாம்னு சொல்லிட்டார்... அனஸ்தீசியாவுக்கும், சர்ஜரி கைடன்சுக்கும் எல்லா டாக்டர்களையும் புக் பண்ணிட்டாங்களாம்... இனி மாத்த முடியாதாம். ஏதாவது மைனர் அலர்ஜி இருந்துச்சுனா ஆண்டி அலர்ஜிக் டிரக்சை குடுத்து மேனேஜ் பண்ணிக்கிறாங்களாம்..."

நான் அமைதியாக நின்றேன். "நமக்குத் தெரிஞ்சத நாம சொல்லிட்டோம் சார்... முடிவெடுக்கிற அதிகாரம் நம்மகிட்ட இல்ல... நாம ஒண்ணும் செய்யாம சும்மா இருந்தாத்தான் வருத்தப்படணும்... நம்மளால முடிஞ்சத செஞ்சாச்சு... இனி, கடவுள் விட்ட வழி..." என்றார் ராமர்.

நான் சொன்னது வெறும் அனுமானம்தான். அது பலனளிக்காமல் கூட போகலாம். ஆனாலும், பாதிப்பை தவிர்க்கும் வாய்ப்பிருந்தால்

முயலலாம் என்பதுதான் என் தவிப்பு. சரி... இனி நடப்பது நடக்கட்டும். எல்லா நடவடிக்கைகளும் நேரம் எனும் எண்களின் பின்னாலும், பணம் எனும் எண்களின் கட்டுப்பாட்டிற்குள்ளும் வந்து விட்டதுபோல தோன்றியது. கணிதம் அறிவியலை மறுபடி தோல்வியுறவே செய்கிறது. அறிவியலும், கணிதமும் தோற்று விட்டாலும் கூடப் பரவாயில்லை... மனிதர்களின் உயிர்தான் அனைத்திலும் மேலானது.

ஊர் போய்ச்சேரும் வரை அந்த முகம் தெரியாத நோயாளி நினைவில் வந்துகொண்டேயிருந்தார்.

மறுநாள் காலையில் சீக்கிரமாகவே கிளம்பி மருத்துவமனைக்கு வந்துவிட்டேன். நான் உள்ளே நுழையும் போதே மருத்துவமனை வளாகம் பரபரப்பாக இருந்தது. வெளியிலும், வரவேற்பறையிலும் நிறையபேர் காத்திருந்தனர். வரவேற்பறையின் முன்புறம் இருந்த வாட்ச்மேனிடம் என்னவென்று விசாரித்தேன்.

"நைட் ஆபரேசன் முடிஞ்ச பேசண்ட் ஒருத்தர் காலைல இறந்திட்டார் சார்..."

"என்ன பிரச்சினைண்ணே...?" ஒருவேளை அந்த நோயாளியாக இருக்குமோ என்ற பதற்றம் அதிகரித்தது.

"ஆபரேசன் முடிஞ்சு நல்லாத்தான் இருந்திருக்கார் சார்... காலைலதான் ஹார்ட் அட்டாக்காம், கொஞ்ச நேரத்துல இறந்துட்டாராம்..."

இது அந்த நோயாளியாக இருக்க வாய்ப்பில்லை. அவருக்கு இதய நோய் பிரச்சினை இல்லை. ரத்தம் ஒவ்வாமை ஏற்பட்டிருந்தாலும் இதயவலி ஏற்பட வாய்ப்பில்லை. மருத்துவமனையில் ஒரே நேரத்தில் ஒன்றிரண்டு அறுவை சிகிச்சைகள் ஏற்பாடு செய்வார்கள். மயக்கவியல் மருத்துவர்கள், எம்.டி.மருத்துவர்களின் நேரத்தைப் பொறுத்த பல அறுவை சிகிச்சைகள் கூட திட்டமிடப்படும். இது வேறொன்றாக இருக்கலாம். மாசிவ் அட்டாக் வந்துவிட்டால் எந்த மருத்துவத்தாலும் காப்பாற்ற முடியாது என்று எல்லா மருத்துவமனைப் பணியாளர்களுக்கும் தெரியும். இது அப்படியான ஒரு நோயாளியாகத்தான் இருப்பார்.

நான் நினைத்த மாதிரி பிரச்சினை எதுவும் எழவில்லை என்பதே ஆசுவாசமாக இருந்தது. லிஃப்டில் ஏறி, மூன்றாவது தளத்திலுள்ள ஆய்வுக்கூடத்திற்குச் சென்றேன். ராஜன் எனக்கும் முன்பே வந்திருந்தார். "வாங்க சார்... ராமர் உங்களைப் பார்க்க வந்தார்..."

"எப்ப சார்...?" இவ்வளவு காலையிலேயே அவர் ஏன் என்னைத் தேடுகிறார் என்று ஆச்சரியமாக இருந்தது. ஒருவேளை இரவு அறுவை சிகிச்சையில் பிரச்சினை ஒன்றும் இல்லை என்று சொல்வதற்காக இருக்கும். நானே அவரைத் தேடி, ரத்த வங்கிக்குச் சென்றேன். ராமர் வரவேற்பறையில்தான் அமர்ந்திருந்தார். அவர் முகம் கவலையாக இருந்தது.

"ராமர் சார்... குட்மார்னிங்... என்ன காலைலயே தேடுனீங்களாம்... ராஜன் சார் சொன்னாரு...?"

அவர் உட்கார்ந்திருந்த நாற்காலியை விட்டு, எழுந்து என் தோளின் மீது கைவைத்து வெளியில் அழைத்து வந்தார். "நீங்க சொன்ன பேசண்ட் இறந்துட்டார் சார்..."

"எந்த பேசண்ட் சார்...? ப்ளட் ட்ரான்ஸ்ஃபியூசன் பேசண்ட்டா...? வாட்ச் மேன் ஹார்ட் அட்டாக்னு சொன்னார்"

"நீங்க சொன்ன அதே பேசண்ட்தான் சார்... நீங்க அவ்வளவு சொல்லியும் தெரிஞ்சே கொன்னுட்டாங்க சார்..." அவர் கண்கள் கலங்கி இருந்தன.

"சர்ஜரில ப்ளீடிங் ஆகியிருக்கு... ரத்தத்துல ஆண்டிக் அலர்ஜிக் ட்ரக் சேர்த்து ஏத்தியிருக்காங்க... ரெண்டு யூனிட்... கொஞ்ச நேரத்துலயே ரோம முடியெல்லாம் நட்டுக்கிட்டு புல்லரிச்சிக்கிட்டே இருந்திருக்கு... கொஞ்ச நேரத்துல காய்ச்சல் வந்து வீசிங் வந்துச்சாம்... ஒரு மணிநேரத்துல உயிர் போயிருச்சாம் சார்... எல்லாமே நீங்க சொன்ன அலர்ஜி சிம்ப்டம்ஸ்தான்..."

"தியேட்டர்லருந்து, அப்படியே ஐ.சி.யூ.க்கு கொண்டு போயிட்டாங்களாம்... வெண்டிலேட்டர் வச்சு காலை அட்டாக்ல இறந்துட்டதா சொல்லிருக்காங்க... நான் வந்ததும் டாக்டர் என்னைக் கூப்பிட்டு பேசினார்... யார் கேட்டாலும் சர்ஜரில ரத்தம் ஏத்தலைனு சொல்லச் சொன்னார்... ஆபரேசன்ல ஒண்ணும் பிரச்சினை இல்ல... சக்சஸ்ஃபுல்லா முடிஞ்சதுனு ரிப்போர்ட் எழுதியிருக்கானுக..."

மரணத்தை கடவுளைத் தவிர யாராலும் நிச்சயிக்க முடியாது என்று சொல்கிறார்கள். இங்கு ஒரு டாக்டரின் கவனக்குறைவால் உயிர் போய்விட்டது. இதுவும் கடவுள் செயலா என்ன? நமது தவறுகளுக்கு கடவுளைச் சொல்லித் தப்பித்துக்கொள்ள முடியுமென்றால், எல்லா கொலைகளும் கடவுள் அனுமதியோடுதானே நிகழ்கின்றன? அப்படியானால் எதற்கு சட்டமும், தண்டனையும்?

யுனைடெட் லேபின் பழைய அனுபவங்களால் மனதில் பதிந்திருந்த வடுக்கள் மறுபடியும் வலியைக் கொடுக்க ஆரம்பித்தன. புதிதாக உருவாகியிருந்த ரணம் தன் வேதனையின் ஆழத்தையும், அகலத்தையும் பெரிதாக்கிப் பரவத் துவங்கியது.

டாக்டர் அன்புவுடனே என் வாழ்நாள் முழுவதும் கழிந்திருக்க வேண்டும். அப்படி இருந்திருந்தால், மறுபடி மருத்துவமனைகளின் கொடுமைகளுக்கு சாட்சியாக நிற்க வேண்டி இருந்திருக்காது. டாக்டர் அன்பு... ஏன் இப்படிச் செய்தீர்கள்...?

20

அன்று காலையிலேயே டாக்டர் அன்புவின் கிளினிக்கை நோக்கி உடல் முழுவதும் பரவிய மகிழ்ச்சியோடு நடக்க ஆரம்பித்தேன். முன் தினம் இரவு டாக்டர் பாபுவின் மருத்துவமனையில் இருந்து கோபமாக வெளியேறி, வீட்டுக்கு வந்து விட்டேன். இரவு அப்பாவிடம் டாக்டர் அன்பு கிளினிக்கில் சேரப்போகும் முடிவையும், மருத்துவ மனையில் நடந்தது பற்றியும் சொன்னேன். யுனைடெட் லேபில் என்னைச் சேர்த்து விட்ட மாமாவிடம் தகவல் சொல்லி, டாக்டர் பாபுவுக்கு சொல்லிவிடலாம் என்று அப்பா சொன்னார். டாக்டர்களிடம் பேசும்போது எப்போதும் கோபப்படக் கூடாது என்றும், பிடிக்காவிட்டால் அவர்களிடமிருந்து விலகிக் கொள்ள வேண்டும் என்றும் அறிவுரை சொன்னார்.

அன்புவின் கிளினிக்கிற்குள் நுழைந்தவுடன் அவர் முன்பகுதியிலேயே உட்கார்ந்திருந்தார். நான் வந்து கொண்டிருந்த சப்தம் கேட்டவுடன் நிமிர்ந்து பார்த்து "வணக்கம் தம்பி..." என்றார். "வணக்கம் சார்... என்ன இங்கேயே உட்கார்ந்துட்டீங்க...?"

"முன்னாலவேற ஆள் இல்லை... நானும் உள்ளே தனியாத்தான் உட்கார்ந்திருக்கணும்... அதனால பேப்பர் பார்த்துக்கிட்டு இங்கேயே உட்கார்ந்திட்டேன்... தம்பி"

"சார்... நான் லேப்லருந்து விலகிட்டேன்... இங்க ஜாயின் பண்ணிக்கிறேன் சார்..."

"ரொம்ப சந்தோஷம்... தம்பி... நீங்க எப்படியும் வருவீங்கனு தெரியும்... ஆனா இவ்வளவு சீக்கிரமா எதிர்பார்க்கல... சரி, வாங்க உங்க லேப பார்க்கலாம்..."

“லேபா... அதுக்குள்ள ரெடியா சார்...?” எனக்கு ஆச்சரியம் தாங்க முடியவில்லை.

“நம்ம கிளினிக்ல பெரிய டெஸ்டுகளுக்கெல்லாம் வேலையில்ல தம்பி... ஒண்ணு, ரெண்டு பேசண்டுகளுக்கு நான் சொல்ற டெஸ்ட்டை மட்டும் பார்க்கணும்... அதுனால என்னென்ன வேணும்னு ஒரு பட்டியல் போட்டு ஏற்கனவே ஆர்டர் போட்டிருந்தேன். எல்லாம் நேத்துதான் வந்துச்சு... நைட்டே செட் பண்ணிட்டேன்... உங்க வசதிக்கு ஒழுங்குபடுத்திக்கங்க... வேற எதுவும் தேவை இருந்தா சொல்லுங்க.....”

அன்பு சிகிச்சை அளிக்கும் அறைக்கு அடுத்த அறையைத்தான் ஆய்வுக்கூடமாக மாற்றியிருந்தார். நீளமான நடைபாதையின் வழியாக இன்னும் சில அறைகள் இருந்தன. அதை நான் கவனிப்பதைப் பார்த்த அன்பு அங்கு என்னை அழைத்துச் சென்றார். மருத்துவமனைகளிலும், லாட்ஜ்களிலும் அமைந்திருப்பது போல ஒரே பக்கத்தில் வரிசையாக அறைகள் அமைந்திருந்தன. நான்கு அறைகள் இருக்கும். கடைசி அறையைத் தொடர்ந்து, கழிவறைகள் இருந்தன. அதன் அருகில் மாடிக்குச் செல்லும் படிகள். மேலே ஒரு அறை இருப்பதாகச் சொன்னார் அன்பு. நான் கீழிருந்த அறைகளைப் பார்த்துவிட்டு, மறுபடியும் ஆய்வுக்கூட அறைக்குச் சென்றேன்.

ஒரு சிறிய அழகான மைக்ரோஸ்கோப், சிறியதாக ஒரு கலோரி மீட்டர், சென்ட்ரிஃபியூஜ், சிறிய ஃபிரிட்ஜ் ஒன்று. தேவையான அளவுக்கும் அதிகமான கண்ணாடிப் பொருட்கள். எல்லாமே வரிசையாக அடுக்கப்பட்டிருக்கின்றன. டெஸ்ட் டியூப்களை மட்டும் தேவைக்கேற்ப இடம் மாற்றி வைக்க வேண்டும். மைக்ரோஸ்கோப்பை மீண்டும் திரும்பிப் பார்த்தேன். நான் மட்டுமே பயன்படுத்தப் போகும் மைக்ரோஸ்கோப். டாக்டரைப் பார்த்துச் சொன்னேன். “அழகா இருக்கு சார்...”

“கரெக்டா இருக்கானு சொல்லுவிங்கனு பார்த்தா... அழகா இருக்குனு சொல்றீங்க...? எது மைக்ரோஸ்கோப்பா...?”

“இல்ல சார்... எல்லாமே... அழகா இருக்கு சார்... கரெக்டா இருந்தாத்தானே அழகு வரும் சார்...?”

“அதுவும் சரிதான்... நிதானமா பார்த்துட்டு சொல்லுங்க தம்பி... எதுவும் வேணும்னா சொல்லி விடலாம்... தேனியில புதுசா ஒரு ஏஜன்சி வந்திருக்கு... உடனே வாங்கித் தந்திருவாங்க...”

“சரிங்க சார்...” என்று சொல்லியபடியே ஆய்வுக்கூட அறைக்குள் மறுபடியும் நுழைந்தேன்.

அன்பு கிளினிக்கின் மேல்தளத்தில் இருக்கும் அறையில்தான் தங்கியிருக்கிறார். அவரது குடும்பம் குறித்து தயங்கித் தயங்கி விசாரித்தேன். மனைவியும், மகனும் மதுரையில் இருப்பதாகச் சொன்னார். மனைவிக்கும், தனக்கும் ஒத்துப் போகாததால் பிரிந்து வாழ்வதாகவும், மகன் மதுரை மருத்துவக் கல்லூரியில் எம்பி பிஎஸ் படித்து விட்டு, தனியார் மருத்துவமனையில் இந்த ஆண்டு சேர்ந்திருப்பதாகவும் சொன்னார். எப்போதாவது ஒரு முறை மகன் மட்டும் வந்து பார்த்து விட்டுச் செல்வாராம். மற்றபடி பெரிய தொடர்பு எதுவும் இல்லை என்று சொன்னார்.

"நானும் உங்களைப் போல பேச்சிலர்தான் தம்பி..." என்றார் சிரித்துக்கொண்டே.

"சார்... பெர்சனலா கேட்குறேன்னு தப்பா நினைச்சிக்காதீங்க... நீங்க சாஃப்ட் கேரக்டர்... எல்லாரையும் புரிஞ்சு நடந்திருக்கிற ஆளு... அவங்க கூடயும் அட்ஜஸ்ட் பண்ணியிருப்பீங்கதானே? அப்புறம் எப்படி சார் ஒத்துப் போகலைனு சொல்றீங்க...?"

அன்பு சிரித்துக்கொண்டார். "தம்பி... உங்களுக்குச் சின்ன வயசு... போகப் போக புரியும்... இந்த உலகத்துல ரெண்டு பேரோட கேரக்டர் எப்பவுமே ஒன்னா இருக்காது... ரெண்டும் வேற வேறங்கிறதுதான் இயற்கையே... இன்னொரு உண்மையை நேரடியாச் சொல்றதா இருந்தா... ஒருத்தர முழுசா புரிஞ்சிக்கிறது அப்படிங்கிறது சாத்தியமில்லை... ஒவ்வொருத்தரோட வாழ்க்கையும் தனித்தனிதான்... இதுல மேரேஜ் அப்படிங்கிறது ஒரு அக்ரிமெண்ட்... விட்டுக் கொடுத்து அட்ஜஸ்ட் பண்ணி வாழ்றது... அதுக்காக அவங்களுக்கு இருக்கும் நோக்கத்தையோ, பாதையையோ விட்டுக் கொடுக்கணும்னு இல்லை... என் ஒய்ஃபோட ட்ராவல் வேற... என்னோட ட்ராவல் வேற... அதனால அண்டர்ஸ்டேண்டிங்கோட பிரிஞ்சிட்டோம்..... இப்பவும் ஸ்மூத்தான ஒரு காண்டாக்ட் உண்டு..."

"அப்புறம்... இன்னொரு விஷயமும் இருக்கு... என்னால யார் மேலையும் தனிச்ச அக்கறையா இருக்க முடியல... என் கவனம் எல்லாம் என்னோட வேலை மேலயும், என் ட்ராவலோடயும்தான் இருக்கு... இது கூட இருக்கிறவங்கள காயப்படுத்தும்... நான் சராசரியான வாழ்க்கைக்கு சரிவர மாட்டேன்... புரியுதா தம்பி...?"

"நியாயமா ஒரு விளக்கம் சொல்றீங்க... ஆனா முழுசா புரிஞ்சிக்க முடியல... சரி, வேற பேசலாம் சார்..."

"சரி பேசலாம்... சொல்லுங்க..."

"நீங்க ஏன் அலோபதி படிச்சிட்டு அதை விட்டு வெளிய வந்தீங்க...?"

"இது நல்ல கேள்வி... நா ஒண்ணு கேக்குறேன்... நீங்க ஏன் லேப் டெக்னாலஜி படிச்சிட்டு ஒரு அரைகுறை சித்த மருத்துவர் கூட இருக்கீங்க...?" கேட்டு விட்டு கட கடவென சிரித்தார் அன்பு.

"அங்க இருக்கிற நடைமுறைகள் எனக்கு ஒத்து வரலை சார்... எல்லாம் பிசினஸ்... காசுக்கு எதுவேணாலும் செய்றது... பார்த்துக்கிட்டு சும்மா இருக்க முடியலை சார்... இன்னும் கொஞ்ச நாள் அங்க இருந்திருந்தா பிரஷர் தாங்க முடியாம நான் லூசாருவேன்னு தோணுச்சி."

"தோணுச்சா...? அதே பிரச்சினைதான் எனக்கும். முழு கதைய சொல்லி போரடிக்க விரும்பல... நல்ல விஷயங்களை மட்டும் பேசலாம்... என்னோட மொத்த அலோபதி எக்ஸ்பீரியன்சுல இருந்து நிறைய காரணங்களைச் சொல்ல முடியும்..." என்று சொல்லி விட்டு, அவருடைய அறையில் இருந்த ஒரு பழைய மருத்துவப் பத்திரிகையை தூசி தட்டி எடுத்து கையில் கொடுத்தார் அன்பு.

"என்னைப் பார்க்குற எல்லாருக்கும் இதே கேள்வி வரும்... 'நீங்க ஏன் அலோபதியை விட்டுட்டு சித்தாவுக்கு வந்தீங்க?'னு இதுவரை நிறையபேர் கேட்டிருக்காங்க. ஒரு பேட்டில பத்திரிகை நிருபரும் கேட்டார். அதுதான் இது. படிச்சுப் பாருங்க... சுருக்கமா புரியும்..."

நான் பத்திரிகையை கையில் வாங்கி, அவருடைய பேட்டி இருந்த பக்கத்தைத் தேடி எடுத்து வாசிக்க ஆரம்பித்தேன்.

"ஆங்கில மருத்துவத்தில் இருந்து நீங்கள் வெளியேறிய காரணங்களைக் கூற முடியுமா?"

ஆயிரக்கணக்கான காரணங்கள் இருந்தாலும் ஐந்து முக்கிய காரணங்களைக் கூற விரும்புகிறேன்.

எல்லா துறைகளிலும் வணிகம் நிறைந்து போயிருப்பது உண்மைதான். ஆனால், மருத்துவத்துறையின் வணிகம் மனித உயிர்களோடு விளையாடுவதாக இருக்கிறது. பணத்திற்காக உயிரும், உடல் நலமும் விலை பேசப்படுகிறது. ஆய்வுக்கூடங்கள் துவங்கி, மருத்துவத்தோடு தொடர்புடைய ஒவ்வொரு துணை நிறுவனமும் பரிந்துரைக்கும் டாக்டருக்கு பெரும் தொகையை லஞ்சமாக வழங்குகிறது. டாக்டருக்கும் மருந்துக்கடைகளுக்கும் ஆய்வுக்கூடங்களுக்கும் வணிகரீதியான தொடர்பு இருக்குமானால்

தரத்தை எதிர்பார்க்க முடியாது. நல்ல டாக்டர்களின் கையில் இருந்த மருத்துவம் படிப்படியாக மோசமான லாப வெறி கொண்ட நிறுவனங்களின் கைகளுக்கு சென்று கொண்டிருக்கிறது. எதிர்காலத்தில் மருத்துவம் டாக்டர்கள் கட்டுப்பாட்டிலேயே இருக்காது. இந்த வணிக வெறி நல்லவர்களை மௌனமாக்குகிறது. அதிலிருந்து வெளியேற்றிவிடுகிறது.

இரண்டாவது காரணம் அலோபதியின் நோயறிதல் அணுகுமுறை. ஒரு நோய் உருவானால் அதற்கான காரணம் உடலின் எந்த மூலையில் வேண்டுமானாலும் இருக்கலாம் என்பதுதான் இதுவரை இருந்த எல்லா மருத்துவங்களின் புரிதலும். தொந்தரவுகள் வெளிப்படும் இடத்திலேயே நோய்க்கான மூலமும் இருக்கும் என்று நம்பிக் கொண்டிருக்கிறது அலோபதி. ஒரு தலைவலி ஏற்பட்டால் அதற்கான காரணம் உடலின் எந்த மூலையிலும் இருக்கலாம். ஆனால், அலோபதி தலைக்குள் தேடி, எம்.ஆர்.ஐ. ஸ்கேன் எடுத்து அங்கேயே சுற்றிக்கொண்டிருக்கிறது. ஆய்வுக்கூட முடிவுகளின் நார்மல் வேல்யூக்களின் கணக்குகளில் எல்லா நோயாளிகளையும் அடைத்து விட முடியாது என்பதைப் புரிந்துகொள்ளாமல், ஒரே தட்டையான பார்வையைக் கொண்டிருப்பது. ஒரு மருத்துவத்தின் நோயறிதல் முறையிலேயே சிக்கல் இருக்குமானால், அதன் சிகிச்சை முறையிலும் அது தொடரத்தான் செய்யும்.

மூன்றாவது காரணம் மருந்து வேலை செய்யும் விதம். உதாரணமாக, வலிக்காக நாம் சாப்பிடும் ரசாயன மருந்து வலியுள்ள பகுதியைச் சரி செய்து, வலியைக் குறைப்பதில்லை. மாறாக, வலியை மூளைக்கு கடத்தும் உணர்ச்சி நரம்புத் தொகுப்பை மரத்துப் போகச் செய்கிறது. வலி கடத்தும் நரம்பு மரத்துப் போவதால் நம்மால் வலியை உணரமுடிவதில்லை. இது முறையான மருத்துவமே இல்லை. வலி அதிகமுள்ள ஒருவர் போதைப் பொருட்களைப் பயன்படுத்துவதற்கும், இதற்கும் எந்த வேறுபாடுமே இல்லை. அலோபதியின் மருந்துகள் வேலை செய்யும் பகுதிக்கும், நோய் தாக்கம் உள்ள பகுதிக்கும் தொடர்பே இருப்பதில்லை.

நான்காவது காரணம் ரசாயனம். உலகம் முழுவதும் ரசாயனங்களால் ஆனவைதான். செயற்கை, இயற்கை என்று இரண்டு வகை ரசாயனங்கள் உள்ளன. இரண்டிலுமே மனித உடலுக்கு தீங்கு விளைவிக்கும் ரசாயனங்கள் உள்ளன. அலோபதி மருந்துகள் அனைத்தும் ரசாயனங்களால் ஆனவை. அவற்றை பத்து வருடங்களும் மேல் பயன்பாட்டு பரிசோதனை நடத்தித்தான் புழக்கத்திற்கு கொண்டு வருகிறார்கள். ஆனாலும், அதை மீறி

பக்க விளைவுகள் இருந்துகொண்டே இருக்கின்றன. இதற்கு என்ன காரணம்? ஒரு உதாரணம் மூலம் புரிந்து கொள்ளலாம். நமது இரைப்பையில் உணவை செரிப்பதற்காக ஹைட்ரோ குளோரிக் அமிலம் இருக்கிறது. இது உடலால் உருவாக்கப்பட்டிருக்கிறது. இயற்கையாக இருக்கும் இந்த அமிலத்தை கொஞ்சம் ஊசி மூலம் எடுத்து விட்டு, அதற்குப் பதிலாக வேதியியல் ஆய்வகங்களில் இருக்கும் இதே அமிலத்தை உடலில் ஏற்றிக் கொண்டால் என்ன ஆகும்? அறிவியல் தெரியாதவர்களுக்குக் கூட என்ன நடக்கும் என்பது புரிந்து விடும். இயற்கையாக உருவாகும் ஒரு ரசாயனமும், செயற்கையாக பகுக்கப்பட்டு உருவாக்கப்படும் ரசாயனமும் ஒரே உருவமுடையதுதான். ஆனால், தன்மையில் வேறுபட்டது. எப்படி உடலால் தயாரிக்கப்படும் அமிலமும், ஆய்வக அமிலமும் ஒன்றில்லையோ அது போல்தான் எல்லா ரசாயனங்களும். உடலில் உற்பத்தியாகும் விட்டமின்களும், தொழிற்சாலைகளில் உருவாக்கப்படும் விட்டமின்களும் ஒன்றல்ல. உடலின் ஹார்மோன்களும் கம்பெனி ஹார்மோன்களும் ஒன்றல்ல. உடலின் சத்துகளும் மருந்து சத்துகளும் ஒன்றல்ல. அப்படியானால், இந்த ரசாயனத் தயாரிப்புகளைத் தவிர அலோபதியில் வேறு என்ன இருக்கிறது?

ஐந்தாவது காரணம் அனைத்தையும் விட முக்கியமானது. அலோபதியின் அறிவியலே நிரூபிக்கப்படாதது என்பதுதான்.

உலகெங்கும் இருக்கும் மரபுவழி மருத்துவங்களை அறிவியல் பூர்வமற்றது, நிரூபிக்கப்படாதது என்று சொல்லும் ஒரே மருத்துவம் அலோபதிதான். ஆனால், அலோபதியின் நிரூபணம் எப்படிப்பட்டது தெரியுமா...? ஒரு மருந்தினைக் கண்டுபிடித்து, புழக்கத்திற்கு கொண்டு வருவதற்கென்று சில விதிகள் உள்ளன. இதைத்தான் அறிவியல் பூர்வமானவை என்று சொல்கிறார்கள். இந்த விதியை நிரூபணத்தில் அலோபதி பின்பற்றுகிறதா? என்று பார்க்கலாம்.

ஒரு நோய்க்கு ஒரு மருந்து கண்டிபிடிக்கப்படுகிறது என்று வைத்துக் கொள்ளலாம். அதனை முதலில் ஒரு எலிக்குக் கொடுத்து பரிசோதிக்க வேண்டும். அதுவும் ஆறிலிருந்து எட்டு ஆண்டுகள் வரை இந்தப் பரிசோதனை நடக்கும். அதன் பிறகுதான் மனிதர்களுக்குக் கொடுத்து, பரிசோதிப்பார்கள். உதாரணமாக, தலைவலிக்கு ஒரு மருந்தினைக் கண்டுபிடிக்கிறார்கள் என்று வைத்துக் கொள்ளுங்கள். அதனைக் கொடுத்து பரிசோதிப்பதற்கு தலைவலியுள்ள எலி வேண்டும். நன்றாக இருக்கும் எலிகளுக்கு கொடுத்து பரிசோதனை செய்ய முடியாது. எனவே, ஒரு எலிக்கு செயற்கையான தலைவலியை உருவாக்குவார்கள். அதன்பின், இந்த மருந்து பரிசோதனைக்கு

உட்படுத்தப்படும். இது பல நிலைகளில் நடத்தப்படுகிறது. குறுகியகாலப் பரிசோதனைகள், நீண்ட காலப் பரிசோதனைகள் என பிரித்து சுமார் எட்டு ஆண்டுகள் நடைபெறுகிறது. இதன் பெயர் "ஒற்றை மருந்துப் பரிசோதனை". அதே போல, இதே மருந்து அடுத்த நிலையில் மனிதர்களின் அனுமதி பெற்று, எட்டு ஆண்டுகள் நடத்தப்படுகிறது. இந்த பரிசோதனைகள் எல்லாம் முடிந்த பிறகுதான் காப்புரிமை அளிக்கப்பட்டு மருந்துக்கடைகளுக்கு வருகிறது. இதுதான் அறிவியல் பூர்வமான நிரூபணம்.

இவற்றை எல்லாம் அலோபதி முழுமையாகச் செய்கிறது. ஆனால், இதில் நுட்பமாகக் கவனித்தால் ஒரு பெரிய பிரச்சினையை உணர முடியும். எலிகளுக்கோ, மனிதர்களுக்கோ கொடுக்கப்பட்டு பரிசோதனை செய்யப்படுவது ஒரே ஒரு மருந்துதான். தலைவலி மருந்து என்றால் அதுமட்டும்தான். காய்ச்சலுக்கான மருந்து என்றால் அது மட்டும் தனியாக பரிசோதனைக்கப்படுகிறது. அலோபதி உருவாகி இத்தனை ஆண்டுகளில் நிரூபணம் என்பது ஒற்றை மருந்து பரிசோதனை மூலம்தான் செய்யப்பட்டிருக்கிறது. நீங்கள் எப்போதாவது ஒரு டாக்டரிடம் போயிருந்தால் நிரூபிக்கப்பட்ட ஒரே ஒரு மருந்து மட்டும்தான் சிகிச்சைக்கு பயன்படுத்துகிறாரா? அல்லது ஒரே நேரத்தில் பல கூட்டு மருந்துகளைப் பயன்படுத்துகிறாரா? ஊசி மூலம் ஒரு மருந்தும், மாத்திரைகளாக பல மருந்துகளும் ஒரே உடலுக்குள் அனுப்பப்படுகின்றன. அலோபதியில் பயன்படுத்தப்படுவது கூட்டு மருந்து சிகிச்சைதான். ஒரே மருந்தினை எப்போதும் பயன்படுத்துவதில்லை. இந்த கூட்டு மருத்துவம் அறிவியல் பூர்வமாக நிரூபிக்கப்படவே இல்லை.

"சார்... சுருக்கமா... ஆழமா சொல்லியிருக்கீங்க சார்... ஒவ்வொரு விஷயமும் ரொம்ப நேரம் யோசிக்க வைக்குது... இதை விட ஆழமான காரணங்களைச் சொல்ல முடியாதுனு தோணுது" என்றேன்.

அன்பு சிரித்தார். "அப்படியில்லை தம்பி... இன்னும் பல காரணங்கள் இதை விட முக்கியமானதாக கூட இனிமேல் கண்டுபிடிக்கப்படலாம்... எனக்குத் தோணினதை மட்டும் சொல்லி யிருக்கேன்..."

"சரிங்க சார்... இந்த ஒவ்வொரு காரணத்துக்குப் பின்னாடியும் நிறைய நோயாளிகளோட அனுபவமும், நீங்க சந்திச்ச சிக்கல்களும் இருக்கும்... எனக்கே இவ்வளவு இருந்திச்சினா உங்களுக்கு எவ்வளவுனு புரிஞ்சிக்கிற முடியுது..."

"சார்... இன்னொரு கேள்வி... இதுக்கு மேல இன்னைக்கு கேட்க மாட்டேன்..."

அன்பு சிரித்துக் கொண்டே தலையாட்டினார்... "இனி வருஷம் பூராவும் கேள்வியா கேக்கலாம்... ஒரு கேள்வி என்ன தம்பி? நூறு கேள்வி கூட கேளுங்க..."

"எப்பவும் சிரிச்சிக்கிட்டே இருக்கீங்களே சார்... எப்படி...?"

"இதுதான் அந்தக் கேள்வியா...? சிரிக்கிறதுக்கெல்லாம் காரணம் வேணுமா தம்பி...? நான் சிரிக்கிறதுக்கு ஒரே ஒரு காரணம்தான்... "சொக்கட்டான் மறுமுறை உருட்டப்பட மாட்டாது."

"என்ன சார் சொல்றீங்க...?"

"இது சகுனியின் வேஷத்துல நம்பியார் நடிச்சப்ப பேசுன புகழ்பெற்ற டயலாக்... ஒரே தடவைதான் வாய்ப்பு கிடைக்கும்னு அர்த்தம்..."

"அது புரியுது சார்... வாய்ப்புக்கும், சிரிப்புக்கும் என்ன சம்பந்தம்?"

"ஒரு கேள்விக்கு ஏற்கனவே பதில் சொல்லிட்டேனே... இது இன்னொரு கேள்விதானே...?"

"சார்..."

"சரி... சொல்றேன்... வாழ்க்கைல எல்லா வாய்ப்பும் ஒரு தடவைதான் கிடைக்கும்... செகண்ட் சான்ஸ் இல்லவே இல்லை... நல்லா யோசிச்சுப் பாருங்க... அது சிரிக்கிறதா இருந்தாலும் சரி... ரசிக்கிறதா இருந்தாலும் சரி... எல்லாமே ஒருதடவைதான்..."

"சார்... பிளாசஃபி பேசுறீங்க... இதுல காரணம் ஒண்ணுமில்லையே...?"

"வாழ்க்கைல கிடைக்கிற அனுபவங்கள் தத்துவத்தை புரிய வைக்குது... அதப்பயன்படுத்தி மிச்சமிருக்கிற வாழ்க்கையை வாழ்ந்தா அமைதி கிடைக்கும்... தத்துவத்த லேசா நினைக்காதீங்க தம்பி... சரி... மருத்துவமாவே பேசுவோம்... மனுஷனோட சராசரி வயசு என்ன...?"

"இப்பவா...? முந்தியா சார்....?"

"ரெண்டையுமே சொல்லுங்க... தம்பி?"

"அலோபதி வர்றதுக்கு முன்னால நம்மோட சராசரி வயசு 28. அப்புறம் 34 ஆகி, 48 வந்து இப்ப 60 வயசுக்கு வந்திருச்சு சார்..."

“அப்படினு யார் சொல்றா...?”

“மெடிக்கல் சயிண்டிஸ்ட்ஸ்... சார்...”

“இந்தக் காலத்துல இருக்கும் மெடிக்கல் சயிண்டிஸ்டுகளுக்கு அந்தக் கால புள்ளி விவரம் எப்படி தெரியுமாம்...?”

“பிரிட்டிஷ் டாகுமெண்ட்சை வச்சுத்தான் சார் சொல்றாங்க...”

“பிரிட்டிஷ்காரன் இந்தியாவுக்கு வந்தது 1700 மத்தியில... சர்வே எடுக்குற அளவுக்கு நிர்வாகம் அவன் கைக்கு போனது அதுக்கும் பின்னாலதான்... ஆனா இந்தியாவோட ஆதிகால சராசரி வயசையெல்லாம் எப்படி கண்டுபிடிச்சு எழுதியிருப்பான்...? சரி, அது இருக்கட்டும்... சர்வேன்னு சொன்னதும் ஞாபகம் வருது... தமிழ்நாட்டுல முதல் மக்கள் தொகை கணக்கெடுப்பு 1800 களோட கடைசில நடந்துச்சு... எப்படி கணக்கெடுத்தாங்க தெரியுமா...?

கேட்டல் அளவு, பார்வை அளவுனு எல்லா ஊர்களையும் விசாரிச்சு எழுதுன கணக்குகள் ஒருபக்கம்... ஊர்ல மக்கள் அதிகம் புழங்கும் இடங்களைப் பார்த்து கண்ணளவில் எழுதுன கணக்கு ஒரு பக்கம்... இத வச்சுத்தான் அப்ப கணக்கு எடுத்தாங்க... தமிழ்நாட்டுல அதிக மக்கள் வாழ்ற ஊர்னு எதை எழுதி வச்சிருக்கான்னு தெரியுமா...?”

நான் ஆர்வமாக அன்புவையே பார்த்தேன்.

“திருச்செந்தூர்தான்... தமிழ்நாட்டுலயே மக்கள் தொகை அதிகமா இருந்துச்சாம்... பிரிட்டிஷ்காரன் கணக்கு இது... எப்படினு புரியுதா...?

“புரியலையே சார்...”

“இவன் கணக்கெடுக்கப் போனது தைப்பூசத்துல... மொத்த கூட்டமும் திருச்செந்தூர் கோயில்லதான் இருந்துருக்கு... பிரிட்டிஷ்காரனுக்கு என்ன தெரியும்... அப்படியே கண்ணளவுல பார்த்து எழுதி வச்சிட்டான்... இதே மாதிரி இன்னொரு ஜோக்கும் சொல்றேன்...

திருநெல்வேலிக்கு புது கலெக்டர் ஒருத்தன் போயிருக்கான்... தாமிரவரணி கரையில வேடிக்கை பாத்துக்கிட்டே நடந்து போயிருக்கான்... அங்குள்ள மக்கள் துணி துவைச்சிக்கிட்டு இருந்திருக்காங்க... நம்மாளு அதப் பாத்துட்டு என்ன எழுதி வச்சான் தெரியுமா...?”

சிறிய இடைவெளி விட்டு தொடர்ந்தார். "திருநெல்வேலி மக்கள் துணியை வைத்து கல்லை உடைக்க முயல்கிறார்கள்னு எழுதி வச்சான்... அதுனால வெள்ளைக்காரன் எழுதினதெல்லாம் சரினு அர்த்தமில்லை... தெரிஞ்சது, தெரியாதது எல்லாம் இருக்கும்..."

டாக்டர் அன்பு இதைச் சொல்லியதும் அவருடைய சிரிப்பு என்னையும் தொற்றிக் கொண்டது. அதனை காட்சியாக நினைத்துப் பார்க்கும்போது இன்னும் சிரிப்பு அதிகமாகியது. "படிச்ச பிரிட்டிஷ்காரங்களைப் பத்தி சொன்னா சிரிக்குறீங்க தம்பி... இந்த சர்வேயை நம்பி சராசரி வயசை எத்தனை பேரு ஐ.ஏ.எஸ், ஐ.பி.எஸ் எக்சாம்ல எல்லாம் எழுதியிருக்காங்க தெரியுமா...?"

"சார்... நான் சிரிச்சது இந்த சம்பவத்தை நினைச்சுத்தான்... அதுக்காக எல்லா சர்வேயும் இப்படித்தான் இருக்குனு சொல்ல முடியுமா...? இந்தியர்களோட சராசரி வயசு பத்தி நம்மகிட்ட என்ன ஆதாரம் இருக்கு...?"

"பிரிட்டிஷ்காரன் எழுதுன வரலாறிலயே அதே காலத்துல இருந்த அரசர்கள், வைத்தியர்கள் அப்படினு நிறைய பேரு பத்தி குறிப்பு இருக்கு... அவங்க எல்லாரும் இவன் எழுதி வச்ச சராசரி வயச விட பல மடங்கு கூடுதலான வயசோட வாழ்ந்தவங்க... சரி... இதக் கூட விட்றலாம்... அந்தக் காலத்துல இருந்த உறவுமுறைகளை சொல்லிப்பாருங்க... எத்தனை தலைமுறை வருதுனு பாருங்க... தாத்தானு ஒருத்தர கூப்புடும் சொல் இருக்குன்னா அவங்க கூட வாழ்ந்திருக்காருனுதான அர்த்தம்..... தாத்தாவோட அப்பா, அம்மாவை என்னசொல்லிக் கூப்புடுவாங்க தெரியுமா...? பூட்டன் பூட்டி. அவங்க அப்பா அம்மா ஓட்டன், ஓட்டி. அதுக்கும் மேல சேயோன், சேயோள். ஏழாவது தலைமுறைக்கு பேரு பரன், பரை. இதைத்தான் நாம பரம்பரைனு சொல்றோம்... மக்கள்கிட்ட இப்படி நிறைய ஆதாரங்கள் இருக்கு..."

"இதெல்லாம் ஆதாரம்னு சொல்ல முடியுமா சார்...?"

"படிச்சவங்க சொல்லமாட்டாங்க... அவங்களுக்காக இன்னொன்னு சொல்லலாம்... அதை மறுக்க முடியாது... உத்திரமேரூர் கல்வெட்டு. கேள்விப்பட்டிருக்கீங்களா தம்பி...? தமிழ்நாட்டின் குடவோலை தேர்தல் முறைக்கான கல்வெட்டுகள்... அதுல வயசு பத்தி ஒரு குறிப்பு இருக்கு... 12ஆம் நூற்றாண்டுல ஓட்டுப் போடறதுக்கான குறைஞ்சபட்ச வயசு முப்பது. அதிக பட்ச வயசு 60... அப்படினு குறிப்பு இருக்கு... அப்படினா பிரிட்டிஷ் இங்க வர்றதுக்கு அறுநூறு வருஷத்துக்கு முன்னாடியே 60 வயசு சாதாரணமா இருக்குன்னுதான

அர்த்தம்... இவன் 24 வயசுல செத்துப் போயிட்டானு எழுதி வச்சிருக்கான். அங்கேயே இன்னொரு கல்வெட்டு இருக்கு... அது 14ஆம் நூற்றாண்டு கல்வெட்டு. அப்ப ஓட்டுப் போடறதுக்கான வயசை அதிகமாக்கி எழுதியிருக்காங்க... குறைஞ்சபட்ச வயசு 35, அதிகபட்ச வயசு 70... இதெல்லாம் ஆதாரம் இல்லையா...? கல்வெட்டுகளை கண்டுபிடிக்கிற ஆர்க்கியாலஜி டிபார்ட்மெண்ட்டை உருவாக்குனவனும் அதே பிரிட்டிஷ்காரன்தான்..."

எனக்கு பிரமிப்பாக இருந்தது. கல்வெட்டு என்பது மறுக்க முடியாத ஆதாரம். தொல்லியல் துறை கல்வெட்டில் இருக்கும் குறிப்புகளை மருத்துவ வரலாற்றுக்கு கொண்டு வர வேண்டுமானால் இருதுறை அறிவுள்ள ஆய்வாளர்கள் உருவாக வேண்டும். எந்த வரலாற்றையும் எழுதும் ஆய்வாளர்கள் பல்துறை அறிவு பெற்றவர்களாக இருக்க வேண்டும் அல்லது பலதுறை அறிஞர்கள் சேர்ந்து வரலாற்றை எழுத வேண்டும்.

"சரிங்க சார்... நம்ம முன்னோர்களோட சராசரி வயசு அதிகம்தான்... ஆனா அதுக்கும், நீங்க சொல்ல வந்ததுக்கும் என்ன சம்பந்தம்...?"

"மனுசனோட சராசரி வயசு எவ்வளவு அதிகமா இருந்தாலும், ஒவ்வொரு மனுஷனுக்கும் தனித்தனி ஆயுசுதான்... நூறு வயசு வரைக்கும் எல்லாரும் வாழ்ந்த காலத்துலயும் அஞ்சு வயசு குழந்தையும் இறந்து போயிருக்கும்... அது நோயால இல்ல... ஆனா, எப்படினு தெரியாது. நான் சொல்றது சரிதானா...?"

"ஆமாங்க சார்... புரியுது... சராசரிங்கிறது எப்பயுமே கணக்குதான்... அது எல்லாத்துக்கும் பொருந்தாது..."

"கரெக்ட்.... ஒவ்வொரு மனுஷனுக்கும் ஒரு ஆயுசு இருக்கு... அது ஆரோக்கியத்துனாலயோ, நோயாலயோ நிர்ணயிக்கப் படறதில்ல... திடீர்னு மரணம் வந்துரும்... காரணமற்ற மரணம்... உலகத்தில இருக்கும் எல்லா பொருட்களும் அழிவை நோக்கியே போகுது... ஒவ்வொரு பொருளுக்கும் ஒரு நேச்சுரல் எக்ஸ்ப்ரி டேட் இருக்கும்... அதே மாதிரி ஒவ்வொரு குழந்தையும் அம்மாவோட வயித்துக்குள்ள உருவாகும் போதே அதுக்கும் ஒரு எக்ஸ்பிரி டேட் இருக்கும்... அது எந்தெந்த காரணிகளால நிர்ணயிக்கப்படுதுங்கிறது தெரியல... ஆனா எக்ஸ்பிரி டேட் நிச்சயம்... இதுதவிர, அவனவன் வாழ்ற ஸ்டைல், சாப்பாடு, மாதிரி பல விஷயங்கள் அந்த எக்ஸ்பிரி டேட்டை சீக்கிரமா அடைய உதவும்... அதத்தான் அந்தக் காலத்துல நிலையாமைனு சொன்னாங்க... பழைய இலக்கியங்கள்

எல்லாமே நிலையாமையை சொல்லிருக்கும்... எல்லா காலத்துக்கும் அது பொருந்தும்... நமக்குத் தெரிஞ்ச பல பிரபலங்களே சின்ன வயசுல இறந்து போயிருப்பாங்க... உதாரணமா விவேகானந்தர சொல்லலாம்... இல்லையா...? ஆக, ஆயுசுங்கறது யாருக்கும் தெரியாத, இப்போதைக்கு கண்டுபிடிக்க முடியாத விஷயமா இருக்கு... நிலையாமை இன்னும் தொடருது... அப்படினா நான் எப்ப சாவேன்...?"

கேள்வியோடு நிறுத்தினார் அன்பு. எனக்கு வார்த்தைகள் பலித்துவிடும் என்ற நம்பிக்கையெல்லாம் இல்லை. ஆனாலும், அவர் கேட்டது வருத்தத்தைத் தந்தது.

"சார்..." என் குரல் கேட்டதும் மறுபடியும் பேசினார் அன்பு.

"சரி... இப்படி கேட்கிறேன்... எனக்கு ஆயுசு எத்தன வயசு...? உங்களுக்கு ஆயுசு எத்தனை வயசு...? நமக்குத் தெரியாதில்ல... யார் வேணும்னாலும் எப்ப வேணும்னாலும் சாகலாம்... மறுபடி பிறக்க முடியுமா...? இது ஒன்டைம் சான்ஸ்... சொக்கட்டான் மறுமுறை உருட்டப்பட மாட்டாது..."

"இருக்கிற காலத்தை நிறைவோட வாழணும்... எந்த நிமிசம் நம் ஆயுசு முடிஞ்சாலும் அதுக்கு முன்னால இருந்த நிமிசம் நிறைவானதா இருக்கணும்..."

கட கடவென உடல் குலுங்க சிரித்தார் அன்பு. "கிடைக்கிற வாய்ப்புல சிரிக்கிறத தவிர நமக்கு என்ன வேலை...? வேணும்னா அழுவோமா...? கவலைப்படலாமா? துக்கத்திலேயே காலத்தை கழிக்கலாமா...? எது வந்தாலும் ஃபேஸ் பண்ணுவோம்... வாழ்க்கைய முழுசா யூஸ் பண்ணுவோம்... நம்மளும் சிரிப்போம்... முடிஞ்சா எல்லாத்தையும் சிரிக்க வைக்க முயற்சிப்போம்..."

"உங்களுக்குத் தொழில் இங்கே அன்பு செய்தல் கண்டீர்..."

அவருடைய உரையாடல் எனக்குள் பல வகையான சிந்தனைகளைக் கிளறிக் கொண்டே இருந்தது. ஆய்வுக்கூடத்தை ஒழுங்கு செய்து, அவருடைய கிளினிக் பற்றி அறிந்து கொண்டாலும் அவர் பேசியது மட்டுமே எனக்குள் ஓடிக்கொண்டிருந்தது.

என் ஆயுள் என்னவாக இருக்கும்...?

21

அப்போது 1968. டாக்டர் அன்பு தன் மருத்துவப் படிப்பை நிறைவு செய்திருந்த வருடம். மதுரையில் ஒரு மருத்துவமனையில் வேலை செய்துகொண்டிருந்தார் அன்பு. அந்த டிசம்பர் மாதத்தில்தான் கீழ வெண்மணி கிராமத்தில் பெண்கள், குழந்தைகள் உள்ளிட்ட 44 பேர் உயிரோடு எரித்துக் கொல்லப்பட்டனர். தஞ்சை மாவட்டம் முழுவதும் பண்ணையார்களிடம் வேலை செய்து கொண்டிருந்த விவசாயக் கூலிகள் அடிமைகளாக நடத்தப்பட்டுக்கொண்டிருந்தார்கள். பொதுவுடமைக் கட்சித் தலைவர்களின் தொடர் முயற்சியில் விவசாய சங்கத்தை அப்போதுதான் உருவாக்கியிருந்தார்கள். பண்ணை முதலாளிகளும் நெல் உற்பத்தியாளர் சங்கத்தை உருவாக்கினார்கள்.

விவசாயத் தொழிலாளர்கள் உழைப்பிற்கேற்ற கூலியைக் கேட்டார்கள். இதனை பண்ணை முதலாளிகள் ஒத்துக் கொள்ளவில்லை. இரு தரப்புக்கும் நடந்த பேச்சு வார்த்தை தோல்வியில் முடிந்து விட, கீழ வெண்மணியைச் சேர்ந்த இரு தொழிலாளர்களை முதலாளிகள் கட்டி வைத்து அடித்தனர். இதனால் விவசாயத் தொழிலாளர்கள் கொதிப்படைந்தனர். இதனைத் தொடர்ந்து திட்டமிட்ட வன்முறை கட்டவிழ்த்து விடப்பட்டது. கோபால கிருஷ்ண நாயுடு மற்றும் பல பண்ணை முதலாளிகளும், அடியாட்களும் சேர்ந்து நாட்டுத் துப்பாக்கிகளுடன் கிராமத்திற்குள் புகுந்தனர். இருதரப்பிற்குமான மோதல் துவங்கியது. துப்பாக்கியை வைத்து சுடத்துவங்கியவுடன், பயந்து ஓடிய தொழிலாளர்கள் தெருமுனையில் இருந்த

குடிசை ஒன்றில் தஞ்சம் புகுந்தனர். 48 பேர் இருந்த அந்த மிகச் சிறிய குடிசை கதவு அடைக்கப்பட்டு அடியாட்களால் கொளுத்தப்பட்டது. குழந்தைகள், பெண்கள் உட்பட 44 பேர் அங்கேயே கருகி மாண்டனர்.

டாக்டர் அன்புவை இந்தச் சமூகம் குறித்து யோசிக்க வைத்தது கீழ வெண்மணி சம்பவம்தான். விவசாயக் கூலிகளாக இருந்து, குடிசையில் எரிந்து பொசுங்கிய அனைவருமே ஆயிரக்கணக்கான ஆண்டுகளாக சமூகத்தால் ஒடுக்கப்பட்டிருக்கும் தலித் மக்கள். சுதந்திரப் போராட்ட காலம் குறித்து அப்போது சிறுவனாக இருந்த அன்புக்கு நிறைய தகவல்கள் தெரிந்திருந்தன. இந்தியா சுதந்திரம் பெற்ற போது அன்புவிற்கு வயது மூன்றுதான் இருக்கும். சுதந்திரப் போராட்டக் கதைகளோடு சேர்ந்து, சுதந்திர இந்தியாவின் சிக்கல்களும் அன்புக்கு சிறுவர் கதையாகச் சொல்லப்பட்டன. மகாத்மா காந்தி சுட்டுக் கொல்லப்பட்டது, இந்து முஸ்லீம் கலவரம் என சுதந்திர இந்தியா தனக்குத்தானே சிக்கல்களை உருவாக்கிக்கொண்டது.

கொஞ்சம் கொஞ்சமாக இயல்பு திரும்பிக்கொண்டிருந்தது. தமிழகத்தில் எழுந்த இந்தி எதிர்ப்புப் போராட்டத்தின் இறுதி ஆண்டில்தான் 1963இல் அன்பு மருத்துவக் கல்லூரியில் சேர்ந்தார். வெள்ளையர்கள் வெளியேறிய பின்பு, செல்வம் கொழிக்கும், வறுமை இல்லாத, சாதி மத வேற்றுமை இல்லாத தேசமாக இந்தியா இருக்கப்போகிறது என்ற எதிர்பார்ப்பு அப்பாவின் வழியாக அன்புவுக்கும் வந்திருந்தது. அவர் தந்தையின் கனவுகள் வழியாக அன்பு எதிர்பார்த்துக் கொண்டிருந்த இந்தியாவாக இது இருக்கவில்லை. சாதியும், மதமும் தலைவிரித்து ஆடின. மொழி ஒடுக்குமுறை கடுமையாக வெளிப்பட்டது. தேசம் பற்றிய, சமூகம் பற்றிய கவலைகளோடு அன்பு தன் மருத்துவப் படிப்பை நிறைவு செய்த போதுதான் கீழ வெண்மணி சம்பவம் அவரைத் தூங்க விடாமல் செய்தது.

மெட்ராஸ் மாகாணமாக இருந்து, 1969 ஆம் ஆண்டில் பல போராட்டங்களுக்குப் பிறகு தமிழ்நாடு என்று பெயர் மாற்றம் செய்யப்பட்டது. அதன் பிறகு டாக்டர் அன்பு தன் கவனத்தை முழுமையாக மருத்துவத்தின் மீது திருப்பினார். ஆங்கில மருத்துவத்தின் மீதான அவருடைய வெறுப்பு அப்போதுதான் துவங்கியிருந்தது. நோயாளிகளுக்கு தன் சிகிச்சை மூலம் உதவி செய்கிறோமா? அல்லது நோயை அதிகப்படுத்துகிறோமா? என்ற எண்ணம் கொஞ்சம் கொஞ்சமாக அன்புவிற்கு அதிகமாகத் துவங்கியது. மருந்துகள் குறித்தும், அது வேலை செய்யும் விதம் குறித்தும்

தீவிரமாக அறிந்துகொள்ள முயன்றார் அன்பு. தன் மருத்துவத்தின் மீதான வெறுப்பு உச்சகட்டத்தை நோக்கி நகர்ந்துகொண்டிருந்த போதுதான் அவருடைய மூத்த சகோதரர் நோய்வாய்ப்பட்டார்.

கம்பத்தில் இருந்த அவருடைய அண்ணன் அன்புவை விட இரண்டு வருடங்களுக்கு மூத்தவர். தன்னுடைய வக்கீல் படிப்பை முடித்து விட்டு, பெரியகுளம், உத்தமபாளையம் நீதிமன்றங்களில் இளம் வழக்கறிஞராகப் பணியாற்றிக் கொண்டிருந்தார். 1975இன் துவக்கத்தில்தான் அவர் தொடர் சோர்வின் காரணமாக மருத்துவமனையில் அனுமதிக்கப்பட்டார். அப்போது இருந்த மருத்துவ வசதிகளின் போதாமையால், மதுரை மருத்துவமனைக்கு மாற்றப்பட்டு, சிகிச்சை தொடர்ந்தது. டாக்டர் அன்புவும் அண்ணனுடனேயே இருந்தார். இதே மாதிரியான தொந்தரவுகளுடன் அன்புவின் அப்பா சில ஆண்டுகளுக்கு முன்பு மரணமடைந்திருந்தார். தொடர் சிகிச்சைகள் அளிக்கப்பட்டும், பலனின்றி இறந்து விட்டார் அப்பா. அன்புவின் பள்ளிக் காலத்திலேயே அவருடைய அம்மா இறந்து விட்டார் என்பதால், அப்பாதான் இருவரையும் பார்த்துக் கொண்டார். அவருடைய இறப்பை அன்புவால் தாங்கிக் கொள்ள முடியவில்லை.

மதுரை டாக்டர்களோடு பேசினார் அன்பு. அவருடைய அண்ணனின் உடல்நிலை குறித்து எந்த முடிவையும் எட்ட முடியவில்லை. அவருடைய ரத்தத்தில் ஹீமோகுளோபின் படிப்படியாக குறைந்துகொண்டிருப்பதை மட்டும்தான் கண்டுபிடிக்க முடிந்தது. அதற்கான காரணத்தை அறிய முடியவில்லை. ஹீமோகுளோபினை அதிகரிப்பதற்கான எல்லா மருந்துகளையும் கொடுத்தும் எந்த மாற்றமும் ஏற்படவில்லை. டாக்டர்கள் அனைவரும் ரத்தம் ஏற்றுவதை மட்டுமே பரிந்துரைத்தனர். அதுவும் தற்காலிகமானது என்பது அன்புவிற்குப் புரிந்ததால் மறுத்து விட்டார். ஏற்கனவே, அலோபதியின் மீதான கோபமும், போதாமையும் அன்புவை அலைக்கழித்தன. மதுரை மருத்துவமனையில் வேலை செய்து கொண்டிருந்த பார்மசிஸ்ட் ஒருவர் சித்த மருந்து சாப்பிடுவது பற்றி தயக்கத்தோடு ஆலோசனை சொன்னார். ஒரே ஒருமுறை அங்கு சென்று வரும்படி வலியுறுத்தினார்.

அப்படித்தான் டாக்டர் அன்பு அவர் அண்ணனை அழைத்துக் கொண்டு, மதுரையிலிருந்து புதுக்கோட்டை செல்லும் வழியிலுள்ள திருமயத்திற்கு வந்து சேர்ந்தார். அங்கு விசாரித்து, கடியாபட்டியைக் கண்டுபிடிப்பதில் சிரமம் ஏதுமில்லை. அப்போதுதான் அறிமுகமாயிருந்த பிரிமியர் பத்மினி காரில்தான் கடியாபட்டிக்கு வந்திருந்தார்கள்.

அது மிகச்சிறிய கிராமமாக இருந்ததால், காரைப் பார்த்தவுடன் வைத்தியர் வீட்டிற்குப் போவதற்கு வழி சொன்னார்கள். அந்த ஊருக்கு வெளியூர்க்காரர்கள் யாராவது புதிதாக வந்தால் வைத்தியரைப் பார்ப்பதற்கு மட்டும்தான் வருவார்கள் என்பது ஊர்க்காரர்களின் முடிவு.

வலது புறம் பசுமையான வயலும், இடது புறம் வரிசையாக வீடுகளும் அமைந்திருந்தன. வீதி முடியும் இடத்தில் கடைசி வீடாக வைத்தியரின் வீடு அமைந்திருந்தது. வீட்டிற்கு வெளியே இருந்த திண்ணையிலும் பெரிய வராண்டாவிலும் நிறையப் பேர் உட்கார்ந்திருந்தார்கள். டாக்டர் அன்புவின் கார் வைத்தியரின் வீட்டின் முன் நின்றபோது அதிகாலை ஆறு மணி இருக்கும். வைத்தியரை சந்திக்கும் வரிசை சிறியதாகத்தான் இருந்தது. அங்கிருந்தவர்களில் பெரும்பாலோர் மருந்து சாப்பிட்டு விட்டு ஓய்வில் இருந்தனர். டாக்டர் அன்புவிற்கு அங்கிருந்த நடைமுறைகள் எதுவும் புரியவில்லை. பொதுவாக மருந்து வாங்கிக்கொண்டோ, அல்லது சாப்பிட்டுவிட்டோ நோயாளிகள் போய் விடுவார்கள். இங்கு ஏன் இவ்வளவு பேர் காத்திருக்கிறார்கள்? என்பது அன்புவிற்கு வியப்பாக இருந்தது.

காரிலிருந்த அண்ணனை கைத்தாங்கலாக அழைத்துக் கொண்டு, உள்ளே சென்றார் அன்பு. வைத்தியர் வயதானவராக இருந்தார். அன்பு அவரிடம் அறிமுகம் செய்து கொண்டு, அண்ணனின் உடல் நிலை குறித்து விளக்கினார். அன்பு சொல்லிய ஹீமோகுளோபின் குறித்த தகவல்கள் வைத்தியருக்குத் தேவைப்படவில்லை. அண்ணனுடைய வலது கையை நீட்டச் சொன்னார். நாடி பார்க்கப் போகிறார் என்று நினைத்துக் கொண்டார் அன்பு. வைத்தியர் வலது உள்ளங்கையை தன் கையில் தாங்கிக் கொண்டு, சில இடங்களில் அழுத்திப் பார்த்தார். விரல் பட்டு அழுத்தம் உருவான இடங்களில் இருக்கும் நிற மாற்றத்தை கூர்ந்து கவனித்தார்.

"ரத்தத்தில பிரச்சினை இருக்கு... பயப்பட வேண்டியதில்லை... மருந்து சாப்பிட்டா போதும்... ரோகம் மாறும்..." என்று சொல்லிய வைத்தியர், கிழக்கு நோக்கி அண்ணனை நிற்க வைத்தார். அவருடைய வலது உள்ளங்கையில் ஒரு மருந்து உருண்டையை வைத்து, அப்படியே விழுங்கச் சொன்னார். சுவை ஏதுமற்ற அந்த மருந்தினை அப்படியே விழுங்கினார் அவர். தொடர்ந்து இன்னும் இரண்டு முறை மருந்து கொடுத்துவிட்டு, தேவை என்றால் சர்க்கரையை எடுத்து வாயில் போட்டுக் கொள்ளும்படி கூறினார் வைத்தியர். நோயாளியுடன் துணைக்கு ஒருவர் வந்திருந்தால் மட்டுமே மருந்து கொடுக்கப்பட்டது.

மற்றவர்களை இன்னொரு நாள் தகுந்த துணையோடு வரும்படி சொல்லி, திருப்பி அனுப்பினார்.

அன்பு வைத்தியரிடம் தன் உடலையும் பரிசோதிக்க சொன்னார். சிரித்துக்கொண்டே வலது கையை வாங்கி, உள்ளங்கையை அழுத்திப் பார்த்து விட்டு சொன்னார் வைத்தியர். "உடம்புல ஒரு பிரச்சினையும் இல்ல... உங்களுக்கு மருந்து வேணாம்ங்க..."

எல்லாருக்கும் மருந்து கொடுத்து முடித்தபின், உள்ளே அழைத்து பத்தியம் பற்றி சொல்ல ஆரம்பித்தார் வைத்தியர்.

"உங்களுக்கு கொடுத்திருக்கிறது வீரியமான மருந்து... அதுனால பத்தியத்தை சரியா கடைப்பிடிச்சா நோய் வேரோட சரியாகிடும்... மருந்து சாப்பிட்டவங்க இன்னைக்கு பால், வெல்லம், பச்சரிசி தவிர எதையும் சாப்பிடக் கூடாது. தூரத்துல இருந்து வந்தவங்களுக்காக இங்கேயே பச்சரிசி வெல்லம் பால் போட்டு சாதம் ரெடியாகிட்டு இருக்கு... சாப்பிட்டுட்டு ஊருக்கு கிளம்புங்க... இங்க சாப்பிட விரும்பாதவங்க வீடு போற வரைக்கும் எதையும் சாப்பிடாமப் போகணும்... எல்லாரும் வீட்டுக்குப் போற வரைக்கும் தலைல தண்ணி படாம பாத்துக்கங்க... வீட்டுக்குப் போனதும் பச்சைத் தண்ணில குளிச்சிருங்க... அதுக்கப்புறம்தான் மருந்தோட வேலையே ஆரம்பிக்கும்..."

அங்கிருந்த எல்லோரையும் ஒரு பார்வை பார்த்து விட்டு, வைத்தியர் தொடர்ந்து பேசினார். "முதல்ல தலைவலி வரும்... அதுக்கு எதுவும் மருந்து சாப்பிட்றாதீங்க... அடுத்து, கண் எரிச்சல், வாய்ல இருந்து எச்சில் ஒழுகுறதுனு ஆரம்பிச்சு நெஞ்சு படபடக்கும். அடுத்த கொஞ்ச நேரத்துல குமட்டலும், வாந்தியும் இருக்கும். எதுக்கும் பயப்பட வேணாம்... வயித்துல இருக்க அழுக்கு, அடப்பு எல்லாம் வெளியேறும்... அப்புறம் பேதி போகும்... பொழுது சாய்ஞ்ச பின்னால கால் தசையெல்லாம் வலிக்கும்... சில பேருக்கு காய்ச்சலும் வரலாம்... காய்ச்சல் தாங்க முடியாதவங்க தண்ணில துணியை நனைச்சு அடி வயித்துல போடுங்க... தேவைப்பட்டா நெத்தியில போடுங்க... வேற எதுவும் செய்ய வேணாம்... உப்பு, புளி, மிளகு மூணு நாளைக்கு சேர்க்க வேணாம்... மசாலா பொருட்களை நாப்பது நாளைக்கு சேர்க்க வேண்டாம்... அசைவத்தை மூணு மாசத்துக்கு சேர்க்க வேணாம்... பீடி, போயிலை, போதை வஸ்துக்கள் கூடவே கூடாது... மூணு நாளைக்கு உச்சந்தலையில நல்லெண்ணெய் வச்சுக்கங்க... எல்லாருக்கும் சரியாயிரும் நம்பிக்கையோட போங்க..."

வைத்தியர் சொன்ன அனைத்துமே வித்தியாசமாக இருந்தது அன்புவுக்கு. உடலில் தொந்தரவுகளை நீக்குவதற்குத்தானே

அ. உமர் பாரூக் • 255

மருத்துவம்? இங்கு புதிய தொந்தரவுகள் வரும் என்கிறார் வைத்தியர். அப்படியானால், இந்த மருந்து என்னதான் செய்கிறது? அங்கிருந்த கூட்டம் கலைந்து, தயாராகி இருந்த உணவை நோக்கிச் சென்றதும், அன்பு வைத்தியர் அருகில் சென்று பேசினார்.

“அய்யா... தலைவலி, வாந்தி, காய்ச்சல்னு நிறைய தொந்தரவுகள் வரும்னு சொல்றீங்களே... அதெல்லாம் மருந்து சாப்பிட்டதுக்கு அப்புறம் எப்படி வருதுங்கய்யா...?” என்று பணிவான குரலில் கேட்டார்.

“இது எல்லா கிராமத்தானுக்கும் தெரிஞ்ச விஷயம்தாங்க... நீங்க டாக்டருக்கு படிச்சிட்டு இதப்போய் கேக்குறீங்களேனு ஆச்சரியமா இருக்கு... உடம்புல வர்ற எல்லா தொந்தரவுகளும் உடம்ப சுத்தப்படுத்தத்தான் வருது... வாந்தி வந்தா வயிறு சுத்தமாகுதுனு அர்த்தம்... பேதி போனா குடல் சுத்தம்... வலி வந்தா அந்த இடம் சுத்தம்... காய்ச்சல் வந்தா மொத்த உடலே சுத்தம்னு அர்த்தம்... இந்த தொந்தரவுகளை தாங்கிக்கிட்டா உடம்பு முழுசும் சரியாயிரும்... இது எல்லாமே நமக்கு வரணும்னு அவசியம் இல்லைங்க... யாருக்கு எங்க அழுக்கும், அடைப்பும் இருக்குதோ அத சுத்தப்படுத்தும் வேலையத்தான் உடம்பு செய்யும்... எங்க மருந்தோ, மருத்துவமோ நோய்களை குணப்படுத்தறதில்லைங்க... உடம்புல தெய்வம் கொடுத்திருக்கிற நோய் தீர்க்கும் சக்தியும், நோய் வந்தவனோட நம்பிக்கையும்தான் குணப்படுத்துது... நான் குடுக்கிற மருந்து நோய் தீர்க்கிற சக்திக்கு உதவியா அழுக்கை வெளிய தள்ளுற வேலை செய்யும்... அவ்வளவுதாங்க வைத்தியம்...”

வைத்தியருடைய விளக்கம் அன்புவிற்கு முழுமையாகப் புரியவில்லை என்றாலும், அவர் சொல்வதில் ஆழ்ந்த பொருள் இருக்கிறது என்பது மட்டும் விளங்கியது.

“சரிங்கய்யா... அடுத்து எப்ப வரணும்...?” என்று கேட்டார் அன்பு.

“எதுக்குய்யா திரும்பி வரணும்னு நினைக்கிறீங்க... ஒரு தடவை உடம்ப சுத்திகரிச்சா போதும்... எல்லா பிரச்சினையும் சரியாயிரும்... மறுபடியும் உடம்ப கெடுக்காம பாத்திக்கிட்டீங்கன்னா இங்க வர வேண்டியதே இல்லைங்கய்யா... பசிச்சு சாப்பிடச் சொல்லுங்க... சீக்கிரமா தூங்கச் சொல்லுங்க... போனது எப்பவும் வராது...” என்று சொல்லி கைகூப்பினார் வைத்தியர்.

ஒரே ஒருமுறை மருந்தில் எப்படி சரியாகும்? என்று கேள்வி வந்துவிட்டது அன்புவுக்கு. ஆனாலும், இவ்வளவு பேர் கூட்டமாக

வெவ்வேறு ஊர்களில் இருந்து சிகிச்சைக்கு வந்திருப்பது நம்பிக்கையை ஒருபக்கம் அதிகமாக்கியது. குழப்பத்தோடு அங்கிருந்து விடை பெற்றார் அன்பு. சிகிச்சைக்கான காணிக்கையாக ஒண்ணே கால் ரூபாயை வெற்றிலையில் வைத்துப் பெற்றுக் கொண்டார் வைத்தியர். அன்புவும், அண்ணனும் அங்கு கொடுக்கப்பட்ட பச்சரிசி சோற்றை சாப்பிட்டு விட்டு கிளம்பினர்.

மதுரையில் அன்பு தங்கியிருக்கும் அறைக்கு வந்து சேர்ந்தனர். வைத்தியர் சொன்னது போல பச்சை தண்ணீரில் குளித்தார் அண்ணன். சிறிது நேரத்தில் தலைவலி துவங்கிவிட்டது. ஆனால், அவ்வளவு கடுமையாக இருக்கவில்லை. வயிற்று வலியும் வாந்தியும் அதிகமாக இருந்தது. மஞ்சள் நிறத்தில், சளி போல ஒவ்வொரு முறை வாந்தி எடுக்கும் போதும் வெளியேறியது. காய்ச்சல் வரவே இல்லை. ஆனால், மாலையில் துவங்கிய கால் வலி கடுமையாக இருந்ததாக அண்ணன் சொன்னார். ஒரு வழியாக முதல் நாள் முடிந்து, மறுநாள் காலையில் தலையில் எண்ணெய் வைத்து குளித்த பிறகுதான் கண் எரிச்சலும், மற்ற தொந்தரவுகளும் முழுமையாக குணமாயின. உடல் சோர்வு மட்டும் அப்படியே இருந்தது. மூன்று நாள் பத்தியம் முடிந்தபோது, சோர்வு சற்று குறைந்திருந்தது. வைத்தியர் சொன்ன நாற்பது நாட்களில் அவர் முழுமையாகக் குணமடைந்து விட்டார்.

இந்த நிகழ்ச்சிக்குப் பிறகு, அன்புவிற்கு சித்த மருத்துவத்தின் மீது ஈடுபாடு வர ஆரம்பித்தது. பார்த்துக்கொண்டிருந்த மருத்துவமனை வேலையை உதறிவிட்டு, ஊர் ஊராகச் சென்று வைத்தியர்களைச் சந்திக்க ஆரம்பித்தார் அன்பு. சித்த மருத்துவம் குறித்த நூல்கள் எங்கிருப்பதாகக் கேள்விப்பட்டாலும் அங்கு போய் வாங்கி வருவதும், நகலெடுத்துக் கொள்வதுமாக டாக்டர் அன்பு சித்த மருத்துவராக மாறிக்கொண்டிருந்தார்.

அன்புவின் அனுபவங்களைக் கேட்டு நான் ஆச்சரியத்தில் இருந்தேன். கடியாபட்டி வைத்தியரின் ஒரு நேர மருந்து அலோபதியால் புரிந்துகொள்ள முடியாத நோயைக் குணப்படுத்தியது என்னை மேலும் ஆர்வமாக்கியது. அது பற்றிய நிறைய கேள்விகளை நான் கேட்க, கேட்க அன்பு பொறுமையாகப் பதில் சொல்லிக் கொண்டிருந்தார்.

அப்போதிருந்த அவர்களின் வீடுதான் இப்போது கிளினிக்காக இருக்கும் இந்தக் கட்டடம் என்றும், அவருடைய அண்ணன் மதுரையில் மகன்களுடன் இருப்பதாகவும் சொன்னார் அன்பு.

அ. உமர் பாரூக் • 257

"இப்ப கடியாபட்டில வைத்தியம் இருக்குங்களா சார்...?"

"நான் அங்க போய்ட்டு வந்து இருபத்தி மூணு வருஷம் ஆச்சு... பெரியவரோட பையன் இப்ப பாக்குறதா சொன்னாங்க... முந்தி மாதிரி எல்லா நோய்களுக்கும் இல்லாம சில குறிப்பிட்ட நோய்களுக்கான வைத்தியம் மட்டும் நடக்குதாம்..."

"இதுபோல நானும் நிறைய கேள்விப்பட்டிருக்கேன் சார்... நாட்டு வைத்தியம் அங்கங்கே இப்படி செய்றவங்க இருக்காங்க..."

"அழிஞ்சு போன ஒரு பெரிய மருத்துவத்தின் மிஞ்சிய துகள்தான் அவை..." என்றார் அன்பு.

நாங்கள் பேசிக்கொண்டிருக்கும் போதே ஒரு நோயாளி டாக்டரைப் பார்க்க வந்திருந்தார். அன்பு அவரை உள்ளே அழைத்து, அமரும்படி சொன்னார். அவர் கைகளைப் பிடித்து, நாடியை பரிசோதித்தார். சிகிச்சைக்குப் பிறகு உடலில் ஏற்பட்டிருக்கும் மாற்றங்கள் குறித்து, விசாரித்துக் கொண்டார். மறுநாள் அதிகாலை ஐந்து மணிக்கு வரும்படி சொல்லி அனுப்பிவிட்டார்.

மருந்துகள் எதுவும் கொடுக்காமல் அதிகாலையில் வரச் சொல்கிறாரே என்று யோசித்துக்கொண்டிருந்தேன். அவருடைய அறையில் இருந்து வெளியே வந்து, மூன்றாவது அறைக்கு வரும்படி அழைத்தார் அன்பு. நான் அறைக்குள் நுழைந்தேன். அங்கிருந்த மர அலமாரியில் மேல்தட்டிலிருந்து துணி சுற்றப்பட்ட ஒன்றை எடுத்துக் கொண்டு, அங்கிருந்த மேஜையில் அமர்ந்தார். அருகிலிருந்த நாற்காலியில் என்னையும் உட்காரச்சொன்னார்.

"இப்ப இருந்து முன்னூறு, முன்னூத்தி முப்பது வருசத்துக்கு முன்னாடி தொண்டை நாட்ல, பாலாறோட வடகரையில திருமலைச்சேரி கிராமத்துல ஒருத்தர் இருந்தார்... அவர் பேரு தேரர்... அப்ப இருந்த சமணத்துறவி தரும சௌமியர்கிட்ட மருத்துவம் கத்துக்கிட்டார் தேரர். அந்தக் காலத்துல மிகப்பெரிய மருத்துவரா மதிக்கப்பட்ட அவர் நிறைய குறிப்புகளை ஓலைகள்ல எழுதி வச்சார்... அதுல ஒண்ணுதான் இது..." என்று சொல்லிக்கொண்டே துணியைப் பிரித்தார் அன்பு. உள்ளே பனை ஓலைகள் வரிசையாக, அதன் மையத்தில் இருந்த குச்சியில் செருகி, அடுக்கப்பட்டிருந்தன. பழுப்பு நிறமேறிய அந்த ஓலைகளை மெதுவாக ஒவ்வொன்றாக பிரிக்க துவங்கினார் அன்பு.

நான் இதுவரை பாடநூல்களிலும், திரைப்படங்களிலும் மட்டுமே பார்த்திருந்த ஓலைச்சுவடிகளை என் கண் முன் பார்க்கும் ஆச்சரியமும், மகிழ்ச்சியும் எனக்குள் ஓடிக்கொண்டிருந்தன. "இது

எதைப் பத்தின சுவடினு தெரிஞ்சா அதிர்ச்சியாயிருவீங்க தம்பி...” என்றார் அன்பு.

“எதைப் பத்தி சார்...?” என்றேன் ஆர்வமாக.

“எல்லாம் உங்க டிபார்ட்மெண்ட்தான்... இந்த ஓலைச்சுவடியின் பேரு “நீர்க்குறி நெய்க்குறி”. எல்லாம் யூரின் டெஸ்ட் பத்திதான்...”

“முந்நூறு வருசத்துக்கு முன்னாலேயே யூரின் டெஸ்ட்டா..... நம்ப முடியலையே சார்...?”

“ஆமா தம்பி... இப்ப இருக்கறவங்களால நம்ப முடியாது... ஏன்னா நம்ம படிப்புல இதயெல்லாம் இருக்குனு கூட சொல்லிக் குடுக்கல... சித்த மருத்துவத்துல நாடி, ஸ்பரிசம், நா, நிறம், மொழி, விரு, மலம், மூத்திரம் அப்படினு எட்டு விதமான பரிசோதனை முறைகள் இருந்துச்சு... நாடிதான் பிரதானம்னாலும், மற்றவைகள் எல்லாம் தேவைக்குப் பயன்பட்டுச்சு... இது சிறுநீர் பரிசோதனைகளை மட்டும் பேசும் சுவடி...”

“சுவடிகளை அரசாங்கத்துகிட்ட குடுக்கணும்ல சார்... எப்படி உங்க கிட்ட இருக்கு...?”

“இதோட ஒரு பிரதி தஞ்சாவூர்ல சரபோஜி அரண்மனை கலெக்சன்ல இருக்கு... இது படியெடுத்த சுவடிதான்... போன வருஷம் ஒரு வயசான வைத்தியர் என்கிட்ட குடுத்தாரு... அப்ப இருந்து சில சோதனைகளை முயற்சி பண்ணிக்கிட்டு இருக்கேன்... நாளைக்கு காலைல மறுபடியும் முயற்சி பண்றோம்... நீங்களும் காலைல அஞ்சு மணிக்கு வந்துருங்க தம்பி...”

“வந்துர்றேன் சார்... என்ன செய்யப்போறோம்...? எனக்கு என்ன வேலை?” ஆர்வத்தில் கேள்விகள் வந்துகொண்டிருந்தன.

“அந்த பேசண்ட்டை வரச் சொல்லியிருக்கேன்... அவருக்கு ஒரு மாசமா மருந்து கொடுக்குறேன்... சின்னச் சின்ன இம்ப்ரூமெண்ட்ஸ்தான் இருக்கு... நாடியில கணிச்சதை, யூரின் டெஸ்ட்ல உறுதி செய்ய முடியுமானு பார்க்கலாம்... ஒரு டெஸ்ட்டுக்கு கொஞ்சம் ரத்தமும் வேணும்... ரத்தம் எடுத்துக் கொடுத்துட்டு, டெஸ்ட்டுக்கு ஹெல்ப் பண்ணுங்க... இல்லனா நீங்களே டெஸ்ட்ட செய்யுங்க... நவீன டெஸ்ட்டுகளை செய்ற ஒருத்தரால பழைய டெஸ்ட்டுகளை செய்ய முடியுதான்னு பார்ப்போம்...”

“டெஸ்ட்டை எதுக்கு அஞ்சு மணிக்கு செய்யணும் சார்....?”

“சுவடில இருக்கிற குறிப்புல அதுவும் ஒன்னு... அதிகாலை நாலு மணியில இருந்து சூரிய உதயத்துக்குள்ள நோயாளியோட

முதல் சிறுநீரை எடுத்து சோதிக்கணும்... அதுவும் ஒரு மணி நேரத்துக்குள்ள...”

“சரிங்க சார்... ட்ரை பண்ணலாம்... சுவடியை தொட்டுப் பார்க்கவா சார்...?”

“பாருங்க தம்பி... அதுல என்ன எழுதியிருக்குனு படிச்சுப் பாருங்க...”

நான் நடுங்கும் விரல்களால் ஓலைச்சுவடிகளைத் தொட்டுப் பார்த்தேன். பல நூறு வருடங்களுக்கு முன் வாழ்ந்த ஒரு மகா மருத்துவனின் கைகள் பட்ட அதே சுவடியில் நானும் என் விரல்களை வைத்திருக்கிறேன் என்பதே மகிழ்ச்சியாகவும், பெருமையாகவும் இருந்தது. ஒன்றிரண்டு எழுத்துகளைத் தவிர, பெரும்பாலும் வாசிக்கும்படியான வடிவத்திலேயே இருந்தன. சில சொற்களின் துவக்கப் பகுதியில் கறுப்பு படிந்திருந்ததால் வாசிக்க சிரமமாக இருந்தது.

மெதுவாக வாசிக்க முயன்றேன்... “ஓங்காரத்தினின்றும் தோன்றிய விநாயகர் கடவுளையும்...” ஒவ்வொரு எழுத்தாக இடைவெளி விட்டு வாசித்தேன்.

“எல்லா ஓலைச்சுவடிகளும் கடவுள் வாழ்த்தோடு ஆரம்பிக்கும்...இதுல ஒரு ஆச்சரியத்தை கவனிச்சீங்களா... தம்பி? சுவடியை எழுதுன தேரர் விநாயகரையும், முருகனையும், சிவனையும் வணங்கி நூலை ஆரம்பிச்சிருக்கார்... ஆனா அவரோட குரு ஒரு சமணர். கடவுளே இல்லைனு நம்புற சமணர் ஒருத்தர், சிவனை நம்புற ஒருத்தருக்கு மருத்துவம் சொல்லிக் குடுத்திருக்கார்...”

“ஆமாங்க சார்... எல்லா காலத்திலயும் மதவெறி புடிச்சவங்க இருக்கிற மாதிரி, நல்லவங்களும் இருந்திருக்காங்க... சித்தர்கள்ல தேரையர்னு ஒருத்தரை கேள்விப்பட்டிருக்கேன்... அவர்தான் தேரரா சார்...?”

“சித்தர்கள் பத்தி பேசும்போது வர்ற பெரிய குழப்பமே இதுதான்... இந்த குழப்பத்தில தான் நாம அகத்தியர் பத்தாயிரம் வருசம் வாழ்ந்தார்... போகர் ஐயாயிரம் வருஷம் வாழ்ந்தார்னு சொல்லிக்கிட்டிருக்கோம்... எல்லா சித்தர்களும் விஞ்ஞானிகள்தான்... அவங்களும் சாதாரண மனுஷங்கதான்... அறிவுல நம்மை விட பல மடங்கு உயர்ந்தவங்க... நம்மள மாதிரி நூறு வருஷமோ, நூத்தம்பது வருஷமோ இருந்திருக்கலாம்... ஆனா, இங்க இருக்கிற வழக்கம் வேற. அந்தக் காலத்துல வாழ்ந்தவங்க அவங்க பெயர்களுக்கு முக்கியத்துவம் தர மாட்டாங்க... தான் சொல்ற செய்தி பயன்படணும்

அப்படிங்கிறது மட்டும்தான் அவங்க நோக்கமா இருந்துச்சு... அகத்தியரோட பெயர்லயே நூத்துக்கணக்கான ஆட்கள் எழுதி வச்சிருவாங்க... அகத்தியர குருவா நினைச்சு, பின்பத்துற எல்லாரும் அவர் பெயர்லயே, அவர் சொன்னதாவே சொல்லுவாங்க... நம்ம காலத்துல கிடைக்கிற ஓலைச்சுவடிக்கள்ல கால மாறுபாடு இருக்கும்... அப்படித்தான் சங்ககாலத்துல அஞ்சு ஔவையார் இருந்ததா சொல்லுவாங்க... அதே மாதிரிதான் இவரும்... தேரர் அப்படிங்கிற பெயரில் எழுதி வச்சிருக்கார்..."

தன் பெயரை முன்னிலைப்படுத்த விரும்பாத மனிதர்களும் இங்கு வாழ்ந்திருக்கிறார்கள் என்பதே ஆச்சரியமானதுதான். வரலாறு முழுக்க தன் பெயரைப் பதிவு செய்யப் போராடும் அரசர்களைப் பற்றி படித்துவிட்டு, இது மாதிரியான நபர்களைப் படிக்காமல் விட்டிருக்கிறோம்.

அன்று முழுவதும் ஓலைச்சுவடிகளைப் பற்றியே யோசித்துக் கொண்டிருந்தேன். அதில் எழுதப்பட்டிருக்கும் பல நூற்றாண்டுகளுக்கு முந்தைய பரிசோதனையை நாங்கள் நடத்தப் போகிறோம் என்பதே மகிழ்ச்சிக்குரியதாக இருந்தது. எப்போது காலை நேரம் வரும் என்று காத்துக்கொண்டே இருந்தேன்.

22

அதிகாலை ஐந்து மணிக்கும் முன்பே கிளினிக்கிற்கு வந்துவிட்டேன். அன்பு தயாராகி, கீழே அறையில் காத்திருந்தார். நோயாளி வந்து சேரும் முன்பு அனைத்தையும் தயாராக வைத்துக் கொள்ளலாம் என்று அன்பு சொன்னார்.

வாயகன்ற கண்ணாடிக் குடுவைகள் சிலவற்றை எடுத்து மேஜையில் வைத்துக்கொண்டோம். ஒரே ஒரு குடுவையில் மட்டும் நல்ல தண்ணீரை நிரப்பி வைக்க சொன்னார். உருக்கப்பட்ட நெய்யை ஒரு பாட்டிலில் வைத்திருந்தார் அன்பு.

“இது எதுக்கு சார்...? என்றேன். “இதைத்தான் சிறுநீரில் விட்டுப் பார்க்க வேண்டும் நூலின் பெயரே “நெய்க்குறி” தம்பி...

“சார்... அந்தச் சுவடியை ஒருதடவை பார்த்திரலாமா...?”

“எதுக்கு தம்பி... அந்தப் பரிசோதனையை நான் மனப்பாடமா வச்சிருக்கேன்...”

“இல்ல சார்... ஒரு சின்ன டவுட்டு...”

“சரி... இங்கதான இருக்கு... எடுத்துப் பாருங்க...”

நான் சுவடிகளை எடுத்து, சில ஓலைகளுக்குக் கீழே இருக்கும் அந்தப் பக்கத்தை எடுத்தேன். நான் நினைத்தது சரிதான். “சார்... இங்க வாங்க சார்... இதப் பாருங்க....”

“என்ன தம்பி....?” என்று கேட்டுக்கொண்டே நான் விரல் வைத்திருந்த பகுதியை உற்றுப் பார்த்தார். எல்லா சுவடிகளிலும் ஒரே இடத்தில் கறுப்பு படிந்திருந்தது. அது சில வார்த்தைகள், எழுத்துகளை மறைத்திருந்தது.

“சிறுநீரில் நெய்த்துளி விட்டுப் பார்க்கில்...” என்றிருந்த வரியில் நெய்த்துளி எனும் சொல்லின் மேல் கறை படிந்திருந்தது. சிரமப்பட்டுத்தான் அதை நெய் என்று வாசிக்க வேண்டியிருந்தது. அதைத்தான் நான் அன்புவிற்கு காட்டிக் கொண்டிருந்தேன்.

“இங்க ஒண்ணு ரெண்டு எழுத்து இருக்குமளவுக்கு கேப் இருக்கு சார்...” நான் சொன்னவுடன் இன்னும் உன்னிப்பாக பார்த்தார் அன்பு. இதே மாதிரியான வேறு பரிசோதனைகளை விளக்கும் சுவடிகளைப் புரட்டினார். எல்லா சுவடிகளிலுமே அதே இடத்தில் கறுமை படர்ந்திருந்தது. ஒவ்வொரு ஓலையாக நானும், அவரும் புரட்டிக்கொண்டிருந்தோம். கறை குறைந்திருந்த ஒரு ஓலையில் இரண்டு எழுத்துகள் இருப்பது போல இருந்தது. அது “எ” என்பதுபோல தெரிந்தது. அன்பு திடீரென கத்தினார்... “அது எள் நெய்...”

அன்பு மகிழ்ச்சியில் குதித்தார். “தம்பி... ரொம்ப நாளா ட்ரை பண்ணேன்... கொஞ்சம் கூட ரிசல்ட் வரலை... டெஸ்ட் பண்ற அடிப்படைப் பொருளையே மாத்தி பண்ணா எப்படி வரும்...? இன்னைக்கு ரிசல்ட் வரும்... ரொம்ப முக்கியமான விஷயம் தம்பி... இது...”

என் கைகளைப் பிடித்து நன்றி சொல்வது போல குலுக்கினார். “சார்... நீங்கதான் கண்டுபிடிச்சிங்க... நான் ஒண்ணும் செய்யலையே...? எள் நெய்னா என்னானு எனக்குப் புரியலை சார்.”

“எனக்கு சந்தேகம் வரலை... தம்பி... உங்களுக்கு சந்தேகம் வந்திருச்சுல... அதுதான் முக்கியம்... பதில் கண்டுபிடிக்கணும்னா கேள்வி இருக்கணுமே... எள் நெய் அப்படினா எள்ளில் இருந்து வர்ற நெய் அதாவது நல்லெண்ணெய்னு அர்த்தம்.”

என்னிடம் சொல்லி விட்டு, பரபரப்பாக தனது மாடி அறைக்குச் சென்று, அங்கிருந்த நல்லெண்ணெய் பாட்டிலை எடுத்து வந்தார். நெய்யை எடுத்து ஓரமாக வைத்து விட்டு தயாராக இருந்தோம். அந்த நோயாளி வந்து விட்டார். அவரிடம் ஆய்வுக்கூட அறையில் இருந்த சிறு பிளாஸ்டிக் டப்பாவை எடுத்துக் கொடுத்து சிறுநீர் பிடித்து வரச் சொன்னேன். சில நிமிடங்களில் டப்பாவோடு திரும்பி வந்தார் அவர்.

அவரிடம் வாங்கி, மேஜையில் வைத்து விட்டு அன்புவைப் பார்த்துக் கேட்டேன். “ரத்தம் எவ்வளவு வேணும் சார்...?”

“ஒண்ணு, ரெண்டு ட்ராப் போதும் தம்பி...” என்றார்.

"சரிங்க சார்..." என்று சொல்லி விட்டு, நோயாளியை அழைத்து, அவருடைய வலது கை புஜத்தில் டோனிகட் கட்டி, விரல்களை மூடி திறக்கச் சொல்லி சிறிய சிரிஞ்சினை எடுத்து, ரத்தம் எடுத்தேன். ஒரு மில்லி அளவு வந்ததும் ஊசியை வெளியில் எடுத்து, பஞ்சினை அவர் முழங்கைப் பகுதியில் வைத்து அழுத்தினேன்.

சிறிய டெஸ்ட் டியூபில் ஊற்றி, அதையும் கையில் எடுத்துக் கொண்டு மேஜைக்கு வந்தேன். நோயாளியை அழைத்து அன்பு மாலை வருமாறு சொல்லியனுப்பினார்.

"சார்... சீக்கிரம் ஆரம்பிக்கலாம் சார்... யூரினுக்கு ஒரு மணி நேரம் டைம் இருக்குனு சொன்னீங்க... ரத்தம் சீக்கிரம் உறைஞ்சிடும்... உடனே டெஸ்ட் பண்ணலாம்..."

"சரிங்க தம்பி... நல்ல தண்ணியுள்ள குடுவையை மட்டும் எடுத்து முன்னால வைங்க..." என்று சொல்லி விட்டு மேஜையின் முன் இருந்த நாற்காலியில் அமர்ந்தார். டெஸ்ட் டியூபில் இருந்த ரத்தத்தை எடுத்து, இரண்டு துளிகளை குடுவையில் இருந்த தண்ணீரில் விடச் சொன்னார். ரத்தத்தை ஸ்பில்லரில் எடுத்து இரண்டு துளிகளை நீரில் விட்டேன். ரத்தத் துளிகள் அமிழ்ந்து, நீருக்குள் அப்படியே இறங்கின. அன்பு அதைப் பார்த்து சிரித்துக் கொண்டார்.

அங்கிருந்த குடுவை ஒன்றில், சிறுநீரை ஊற்ற சொன்னார். சிறிய குடுவையின் கால்பாகம் சிறுநீரை நிரப்பினேன். நல்லெண்ணெய் துளியை அதில் விட்டுப் பார்த்தார் அன்பு. சிறுநீரில் விழுந்த எண்ணெய் அதன் மேற்பரப்பில் பரவியது.

"தம்பி... இங்க பாருங்க... இந்த எண்ணெயை பாக்குறதுக்கு எப்படி இருக்கு...?" என்று கேட்டார். நான் உற்றுக் கவனித்தேன். மேகம் கலைந்து புதுப் புது உருவங்கள் தெரிவது போல அனுமானிக்க முடியாமல் இருந்தது. "நல்லா பாருங்க தம்பி..."

முதலில் பரவிக்கொண்டிருந்த எண்ணெய்த் துளி பிரிந்து, குடை போல இருந்தது. குடை பிரிவு பிரிவாக மாறி, மலரைப் போலவும் இருந்தது.

அதைப் பார்த்துக்கொண்டே அன்பு கேட்டார். "குடை உருவமும், தாமரை மொட்டு மலரும் உருவமும் தெரியுதா...?" நான் ஆமோதித்தேன். அது தாமரை போல இருக்கிறது என்பது அவர் சொல்லிய பிறகுதான் தெரிந்தது.

"போதும் தம்பி... டெஸ்ட் சக்சஸ்..."

"“எனக்கு ஒண்ணும் புரியலையே சார்...?”

“யூரின்ல நிறம், எடை, மணம், நுரை, அளவுனு அஞ்சு வகை பரிசோதனை இருக்கு... இது ஆறாவது வகை பரிசோதனை நெய்க்குறி. யூரின்ல எண்ணெய் பட்டவுடனே அது எப்படி இருக்கிறது என்பதும், அது வெளிப்படுத்தும் உருவமும் சில விஷயங்களைச் சொல்லும். இந்த பேசண்ட்டோட நாடியில ஒரு குழப்பம் தெரிஞ்சது... அத உறுதி செய்யத்தான் இந்த சோதனையை முயற்சி செஞ்சோம்... யூரின்ல எண்ணெய் பரவினா கபமும், வாதமும் கலந்திருக்கிறதா அர்த்தம். இப்ப அது உறுதியாயிருச்சு... அதே மாதிரி, குடை வடிவம், பூ வடிவம் பார்த்தால் நோய் மருந்தினால தீரும்னு அர்த்தம்...”

“வேற மாதிரி உருவம் எல்லாம் வருமா சார்...?”

“ஆமா தம்பி... நூத்துக்கணக்கான வடிவங்கள் தெரியும்னு சுவடியில போட்டிருக்கு... முயற்சி பண்ணலாம்...”

“குடைக்கும், பூவுக்கும் என்ன சார் சம்பந்தம்? அது எதுக்கு யூரின்ல வருது?”

“வானத்துல நாம் பார்க்கிற உருவங்கள் எல்லாம் உண்மையான உருவங்கள் இல்லைல... அது மாதிரிதான் இதுவும்... இந்த மாதிரி நோயாளிகளுக்கு என்ன மாதிரி உருவம் உருவாகும்ங்கிறதை நமக்குப் புரியறதுக்காக ஒரு பொது வடிவத்தை குறிச்சி வச்சிருக்காங்க... குடை மாதிரி இருக்குனு புரிஞ்சிக்கணும் தம்பி...”

“அப்ப ரத்தத்துல என்ன பார்த்தீங்க சார்...?”

“சுவடி முழுக்க யூரின் டெஸ்ட்தான் இருக்கு... நோய் சரியாகுமாங்குற அதே விஷயத்த ரத்தத்திலும் பார்க்கலாம்னு அதுல இருந்திச்சு... அதைத்தான் பார்த்தேன்... அதுவும் யூரின்ல வந்த ரிசல்ட்டையே சொல்லுது...”

“சரியாகாத நோயும் இருக்குமா சார்...?”

“நிச்சயமா இருக்கும் தம்பி... நல்ல மருத்துவமுறை எல்லாத்திலயும் எல்லா நோயும் சரியாகும்... ஆனா, எல்லா நோயாளியும் சரியாக மாட்டாங்க... அந்த நேரத்துல இது மாதிரி சோதனைகள் உதவும்... இதுல சில சோதனைகள் மரணத்தைக் கூட சொல்லிரும்... இன்னும் நுட்பமா தெரிஞ்சாத்தான் செய்ய முடியும்...”

“ஆச்சரியமா இருக்கு சார்... அந்தக் காலத்திலயே இவ்வளவு செஞ்சிருக்காங்க...”

“இதுக்கே ஆச்சரியப்பட்டா எப்படி தம்பி? ரத்தத்துல ஹீமோகுளோபின் குறைஞ்சா என்ன நோய்னு சொல்வீங்க...?”

“அனீமியா”

“அதுவே கூடுதலா இருந்திச்சின்னா என்ன நோய்னு சொல்லுவீங்க...?”

“அத பேசண்ட்கிட்ட சொல்ல மாட்டோம் சார்... ஆனால், புக்ல படிச்சிருக்கேன் அதோட பேர் பாலிசைதீமியா...”

“யூரினை வச்சே உடம்பில ரத்தம் கூடுதலானு தெரிஞ்சிக்கிற சோதனையும் இதுல இருக்கு... பாலிசைதீமியாவை அப்பயே தெரிஞ்சி வச்சிருக்காங்க...”

“இப்பயும் இந்த சோதனைகள் எல்லாம் சாத்தியமா சார்...?”

“நாம் இப்பத்தான பார்த்தோம்...? சாத்தியம்தான்... ஆனால், எல்லா சோதனைகளும் இவ்வளவு லேசா இருக்காது. நுட்பமா பார்க்க தெரியணும்... இந்தக் காலத்துல நுட்பம் அப்படிங்கிற விஷயமே குறைஞ்சு போச்சே...”

“சரிங்க தம்பி... என்னோட ரத்தத்தையும் எடுங்க... ரெண்டு ஸ்பெசிமன் ஒரே நேரத்துல பார்த்தா நல்லா ஐடியா கிடைக்கும்...”

நான் உடனே ஒரு சிறிய சிரிஞ்சை எடுத்து, அவரிடமிருந்து சிறிதளவு ரத்தத்தை டெஸ்ட் டியூபில் விட்டேன். இன்னொரு சிறிய குடுவையில் தண்ணீரை எடுத்து நிரப்பி, அதில் இரு துளிகளை விட்டேன். ரத்த துளிகள் தண்ணீரில் கரைவது போல நெகிழ்ந்து படர்ந்தது. அதைப் பார்த்த அன்பு அமைதியானார். “தம்பி... இன்னொரு யூரின் கண்டெய்னர் குடுங்க... எனக்கு அதையும் பார்த்திடுவோம்...” என்றார்.

அன்புடைய சிறுநீரை சிறிய கண்ணாடி குடுவையில் நிரப்பி, அதில் ஒரு துளி நல்லெண்ணெய் விட்டேன். எண்ணெய் சிறுநீரில் பட்டவுடன் லேசாகப் பொங்கியது போல இருந்தது. தொடர்ந்து சிறு சிறு துகள்களாகச் சிதறியது. சில துகள்கள் சிறுநீரில் கரைந்தது. மீதமிருந்த துகள்கள் இணைந்து, யானை போன்றும், குதிரை போன்றும் வெவ்வேறு உருவங்களாகத் தெரிந்தன. அமைதியாகப் பார்த்துக்கொண்டிருந்தார் அன்பு.

“என்ன தெரியுது சார்...?”

“யானை மாதிரி உருவம் தெரிஞ்சது பார்த்தீங்களா...?”

“ஆமா சார்... அந்த யூரின் மாதிரி இல்லாமல் இது வேற மாதிரி இருக்கே சார்...”

“ஆமா தம்பி... அது நோயாளியோட யூரின்... இது சும்மா டெஸ்ட் பார்த்த யூரின்தான... ரெண்டுக்குமான வித்தியாசத்த தெரிஞ்சிக்கிறத்தான் பார்த்தோம்... ரெண்டுக்கும் எவ்வளவு வித்தியாசம் பார்த்தீங்களா...?” என்று சொல்லிக் கொண்டே நாற்காலியில் இருந்து எழுந்தார் அன்பு. “எல்லாத்தையும் டிஸ்போஸ் பண்ணிருங்க தம்பி... வாசல் கதவை லேசா சாத்தி விட்டுட்டு வீட்டுக்குப் போய்ட்டு வாங்க... மணி ஏழு கூட ஆகலை... நானும் ரெஸ்ட் எடுக்குறேன்.”

அன்பு தன் அறை நோக்கி நடக்கத் துவங்கினார். நான் அவர் முகத்தில் இருந்த மாற்றத்தைக் கவனித்தேன். இரவு சரியாகத் தூங்கவில்லை போல. பரிசோதனை முடிந்ததும் சோர்வாகி விட்டார் என்று தோன்றியது. எஞ்சியிருந்த சிறுநீர் அனைத்தையும் கழிவறையில் ஊற்றி விட்டு, குடுவைகள், டியூப்கள் அனைத்தையும் கழுவும் இடத்தில் வைத்தேன். கிளினிக்கில் வெளிப்புறக் கதவினை சப்தம் வராமல் மூடி விட்டு, வீதியில் இறங்கி நடக்க ஆரம்பித்தேன்.

பதினோரு மணிவாக்கில் கிளினிக்கை நோக்கி நடக்க ஆரம்பித்தேன். பல நாட்களுக்குப் பிறகு, காந்தி சிலை வழியாகச் சென்றேன். யுனைடெட் லேபிற்கு சென்று கொண்டிருக்கும்போது தான் இந்த வழியில் சென்று கொண்டிருந்தேன். இப்போதெல்லாம் வேலப்பர் கோவில் தெருவில் இருந்து நேராக காந்திஜி பூங்கா சென்று, அங்கிருந்து பூங்கா சாலை வழியாக கால்நடை மருத்துவமனை சாலைக்கு சென்று விடுவேன். நூறடி கடந்தால் அன்பு கிளினிக் அருகில்தான் இருக்கிறது.

யுனைடெட் லேபிலிருந்து விலகிய பிறகு இன்று காலையில்தான் தொலைபேசியில் அரசி அக்காவுடனும், கலா அக்காவுடனும் பேசினேன். ஆய்வுக்கூடத்திலுள்ள யாரிடமும் சொல்லாமல் வந்து விட்டதால், ஒன்றிரண்டு நாட்களுக்குப் பிறகு இப்போதுதான் பேச முடிந்தது. அரசி மிகவும் சோர்வாகப் பேசினார். ராணி அக்கா வருவதை நிறுத்தி விட்டாராம். அடுத்த மாதம் திருமணம் இருக்கும் என்றும் சொன்னார். மில்ட்ரியின் உடல்நலம் குறித்து விசாரித்தேன். அவர் ஓரளவு சரியாகிவிட்டாராம். லேபிற்கு வரவில்லை என்ற தகவலையும் எல்லாரிடமும் சொல்லிவிட்டார். டாக்டர் பாபுதான் என்மேல் கடுங்கோபமாக இருந்தார் என்று அரசி சொன்னார். கதிர் யுனைடெட் லேபின் புதிய சீஃப் டெக்னீசியனாக

பொறுப்பேற்றுள்ளதையும், புதிதாக இருவர் வேலைக்கு வரப் போகிற தகவலையும் சொன்னார். நான் எல்லோரையும் விசாரித்ததாகச் சொல்லிவிட்டு, அவ்வப்போது போனில் பேசுகிறேன் என்று சொல்லி விடைபெற்றேன்.

நடந்து வரும் வழியில் பழம் விற்கும் மணிகண்டனைச் சந்தித்தேன். அன்பு கிளினிக்கில் சேர்ந்துள்ள தகவலை அவனிடம் சொல்லிவிட்டு, வழக்கமான விசாரிப்புகளோடு கடந்து சென்றேன். டாக்டர் அன்புவிடம் சித்த மருத்துவம் குறித்து விரிவாகக் கேட்க வேண்டும் என்று நினைத்துக் கொண்டேன்.

கிளினிக்கின் கதவு திறந்திருந்தது. வழக்கமாக அறைகளையும், வரவேற்பறையையும் தூய்மைப்படுத்தும் பெரியம்மா வந்து விட்டுப் போய் விட்டிருப்பார். ஒன்பது மணிக்கெல்லாம் வந்து செல்வார். அன்பு இன்னும் மேலேயுள்ள அவருடைய தங்கும் அறையில்தான் இருப்பார் என நினைத்தேன். காலையில் அவர் முகத்திலிருந்த சோர்வுக்கு கொஞ்சம் ஓய்வு எடுத்தால் நல்லது என்று தோன்றியது. நான் கிளினிக்கில் நுழைந்த போதே அன்பு அவருடைய சிகிச்சை அறையில் இருந்தார்... எப்போதும் போல புத்துணர்ச்சியோடு. நிமிடத்துக்கு நிமிடம் தன்னை புதுப்பித்துக் கொள்ளும் மனிதரை இவருக்கு முன்னால் நான் சந்தித்ததே இல்லை. நெருக்கமான நண்பர்களோ, குடும்ப உறவுகளோ இல்லாமல் தனிமையில் வாழ்ந்தாலும் எப்படி இவரால் மகிழ்ச்சியாக இருக்க முடிகிறது? ஒருவேளை மகிழ்ச்சியை நாம்தான் மனிதர்களிடமும், பொருட்களிடமும் தேடுகிறோமா...? உண்மையான மகிழ்ச்சி மனதிற்குள் எங்கோ ஒளிந்து கிடக்கிறதோ...?

"வணக்கம் சார்... காலைல சோர்வா இருந்தீங்க...? சரியா யிருச்சா...?"

"எப்பவும் சரியாத்தான் உடம்பு இருக்கு... எப்பயாவது சோர்வு வந்துட்டு போயிடுது... காலைல நடந்தது எவ்வளவு பெரிய விஷயம்...? ஒரு சின்ன சோர்வு அத்தனையும் காலி பண்ணிடுச்சு... இப்ப சரியாயிட்டேன்... தம்பி..."

"சாப்பிட்டிங்களா சார்....?"

அவரிடம் சாதாரணமாகக் கேட்ட பின்புதான், அது குறித்து யோசித்தேன். தனியாக இருக்கும் மனிதருக்கு உணவு எங்கிருந்து வருகிறது? யாராவது சமைத்து தருகிறார்களா...? அல்லது மூன்று நேரமும் கடையில் சாப்பிடுகிறாரா...? ஒரு வருடப் பழக்கத்தில் ஒருமுறை கூட அவரிடம் கேட்டதில்லையே... என்னைக் குறித்தும்,

என் குடும்பம், சூழல், கல்வி என அனைத்தையும் விசாரித்திருக்கிறார். நான் அதிகபட்சம் இங்கு வேலைக்குச் சேர்ந்த பின்புதான் அவர் குடும்பம் பற்றியே கேட்டிருக்கிறேன்.

அன்பு சிரித்துக்கொண்டே பதில் சொன்னார். "நான் காலையையும், நைட்டும் சாப்பிடறதில்ல... மதியம் மட்டும்தான் சாப்பிடறேன்... நானே சமைச்சுக்கிருவேன் தம்பி... எப்பயாவது சரவணா மெஸ்ல வாங்கிக்கிருவேன்..."

"ஏன் சார்... ஒரு நேரம் மட்டும்...?"

"மூணு நேரம் சாப்பிடற அளவுக்கு உடல் உழைப்பு ஒண்ணும் இல்ல... சும்மாதான இருக்கேன்...? காலையையும், நைட்லயும் எப்பவாவது பசிச்சா பழங்கள் சாப்பிடுவேன்..."

"இந்தக் காலத்துல எல்லாத்துக்குமே உடல் உழைப்பு குறைவுதான சார்...? மூணு நேரம் பசிக்கவும் செய்யுதே...?"

"பழக்கி வச்சிருந்தா பசிக்கும்... பழக்கத்தை மாத்தினா பசி நம்ம கட்டுக்குள்ள வரும்... மூணு நேரமும் சாப்பிட்டுக்கிட்டே இருக்கும்போது, சாப்பாட்டுக்கு இடையில கொஞ்சநேரம் மட்டும்தான் ஏதோ செய்ற மாதிரி இருந்தது... மனுஷனுக்கு சாப்பாடு முக்கியம்தான்... ஆனால், வாழ்நாள் முழுக்க சாப்பிடறத மட்டுமே செய்ய முடியாதில்ல ....."

"எல்லாருக்கும் இது செட் ஆகுமா சார்...?"

"எல்லாருக்கும் அவசியமில்லை... தேவைப்படுறவங்க ஃபாலோ பண்ணலாம்... பெரும்பாலான நேரத்தில வயித்துல மெல்லிய பசி இருந்துக்கிட்டே இருக்கும் உணர்வு எனக்குப் பிடிச்சிருக்கு... எல்லா நேரமும் சுறுசுறுப்பா இருக்கு... புதுசு புதுசா யோசிக்க முடியுது... உங்க வயசுக்கெல்லாம் முயற்சி பண்ணாதீங்க... இது சாப்பிடுற வயசு... நாப்பதுக்கு மேல ட்ரை பண்ணலாம்... பிடிச்சா ஃபாலோ பண்ணலாம்..."

"சரிங்க சார்... ஒரு நாள் உங்க சமையலை சாப்பிடணும்..." என்று சிரித்தபடியே சொன்னேன். "இன்னைக்கு வேணாம்... நாளைக்கே சாப்பிடலாம்... தம்பி... நான் ப்யூர் நான்வெஜ்... உங்களுக்கு ஓகேவா...?"

"நானும் நான்வெஜ் சாப்பிடுவேன்... சுத்த சைவம்னுதான் கேள்விப்பட்டிருக்கேன்... நீங்க சுத்த அசைவம்னு சொல்றீங்களே...?"

"காய்கறிய சாதாரணமா சுத்தம் செஞ்சா போதும்... ஆனா அசைவத்தை திரும்ப திரும்ப சுத்தம் செய்யணும்... அப்ப

எது ரொம்ப சுத்தம்...? அதைத்தான் நான் தூய அசைவம்னு சொல்றேன்... அதில்லாம, சைவம் சாப்பிடறவங்க மட்டும் சுத்த சைவம்னு சொல்றாங்க... அதுனால நானும் சொல்றேன்... நான் சாப்பிடும் போது சைவ உணவு கம்மியாவும், அசைவம் அதிகமாவும் இருக்கும்...”

“பொதுவா சித்த மருத்துவர்கள் சைவ உணவத்தானே சார் நல்லதுனு சொல்வாங்க...?”

“உலகத்துக்கே பொதுவா நல்லதுனு எதுவும் இல்லை... ஒவ்வொரு உடம்புக்கும், ஒவ்வொரு நேரத்துக்கும் தகுந்தமாதிரி நல்லது, கெட்டது மாறும்... சித்த மருத்துவம் தனியா எதையும் நல்லதுனு சொல்லல... அதைப் பின்பற்றுறவங்க அவங்கவங்க கருத்தை சொல்லிருவாங்க... பொதுவா ஏன் சைவம் நல்லதுன்னு சொல்றாங்க தெரியுமா தம்பி...?”

“தெரியல சார்... அசைவத்துல அதிகக் கொழுப்பு இருக்கிறதுனாலயா சார்...?”

“அது அலோபதியோட ஐடியாலஜி... கொழுப்பை சாப்பிட்டாத்தான் கொழுப்பு வரும்னு யார் சொன்னா...? ஆடு என்ன அசைவமா சாப்பிடுது? ஆட்டுக்கு அவ்வளவு கொழுப்பு எங்க இருந்து வருது...? அத விடுங்க... சைவம் நல்லதுனு சொல்றதுக்கு காரணம் அது இல்ல... வைதீக நம்பிக்கைலருந்து வந்தது... ஒவ்வொரு உணவுக்கும் ஒரு குணம் இருக்குமாம் அதை சாப்பிடுறவங்க உடல் வழியா அந்த மனுஷனுக்கும் அந்த குணம் வந்துருமாம்... சாத்வீக குணம், ரஜோ குணம், தமோ குணம்னு மூணா சொல்லுவாங்க...”

“அது உண்மைதானே சார்...?” நானும் இந்த விஷயங்களைக் கேள்விப்பட்டிருக்கிறேன். இதனை மருத்துவமாகப் புரிந்து கொள்ள முடியுமா என்று தெரியவில்லை. ஆனால், இது ஒரு பாரம்பரிய நம்பிக்கை என்று சொல்லப்பட்டிருக்கிறது.

“அது உண்மையா இல்லையானு யோசிப்போம்... முதல் விஷயம் மனுஷன் பரிணாம வளர்ச்சியில் உச்ச கட்டம்... அவனுக்குக் கீழ இருக்கிற உயிர்களோட குணம் மனுஷனை பாதிக்கும்னு சொல்றது அபத்தமான விஷயம்... அஞ்சறிவு இருக்கிற மிருகத்தோட குணம், அதைச் சாப்பிடறதுனால மனுசனுக்கு வந்துடுமா...? ரெண்டாவது உடம்பு அணுக்களின் கூட்டு... மனசு, குணம் இதெல்லாம் அணுக்களால் ஆனதில்ல... ஆற்றலாலோ, அலைகளாலோ ஆனது. அணுக்கள் ஆற்றலைக் கட்டுப்படுத்துமா...?

அணுக்களைக் கொண்டு, ஆற்றல்ல மாற்றத்தை கொண்டு வரலாம்... அடிப்படையே மாறாதுல்ல... இதையெல்லாம் விட்றலாம்... மூணாவது விஷயம்... ரொம்ப முக்கியம். நடைமுறை உதாரணம் பார்க்கலாம்... ஹிட்லருடைய கொடூர குணம் நமக்கெல்லாம் தெரியும்... அவனுடைய உணவு தூய சைவம். அசைவம் சாப்பிடறவர்தான் கருணையான நபரா பார்க்கப்படுற மதர் தெரசா... உணவு நம்முடைய குணத்தை மாத்துமா என்ன? நம்மோட சிந்தனைதான், அறிவுதான் எல்லாத்தையும் விட உயர்ந்தது... சித்த மருத்துவம் சொல்லும் தத்துவம் தொண்ணித்தாறுல உச்சம் அறிவுதான். மனசுல முடிவெடுக்குறோம்... அதை செயலாக்க உடல் உதவுது... உடலுக்காக உணவு கொடுக்குறோம்... அவ்வளவுதான்... உடலுக்கு கொடுக்கிற முக்கியத்துவத்தை உணவுக்கு கொடுக்கணும் அப்படிங்கிறதுதான் உண்மை... அதைத்தாண்டி உணவை புனிதப்படுத்துறதுக்கு ஒரு வேலையும் இல்லை...

ஆதி மனசங்க எல்லாருமே அசைவம்தான்... நாங்கள்லாம் பாரம்பரியமுள்ள ஆளுன்னு சொல்ற நம்ம, இந்த பாரம்பரியத்த மட்டும் பேசறதில்லை... சித்தர்கள்ல பல கருத்துள்ள நபர்கள் இருந்திருக்காங்க... சிவவாக்கியரை எடுத்திக்கிட்டா... அவருக்கு சைவம்னு சொன்னாலே கோவம் வந்திரும்...' சைவம் சைவம் சைவமென்று பேசுகின்ற மூடர்காள்'னுதான் அவர் பாடலே தொடங்குது... அவர் அசைவம் பத்தி ஒரு விஷயம் சொல்றார்... நாம ஒரு ஆளை அவர் செய்ற செயல்னால தீட்டுன்னு சொல்றோம்னா, அவர் தொட்ட பொருளையும் தீட்டுனுதான சொல்வோம்? இதே மாதிரி, நம்ம நாக்கு தசையால் ஆனது. அது அசைவப் பிண்டம். நாக்குல படுற எல்லாமே அசைவம்தான்னு சொல்றார் சிவவாக்கியர்... இப்படி நிறைய சித்தர்கள் இருக்காங்க...”

“மனுஷன் அனைத்துண்ணிதான் அறிவியல் சொல்லுது...நானும் அனைத்துண்ணிதான்...” என்று சொல்லி விட்டுச் சிரித்தார் அன்பு.

“நானும்தான் சார்...” என்று சொல்லி அவரோடு சிரிப்பில் இணைந்து கொண்டேன்.

“சார்... ஒரே ஒரு விஷயம் மட்டும் சொல்லுங்க... ஏன் இன்னைக்கு சித்தாவால அலோபதி கூட போட்டி போட முடியல...?”

“உண்மையிலேயே இதுதான் நாம பேச வேண்டிய விஷயம்... சித்த மருத்துவத்தோட வரலாறை அப்புறமா விரிவா சொல்றேன்... பிரிட்டிஷ் கவர்ன்மெண்ட் வந்ததும் மெக்காலேனு ஒருத்தர வச்சு எதிர்கால இந்தியா பத்தி ஒரு திட்டம் தயாரிச்சாங்க... அவரோட

ரிப்போர்ட்டுக்கு பின்னால, கவர்ன்மெண்ட்டோட மருத்துவக் கொள்கையில பெரிய மாற்றம் வந்துருச்சு... அதுவரை இருந்த மரபுவழி மருத்துவப் பள்ளிகளை எல்லாம் இழுத்து மூடிட்டாங்க..... சித்தா, ஆயுர்வேதம், யுனானி அப்படினு மூணு மருத்துவங்களும் அப்ப கொடிகட்டி பறந்திக்கிட்டு 'இருந்துச்சு... மெக்காலேவுக்கு முன்னாடி இந்தப் பள்ளிகளுக்கு அரசாங்கமே அனுமதி கொடுத்திச்சு... ஆனால், மெக்காலே கொள்கைக்குப் பின்னாடி எல்லா மருத்துவப் பள்ளிகளையும் மூடிட்டு, அலோபதிக்கு மட்டும் மெடிகல் காலேஜ் ஆரம்பிச்சாங்க... ரொம்ப வருஷ போராட்டத்துக்கு பிறகு, மறுபடியும் பாரம்பரிய மருத்துவங்களுக்கான காலேஜுக்கு அனுமதி கிடைச்சது. அப்ப வந்ததுதான் வினை...

சித்தாவுல இருக்கிற பல பாடங்கள் அறிவியல் பூர்வமா இல்லைனு சொல்லி, பாடத்திட்டத்துல சேர்க்கல... அதுக்குப் பதிலா அலோபதியில இருந்து பல பாடங்களை சேர்த்துக்கிட்டாங்க... உடல் உறுப்புகள் எங்க அமைஞ்சிருக்குனு சொல்ற பாடம் அனாட்டமி. இதுல ஒண்ணும் சிக்கல் இல்ல. ஆனா, எப்படி இயங்குதுங்கிறதுல ரெண்டு பார்வைகள் இருந்துச்சு... உடம்போட சக்தில துவங்கி, அது எப்படி பொருளா மாறுதுங்கற சித்தாவோட பார்வை ஒண்ணு... உடம்பை மிஷின் மாதிரி பார்க்குற அலோபதி ஐடியா ஒண்ணு... காலேஜ் பாடத்துல அலோபதி பிசியாலஜியைத் தூக்கி வச்சான்... இதை விட முக்கியமா... நோய் அறிதல், நோயியல் மாதிரியான பாடங்களை அலோபதி சொல்ற விஷயங்களைத்தான் முழுசா வச்சான்... இதுல ஒரு ரகசியம் சொல்றேன்... ஒரு மருத்துவத்துக்கு ரெண்டு விஷயம் அடிப்படையானது. எதுனு தெரியுமா தம்பி...?"

"சொல்லுங்க சார்..."

"நோயறிதல் சிகிச்சை. இது ரெண்டும்தான் மருத்துவத்தின் அஸ்திவாரம். இதுகளை விளங்கிக்கிறத்தான் தத்துவங்கள்... கோட்பாடுகள்... உத்திகள் எல்லாமே. இது ரெண்டுலயும் ரொம்ப ரொம்ப முக்கியம் எதுனு புரியுதா தம்பி...?"

"சிகிச்சைதான் சார்... முக்கியம்... சிகிச்சைலதான் அந்த மருத்துவத்தோட சிறப்பே இருக்கும்..."

"அதுதான் இல்ல... இங்கதான் நாம ஏமாந்து போயிடறோம்... ஒரு மரத்தை வெட்டணும்னா ரெண்டு வழி இருக்கு... ஒண்ணு கிளைகளை எல்லாம் வெட்டி நிர்மூலமாக்குறது... ரெண்டாவது ஆணிவேரை அறுத்து விட்டு, மரத்தை பட்டுப் போக வக்கிறது... முதல் வழியை செஞ்சால் உலகத்துக்கே தெரிஞ்சிரும் நாமதான்

மரத்தை வெட்டுனோம்னு... ரெண்டாவது வழில செஞ்சால்... யாருக்கும் சந்தேகமே வராது... மரமே தானா பட்டுபோச்சுனுதான் நினைப்பாங்க... பிரிட்டிஷ்காரன் செஞ்சது ரெண்டாவது வழி... சித்தா தானே அழிஞ்சு போற மாதிரி ஒண்ணு செஞ்சுவச்சான்..."

"நம்ம ஆளுக தனக்குத் தெரிஞ்ச வைத்தியத்தை சாதி பார்த்துக்கிட்டு, சொல்லித் தரல... அதுனால அழிஞ்சு போச்சு... பிரிட்டிஷ்காரனாலயா அழிஞ்சு போச்சு...?'

"கரெக்ட்தான் தம்பி... எப்பயுமே ஒரு செயலுக்கு பல காரணங்கள் இருக்கும்... நீங்க சொல்றது அக காரணம்..... நம்மளோட கோளாறு... நான் சொல்றது புறக் காரணம்... பிரிட்டிஷ்காரனோட சதி... இதுல நீங்க சொன்ன சாதி பாக்குறது மட்டும்தான் காரணமா இருந்தா இப்பயும் முழுசா தெரிஞ்சவங்க கொஞ்சமாவது மிஞ்சியிருப்பாங்க... அது கூட, ரெண்டாவது காரணம் சேரும் போது முழுசா அழிஞ்சு போயிரும்... மருத்துவம்னு இல்ல... பொதுக்கல்விக்கே சாதி பார்த்துத்தான் நம்ம ஆளுக சொல்லித் தந்தாங்க... பிரிட்டிஷ்காரன் ஸ்கூல்களை திறந்த பிறகு, அது மாறிச்சில்ல... ஆனால் மருத்துவத்துக்கு மட்டும் ஏன் இந்த நிலமை...?"

அன்பு சொல்வது சரியென்று தோன்றியது. "பிரிட்டிஷ்காரன் அப்படி என்ன செஞ்சான் சார்...?"

"சூரணம், லேகியம் எல்லாம் எந்த மருத்துவத்தோட ட்ரீட்மெண்ட் மெதேட்....?"

"சித்தா சார்..."

"நாடி புடிச்சி பார்க்குறது எந்த மருத்துவத்தோட டயக்னோசிஸ் மெதேட்....?"

"அதுவும் சித்தாதான் சார்..."

"இல்ல... அது அலோபதியத் தவிர பெரும்பாலான மருத்துவங்களோட நோயறிதல் முறை... சரி, ஸ்டெதாஸ்கோப், ஈசிஜி, லேப் எல்லாம் எந்த மருத்துவத்தோட நோயறிதல்?"

"அலோபதி சார்..."

"அலோபதியோட எல்லா நோயறிதல் முறைகளையும் சிலபஸ்ல இருந்து தூக்கிட்டு, நாடி பாக்குறத அங்க வச்சம்னா அலோபதி என்ன ஆகும்...?"

“நாடில பார்த்து கண்டுபிடிக்கிறதை வச்சு அலோபதி மெடிசின்ஸ் குடுக்க முடியாது சார்... பிசிகல் டயக்னோசிஸ், ஸ்டெத், ஈசிஜி, லேப், எக்ஸ்ரே இதெல்லாம் இருந்தாத்தான் மெடிசின்ஸ் கொடுக்க முடியும்...”

“அதே மாதிரித்தான்... சித்தாவுக்கும். எட்டு வகை பரிசோதனை முறைகள்தான் சித்த மருத்துவத்தோட உயிர் நாடி... சிலபஸ்ல அதைத் தூக்கிட்டு, ஸ்டெத், ஈசிஜினு அலோபதியோட நோயறிதல் விஷயங்களைத் தூக்கி வச்சா சித்தா என்ன ஆகும்...?”

“புரியுது சார்... தானே அழிஞ்சு போகும்...”

“ஸ்டெத்ல பார்த்து சித்தா சொல்ற பஞ்சபூதங்களை எப்படி கண்டுபிடிக்கிறது? இசிஜி வழியா வாதம், பித்தம், கபம் தெரியுமா? இந்த அடிப்படைகளையே கண்டுபிடிக்க முடியலைனா சூரணம், லேகியம், பற்பம், செந்தூரம்னு சித்த மருந்துகளை வச்சு என்ன செய்யுறது? அதை யாருக்கு குடுக்குறதுங்கிற குழப்பத்துலயே இருக்க வேண்டியதுதான்... இல்லனா அலோபதி மாதிரி ஒவ்வொரு ஆளுக்கா குடுத்து சோதனை பண்ண வேண்டியதுதான்... திண்டுக்கல் பூட்டுக்கு, டெல்லி சாவியைப் போட்டு எப்படி திறக்க முடியும்...? சாவியை மாத்திட்டா பூட்டு கெட்டுப் போயிருச்சுனு நாமளே தூக்கிப் போட்டிருவோம்... மருத்துவத்தோட ஆணிவேராக இருக்கும் நோயறிதல் முறைகளும், தத்துவங்களும் இல்லனா அது சித்த மருத்துவம் இல்ல... செத்த மருத்துவம்...”

டாக்டர் அன்பு சொன்ன விஷயங்கள் அனைத்தும் எவ்வளவு சிக்கலானவை? எப்படிப்பட்ட தந்திரம் இது? மருந்து செய்யும் முறைகளையோ, மருந்துகளையோ அழிக்க வேண்டியதில்லை. அவற்றை எங்கு, எப்படி பயன்படுத்த வேண்டும் என்ற அடிப்படையை மட்டும் குழப்பி விட்டால் போதும். அத்தனை மருந்துகளும் அப்படியே இருந்தாலும், மருத்துவம் மட்டும் செத்துப் போய்க்கொண்டிருக்கும். குறிப்பிட்ட காலத்தில் தானே அழிந்து போகும். தூக்கு தண்டனை கொடுப்பதற்கு பதிலாக, உணவில் கொஞ்சம் கொஞ்சமாக நஞ்சைக் கலந்துவிடுவது போன்றது இது.

அன்று முழுவதும் அந்தக் காலத்தில் மரபுவழி மருத்துவங்கள் எப்படி இருந்திருக்கும்? எனவும், எப்படியெல்லாம் சிகிச்சை கொடுத்திருப்பார்கள்? எனவும் விதம் விதமான கற்பனைக் காட்சிகள் மனம் முழுக்க நிறைந்திருந்தன.

23

"சித்த மருத்துவம் தத்துவங்களால் ஆனது.

"மறுப்பது உடல்நோய் மருந்தெனலாகும்

மறுப்பது உளநோய் மருந்தெனலாகும்

மறுப்பது இனிநோய் வராதிருக்க

மறுப்பது சாவை மருந்தெனலாகும்"

இது திருமூலர் பாடல். சித்த மருத்துவத்தோட தத்துவங்களைப் பத்தி பேசும் போது ஒரு சித்தர் பாடலை வச்சு தொடங்குகிறது மரபு. இனி, நான் சொல்லப் போறத, அப்புறம் நிதானமா எழுதிக்கங்க... இப்ப கேட்க மட்டும் செய்யுங்க... எல்லாமே பட்டியல்தான்..."

டாக்டர் அன்பு சொல்லி விட்டு, என்னைப் பார்த்துக் கொண்டே கட கடவென சொல்லத் துவங்கினார்.

"அறிவு 1, குணம் 3, மண்டலம் 3, ஏடனை 3, தோஷம் 3, மலம் 3, அந்தகரணம் 4, அவஸ்தை 5, கோஷம் 5, ஆசயம் 5, கன்மேந்திரியம் 5, புலன் 5, ஞானேந்திரியம் 5, பொறி 5, பூதம் 5, நாடி 10, வாயு 10, ராகம் 8, ஆதாரம் 6, வினை 2 இதுதான் தத்துவம் 96. இது ஒவ்வொன்னையும் ஆழமா புரிஞ்சவர்தான் சித்த மருத்துவத்தை முழுசா பின்பற்ற முடியும்.

ஒட்டு மொத்த சித்த மருத்துவத்துக்கும் ஒரு பட்டியல் இருக்கு... மொத்த மருத்துவ உத்திகளையும் அறுபத்தி நாலாக பிரிப்பாங்க... இதுல அக மருந்து 32, புற மருந்து 32.

அகமருந்தை சொல்றேன்... சுரசம், சாறு, குடிநீர், கற்கம், உட்களி, சூரணம், அடை, பிட்டு, வடகம், நெய், வெண்ணெய், மனப்பாகு, ரசாயனம், இளகம், எண்ணெய், மாத்திரை, கடுகு, பக்குவம், தேனூறல், தீநீர், மெழுகு, குழம்பு, பதங்கம், செந்தூரம், பற்பம், கட்டு, உருக்கு, கழங்கு, சுண்ணம், கற்பம், சத்து, குருகுளிகை.

அடுத்து புற மருந்து... கட்டு, பற்று, ஒற்றடம், பூச்சு, வேது, பொட்டணம், தொக்கணம், புகை, மை, பொடி திமிர்த்தல், கலிக்கம், நசியம், ஊதல், நாசிகபரணம், களிம்பு, சீலை, நீர், வர்த்தி, கட்டிகை, சலாகை, பசை, களி, பொடி, முறிச்சல், கீரல், காரம், அட்டை விடல், அறுவை, கொம்பு சுட்டல், உறிஞ்சல், குருதி வாங்குதல், பீச்சு. இதெல்லாம் புற மருந்து.

எத்தனை ஆயிரம் வருஷம் இது ஒவ்வொண்ணும் பயன்பாட்டுல இருந்திருந்தா முழுப் பட்டியலும் உருவாகியிருக்கும்... இது எல்லாமே உத்திகள்தான்... மருந்து தயாரிக்கிற உத்திகள், வெளிப்புற சிகிச்சை உத்திகள். இதை தேவைக்குத்தகுந்த மாதிரி சேர்த்தோ, பிரிச்சோ கொடுக்கலாம்... ஆனால், ரொம்ப முக்கியம் நோயறிதல் முறைகள்தான். நாடி பார்த்து, நோயாளி மொழி கேட்டு, உடல்கட்டை கணிச்சு, தேவைப்பட்டா நீர்க்குறி பார்த்து சிகிச்சையை முடிவு செய்யணும். இது எதையுமே பார்க்காம ஆனைக்கு அர்ரம், குதிரைக்கு குர்ரம்னு குத்து மதிப்பா வைத்தியம் செய்யக் கூடாது.

இதுல இன்னொரு முக்கியமான விஷயம் ஒண்ணு இருக்கு... ஒருத்தருக்கு காய்ச்சல் வந்தா அதை மட்டும் பார்த்துட்டு மருந்து கொடுத்திர முடியாது... காய்ச்சலோட குணத்தை தெரிஞ்சு, அது எந்த தோஷத்துனால வந்திருக்குனு முதல்ல கண்டுபிடிக்கணும்... ஒவ்வொருத்தருக்கும் வேற வேற தோஷம் இருக்கும்... வாதம் குறையும், பித்தம் குறையும், கபம் குறையும், வாதம் கூடும், பித்தம் கூடும், கபம் கூடும். இதே மாதிரி, கூட்டு தோசமா ரெண்டோ, மூணோ கூடுறதும், குறையறதும் இருக்கு. இன்னும், வாதம் குறைஞ்சு, பித்தம் கூடுறது, பித்தம் குறைஞ்சு கபம் கூடுறதுனு கூட்டு தோஷத்துல அலை தோஷம் தலை தோஷம்னு பல வகை. இதையெல்லாத்தையும் நாடில பாத்திரலாம்... அதுதான் மூலம். உறுதி செய்றதுக்காக நோயாளி சொல்றத கேட்டுக்கலாம்... தேவைப்பட்டா மத்த நோயறிதல் முறைகளைப் பயன்படுத்தலாம்... இது எல்லாமே நாடியை உறுதி செய்றதுக்காகத்தான்... அப்படி தோஷத்தை உறுதி செஞ்சிட்டு, அதோட தன்மைக்கும், தேவைக்கும் தகுந்த மாதிரி 64 உத்திகள்ள எதைக் கொடுக்கலாம்னு முடிவு செய்யணும்... கடைசியா, எவ்வளவு கொடுக்கணும்ங்கிற அளவு ரொம்ப முக்கியம்... நோயாளியோட

தாங்கு திறன், உடல்கட்டு, வயசு பார்த்து மருந்தோட அளவை நிர்ணயிக்கணும்...

ரெண்டு நோயாளிகள் ஒரே தொந்தரவுக்காக சிகிச்சைக்கு வந்தால், ரெண்டு பேருக்கும் ஒரே மருந்தையோ, ஒரே உத்தியையோ கையாள முடியாது... ஒருத்தருக்கு வந்த காய்ச்சலுக்கு கொடுக்கிற மருந்து, இன்னொருத்தருக்கு கொடுக்க முடியாது... சித்த மருத்துவத்துல பொது மருந்துனு ஒண்ணே இல்ல... சித்தா மட்டுமில்ல... தத்துவத்திலயும், நோயறிதல்லயும் சரியா இருக்கிற எந்த மரபுவழி மருத்துவத்திலயும் பொது மருந்து கிடையாது... காய்ச்சலுக்கு இந்த குடிநீர குடிங்கன்னோ, சளிக்கு இந்த மருந்தை சாப்பிடுங்கன்னோ சித்தாவில சொல்ல முடியாது... கரெக்டா நோயாளியை சோதிச்சு, சரியான உத்தியைக் கண்டுபிடிச்சு சிகிச்சை செய்யலேன்னா நோய் முழுசா சரியாகாது..."

சித்த மருத்துவத்தின் அடிப்படைகளைக் கேட்கும் போதே பிரமிப்பாக இருந்தது. உண்மையில் சித்த மருத்துவம் ஒரு பெருங்கடல்தான். அவரவருக்குத் தெரிந்தபடி ஒவ்வொரு கரையில் நீந்திக்கொண்டிருக்கிறார்கள் என்று தோன்றியது. ஆழ்கடலின் ரகசியம் புரிந்தவர், அதன் எந்தப் பகுதியில் நின்று வேண்டுமானாலும் நீந்தி விட முடிகிறது. இதில் முக்கியம் நீச்சல் இல்லை. அதை எப்போது வேண்டுமானாலும் கற்றுக் கொள்ளலாம். உண்மையில் அறிய வேண்டியது ஆழ்கடலின் ரகசியம்தான். தத்துவம் பற்றிய புரிதல்தான்...

சித்த மருத்துவத்தின் வரலாறு இரண்டு பகுதிகளால் ஆனது. ஒன்று அரசர்களின் வழியாகக் கிடைப்பது. இன்னொன்று மக்களிடமிருந்து கிடைப்பது. நாம் எப்போதுமே முதல் வகையை வரலாறு என்றும், இரண்டாவது வகையை கதை என்றும் சொல்லுவோம். எப்படிச் சொல்லிக் கொண்டாலும், தேடுபவர்களுக்கு இரண்டுமே கிடைக்கும்.

அக மருந்து, புற மருந்து உத்திகளில் அனைத்தும் தெரிந்தவர்தான் மகாமருத்துவர். அப்படி ஒருவர் இருந்திருப்பாரா என்பது சந்தேகம்தான். இவற்றில் பெரும்பாலானவற்றைத் தெரிந்தவர்கள் நிறையபேர் இருந்திருப்பார்கள். அக மருந்துகளில் அதிகமான விஷயங்கள் தெரிந்தவர்கள் வைத்தியர்கள் என்றும், புற மருந்துகள் தெரிந்தவர்களை பண்டுவர்கள் என்றும் அழைப்பார்கள். இன்னும் நிறைய பெயர்களில் இவர்கள் அழைக்கப்பட்டிருக்கிறார்கள். பண்டுவர்களுக்கு புற மருந்துகளோடு சேர்ந்து, சில அக மருந்துகளும்

தெரியும். அதேபோல, வைத்தியர்களுக்கு அக மருந்துகளோடு சேர்ந்து சில புற மருந்துகளும் தெரியும்.

மனிதர்கள் குழுக்களாக வாழ்ந்த காலத்தில் பூசாரிகளே மருத்துவர்களாகவும் இருந்தார்கள். நம்பிக்கையும், மருத்துவமும் கலந்த சிகிச்சை முறை அவர்களுடையது. இவர்கள்தான் ஆதி பட்டர்கள் என்று அழைக்கப்பட்டார்கள். மனிதர்களும், நோய்களும், குழுக்களும் பெருகும் போது எல்லா குழுக்களிலும் ஆதிபட்டர்கள் இருந்தார்கள். அவரவர்களின் தொழில்களில் இருந்து குடிகளும், பின்பு சாதிகளும் உருவாயின. ஆரியர் வருகைக்குப் பிறகு, சாதிகள் நிரந்தரப் பிரிவுகளாகவும், அவை மாற்ற முடியாதவைகளாகவும் மாற ஆரம்பித்தன.

காயங்களுக்கு மருந்திடுதல், தேவையற்ற நீட்சிகளை உடலில் இருந்து நீக்கும் அறுவை மருத்துவம், அக மருந்துகள் கொடுக்கும் உத்திகள் என அனைத்திலும் தேர்ந்தவர்களாக ஆதி பட்டர்கள் இருந்தார்கள். காயங்களுக்கு மருந்திடல் மற்றும் அறுவை சிகிச்சைகளின் போது அப்பகுதியில் இருக்கும் ரோமங்களை நீக்குவதும் மருத்துவமாகவே இருந்தது. மருத்துவம் தெரிந்த ஆதி பட்டர்களுக்கே ரோமங்களை நீக்கும் உத்திகளும் தெரிந்திருந்தன. பிற்காலத்தில், குடித் தலைவர்கள், குழு முதலிகள் உருவான பிறகு ஆதி பட்டர்களில் சிலர் தலைவர்களுக்கு மட்டும் மருத்துவம் பார்ப்பவர்களாக மாறினார்கள். படிப்படியாக, கோயில்களில் வைதீகம் நுழைந்தபோது ஆதிபட்டர்கள் அதிலிருந்து வெளியேறினார்கள். பூசாரித் தொழிலும், மருத்துவமும் தனித்தனியாகப் பிரிந்து விட்டன. ஆனாலும், கோயிலுக்குச் சென்று மருத்துவம் பார்க்கும் பழக்கத்தில் மக்கள் நோய்களுக்காகவும் செல்லும் வழக்கம் தொடர்ந்தது. ஆதி பட்டர்களுக்குப் பிறகு வந்த புதிய பூசாரிகளுக்கு மருத்துவம் தெரிந்திருக்கவில்லை. நம்பிக்கை சார்ந்த விஷயங்கள் மட்டும் அங்கு தொடர்ந்தன. நோயை விரட்ட பூசை செய்வது, பேய் ஓட்டுவது, மந்திரித்து பொருள் கொடுப்பது என்று சடங்குகள் தனியாகப் பிரிந்தன.

குடித் தலைவர்களுக்கு மருத்துவத்தை ஆதி பட்டர்களும், பூசைகளை புதிய பூசாரிகளும் செய்ய ஆரம்பித்தார்கள். "நோய்க்கும் பார்க்கணும், பேய்க்கும் பார்க்கணும்", "மருந்தும் முக்கியம் நம்பிக்கையும் முக்கியம்" போன்ற சொலவடைகள் மக்களிடத்திலே பரவின. குடி தலைவர்களுக்கான சிகை அலங்காரங்கள் செய்யும் வேலைகளையும் ஆதி பட்டர்களே செய்தனர். குடிமக்களுக்கு சாதாரணமாக முடி வெட்டும் பழக்கமோ, மழித்துக் கொள்ளும்

பழக்கமோ அப்போது இருக்கவில்லை. கல்யாணம், விசேசம் என்றால் மட்டும் ஆதி பட்டர்களின் துணையோடு மக்கள் அழகுபடுத்திக் கொள்வார்கள். அழகு செய்து கொள்வது தலைவர்களின் முக்கியமான வேலையாக இருந்தது. தொடர்ந்து அரசுகள் உருவாகி, மன்னர்கள், மாமன்னர்கள் உருவான பிறகு ஆதி பட்டர்களின் வேலை அழகு படுத்துவதாக மாறிவிட்டது. புற மருந்துகளை அதுவும் அழகு சார்ந்த விஷயங்களில் மட்டும் பயன்படுத்தும் அளவுக்கு ஆதி பட்டர்களின் வேலை சுருங்கிப் போனது.

ஆதி பட்டர்கள் முழு மருத்துவர்களாக இருந்த காலத்திலேயே, மருந்து செய்வதற்கும், மூலிகைகளை சேகரித்து தருவதற்கும், நோயாளிகளுக்கு உதவுவதற்கும் நிறைய நபர்களின் கூட்டு உழைப்பு தேவைப்பட்டது. அப்படி மருத்துவத்தை கற்றுக்கொள்ளும் வாய்ப்பு பலருக்கு கிடைத்தது. பல குடிகளைச் சேர்ந்தவர்களும் அவரவர்களுக்குத் தெரிந்த வகையில் மருத்துவம் செய்து வந்தனர். அந்தக் காலத்தில் ஆதி பட்டர்களைத் தவிர மருத்துவத்தை மட்டுமே முழு நேரமாகச் செய்யும் வேறு மருத்துவக் குடிகள் இல்லை. மருத்துவம் தெரிந்த பல குடிகளைச் சேர்ந்தவர்கள் இருந்தபோதும் அவர்கள் விவசாயிகளாகவோ, வேறு தொழில் செய்பவர்களாகவோதான் இருந்தார்கள். மருத்துவம் என்பது ஓய்வுக் காலத்தில் செய்யும் விஷயமாகவே மற்றவர்களுக்கு இருந்தது. தொழில் அடிப்படையில் முழுமையாக சாதி உருவாவதற்கு முன்பு, எந்தக் குடியைச் சேர்ந்தவர்கள் வேண்டுமானாலும் மருத்துவம் கற்று தேர்ந்து ஆதி பட்டர்களாகிக் கொள்ளும் வாய்ப்பு இருந்தது. படிப்படியாக, சாதிகள் நிலையான அமைப்புகளாக மாறிய பிறகு, அப்படியான வாய்ப்புகள் இல்லாமல் போனது. ஆதி பட்டர்கள் மருத்துவ சமூகமாக, மற்ற தொழில் அடிப்படையிலான சமூகங்கள் போலவே தனித்திருந்தனர்.

வடக்கிலிருந்து வந்த புதிய கருத்துகளும் இங்கு பரவத்தொடங்கின. வைதீகத்திற்கு எதிராக பௌத்தம், ஜைனம், ஆசீவகம் போன்ற குழுக்களும் உருவாகியிருந்தன. அவைதீகக் குழுக்களில் இருந்தவர்களை ஸ்ரமணர்கள் என்று அழைத்தார்கள். அதுவே பிற்காலத்தில், சமணம் என்று ஆகிவிட்டது. பௌத்தமும், ஆசிவகமும் மறைந்து தமிழ்நிலத்தில் சமணத்தில் ஜைனம் மட்டுமே மிச்சமிருந்தது. அப்போதிருந்துதான் ஜைனம் என்ற சொல், சமணம் என்று ஆகி விட்டது. இந்த சமண முனிகளும் மருத்துவத்தில் தேர்ந்தவர்களாக இருந்தார்கள். ஆதி பட்டர்கள் ஒருபுறமும், சமணர்கள் ஒருபுறமும், பூசாரிகள் ஒரு புறமும், வெவ்வேறு குடிகளைச் சேர்ந்த நபர்களும் மருத்துவம் செய்துகொண்டிருந்தார்கள்.

சமண மதத்தில் சாஸ்திர தானம், வஸ்திர தானம் என்பவைகளோடு “ஔஷத தானம்” என்பது மூன்று முக்கிய தானங்களில் ஒன்றாக கடைப்பிடிக்கப்பட்டது. தங்களுக்குத் தெரிந்த அத்தனை விஷயங்களையும் சாஸ்திரதானத்தில் தம்மை நாடி வரும் அனைவருக்கும் கற்றுத்தந்தனர் சமண முனிகள். சமண முனிகள் மலைகளில் கற்படுக்கைகளில் தங்கி, அங்கேயே பள்ளிகளையும் உருவாக்கிக்கொண்டார்கள். அங்குதான் மருத்துவம் உள்ளிட்ட அனைத்து வகை சாஸ்திரங்களும் கற்றுத் தரப்பட்டன.

காலம் மாறுகிறது. புதிய பூசாரிகளாக வைதீகர்கள் வந்து விட்டார்கள். புதிய கோயில்கள் உருவாயின. குல தெய்வங்களின் ஆதிக்கம் குறைந்து, மக்களிடையே பெருந்தெய்வ வழிபாடு அதிகமானது. தமிழ்க் குடிகளுக்கு மழித்தல் பழக்கத்தில் இல்லை. வைதீகர்கள் வந்த பிறகு, அவர்களின் மழிக்கும் பழக்கம் தமிழ்க் குடிகளுக்கும் பரவலானது. தலைவர்கள், அரசர்கள் மட்டும்தான் மழித்துக் கொள்வார்கள் என்பதால், சாதாரண மக்களுக்கு மழித்துக் கொள்ளும் ஆர்வம் அதிகமாகியிருக்கலாம். சிகை அலங்காரம், மழிப்பது போன்ற வேலைகளை அதில் தேர்ந்தவர்களான ஆதி பட்டர்களே செய்து வந்தார்கள். மருத்துவம் செய்வதற்கு பல விதமான மனிதர்களும் வந்துவிட்ட பிறகு ஆதிபட்டர்களின் அதிகப் படியான பணிகள் ரோமங்களோடே கழிந்தன. ஆதிப்பட்டர்கள் அம்பட்டர்கள் ஆனார்கள்.

மழித்தலை பிரதான வேலையாகச் செய்தாலும், ஆதி பட்டர்கள் தம் மருத்துவ அறிவை முற்றாக இழந்து விடவில்லை. புற மருந்து உத்திகளைத் தொடர்ந்து பின்பற்றும், பண்டுவர்களாகவும் அவர்கள் இருந்தார்கள். அறுவை சிகிச்சை, கட்டுப்போடுதல், பற்றுப் போடுவது, ஒத்தடம், பூச்சு, வேது கொடுப்பது, பொடி தயாரிப்பது போன்றவற்றிலும், தோல்நோய்களுக்கான உள் மருந்துகளைத் தயாரிப்பதிலும் ஆதி பட்டர்களே தொடர்ந்து விற்பன்னர்களாக இருந்தார்கள். பண்டுவர், பண்டிதர், நாவிதர், நாசுவர், மருத்துவர் போன்ற பெயர்களில் ஆதி பட்டர்கள் அழைக்கப்பட்டனர்.

ஆதி பட்டர்கள் மக்கள் மருத்துவர்களாக இருந்தார்கள். அரண்மனை மருத்துவர்களாக வெவ்வேறு குடிகளைச் சேர்ந்தவர்கள் உருவானார்கள். அப்போது இந்தியாவில் இருந்த மருத்துவம் குறித்து எழுதிய பிரெஞ்சு நாட்டு ஆய்வாளர் சார்லஸ் டெல்லான் (1668) இந்திய மருத்துவர்கள் உற்றறிதலாலும், நீண்ட கால அனுபவத்தாலும், வெளிநாட்டு மருத்துவர்களை விட சிறப்பாக மருத்துவம் செய்து வந்துள்ளனர் என்றும், இங்குள்ள மருத்துவர்கள் தட்ப வெப்ப

நிலைகளுக்கேற்ப மருத்துவ முறைகளைப் பின்பற்றுகின்றனர் என்றும் எழுதி வைத்தார். இன்னும் பல மேலை நாட்டு ஆய்வாளர்களும் இந்தியாவில் இருந்த மருத்துவ முறைகள் பற்றி ஏராளமான குறிப்புகளை எழுதி வைத்திருக்கின்றனர். தென்னிந்திய குடிகளைப் பற்றி ஆய்வு செய்த எட்கர் தாட்சர் ஆதி பட்டர்களைக் குறித்த பல செய்திகளைப் பதிவு செய்துள்ளார்.

பேரரசுகள், அந்நிய நாட்டு படையெடுப்புகளால் அழிந்து போயின. ஆங்கிலேயர் ஆட்சிக்கு முன்னர் தஞ்சையை ஆண்ட இரண்டாம் சரபோஜி மன்னர் அவருக்குக் கிடைத்த எல்லா மருத்துவ ஓலைச்சுவடிகளையும் சேகரித்து, நூலகம் அமைத்தார். அவர் காலத்தில்தான் ஏராளமான மருத்துவ ஓலைச் சுவடிகள் பாதுகாக்கப்பட்டன. தஞ்சை அரண்மனையில் சரஸ்வதி மகால் நூலகத்தில் இப்போதும் அவை பாதுகாக்கப்படுகின்றன.

மரபுவழி மருத்துவங்களால் நிறைந்திருந்த நம் நாட்டிற்கு 1600 களில் வந்த போர்ச்சுக்கீசியர்களே மேலை நாட்டு மருத்துவத்தை அறிமுகம் செய்தனர். ஆங்கிலேயர் ஆட்சி ஏற்பட்ட பிறகு, இங்கிருந்த மருத்துவங்களின் பயன்களைக் கண்டு வியந்த அவர்கள் மரபு வழி மருத்துவ முறைகளையும், மேலை நாட்டு அலோபதி முறைகளையும் சொல்லித் தருவதற்காக “நேட்டிவ் மெடிகல் இன்ஸ்டிடியூசனை” 1822இல் கல்கத்தாவில் உருவாக்கினார்கள். ஆயுர்வேதம், யுனானி, சித்த மருத்துவம், அலோபதி ஆகிய மருத்துவங்கள் அங்கு கற்றுத் தரப்பட்டன. 1835இல் மெக்காலே கல்வித் திட்டம் அமலாகிறது. அதன் ஒரு பகுதியாக நேட்டிவ் மெடிக்கல் இன்ஸ்டிடியூசன் கலைக்கப்படுகிறது. மரபு வழி மருத்துவக் கல்விக்கு தடை விதிக்கிறார்கள். அலோபதிக்கான தனி மருத்துவக் கல்லூரி ஆங்கிலத்தில் மட்டும் கற்பிக்கும்படி உருவாக்கப்படுகிறது. மரபு வழி மருத்துவங்களைக் கற்றுத்தரும் தனிப்பள்ளிகள் அரசின் பார்வையில் படாமல் இயங்கிக்கொண்டிருந்தன. 1877இல் எடுக்கப்பட்ட கணக்குப் படி இந்தியாவில் முறையான மருத்துவம் பயின்றிருந்தவர்கள் எண்ணிக்கை எட்டாயிரம். அதில் 450 பேர் மட்டுமே அலோபதி படித்தவர்கள். மீதமுள்ள அனைவருமே மரபு வழி மருத்துவம் பயின்றவர்கள்.

1907இல் அகில இந்திய ஆயுர்வேத காங்கிரஸ் எனும் மரபு வழி மருத்துவர்களின் அமைப்பு உருவாக்கப்பட்டு, இந்திய சுதந்திரப் போரில் பங்கேற்கின்றனர். சுதந்திர இந்தியாவில் மரபு வழி மருத்துவங்களுக்கு முக்கியத்துவம் அளிக்கப்படவேண்டும் என்பதுதான் இந்த அமைப்பின் முக்கிய நோக்கமாக இருந்தது. 1920இல் இந்திய மருத்துவங்களை அரசு ஊக்குவிக்க வேண்டும்

என்றும், அதற்கான கல்லூரிகளை உருவாக்க வேண்டும் எனவும் காங்கிரஸ் கட்சி தீர்மானம் நிறைவேற்றியது.

1921இல் சென்னை ராஜதானியில் சுகாதார மந்திரியாக பனகல் ராஜா இருந்தார். மரபு வழி மருத்துவங்களை சுகாதாரப் பணிகளில் இணைப்பதற்காக உஸ்மான் சாகிப் பகதூர் என்பவரின் தலைமையில் ஒரு குழுவை அமைத்தார். இக்குழுவின் பரிந்துரைகள் மரபுவழி மருத்துவங்களுக்கு ஆதரவாக இருந்தன. 1924இல் அளிக்கப்பட்ட இக்குழுவின் பரிந்துரைகளின் அடிப்படையில் சென்னை எழும்பூரில் இந்திய மருத்துவப்பள்ளி துவங்கப்பட்டது. அங்கு சித்தா, ஆயுர்வேதம், யுனானி மருத்துவங்கள் கற்பிக்கப்பட்டன. 1925ஆம் ஆண்டு LIM என்ற மூன்றாண்டு பட்டயப் படிப்பாக அது உருமாறியது. இந்தப் பாடத்திட்டத்தில்தான் அலோபதியின் நோயியல் பாடம் முதன் முதலாக இணைக்கப்பட்டது. அலோபதி படித்த மருத்துவர்களும் LIM படிக்க அனுமதிக்கப்பட்டனர்.

1933இல் இந்திய மருத்துவப் பள்ளியின் படிப்பு ஐந்தாண்டுகளாக மாற்றப்பட்டது. இதே காலத்தில், அலோபதி படிப்பவர்களுக்கு மருத்துவக் கல்லூரிகள் பல்கலைக்கழகத்தின் பட்டத்தை வழங்கிக் கொண்டிருந்தன. ஆனால், மரபு வழி மருத்துவங்களுக்கு மருத்துவப் பள்ளிகளே பட்டயங்களை வழங்கின. ஒரு பக்கம் ஐந்தாண்டுகள் படித்தால் பல்கலைக்கழகப் பட்டம். இன்னொரு பக்கம் அதே ஐந்தாண்டுகள் படித்தால் மருத்துவப் பள்ளி வழங்கும் பட்டயம். 1937இல் சென்னை ராஜதானியின் மருத்துவ அமைச்சர் சி.எஸ். எஸ்.ராசன் மருத்துவத்துறையில் பள்ளி கல்லூரி என்று இரு வகை இருப்பது நல்லதல்ல என்று அறிவித்தார். மரபுவழி மருத்துவப் பள்ளியின் பாடத்திட்டம் விஞ்ஞானப்பூர்வமாக இல்லை என்று கூறி, மருத்துவப் பள்ளிக்கு தடை விதித்தார். அப்போது மரபு வழி மருத்துவப் பள்ளியின் முதல்வராக இருந்த கேப்டன் சீனிவாச மூர்த்தி தன்னுடைய கடும் ஆட்சேபணையின் மூலமும், ஆவணங்களை சமர்ப்பித்ததன் மூலமும் தடை நீக்கப்பட்டது.

1947இல் நமது நாட்டிற்கு சுதந்திரம் கிடைத்த பிறகு, சென்னை ராஜதானியின் முதலமைச்சர் டி.பிரகாசத்தின் உத்தரவு மூலம் இந்திய மருத்துவப் பள்ளி, இந்திய மருத்துவக் கல்லூரியாக மாற்றப்பட்டு சென்னை கீழ்ப்பாக்கத்தில் உருவாக்கப்பட்டது. LIM எனும் பட்டயம் GCIM எனும் ஐந்தாண்டு பட்டமாக மாற்றப்பட்டது. GCIM எனும் பட்டமாக இந்திய மருத்துவப் படிப்பு மாற்றப்பட்ட பிறகும், பல்கலைக்கழகம் பட்டத்தை வழங்கவில்லை. அலோபதிக்கான MBBS பட்டத்தை மட்டுமே பல்கலைக்கழகம் வழங்கியது. ஒரே கல்வித் தகுதி, ஒரே கால அளவு என அனைத்தும் ஒரே மாதிரியாக

இருந்தாலும் பட்டம் வழங்குவதில் பாகுபாடு காட்டப்பட்டது. சுதந்திர இந்தியா அலோபதி மருத்துவத்தின் அடிமையாகவே இருந்தது.

இந்திய மருத்துவம் படித்த மாணவர்களின் பல்கலைக்கழக அங்கீகாரத்திற்கான போராட்டம் பெரும் பிரச்சினையாக மாறியது. கடைசியில் 1955இல் இந்திய மருத்துவக் கல்லூரி நிரந்தரமாக மூடப்பட்டது. பல்வேறு போராட்டங்களுக்குப் பிறகுதான் 1964இல் பாளையங்கோட்டையில் சித்த மருத்துவக் கல்லூரி தொடங்கப்பட்டது. BIM எனும் பட்டப்படிப்பில் சித்தா, ஆயுர்வேதம், யுனானி என மூன்று பிரிவுகளாக இயங்கியது கல்லூரி. ஆயுர்வேதம், யுனானி படிப்பதற்கு மாணவர்கள் ஆர்வம் காட்டாததால் சித்த மருத்துவம் மட்டுமே அங்கு கற்பிக்கப்பட்டது. ஆனால், பாடத்திட்டம் அலோபதி அடிப்படையில் உருவாக்கப்பட்டு, சித்த மருத்துவ அடிப்படைகளும் தத்துவங்களும் இரண்டாம் இடத்திற்கு தள்ளப்பட்டிருந்தன.

ஆரம்ப காலத்தில் அந்நியர் வருகையால் மறையத் துவங்கிய சித்த மருத்துவம், சுதந்திர இந்தியாவில் நிரந்தரமாக குழி தோண்டிப் புதைக்கப்பட்டது. இதே நிலைதான் மற்ற இந்திய மருத்துவங்களுக்கும். எதிர்காலத்தில் சித்த மருத்துவம் படித்தவர்களும் அலோபதி மருத்துவர்களைப் போலவே மாறி விடுவார்கள். அவர்கள் சொல்வதையே இவர்களும் சொல்வார்கள். சித்த மருத்துவர் வேடத்தில் இருக்கும் அலோபதி மருத்துவர்களை உருவாக்குவதுதான் மெக்காலே திட்டத்தின் ஒரு பகுதி. அதை வெற்றிகரமாக நம்மவர்கள் நிறைவேற்றிக்கொண்டிருக்கிறார்கள்.

டாக்டர் அன்பு சொல்லி முடித்தபோது, வரலாற்றுப் பக்கங்களுக்குள் சென்று திரும்பிய உணர்வு ஏற்பட்டது. இந்தியா அடிமைப்பட்ட வரலாறு போலவே, இந்திய மருத்துவங்கள் அழிக்கப்பட்ட வரலாறும் மிக துயரம் வாய்ந்ததாக இருந்தது. இந்திய சுதந்திரப் போராட்டம் போல, அலோபதியின் ஆதிக்கத் திலிருந்து விடுபடுவதற்கான போராட்டம் முன்னெடுக்கப்படவில்லை என்று தோன்றியது. இப்போதும் அது அவ்வளவு சுலபமானது இல்லை. யார் எதிரிகள் என்று போரில் எளிதாகத் தெரிந்துவிடும். ஆனால், யார் மரபு வழி மருத்துவர்கள் என்று தெரிந்து கொள்வது அவ்வளவு எளிதானதில்லை. இன்றும் பல மரபு வழி மருத்துவர்கள் தனித்து நிற்கிறார்கள் என்றால், அது மருத்துவக் கல்லூரிகளில் படித்ததனால் மட்டுமில்லை. அவர்களுடைய தனித்த ஆர்வத்தால், சுய அறிவாலேயே அது சாத்தியம் என்று நினைத்துக் கொண்டேன்.

24

நாட்கள் மறக்க முடியாத உரையாடல்களோடு கடந்து சென்றன. ஒவ்வொரு உரையாடலும் என்னை ஆழமான தத்துவப்பகுதிக்குள்ளும், நீளமான வரலாற்றுப் பக்கங்களுக்குள்ளும் இழுத்துச் சென்றன. டாக்டர் அன்புவோடு நான் பேசிய விஷயங்கள் தூங்கும் போதும் கூட தொடர்ந்து கொண்டிருந்தன. அன்றாட வீட்டு நடப்புகளும், ஊர் நிகழ்வுகளும் என்னைப் பெரிதாக ஈர்க்கவில்லை. இன்றோடு அன்பு கிளினிக்கில் சேர்ந்து ஒரு மாதம் முடியப் போகிறது.

இடையில் ஒருநாள் உத்தமபாளையம் சென்று மில்ட்ரியைப் பார்த்து விட்டு வந்தேன். அவர் முழுமையாக உடல் தேறி, இயல்பான வாழ்க்கைக்கு வந்திருந்தார். பொழுது போகாமல் தினமும் நடந்து சென்று, நண்பர்களைப் பார்த்து விட்டு வருவாராம். மாலை நேரங்களில் பக்கத்து வீட்டு சிறுவர்களுக்கு ஆங்கிலமும், இந்தியும் சொல்லித்தருவதாகவும் ஞாயிறுகள் முழுவதும் சர்ச்சிலேயே கழிவதாகவும் சொன்னார்.

"இங்க இருக்கிற ஹாஸ்பிடல் அட்டாச்டு லேப்ல கூட சேரலாமே சார்...? பொழுது போகுமா...?"

"இல்ல தம்பி... மறுபடியும் லேப் வேணாம்னு தோணுது... ரத்தம், யூரின், டாக்டர், பேசன்ட்னு மனசு சோர்வாயிருச்சு... மில்ட்ரில மெடிகல் காப்ஸ்ல இருக்கும் போது 23 வருஷம் எப்படி ஓடுச்சின்னே தெரியல... மொத்த வாழ்க்கையோட பெரும்பகுதியும் ஹாஸ்டல்ல இருந்த மாதிரியே போயிருச்சு... இப்பயாவது வீட்ல இருக்கலாம்னு முடிவு பண்ணிட்டேன் தம்பி..."

"சரிங்க சார்... நல்லது... உங்க ஒய்ஃப் கூட அதிக நேரம் செலவு பண்ணுங்க சார்... அவங்களைக் கூப்பிட்டுக்கிட்டு ஊர் ஊரா போயிட்டு வாங்க சார்... ஹேப்பி ஹாலிடே லைஃப்..." என்று சொல்லி விடை பெற்று வந்தேன். நான் டாக்டர் அன்புவின் கிளினிக்கில் சேர்ந்திருக்கும் தகவலையும் சொன்னேன். கம்பம் வரும் போது கிளினிக் வருவதாகச் சொல்லியிருக்கிறார்.

அதன் பிறகு ஓரிரு நாட்கள் கழித்து, அவரை ராணி அக்கா திருமணத்தில் பார்த்தேன். ராணி அக்காவிற்கு சென்னை மணமகனோடு திருமணம் நடந்தது. கம்பத்தில் ராணி அக்கா வீட்டிலும், அருகில் இருந்த சர்ச்சிலுமாக திருமணம் ஏற்பாடு செய்யப்பட்டிருந்தது. கலா, ரோகிணி, அரசி, கதிர் அனைவரும் வந்திருந்தனர். ரோகிணி திருச்சியில் இருக்கும் அண்ணன் வீட்டிற்குச் செல்லப் போவதாகச் சொன்னார். நீண்ட நாள் கழித்து, எல்லாரையும் பார்த்தது மகிழ்ச்சியாக இருந்தது. திருமணமான மறுநாள் இரவு சென்னை செல்லும் பேருந்தில் ராணி அக்கா கிளம்பிச் சென்றார். அவர்களை பேருந்தில் ஏற்றி விடும் போது நானும் போயிருந்தேன். ராணி அக்கா கண்ணீருடன் விடைபெற்றார்.

அன்று டாக்டர் அன்பு அவர் அறையில் ஏதோ எழுதிக் கொண்டிருந்தார். கிளினிக்கின் கதவு திறக்கப்பட்டு, சுத்தம் செய்யப்பட்டிருந்தது. நான் அவர் அறைக்குள் எட்டிப் பார்த்து, "வணக்கம் சார்..." என்றேன். என்னை நிமிர்ந்து பார்த்து "வாங்க தம்பி..." என்றார்.

அவர் ஒரு நோட்டில் கவிதை போல எதையோ எழுதிக் கொண்டிருந்தார். அன்பு எப்போதும் ஓய்வு நேரத்தில் நிறைய எழுதுவார். எழுதித் தீர்ந்த நோட்டுகள் நிறைய அவர் அறையில் இருக்கும். "என்ன எழுதுறீங்க சார்... கவிதையா...?"

"இல்ல தம்பி... அதுக்கெல்லாம் ஞானம் வேணும்... நான் மனப்பாடம் பண்ணிக்கிட்டிருக்கேன்..."

"எதை மனப்பாடம் பண்றீங்க...? அதுக்கு ஏன் எழுதுறீங்க....?"

"சிலருக்கு பல தடவை படிச்சா மனப்பாடம் ஆயிரும்... எனக்கு எழுதுனாதான் மனப்பாடம் ஆகும்... தேரையர் வெண்பாவை எழுதிக்கிட்டிருக்கேன்... "பத்தியத்தா லுண்டாகும் பண்டிதற்கு பேராண்மை..." என்று ஒவ்வொரு வரியாகச் சொல்லத் துவங்கினார். அவர் முடித்ததும் "இது பத்தியம் பத்தின பாடலா சார்...?"

“ஆமாம்... தேரையர் பத்தியத்துலயும், உடலுக்கான நோயணுகா விதிகள்லயும் ஸ்பெசலிஸ்ட்... சாதாரண வார்த்தைகள்ல ஆழமான கருத்துகளைச் சொல்லிடுவார்...”

“என் அலோபதி மண்டைக்குப் புரியற மாதிரி ஒண்ணு, ரெண்டு சொல்லுங்க சார்...”

“உங்க மனசு இன்னும் அலோபதியா இருக்குன்னா நினைக்கிறீங்க... தம்பி? அது மாறி ரொம்ப நாளாச்சு... சின்னச் சின்னதா கேள்விகளைச் சேர்த்து வச்சிருந்தீகள்ல... அதெல்லாம் ஒண்ணாச் சேர்ந்து லேபை விட்டு வெளியேறும் அளவுக்கு ஒருநாள் வெடிச்சதுல்ல... அப்பவே உங்க அலோபதி நம்பிக்கை உடஞ்சிருச்சு... தம்பி...”

எனக்கென்னவோ முழுமையாக உடைந்தது போல தெரியவில்லை. பகுதி, பகுதியாக பல விஷயங்களைப் புரிந்து கொண்டிருக்கிறேன். என்றாலும், முழுமையாக அலோபதியில் இருந்து மனம் வெளியில் வந்து விட்டதாகத் தோன்றவில்லை. அன்பு தொடர்ந்தார்.

“ஒவ்வொரு சித்தரும் ஒவ்வொரு பகுதியில எக்ஸ்பர்ட்... அகத்தியர் ஆல் இன் ஆல் தெரிஞ்சவர், அவர் பாடல்கள்ல என்னை ரொம்ப கவர்ந்தது கரு உற்பத்திதான் . அம்மாவோட வயித்துக்குள்ள ஒரு கரு எப்படியெல்லாம் இருக்கும்னு அந்தக் காலத்திலேயே எழுதி வச்சார்... ஒவ்வொரு நாளும், ஒவ்வொரு வாரமும் என்ன நிறத்துல கரு இருக்கும், என்ன சைஸ்ல இருக்கும்னு எழுதுன அவர் பாடல் அற்புதம்... சித்த மருத்துவத்தோட மொத்த அடிப்படையும் அகத்தியர்தான்... நாடி பார்க்குறதுல இருந்து மருந்து செய்யுறது வரைக்கும் எழுதியிருக்கார்...

அடுத்து போகர்... இவர் உடலின் வர்மப் புள்ளிகளையும், மருந்து தயாரிப்பு நுணுக்கங்களையும் விரிவா எழுதியிருக்கார். அவர் எழுதுனது நிறைய நூல்கள் இருக்கு... பாஷாணங்களைக் கையாள்றதுல வல்லவர்... திருமூலர் யோக சாஸ்திரத்தில் விற்பன்னர். மனதையும், உடலையும் பக்குவப்படுத்தற பல வகையான பயிற்சிகளை விரிவாக எழுதியிருக்கார்... மன இயக்கம் உடலை பாதிக்கும் அப்படிங்குற கருத்தையும், மனச் சமநிலை உடலை சரியாக்கும்ங்கிற கருத்தையும் ஆணித்தரமா சொன்னவர் திருமூலர்தான்.

கொங்கனவர் வேதியியலோட தந்தைனே சொல்லலாம்... வேதி மருந்துகள்ல ஆழமான அறிவுடையவர். அதே மாதிரி நாகமுனிங்கிற பாம்பாட்டி சித்தர் நஞ்சுமுறிவு மருத்துவத்திலும், கண் மருத்துவத்திலும் சிறப்பானவர். அறுவை சிகிச்சை பத்தியும் அப்பவே எழுதியிருக்கார். அடுத்து, திருமூலரோட கிளாஸ்மேட் பதஞ்சலி.

யோக சாஸ்திரத்தை உருவாக்கியவர். இவரோட புத்தகங்கள் எதுவும் தமிழ்ல கிடைக்கலை... வடமொழிகள்லதான் எழுதியிருக்கார்... தன்வந்திரி மருத்துவத்தின் கடவுளாகக் கருதப்படுவர். சிவவாக்கியர் கோபக்காரர் பல தத்துவங்களை சாதாரண வரிகள்ல அழுத்தமா புரிய வைப்பார்... கடவுள் பத்திய மூட நம்பிக்கைகளை கடுமையா சாடினவர்...

இப்படி எனக்குத் தெரிஞ்சு 54 சித்தர்கள் இருக்காங்க... நாம பதினெண் சித்தர்கள்னு சொல்லி 18 பேரை மட்டும் சொல்லுவோம்... ஒவ்வொருத்தரும் சொல்ற 18 வேற வேறயா இருக்கும்... அதனாலதான் 54னு சொல்றேன்... எல்லா சித்தர்களோட எல்லா நூல்களும் கிடைக்கல... கிடைச்ச நூல்கள் கொஞ்சம்தான்... அதுலயும் அச்சுல இருக்க நூல்கள் ரொம்ப ரொம்ப கம்மி... சித்தர்களோட போட்டோக்களை வச்சு கும்பிடத் தெரிஞ்ச நமக்கு, அவங்களோட கண்டுபிடிப்புகளை பயன்படுத்த தெரியல.....

உலகத்தோட மொத்த உயிரினத் தோற்றத்தையும் சித்தர்கள் நாலா பிரிக்கிறாங்க... பிற்காலத்துல வந்த உயிரியலுக்கு இதுதான் முன்னோடி... முட்டையிலிருந்து உருவாகும் உயிரினங்களை முட்டைத் தோற்றம் (அண்டஜம்) அப்படினும், விதையிலிருந்து உருவாகும் தாவரங்களை விதைத் தோற்றம் (உத்பீஜம்) அப்படினும், கருப்பையிலிருந்து உருவாகும் உயிரினங்களை கருத்தோற்றம்னும் (சராயுஜம்) சொன்னாங்க... கழிவிலிருந்து உருவாகுற உயிர்களை (சுவாதஜம்)னும் கிருமிகள், பேன்கள் மாதிரியான உயிர்கள் எப்படித் தோன்றுதுனும் தெரிஞ்சு பிரிச்சு வச்சாங்க...

உடலியல், மருத்துவம் இதுகளைக் கடந்து, உளவியலிலும் ஆழமான புரிதல் இருந்துச்சு... மனசோட அடிப்படையைப் புரிஞ்சிக்கிட்டு, பற்று, புரிதல்னு ரெண்டு அற்புதமான பிரிவுகள்ல மக்களை வழிநடத்துனாங்க... சிந்தனைன்னா என்னானு கேள்வி கேட்குறவனுக்கு நம்பிக்கையைப் போதிச்சாங்க... ஆழ்ந்து கவனிச்சு யோசிக்கிறவனுக்கு உண்மையைப் புரிஞ்சுக்கிற வழிகளையும் சொல்லி வச்சாங்க...

மனதோட, உலகத்தோட ஆழமான உண்மைகளை முழுசா புரியணும்னா புலனறிவு (Perception), உய்த்தறிவு (Inference), ஒப்புமை (Comparison), மேற்கோள்(Authority), அவாய் நிலை (Implication), இயல்பு (Propriety), உலகுரை (Rumour), கூடாமை (Impossiblity), மறிநிலை மெய்மை (Exeception), தொடர்பியைபு (Association) அப்படிங்கிற வழிகள் மூலமா கேள்வி கேட்டு, புரிஞ்சு வரணும்... இல்ல புரியவே வேணாம்னா முழு நம்பிக்கை சரணாகதியை, கேள்விகளே

இல்லாத நம்பிக்கையை உருவாக்கிக்கிறனும்... ஒரு மனுஷ சமூகம் முழுமையா வாழ்றதுக்குரிய எல்லா அம்சங்களையும் சித்தர்கள் பேசியிருக்காங்க...

இப்ப நீங்க கேட்ட தேரையர் சொல்ற விஷயங்கள் ஒண்ணு, ரெண்டை சொல்றேன்...

மொத்த நோய்க்காரணிகளையும் ரெண்டா பிரிக்கிறார்... இயல்பை அடக்குவது, வேகத்தை அடக்குவது. இயல்பை அடக்குறதுனா நமக்கு இயல்பா உருவாகிற பசி, தூக்கம், தாகம், ஓய்வு, உடல் வேட்கை இப்படியுள்ளவற்றை அடக்குறது... தள்ளிப் போடுறது... இதெல்லாம் நோய்களுக்கான முதற்காரணியா சொல்றார்... அடுத்தது, இயல்பை அடக்கினா உடல்ல கழிவுகள் சேர்ந்துடும்... அது உடலை விட்டு வெளியேறுறது தான் வேகம். தும்மல் எவ்வளவு வேகமா வருது? தும்மல் வழியா உடம்பு கழிவை வெளியேத்துது. இப்படி கழிவை வெளியேத்துற விஷயங்களை அடக்குனா அது பெரிய தொந்தரவுகளா மாறுது... ஒரு ரெண்டு பாட்டை மட்டும் சொல்றேன்... புரியுதானு பாருங்க...

தீவனத் தடைகள் செய்யில்

தேகமே அங்க பங்கம்

மேவுறும் சூலை, பிரமை

மிக்குடல் இளைப்புண்டாகும்... இது பசியை அடக்குனா வரக்கூடிய நோய்கள். இந்தப் பாடல் இப்படியே தொடருது. அதே போல தூங்கலைனா என்ன செய்யும்னு சொல்றார் பாருங்க...

நித்திரை அடங்கிப் போக நிகழ்ந்திடும் கருமம் கேளாய்

நித்தமும் தலைக்கனப்பு நின்ற கண் நோதலாகி

சித்தத்தில் செவிடு உண்டாகி, தெளிவறு பேச்சும் உண்டாம்...

இப்படி தாகத்தை அடக்குறது, விந்துவை அடக்குறது, சிறுநீரை அடக்குறது, மலத்தை அடக்குறதுனு பெரிய பட்டியலே போட்டு, அதெல்லாம் அடக்கினா என்னென்ன ஆகும்னு விரிவா சொல்றார். இது இயல்படக்கம். அடுத்து, வேகத்தை தடை செய்யுறது.

"தும்மலைத் தடைதான் செய்தால் தொடுத்திடும் தலைநோய் உண்டாம்"னு ஆரம்பிச்சு நிறைய சொல்றார்... எல்லா நோயும் வெளில இருந்துதான் வருதுன்னு சொல்லி, காரணம் தெரியாம அலையுது அலோபதி. நுட்பமான காரணங்களையும் சொல்லி, தீர்வுகளையும் முன் வைக்குது மரபுவழி மருத்துவங்கள்...

மருந்து குடுக்கும்போது சொல்ல வேண்டிய பத்தியங்கள், ஒவ்வொரு நோயாளிக்குமான தனிப்பத்தியங்கள், காலத்திற்கேற்ற பத்தியங்கள்னு பல வகைப் பத்தியங்கள் இருக்கு... சுவை தெரிஞ்ச நாக்கும், பசி தெரியுற வயிறும், தேவை புரியுற மனசும் இருந்தா மருந்தும் தேவையில்லை... பத்தியமும் தேவையில்லை..."

நீளமாகப் பேசியதில் அன்புவுக்கு தாகம் எடுத்தது. "நீர் உடம்பு தண்ணிய விட்டு, தண்ணிய வாங்கிக்கிட்டே இருக்கும்..." என்று சொல்லிக்கொண்டே தண்ணீர் எடுக்க எழுந்தார். நான் போய் தண்ணீர் பிடித்து வந்தேன்.

"ஒரு டாக்டர் தொடர்ந்து படிச்சிக்கிட்டும், யோசிச்சிக்கிட்டும் இருக்கணுமா சார்...?" என்று கேட்டேன்.

"ஆசிரியனுக்கும், மருத்துவனுக்கும் அது ரொம்ப முக்கியம்... ஒரு மருத்துவன் நாலு விஷயத்தை தொடர்ந்து செய்யணும்... அதைத்தான் நாற்கூற்றுனு சொல்லுவாங்க... நோய் கண்டு அஞ்சாமை, நூலறிவும் நுண்ணறிவும், அனுபவம் அறிதல், அருள் இதுதான் அந்த நாலு."

"அருள்னா என்ன சார்...?"

"நம்புறவனுக்கு கடவுளோட அருள்... புரிஞ்சவனுக்கு இயற்கையோட இயல்பு... நம்ம ஊர்ல மாரியம்மன் கோயிலுக்கு தீச்சட்டி எடுப்பாங்கள்ல... அப்ப அருள் வந்துருச்சுனு எதைச் சொல்லுவாங்க...?"

"சாமியாடறத... சார்."

"அருள்னா சாமியாவே ஆயிடணும்... மனுசன் கடவுள் அருளோட இணைஞ்சிறணும் அதானே...? நோய் சரியாக உதவுறது இயற்கையோட வேலை... அதுக்கு மருத்துவர்கள் உதவி செய்றாங்க... இயற்கையோட வேலையைச் செய்யுறவன் இயற்கையாவே ஆகணும்ல... அதுதான் அருள்..."

"நீங்க எல்லாத்தையும் வேற மாதிரியே சொல்றீங்க சார்..."

"இல்ல தம்பி... எல்லாத்தையும் வேற மாதிரி நாமதான் புரிஞ்சு வச்சுருக்கோம்..."

"சித்த மருத்துவம் எப்படி ஒடுக்கப்பட்டதுனு சொன்னீங்க சார்... அப்ப இங்கயிருந்த மத்த மருத்துவங்கள் என்ன ஆச்சு...?"

"இந்தியா முழுசும் இருக்கிற எல்லா மரபு வழி மருத்துவங்களுக்கும் இதுதான் கதி... ஒவ்வொரு மாநிலத்திலயும் ஒவ்வொரு மாதிரி அழிவு

இருந்திச்சு... எல்லா பக்கமும் தத்துவத்தையும், நோயறிதலையும் அழிச்சாங்க... சித்தா, ஆயுர்வேதம், யுனானி மருத்துவங்கள்ல இருந்த கழிவு நீக்கம் பத்திய பாடங்கள் எல்லாம் சிலபஸ்ல இல்ல.... கொஞ்சம் கொஞ்சமா எல்லாம் காலியாயிருச்சு... சிகிச்சை முறைகள்ல ஆயுர்வேதத்துல கொஞ்சம் மிச்சம் இருக்கு... 1800 கள்ல வந்த ஹோமியோபதியையும் விட்டு வைக்கல... அதோட தத்துவங்களும் கொஞ்சம் கொஞ்சமா மறைஞ்சிக்கிட்டு இருக்கு... சித்த மருத்துவத்தோட மிச்ச சொச்சங்கள் எலும்பு முறிவுக்கு கட்டுப் போடற நுட வைத்தியம், மஞ்சள்காமாலைக்கு மருந்து குடுக்கிறது மாதிரி அங்கங்க கொஞ்சம் இருக்கு... இதுவும் காலப்போக்குல மறைஞ்சிரும்... ஏன்னா இதெல்லாம் வெறும் உத்திகள்... தத்துவமும், கோட்பாடும் இல்லாத உத்திகளால நீண்ட காலத்துக்கு தாக்குப் பிடிக்க முடியாது... இப்ப எலும்பு முறிவுக்கு கட்டுப் போட்டுட்டு வலிச்சா பெயின் கில்லர் போடுங்கனு சொல்ல ஆரம்பிச்சிட்டாங்க... எக்ஸ்ரேயை வச்சுத்தான் முறிவையே கண்டுபிடிக்க முடியுது... எட்டு வகை நோயறிதல் அறிவு அழிஞ்சு போயி, மிஷின்களை நம்ப ஆரம்பிச்சிட்டாங்க... கால்குலேட்டர் கண்டுபிடிக்கிறது மனித அறிவுதான் அதுக்காக கணக்கு போடுறதை மறந்திடக் கூடாதில்ல...

“சித்த மருத்துவத்தோட மறு உருவாக்கத்துக்கு நீங்க ஒண்ணும் முயற்சிக்கலையா சார்...?”

அவர் என்னை நிமிர்ந்து பார்த்தார். “உங்களுக்கு ஹோமியோபதி மெடிக்கல் கவுன்சிலோட பேர் தெரியுமா தம்பி...?”

“ஹோமியோ மெடிக்கல் கவுன்சில் சார்...”

“சித்தா கவுன்சிலோட பேரு...?”

“சித்த மருத்துவக் கழகம்”

“அலோபதி மெடிக்கல் கவுன்சிலோட பேரு...?’

நான் ஒரு நிமிடம் யோசித்து விட்டு சொன்னேன். “மெடிக்கல் கவுன்சில் ஆஃப் இன்டியா...”

“மத்த மருத்துவங்களுக்கெல்லாம் அரசு கவுன்சிலோட பெயர்கள் எல்லாம் மருத்துவத்தோட பெயர்கள்ளேயே இருக்கு... அலோபதி மட்டும் இந்தியாவோட கவுன்சில் அப்படினு பெயர் வச்சிருக்காங்க பார்த்தீங்களா...?”

“ஆமாங்க சார்...” என்றேன் புதிய ஆச்சரியத்தோடு. ஏற்கனவே கேள்விப்பட்ட பெயர்கள்தான், ஆனால், இப்படி யோசிக்கவில்லை.

"முந்தியெல்லாம் மருந்துக்கடைனு போர்டு இருந்துச்சின்னா அது சித்தா மருந்துக்கடை, நாட்டு மருந்துக்கடைனு அர்த்தம்... அப்போ அலோபதி மெடிக்கல் ஸ்டோர்களோட பேரு "இங்கிலீஸ் மருந்துக்கடை" தான். இப்ப, எப்படி இருக்குனு பார்த்திங்களா...? அலோபதிதான் இந்தியாவோட மருத்துவம்... இங்குள்ள மரபு வழி மருத்துவங்களெல்லாமே "ஆல்டர்நேட்டிவ் மெடிசின்ஸ்". இந்தப் பேரெல்லாம் பிரிட்டிஷ்காரன் குடுத்தது இல்லை தம்பி... நம்ம அரசாங்கங்களே கொடுத்ததுதான்... ஆரம்பத்துல இருந்தே நம்ம அரசாங்கம் பிரிட்டிஷ் அரசாங்கத்தை ஃபாலோ பண்ணிதான் நடந்துக்கிட்டிருக்கு... இந்தப் பெயர்களை எதிர்த்து நான் பல முறை வழக்குப் போட்டேன்... கோர்ட்டோட நேர வீணடிப்புனு தள்ளுபடி பண்ணிட்டாங்க... என்னோட சின்ன வயசுல சித்த வைத்திய சங்கங்களோட போய் பேசிக்கிட்டே இருப்பேன்... அப்ப காலேஜ்ல படிச்ச சித்த மருத்துவர்கள் ரொம்ப குறைவு... பாரம்பரிய வைத்தியர்கள்னு சொல்லிக் கிட்ட பலபேர் அலோபதிதான் பார்த்துக்கிட்டிருந்தாங்க... ரொம்ப கம்மியான ஆட்களுக்குத்தான் நல்ல சித்த மருத்துவம் தெரிஞ்சிருந்தது... அதுவும் உத்திகளாத்தான் புரிஞ்சி வச்சிருந்தாங்க... ஒவ்வொரு நோய்க்கும் ஒவ்வொரு மருந்து... நாடி பார்க்குறது நோயாளி நல்லாருக்காராங்கிறத மட்டும்தான்...

தத்துவத்தோட பகுதிகளைப் புரிஞ்சவங்க ஒரு சிலர் இப்பவும் எல்லா மருத்துவத்திலயும் இருக்காங்க... எதிர்காலத்துல அலோபதியோட நெருக்கடிகளை, சிக்கல்களை புரிஞ்சி மக்கள் மரபுவழி மருத்துவங்களை கூட்டமா தேடுற வரைக்கும் அவங்களை பாதுகாத்து வைக்கணும்... அவங்க வச்சிருக்கிற தத்துவங்களை விதைகளை சிதையாம வச்சிருக்கணும்... ஹோமியோபதில மதுரைல ராசாமணினு ஒருத்தர் அருமையா பண்றார்... தேனில காஜாமைதீன், சேலத்துல மேஜர் ராஜூ இப்படி நிறைய பேர் இருக்காங்க. சித்தாவுல கிராமங்கள்ல இருக்க பரம்பரை வைத்தியர்கள் பல விஷயங்களை பாதுகாப்பா வச்சிருக்காங்க... கேரளாவுல ஆயுர்வேதம் நிறைய மிச்சம் இருக்கு... இப்ப புதுசா சீனாவிலருந்து வந்திருக்கிற அக்குபங்சர் மருத்துவத்தை, இந்திய தத்துவங்களின் பின்னணில புரிஞ்சுக்கிட்டு சென்னைல டாக்டர் சகோதரர்கள் இருக்காங்க... எந்த ஒண்ணையும் திட்டமிட்டு முழுசா அழிச்சிர முடியாது... அதோட தேவை மறுபடியும் வரும்போது அது புதுசா பிறவியெடுக்கும்..."

சித்த மருத்துவம் அழிக்கப்பட்ட வரலாற்றை அறிந்து கொண்ட போது உருவான தொடர்ந்து கொண்டிருந்த கவலை "எதுவும் அழிந்துவிடாது, புதிய பிறவியெடுக்கும்" என்று அன்பு

சொன்னபோது ஆசுவாசம் அடைந்தது. இதை நம்பிக்கையில் சொல்கிறாரா...? புரிதலில் சொல்கிறாரா...? என்று அப்புறம் கேட்க வேண்டும் என நினைத்துக்கொண்டேன். வெளியில் யாரோ வரும் சப்தம் கேட்டது.

டாக்டர் அன்புவைப் பார்க்க ஒரு வழக்கறிஞர் வந்திருந்தார். தன் கிளினிக் இடத்தையும், தன் பெயரில் இருந்த சில காலி இடங்களையும் தன் மகனின் பெயருக்கு மாற்றி எழுதும் வழிமுறைகளைக் கேட்டுக்கொண்டிருந்தார். அதற்குத் தேவையான ஆவணங்களில் கையொப்பம் இட்டு, அவரை வழியனுப்பி வைத்து விட்டு பெருமூச்சோடு அவர் அறைக்குத் திரும்பினார்.

"தம்பி..."

நான் வரவேற்பறையில் அமர்ந்திருந்தேன். அவர் குரல் கேட்டு அறைக்குள் சென்றேன். "ஏன் அங்க போய் உட்கார்ந்தீங்க...? இங்கயே இருந்திருக்கலாமே... தம்பி...?"

"இல்ல சார்... லாயர் கூட நீங்க டாகுமெண்ட்ஸ் பத்தி பேசிக்கிட்டிருந்தீங்க... அதுனாலதான் வெளில உட்கார்ந்திருந்தேன்..."

"எனக்கு ஒரு பெர்சனலும் இல்ல... அங்கயே உட்கார்ந்திருக்கலாம்... இனி டிஸ்டன்ஸ் மெயிண்டன் பண்ணாதீங்க...? சரியா?"

"சரிங்க சார்..."

"இன்னைக்கோட நீங்க இங்க ஜாயின் பண்ணி ஒரு மாசம் ஆச்சு... உங்களுக்கு சேலரி குடுக்கணும்... நான் எப்பயுமே பண விஷயத்துல வீக்... மறந்திருவேன்... நம்ம கிளினிக்கை ஆஃபீஸ் மாறி நினைச்சு, அமைதியா இருந்துராதீங்க... ஞாபகப்படுத்துங்க..."

"சரிங்க சார்..."

அவர் உட்கார்ந்திருந்த மேஜையின் ட்ராவை இழுத்தார். உள்ளே நிறைய ரூபாய் நோட்டுகள் ஒழுங்கற்றுக் கிடந்தன. அதை ஒரு நிமிடம் பார்த்துக்கொண்டிருந்த அன்பு, என்னை அருகில் அழைத்தார்.

"தம்பி... இதுதான் என் கஜானா... எப்பயும் திறந்திருக்கும்... பணம் தேவைப்பட்டா எடுத்திக்கிட்டு சொல்லிக்கங்க... சரியா...?"

எனக்கு கொஞ்சம் தயக்கமாக இருந்தது. "இல்ல சார்... நீங்களே குடுத்திருங்க சார்... பண விஷயம் எப்பவுமே எனக்கு செட்டாகாது..."

"அன்பு கிளினிக்ல இப்ப நம்ம ரெண்டு பேருதான் இருக்கோம்... நமக்கு ஓனரு பேசண்டுகதான்... சிகிச்சைக்கு வர்றவங்க ஃபீஸ் குடுக்கிறாங்க... அது நம்மளோட உழைப்புக்கு கிடைக்கிற பரிசு... அது எல்லாமே இங்கதான் இருக்கும்... எனக்குத் தேவைப்படும் போது நான் எடுத்துக்குவேன்... உங்களுக்குத் தேவைப்படும் போது நீங்க எடுத்துக்கங்க... நீங்களும் இந்த கிளினிக்கோட ஒரு பகுதிதான்... நம்ம வேலைகள் வேற மாதிரியானது... அவ்வளவுதான...? முதல்ல உங்க சம்பளம் மூவாயிரம் ரூபாயை ஒன்னாம்தேதி எடுத்துக்கங்க... எனக்குத் தேவையானதை நானும் எடுத்திக்கிர்றேன்... மிச்ச பணம் இங்கேயே இருக்கும்... அது நம்ம பொதுப்பணம்... தேவையான மருந்துகளை வாங்குறதுக்கும், டெஸ்ட்டுகளுக்குத் தேவையானதை வாங்குறதுக்கும் போக மிச்சம் இங்கேயே இருக்கும்... உங்க தேவைக்கு தயங்காம எடுங்க..."

நான் அப்போதும் அமைதியாக இருந்தேன். அவர் சொல்வது நன்றாகத்தான் இருக்கிறது. அது தனிமனிதர்களிடம் சாத்தியப்படுமா...? என்று யோசித்துக்கொண்டிருந்தேன்.

"தம்பி... எனக்கு ஓனரா இருக்கது பிடிக்காது... லேபர்சை வச்சு மெயிண்டன் பண்ணுறது எனக்கு ஒத்து வராது... நீங்க பார்ட்னராதான் இங்க ஜாயின் பண்ணிருக்கீங்க... சரியா...? இதுல இருக்க பணம் கிளினிக்கோடது... என்னோட நீங்க பழகுறதுல இருக்க நெருக்கம் உண்மைனா, நான் சொல்றதை செய்யுங்க..."

நான் சரி என்று ஒத்துக் கொண்டேன். அன்புவின் தனிப்பட்ட பணம்தான் அனைத்தும். நான் அவருக்கு சிகிச்சையில் சிறு உதவி கூட செய்யவில்லை. செய்யவும் தெரியாது. அவர் சொல்லுகிற நோயாளிகளுக்கு ரத்தம் எடுத்து, அவர் கேட்கிற பரிசோதனைகளைச் செய்வதும், எப்போதாவது ஓலைச்சுவடிகளில் சொல்லப்பட்டிருக்கும் சிறுநீர் பரிசோதனைகளைச் செய்வதும்தான் என் வேலை. வரவேற்பறை வேலை கூட அங்கு இருக்கவில்லை. கிளினிக்சிற்குள் நோயாளிகள் வந்தவுடனேயே அவரே அறைக்குள் அழைத்துக் கொள்வார். தேவைப்படும்போது மட்டும்தான் என்னையும் அழைப்பார்.

அவர் நோயாளிகளுடன் பேசும்போது என்னை அங்கு இருக்க பெரும்பாலும் அனுமதிப்பதில்லை. ஒரு மனிதன் தன்னுடைய உடல் குறையை மருத்துவரிடம் மனம் திறந்து பேசுவதற்கு சூழல் மிகவும் முக்கியம்; அந்தச் சூழலை இன்னொருவரின் இருப்பு கலைத்து விடும் என்பார் அன்பு. நான் ஒருவேளை ஏதாவது ஒரு மருத்துவரைப் பார்க்க சென்றால், அங்கு யாரும் இருப்பதை விரும்பமாட்டேன்

என்பது உண்மைதான். சில கிளினிக்குகளில் நர்சுகளோ, அல்லது உதவி மருத்துவர்களோ மருத்துவருடன் நோயாளிகள் பேசும் போது இருப்பார்கள். நோயாளிகளில் பலர் பேசத் தயங்குவதை நான் பலமுறை பார்த்திருக்கிறேன். அன்பு ஒருமுறை சொன்னார் "அலோபதியில டாக்டர்களுக்கு நோயாளிகள் சொல்ற சிம்ப்டம்ஸ் அவ்வளவு முக்கியம் இல்லாம இருக்கலாம்... ஆனால், மரபு வழி மருத்துவங்கள்ல அது ரொம்ப முக்கியம்... அவங்க மனசு விட்டுப் பேசுறது சிகிச்சைக்கு உதவியா இருக்கும்..."

எப்போதாவது கிளினிக்கின் நான்காவது அறையில் மருந்து தயாரித்துக்கொண்டிருப்பார். அறை முழுவதும் கண்ணாடிப் புட்டிகளில் விதம்விதமான மருந்துகள் அடுக்கப்பட்டிருக்கும். பெரும்பாலும் அவரே தயார் செய்து கொண்டதாகவே இருக்கும். இவைகள் எல்லாம் அடிப்படை மருந்துகள் என்று சொல்லக் கேட்டிருக்கிறேன். நோயாளிகளைப் பரிசோதித்த பிறகுதான் அவர்களுக்கான தனி மருந்தினை தயாரிப்பார். முதலில் வேரில் தயாரிக்கப்பட்ட மருந்துகள், அடுத்ததாக தழைகளால் செய்யப்பட்ட மருந்துகள், மூன்றாவது நிலையில் பஸ்பம் அடுத்து செந்தூரம் என்று முறையான வரிசையில் மருந்துகளைப் பயன்படுத்த வேண்டும் என்பது அடிப்படை விதியாம்.

நோய் மூலத்தை சரியாகக் கண்டுபிடித்துவிட்டால், நான்கு மருந்துகளில் சரியானதை அளவோடு பிரயோகிக்க வேண்டும் என்பது அவர் கருத்தாக இருந்தது. பெரும்பாலும் சித்த மருத்துவர்கள் வரிசைப்படியே மருந்துகளைப் பயன்படுத்துவார்களாம். இல்லையென்றால், நிறுவனங்கள் தயாரிக்கும் கூட்டு மருந்துகளைப் பயன்படுத்துவார்களாம். நோயாளியின் நிலையைப் பொறுத்து கூட்டு மருந்துகளைப் பயன்படுத்தலாம் என்றாலும், அவருக்கு அதில் விருப்பம் இருப்பதில்லை. மருந்து தயாரிக்கும்போது, அவருக்குத் தேவையான சிறு சிறு பொருட்களை எடுத்து கொடுப்பதோடு சரி. சிறிய உரலில், நிறைய மூலிகைகளை அரைக்கும் வேலையை நான் பல முறை கேட்டிருக்கிறேன். ஒருமுறை கூட தந்ததில்லை. "ஒருத்தர் கைப்பட மருந்து தயாரிப்பு இருக்கணும்... நம்ம மனசும், மருந்தோட குணமும் சேரணும்..." என்று சொல்வார். மருந்து தயார் செய்யும்போது ஒரு வார்த்தை பேச மாட்டார் அன்பு. ஏதாவது பொருட்கள் தேவையென்றால் மட்டுமே அவர் குரல் ஒலிக்கும். சிறிய கல் உரலில் அல்லது திருக்கையில் சில பொருட்களை அரைக்கும்போது, பார்க்கும் எனக்கே போரடித்து விடும். ஒரே லயத்தில் அவர் கைகள் ஓயாமல் சுற்றிக்கொண்டே இருக்கும். "ஒவ்வொரு செயல்லயும் நம்ம மனசு ஒட்டியிருக்கணும்... அப்படி

ஒட்ட முடியலேன்னா அத செய்யவே கூடாது" என்று பல முறை சொல்லியிருக்கிறார். நான் கேட்ட போது அவர் என்னிடம் அரைக்கும் வேலையைக் கொடுத்திருந்தால் என் மனசு அதில் லயித்திருக்காது என்று தோன்றியது. "உங்க விருப்பத்தை சொல்லிட்டீங்கல்ல... ஒருநாள் நானே தர்ற வரைக்கும் காத்திருங்க..." என்றார். பல மாதங்களாகியும் அந்த நாள் வரவே இல்லை.

அவருடன் பேசிய அன்றே என்னுடைய முதல் மாத சம்பளத்தை அன்புவின் மேஜை ட்ராயரிலிருந்து எடுத்துக் கொண்டேன். அடுத்த சில மாதங்களில் அதுவே இயல்பாக பழகி விட்டது. முதல் மாத தயக்கம் கொஞ்சம் கொஞ்சமாக என்னிடம் இருந்து விடைபெற்றது.

25

அன்று பள்ளியில் கூடப்படித்த நண்பன் பார்த்தியை சாலையில் சந்தித்தேன். பள்ளிக் காலங்களில் துறு துறுவென இருப்பான் பார்த்தி. படிப்பில் சுமாராக இருந்தாலும், மற்ற விஷயங்களில் தீராத ஆர்வம் கொண்டவன். ஆசிரியர்களிடம் அவ்வப்போது அடி வாங்கினாலும், அவர்களிடமே சிரித்துப் பேசும் அளவுக்கு நெருக்கத்தையும் வைத்திருப்பான். வகுப்பில் ஆசிரியர் ஒருமுறை திட்டிவிட்டால் போதும்... எனக்கெல்லாம் அதை மறந்து சகஜமாவதற்கு பல நாட்கள் பிடிக்கும். ஆனால், பார்த்தி அந்த நிமிடமே மறந்து விட்டு, நண்பர்களிடம் சேட்டையை ஆரம்பித்திருப்பான்.

பார்த்தியின் அப்பா லாட்டரி டிக்கட் விற்பனை செய்து கொண்டிருந்தார். அதில் கிடைக்கும் பணத்தில் அவரே சில லாட்டரிகளை எடுத்துக் கொள்வார். எப்போதாவது லாட்டரி சீட்டில் நூறு, இருநூறு விழுந்தால் அவ்வளவு பணத்துக்கும் லாட்டரி சீட்டையே வாங்கிக் கொள்வார். "நூறு ரூவா லாட்டரில விழுகுதுனா அது பரிசு கிடையாது. அதிர்ஷ்டம் வந்துருச்சிங்கிற சகுனம். அதை விடாம புடிச்சு, பெரிய பரிசா வாங்கணும்" என்று சொல்லிக் கொள்வார். அவனுடைய அம்மா பக்கத்து வீடுகளுக்கு வேலைக்குப் போய்க்கொண்டிருந்தார். இரண்டு, மூன்று அண்ணன்கள். எல்லோரும் அப்பா மாதிரியே ஒவ்வொரு தினுசு. அன்றாடம் உழைப்பதில் எல்லாரிடமும் பணம் புரண்டாலும் இரவு வீட்டிற்கு வரும்போது ஒன்றும் இருக்காது. போதையில் தள்ளாடிக்கொண்டே வந்து சேர்வார்கள்.

நானும், பார்த்தியும் படித்தது ஸ்ரீ முத்தையா பிள்ளை உயர்நிலைப் பள்ளி. அது அரசு உதவி பெறும் பள்ளி என்பதால் பெரிதாகக் கட்டணம் ஒன்றும் இருக்காது. ஒருவேளை கட்டணம் இருந்திருந்தால் பார்த்தி படித்திருக்கவே மாட்டான் என்று தோன்றியது. அப்படியும் அவன் படிப்பு பத்தாம் வகுப்போடு நின்று போனது. குடும்பத் தேவைகளுக்காக ஒரு தியேட்டரில் வேலைக்குச் சேர்ந்து விட்டான். அவனோடு படித்த மாணவர்கள் பதினொன்றாம் வகுப்பிற்காக பல பள்ளிகளுக்குப் பிரிந்தார்கள். நான் சி.பி.யூ.பள்ளியில் சேர்ந்தேன். என் வீட்டில் இருந்து பள்ளிக்குச் செல்லும் வழியில் பூங்கா சாலையில்தான் பார்த்தியின் வீடு இருந்தது. ஒவ்வொரு நாளும் பள்ளி செல்லும்போது அவன் எங்காவது இருக்கிறானா? என்று பார்த்துக்கொண்டே செல்வேன். அவன் வீட்டிற்குச் செல்வதில் பெரிய தயக்கம் இருந்தது. ஒரு நாள் மாலையில் அவன் வீட்டருகில் அவனைப் பார்த்தேன். அப்போதிருந்து அவன் வேலை செய்த தியேட்டருக்கு நான் சினிமா பார்க்கச் சென்றால் இலவசம்தான். இடைவேளையில் மீசைக்காரர் போடும் சமோசாவும், பாப்கானும் இலவசமாக வந்து விடும். எவ்வளவு வற்புறுத்தி காசு கொடுத்தாலும் வாங்க மாட்டான்.

விடுமுறையன்று ஒருநாள் காந்திஜி பூங்காவுக்கு அருகில் அவனைச் சந்தித்தேன். முகம் மிகவும் கவலையாக இருந்தது. வீட்டிற்கு அருகில் இருக்கும் கிளினிக்கில் வேலை பார்க்கும் ஒரு பெண்ணை காதலிப்பதாகக் கூறினான். பார்க்கும் போதெல்லாம் அந்தப் பெண் சிரிக்குமாம். பல மாதங்களாக இவன் பின் தொடர்ந்து கொண்டிருப்பதாகக் கூறினான். சிலமுறை கிளினிக் போவது போல பேசவும் செய்திருக்கிறான். நலம் விசாரிப்பதும், வேலை பற்றி விசாரிப்பதும் நடந்திருக்கிறது. ஒருமுறை தோழிகளுடன் அந்தப் பெண் சினிமாவுக்குச் சென்ற போது, பார்த்தி நிறைய தின்பண்டங்களை வாங்கிக் கொடுத்திருக்கிறான். அந்தப் பெண்ணும் தோழிகளிடம் இவனை அறிமுகம் செய்து வைத்தாராம். மறுபடியும் பின்னால் போவதும், சிரிப்பதும் தொடர்ந்து வந்திருக்கிறது. நான் பார்த்த அன்று அதிகாலையில்தான் அந்தப் பெண்ணிடம் தனியாகப் பேசியிருக்கிறான். காதலிப்பதாக சொன்னதும் கடுமையாகத் திட்டி விட்டதாகச் சொல்லி புலம்பிக்கொண்டிருந்தான்.

அந்தப் பெண்ணின் அண்ணனும், அப்பாவும் தான் தன்னைப் பற்றி சொல்லி இப்படி ஆக்கிவிட்டதாகச் சொன்னான் பார்த்தி. கையில் சில பச்சை நிறக் காய்களை வைத்திருந்தான். அவை அரளி விதைகள் என்றும், தான் அதைச் சாப்பிட்டு தற்கொலை செய்யப்

போவதாகவும் சொன்னான். அவன் எப்போதும் சீரியசாக முகத்தை வைத்துக்கொண்டு, பல பொய்களைச் சொல்வதில் வல்லவன். காதலையே இவன் சீரியசாக எடுத்துக் கொள்ளும் ஆளில்லை, காதல் தோல்வியை அப்படி எடுத்துக்கொள்ள வாய்ப்பில்லை என்று எனக்குத் தோன்றியது. அவனிடம் அவன் போக்கிலேயே ஆறுதல் சொன்னேன். அவன் வைத்திருந்தது அரளி விதைகளா என்றும் எனக்குத் தெரியவில்லை. நீண்ட நேரம் பேசிக்கொண்டிருந்து விட்டு, நான் வீடு திரும்பினேன். அவன் சொன்னது ஒருவேளை உண்மையாக இருக்குமா? என்ற யோசனை என்னை குழப்பிக் கொண்டே இருந்தது. அன்று மாலையே அவன் வீட்டுக்குச் சென்றேன். உண்மையில் பார்த்தி அரளி விதைகளைத் தின்று விட்டு, மருத்துவமனையில் இருப்பதாகச் சொன்னார்கள்.

அரசு மருத்துவமனைக்கு சென்று அவனைப் பார்த்தேன். அவனைப் பார்க்க தற்கொலைக்கு முயன்றவன் போலவே இல்லை. ஒரே ஒரு குளுக்கோஸ் பாட்டில் அவனுடன் இணைக்கப்பட்டிருந்தது. அவன் அருகில் உள்ளோரிடம் சிரித்துப் பேசிக்கொண்டிருந்தான். என்னைப் பார்த்ததும் சிரித்து வரவேற்றான். "ஏண்டா... வீட்டுக்கா வந்திருக்கேன்... சிரிச்சிக்கிட்டு கூப்பிடுற?" என்றேன். அப்போதும் அவன் சிரிப்பு குறையவில்லை.

"நாந்தான் சொன்னேன்ல... சாகப் போறேன்னு..."

"நீ சரியான லூசுடா... அந்தப் பிள்ளை பாவம் அதுபாட்டுக்கு இருந்திருக்கு... நீயா போய் காதலை சொல்லியிருக்க... இல்லைனு சொன்னா விட வேண்டியதுதான... அரளிக் கொட்டை சாப்பிடுற மாதிரி சீன் போடுறியா...?"

பார்த்தி என் கைகளை இழுத்து, அருகில் உட்காரச் சொன்னான். "சத்தமா பேசாதடா... வீட்டுக்கு தெரியாது..."

"எதுக்கு சாப்பிட்டனு அம்மா கேட்கலையா?"

"கேட்டாங்கெ... தேட்டர்ல கேண்டீன் லீசுக்கு எடுக்கலாம்னு வீட்ல காசு கேட்டிருந்தேன்... இல்லைனுட்டாங்கெ... பெரிசு கையில கொஞ்சம் காசு வச்சிருக்கார்... அண்ணங்களும் வச்சிருக்காங்கெ... எவனும் தரமாட்டினுட்டான்... அதுனாலதான் இப்புடி செஞ்சேன்..."

"அப்ப அந்தப்புள்ளைய பத்தி சொன்னது..."

"அதுவும் உண்மைதேன்... அந்தப் புள்ளைட்டயும் சொல்லிட்டுத்தான செஞ்சேன்... நான் ஆஸ்பத்திரில இருக்கிறத

கேள்விப்பட்டிருந்துச்சின்னா லவ் வரும்ல... வீட்லயும் அம்மா அழுது காசு வாங்கித் தந்துரும்... எப்படி நம்ம யோசனை...”

“நீ தின்னது உண்மையில அரளிதானா? இல்லையா...?”

“அது உண்மைதாண்டா... கொஞ்சமா தின்னேன்... உன்கிட்ட சொன்னா நீ போய் வீட்ல சொல்லுவனு பார்த்தா நீ பாட்டுக்கு கண்டுக்கிறாம கிளம்பி போயிட்ட... அப்புறம் வயிறு வலிக்குதுனு சீன் போட்டு, நானே சொல்ல வேண்டியதா போச்சு...”

அவன் தலையில் ஓங்கி தட்டினேன். அவன் சிரித்துக் கொண்டிருந்தான். “சீன்தான் போடுறதுனு முடிவு பண்ணிருந்தா சும்மா சொல்லிருக்க வேண்டியதுதான... எதுக்கு உண்மையிலயே அரளிக் கொட்டய சாப்பிட்ட...?”

“டாக்டர்க கண்டுபிடிச்சு வீட்ல சொல்லிட்டாங்கனா... எல்லாம் தெரிஞ்சி போயிருமே... அப்புறம் ரெண்டும் வேஸ்ட் ஆகிரும்...”

அவ்வளவு முயன்றும் பார்த்தியின் நோக்கங்கள் நிறைவேறவே இல்லை. அப்போது பணம் தருவதாக சொன்னவர்கள் கொஞ்சம் கொஞ்சமாக மறந்து விட்டார்கள். அந்தப் பெண்ணும் அதன் பிறகு திரும்பிக் கூட பார்க்கவில்லையாம். அரளி விதைகள் பாதித்ததோ இல்லையோ, அதற்காக வயிற்றுக்குள் விடப்பட்ட டியூப்களால் இரைப்பையில் புண்கள் வந்திருந்தன. பல மாதங்களுக்கு வயிற்று வலியால் பார்த்தி துன்பப்பட்டதுதான் மிச்சம். அதன் பிறகும் அவனுடைய காதல் முயற்சிகள் வெவ்வேறு பெண்களிடம் தொடர்ந்து கொண்டிருந்தன.

இன்று பார்த்தியை சந்தித்தபோது பழைய சம்பவங்கள் நினைவிற்கு வந்தன. அந்த சம்பவத்திற்கு பின்பு, அவனும் வேறு கடையில் வேலைக்குச் சேர்ந்து விட்டான். எப்போதாவதுதான் பார்க்க முடிந்தது. நான் கல்லூரிக்குச் செல்ல துவங்கிய போது, அவன் திருப்பூரில் பனியன் கம்பெனியில் வேலைக்குச் சென்று விட்டான். இந்த மூன்றரை ஆண்டுகளில் அவனோடு எந்தத் தொடர்பும் இல்லை. அவன் திருப்பூரில் வேலை செய்து கொண்டிருந்ததாகக் கூறினான்.

பள்ளியில் படிக்கும் போதிருந்த பார்த்தியின் முகம் முழுவதும் மாறியிருந்தது. குழந்தைத்தனமான, துறு துறுக்கும் கண்களுடன் அவன் இப்போது இல்லை. கவலை அப்பிய, வறண்ட முகமாக அது மாறிவிட்டிருந்தது. முகம் ஓடு தட்டிப் போய், கன்ன எலும்புகள் துறுத்திக்கொண்டிருக்க, கண்கள் உள்ளொடுங்கி இருந்தன.

"ஏண்டா இப்புடி இருக்க...? நோயாளி மாறி ஆயிட்ட" என்றேன்.

"நைட் ஷிப்டு... சரியா சாப்பிடுறதில்ல... அதுதான் இப்படி ஆயிருச்சு..."

"பார்த்தா அப்படி தெரியலையே... தண்ணி பழகிட்ட போல..."

தலையை தொங்கப் போட்டுக்கொண்டான். "உன்கிட்ட சொல்றதுக்கு என்ன? போன வருஷம் அப்பா இறந்துட்டார். அதுக்கப்புறம் அம்மாவை நான்தான் கவனிச்சிக்குறேன்... அண்ணனுக எல்லாம் கல்யாணம் முடிச்சிட்டு போயிட்டானுக... அம்மா தனியாத்தான் இருக்கு..."

சிறிய இடைவெளி விட்டு தொடர்ந்தான். "திருப்பூர்ல ஒரு புள்ளைய சின்சியரா லவ் பண்ணேன்... அப்ப மாதிரி இல்லடா... உண்மையிலயே லவ் பண்ணேண்டா... அது திடீர்னு சொந்த ஊருக்குப் போன இடத்துல கல்யாணம் பண்ணி வச்சிட்டாங்கெ... அப்ப இருந்துதான் தண்ணி... சிகரெட்டு..."

பழைய பார்த்தி முற்றிலும் காணாமல் போயிருந்தான். அவனிடம் என்ன பேசுவதென்று எனக்குத் தெரியவில்லை. என் வேலை குறித்து சொன்னேன். ஆர்வமாகக் கேட்டுக் கொண்டான். தயங்கித் தயங்கிக் கேட்டான்.

"கைல இருந்த பணம் எல்லாம் செலவாயிருச்சு... ஊருக்குப் போக காசு இல்ல... அம்மாவுக்கு செலவுக்கு காசு குடுத்திட்டுப் போகணும்... ரெண்டாயிரமாவது வேணும்... அதுதான் அலைஞ்சிக்கிட்டு இருக்கேன்... உன்கிட்ட இருந்தா குடுடா... அடுத்த மாசம் சம்பளம் வாங்கி அனுப்புறேன்..."

என்னிடம் பணம் எதுவும் இருக்கவில்லை. சம்பளமாக நான் வாங்கும் பணத்தினை அம்மாவிடம் கொடுத்து விடுவேன். செலவுகளுக்கு மட்டும் வாங்கிக் கொள்வேன். மீதிப் பணம் அம்மாவிடம் இருக்கிறதா? இல்லை அப்பா வாங்கிக் கொள்கிறாரா? என்று நான் கேட்டுக்கொள்வதில்லை. அதுவும் இரண்டாயிரம் ரூபாய் அம்மாவிடம் கேட்கும் அளவிற்கு தைரியம் வரவில்லை.

"ஊர்ல இருந்து வரும்போது காசில்லாமயா வந்த...? எல்லாத்தையும் என்ன செஞ்ச...?"

"அம்மாவப் பார்க்கும்போது ரொம்ப மனசு கஷ்டமாயிருச்சுடா... இருந்த காசை அவங்ககிட்ட குடுத்திட்டேன்... மிச்சமிருந்தது செலவாயிருச்சு..."

"தண்ணியடிச்சா...?"

பதில் சொல்லாமல் தலையை குனிந்து கொண்டான். அவனைப் பார்க்க பாவமாக இருந்தது. "என்கிட்டயும் காசு இல்லடா... அரேஞ் பண்ணித் தர்றேன்... ஆனா, அம்மாகிட்டதான் குடுப்பேன்..." டாக்டரிடம் கேட்டு வாங்கலாம் என்ற யோசனை வந்தது.

"சரிடா... அவங்களுக்கு கொடுக்கத்தான் கேக்குறேன்... நீ அம்மாகிட்டயே குடு..."

இருவரும் நடந்து, அன்பு கிளினிக்கிற்கு வந்தோம். அவனை வரவேற்பறையில் உட்காரச் சொல்லிவிட்டு, நான் அவர் அறைக்குள் சென்றேன். அவர் ஏதோ எழுதிக் கொண்டிருந்தார். ஏதாவது சித்தர் பாடலாக இருக்கலாம். "சார்... என் ஃபிரெண்ட் ஒருத்தனுக்கு ஹெல்ப் பண்றதுக்காக ரெண்டாயிரம் ரூபாய் தேவைப்படுது..." நான் சொல்லிக்கொண்டிருந்த போதே, கையை உயர்த்தி பேசுவதை நிறுத்த சொன்னார். மேஜையின் ட்ராயரை இழுத்து திறந்து விட்டு, கையை கீழ் நோக்கி காட்டினார். நான் ஒன்றும் சொல்லாமல் அப்படியே நின்று கொண்டிருந்தேன்.

"பணத்தை எடுத்துக்கங்க தம்பி... எத்தனை தடவை சொல்லியிருக்கேன்...? இதுக்கு மேல மறுபடியும் பெர்மிசன் கேட்டிங்கன்னா நான் சொன்னதை மதிக்கலைனு அர்த்தம்..." நான் எதுவும் சொல்லாமல் ட்ராயரில் இருந்த பணத்தில் இரண்டாயிரம் ரூபாயை எடுத்துக் கொண்டு, நண்பனை அனுப்பி விட்டு வருவதாகச் சொல்லிவிட்டு வந்தேன். பார்த்தியின் அம்மாவிடம் போய் பணத்தைக் கொடுத்து விட்டு வர வேண்டும் என்ற எண்ணம் அன்புவைப் பார்த்தவுடன் மாறிவிட்டது. மேஜை யிலிருந்த பணத்தை எந்த கேள்வியுமில்லாமல் எடுத்துக்கொள்ள அனுமதிக்கிறார் அன்பு. நான் கடனாக பார்த்திக்குத் தருவதாக ஒப்புக் கொண்ட பணத்தை, அவனிடம் கொடுக்காமல் அவன் அம்மாவிடம் கொடுக்க நினைக்கிறேன். எப்போது அவனுக்குத் தருவதாக ஒத்துக்கொண்டேனோ அப்போதே அது அவன் பணமாகிவிட்டது. அதனை என்ன செய்யவும் அவனுக்கு உரிமை உண்டு. பணம் கொடுத்த பிறகு தலையிடுவதோ, சந்தேகிப்பதோ சரியாகத் தோன்றவில்லை. ஒருவேளை அவன் மீது முதலிலேயே சந்தேகம் வந்திருந்தால், பணம் இல்லை என்று சொல்லியிருக்க வேண்டும். தருவதாகவும் சொல்லி விட்டு, சந்தேகமும் உருவாவது நல்ல மனநிலை இல்லை என்று தோன்றியது. பார்த்தியை வீதி வரை சென்று அனுப்பிவிட்டு கிளினிக்கிற்கு திரும்பினேன்.

அன்று பிற்பகலில் ஒரு நோயாளியைப் பார்க்க வீட்டிற்குப் போக வேண்டும் என்று சொல்லியிருந்தார் அன்பு. சில மருந்துகளை எடுத்துக் கொடுத்து, கைப்பையில் வைத்துக் கொள்ளும்படி சொன்னார். நானும் அவருடன் கிளம்பினேன்.

"பேசண்ட் வீடு எங்க சார்...?"

"பக்கத்துல புதுப்பட்டில..."

"எப்படிப் போறோம் சார்...?"

"பஸ்ல போலாம் தம்பி..."

தன்னிடம் இருந்த காரை இருபதாண்டுகளுக்கு முன்பே அன்பு விற்று விட்டார். அவரிடம் இருசக்கர வாகனம் கூட இல்லை. எப்போதும் நடந்தும், பேருந்திலும் செல்லும் வழக்கமே அவரிடம் இருந்தது. நோயாளிகளை அவசரமாகப் பார்க்க வேண்டும் என்றால், வாடகைக்கு ஆட்டோவையோ, காரையோ அழைத்துக் கொள்வார். நோயாளியிடம் வீட்டிலிருந்து யாராவது அவரை அழைக்க வந்தால் அவர்கள் வாகனத்திலேயே சென்று விடுவார். 'பயன்பாடே இல்லாத பொருளை வீட்டில் வைத்திருப்பது தொடர் பொருளாதார இழப்பிற்கு வழி வகுக்கும்' என்று சொல்வார் அன்பு.

அவருடைய மருந்து அறையில் நான் ஏராளமான மருந்துப் பெயர்களைப் பார்த்திருக்கிறேன். துருசு செந்தூரம், வெள்ளி வித்தை, லிங்க மெழுகு, பொன் வித்தை, விலாரித் தைலம், குழித் தைலம், லிங்கக்கட்டு, தாளகக் கட்டு செந்தூரம், பூவரச எண்ணெய், கலைக்கொம்பு பற்பம், பேதி மெழுகு, கெந்தக சர்க்கரை, சுழி மாந்த எண்ணெய், சிவதை வேர் சூரணம், வல்லாதி லேகியம், சிந்தாதி லேகியம், பூ நாகப் பற்பம், சித்திர வல்லாதி, தாமிரப் பற்பம், சயராச செந்தூரம் என நிறைய மருந்துகளின் பெயர்களை நான் திரும்ப திரும்ப சொல்லிப் பார்த்துக்கொண்டேன். நிறைய மருந்துகளைத் தெரிந்து வைப்பது உத்தி. அதை எதற்குப் பயன்படுத்த வேண்டும் என்பதே தத்துவம். எனவே, தத்துவம் புரியாமல் உத்திகள் பயன்படாது என்பார் அன்பு.

சில நோயாளிகளுக்கு அவர் என்ன மருந்து எடுக்கிறார் என்று நான் பார்க்கும் போதெல்லாம் என்னிடம் சொல்வார். "மருந்தோட பெயரைப் பார்த்து வச்சிக்கிறது யூஸ் இல்ல தம்பி... டயக்னோசிஸ்தான் ரொம்ப முக்கியம்... அத துல்லியமா தெரிஞ்சிக்கிட்டா, மருந்துகளை குறைவாவே பயன்படுத்தலாம்... ஒரு மருந்தும் இல்லைன்னா வீட்ல இருக்க பொருள்களைக் கூட

மருந்தாக்கிக்கலாம்... மருந்துங்கிறது வெறும் பொருள் இல்ல... மருத்துவனோட முடிவுதான் மருந்தே..."

அப்போதிருந்து என்னிடம் அவர் எந்த மருந்தின் பெயரையும் சொல்லமாட்டார். நோயாளிகள் பேசுவதை மட்டும் கவனிக்க சொல்வார். வாதம், பித்தம், கபம் இதில் எந்த தோஷத்தின் குறி என்று விளக்குவார். அன்பு முதலில் முக்கியத்துவம் தருவது நாடிக்குத்தான். அதற்குப் பிறகு அதனை உறுதிப்படுத்திக்கொள்ள நோயாளியிடம் பேசுவார். "நாடில என்ன தெரியும் சார்...?" என்று ஒருமுறை கேட்டிருக்கிறேன். "அது மருத்துவனைப் பொறுத்து மாறும்" என்று சிரித்துக்கொண்டே சொன்னார்.

இன்னொருமுறை "நாடில நீங்க என்ன பார்க்குறீங்க சார்...?" என்று கேட்டேன். நான் கேள்வியை மாற்றிக் கேட்பதைப் புரிந்து கொண்டு, சிரித்துக்கொண்டே சொன்னார்.

"நாடி மேல ஆர்வம் வந்துருக்கறதை புரிஞ்சிக்கிறேன்... ஆனா, அது சட்டுனு வடிஞ்சிறக்கூடாது... நாளுக்கு நாள் அதிகரிக்கணும்... சரியான நேரத்துலதானா புரியும்..."

பேருந்தில் போகும்போது அன்பு பேச ஆரம்பித்தார். "தம்பி... அந்தக் காலத்து கல்வி முறைக்கும், இந்தக் காலத்து கல்வி முறைக்கும் ரொம்ப பெரிய மாற்றம் இருக்கு... அந்தக் காலத்துல அவங்கவங்களுக்குத் தேவையானதை படிச்சாங்க... இப்ப எதுக்குப் படிக்குறோம்னே தெரியாமயே படிக்குறாங்க... அந்தக் காலத்து சிஸ்டம் பிராக்டிகல் டூ தியரி. இப்ப தியரி டூ பிராக்டிகல். இதுதான் பெரிய வித்தியாசமே..."

"தியரி பிராக்டிகல் மட்டும் புரியல சார்..."

"நீங்க சமையல் பழகணும்னு வச்சிக்கங்க... அதுவும் அம்மாகிட்ட பழகணும்... எப்படி பழகுவீங்க...?"

"அம்மா கூட சேர்ந்து கூட ஒத்தாசையா வேலைகளை செஞ்சா கொஞ்சம் கொஞ்சமா புரியும் சார்..."

"கரெக்ட்... அம்மாகிட்ட சமையல் பழகுற மொதல் நாள்ல அவங்க நம்மள கூப்பிட்டு, இதுதான் உப்பு சோடியம் குளோரைட்... இதை இத்தனை கிராம் எடுத்து, இவ்வளவு தண்ணில கரைக்கணும்னா சொல்லித்தருவாங்க...? அப்படி சொல்லித்தரவே முடியாது... சமையலுக்குத் தேவையான சின்னச் சின்ன பொருட்களை எடுத்து வைக்க பழகி, அதை தயார் செய்ய பழகி, பாத்திரங்களை தேர்வு

அ. உமர் பாரூக்

செய்றது, அடுப்பை பயன்படுத்துறதுனு ஒண்ணொன்னா தானே வரும்... பல வருஷத்துக்கு அப்புறம் திடீர்னு ஒருநாள் நமக்கு சமையல் தெரிஞ்சிருச்சுனு நமக்கே தெரியும்... அம்மா எந்த தியரியையும் நமக்கு சொல்லித் தரல... அவங்க அவங்க வேலையை செஞ்சாங்க... நம்மளையும் செய்ய வச்சாங்க... இப்ப தியரி எங்க இருக்கு...?"

"எங்கயும் இல்ல சார்..."

"இருக்கு தம்பி... ஒவ்வொரு செயலைச் செய்யும் போதும் உங்க மனசுக்குள்ள ஒரு தியரி உருவாகிட்டு இருக்கும்... அது முழுமையடையும் போதுதான் நீங்க செயல்லயும் முழுமையடையறீங்க... இதுதான் பிராக்டிகல் டூ தியரி. இதுல தியரி கண்ணுக்குத் தெரியாது. அது பேப்பர்ல இருக்காது... என்ன ஒரே விஷயம்னா ஒரு கலைல நீங்க எக்ஸ்பர்ட் ஆகணும்னா பல வருஷங்கள் ஆகும்... இப்ப மாதிரி "ஸ்பெசலிஸ்டு"ன்னு சர்டிபிகேட் வாங்கிட்டு வர முடியாது... இப்ப நம்ம கல்விக்கு நேரம் ஒதுக்கிறது இல்ல... பொதுவா பல விஷயங்களைப் படிக்கிறோம்... அது தேவைதான்... அதுக்கப்புறம் தனியா ஒரு கலையை கத்துக்க விரும்புறோம்... அப்ப நமக்கு நேரம் கம்மியா இருக்கு... ஒரு வருஷம், ரெண்டு வருஷம்னு கட்டுப்பாடு வச்சிக்கிட்டு படிக்கிறோம்... அதுனால தியரியை மட்டும் எழுதி, மனப்பாடம் பண்ணி ஒப்பிச்சிட்டு எழுதிட்டு வெளியே வந்துர்றோம்... பிராக்டிகலைப் பார்த்தா நமக்கு எந்த பிரமிப்பும் இல்ல... ஏன்னா நமக்குத்தான் தியரி தெரியுமே... இப்படி தியரி வழியா பிராக்டிலைப் பத்திப் படிச்சா தனித்தன்மை இல்லாம போயிரும்... எல்லாரும் ஒரே மாதிரி மிஷினா ஆகிருவாங்க... தொழில் நுட்பம் மறைஞ்சு போயிரும்..."

பேருந்தின் சன்னல் வழியே வேடிக்கை பார்த்துக்கொண்டே பேசினார் அன்பு. "மருத்துவங்கிறது ஒரு கலை. அதை பிராக்டிகலா படிச்சு, தியரியா வச்சிக்கிட்டா ஆழமா போகலாம்... தியரியா படிச்சா சராசரியா ஆயிருவோம்... சரியா தம்பி...? நீங்க ஏற்கனவே பல மாசமா பிராக்டிகல்லதான் இருக்கீங்க... அதுனாலதான் மருந்துப் பெயர்கள்ல கவனம் வேணாம்னு சொல்றேன்..."

அவர் சொல்ல வருவதை என்னால் முழுமையாகப் புரிந்து கொள்ள முடிந்தது. மரபு வழி அறிவின் தொடர்ச்சியாக, நவீன அறிவு இருந்திருக்குமானால் பல உச்சங்களைத் தொட்டிருக்க முடியும். ஆனால், மரபையும் நவீனத்தையும் எதிரெதிராகப் புரிந்து கொண்டிருக்கிறோம் என்று தோன்றியது. சிற்பம் செதுக்குவது,

தச்சு வேலை, இரும்பு தொழில்நுட்பம், ஓவியம், மருத்துவம்... என பல துறைகளில் நவீனம் வந்துவிட்டது. ஆனால், அன்றைய தனித்தன்மை இல்லை. தொழில்நுட்பம் குறைந்துவிட்டது. 'ரெடிமேட் அறிவாக' மாறிவிட்டது.

புதுப்பட்டியில் இறங்கி, காந்தி சிலை அருகில் பிரிந்த பாதையில் நடக்க ஆரம்பித்தோம். சில நிமிடங்களில் வீடு வந்துவிட்டது. அது ஒரு சிறிய ஓட்டு வீடு. வீட்டின் மையத்தில் மரக்கட்டிலில் ஒருவர் படுக்க வைக்கப்பட்டிருந்தார். உடன் சிலர் நின்று கொண்டிருந்தனர். அன்புவையும், என்னையும் பார்த்தவுடன் கட்டிலின் அருகில் இருந்த நாற்காலிகளைக் காலி செய்து, எங்களை அமர வைத்தனர்.

கட்டிலில் படுத்திருந்தவர் எங்களைப் பார்த்துக்கொண்டிருந்தார். முகமும், வாயும் ஒரு பக்கம் கோணலாக இருந்தது. ஒரு காலும், ஒரு கையும் இழுத்திருப்பது போல இருந்தது. அன்பு அவருடைய இரு கைகளையும் பிடித்து நாடி பார்த்தார். அப்புறம் நிமிர்ந்து, அங்கிருந்தவர்களைப் பார்த்தார்.

“எப்ப ஆச்சு...?”

“காலைல சார்... பல் விலக்கிக்கிட்டிருக்கும் போது அப்படியே கீழ சரிஞ்சிட்டார்...”

“சரி... இவ்வளவு நேரம் ஏதாவது கொடுத்தீங்களா...?”

“இல்ல சார்... காலைல நீங்க போன்ல சொன்ன மாதிரியே ஒண்ணும் கொடுக்கலை... அப்படியே படுக்க வச்சிருக்கோம்... தாகம்னு கேட்கும்போது தண்ணி மட்டும் கொடுத்தோம்...”

“சரி... பயப்பட ஒண்ணுமில்ல... இது லேசான பக்கவாதம்தான்... அதிகம் மருந்து பொழங்காத ஒடம்புனால... சீக்கிரமா சரியாயிரும்... காலைல இருந்ததுக்கு இப்ப கொஞ்சம் மாற்றம் இருக்கணுமே...”

படுத்திருந்தவரின் மனைவிதான் சொன்னார். “ஆமாங்க சார்... காலைல கைகால் அசைவே இல்ல... இப்ப விரல்களை அசைக்கிறார்... முகம் ஒரு பக்கம் மோசமா இழுத்திருச்சு... இப்ப கொஞ்சம் கொறவா இருக்கு...”

“சரிங்கம்மா... பயப்படாம இருங்க... நீங்க தைரியமா இருக்கதுதான் முக்கியம்... நல்லா கவனிக்கிறேன்னு சாப்பாட குடுக்காதீங்க... இன்னைக்கு ஒருநாள் எதுவும் கொடுக்க வேண்டாம்... இப்ப ஒரு மருந்து கொடுக்கிறேன்... நைட் ஒரு நேரம் நான் கொடுக்கிற பொடியை தேன்ல கலந்து கொடுங்க... நாளைக்கு

முக்காவாசி சரியாயிடுவார்... ரொம்ப பசினு கேட்டா அரிசிக்கஞ்சி மட்டும் குடுங்க..." சொல்லி விட்டு, என்னிடம் இருந்த கைப்பையை எடுத்து, இரண்டு காகிதங்களில் பொடியை மடித்துக் கொடுத்தார்.

"மேலுக்கு தைலம் எதுவும் வேணாமா சார்...?" அங்கிருந்த இன்னொருவர் கேட்டார். "அது நாள்பட்ட பாதிப்புக்குத்தான் தேவைப்படும்... இவருக்கு லேசாதான் இருக்கு... உள்ள கொடுக்கிற மருந்தே போதும்... மூணு நாள்ல முழுசா சரியாயிடுவார்... அப்புறம் கம்பத்துக்கு கூட்டிட்டு வாங்க..."

நாங்கள் கிளம்ப ஆயத்தமானோம். அவருடைய உறவினர் என்னிடம் கட்டணம் குறித்து கேட்டார். அன்பு வேண்டாமென தலையசைத்தார். "கிளினிக்குக்கு வரும் போது கொடுங்கனு டாக்டர் சொல்லிட்டார்..." என்று நான் சொல்லிவிட்டு அங்கிருந்து நகர்ந்தேன்.

மறுபடியும் பேருந்தில் வரும்போது அவராகவே சொன்னார். "நோயாளி நம்ம இடத்துல வந்து ஃபீஸ் கொடுத்தா இயல்பா இருக்கும்... வீட்ல போய் வாங்குறது அவங்க பையில கைவச்ச மாதிரி இருக்கும்... நான் வீடுகளுக்குப் போகும்போது வாங்க மாட்டேன்" என்றார்.

"நாடியை எப்படிப் பார்த்தேன்னு கவனிச்சீங்களா...?"

"ஆமாங்க சார்... ரொம்ப நாளா கவனிச்சிட்டிருக்கேன்... ஆணுக்கு வலது கையும், பெண்ணுக்கு இடது கையும் பார்க்கணும்னு பொதுவா சொல்லுவாங்களே சார்... நீங்க எப்பவுமே ரெண்டு கையிலயும் பார்க்குறீங்க...?"

"ரெண்டு கையையும் வச்சு கணிக்கும் போது இன்னும் நுட்பமா தோஷத்தை பிரிக்க முடியுது... நான் அந்தக் காலத்தில இருந்தே அப்படித்தான் பார்க்குறேன்... அது சரி, என்ன பார்க்குறேன்னு தெரியுமா...?"

"சித்தாவில வாதம், பித்தம், சிலேட்டுமம் பார்க்கிறதா சொல்லுவாங்க...?"

"ஆமா... மூணாவது நாடியை சிலேட்டுமம் அல்லது கபம்னு சொல்லுவாங்க... நாடில ரெண்டு விஷயத்தை பார்க்கணும்... அதுதான் எல்லாத்துக்கும் அடிப்படை." என்று விரிவாக விளக்க ஆரம்பித்தார் அன்பு.

நாடி பார்ப்பதில் நடை பார்த்தல், எடை பார்த்தல் என்று இரண்டு பிரிவுகள் உண்டு. இரண்டையும் பார்த்தால்தான்

முழுமையான முடிவை எட்ட முடியும். பெருவிரலின் அடிப்புறம், மணிக்கட்டு ரேகை அருகில் கால் விரல்களை தள்ளி முதல் நாடி அமைந்துள்ளது. நாட்டு மாடுகளுக்கு திமில் அமைந்துள்ளது போல, மணிக்கட்டு ரேகையின் அருகில், சற்று இடைவெளியில் ஒரு எலும்பு மேடு அமைந்திருக்கும். அதன் அடியில் இருப்பதுதான் முதல் நாடி. இது வாதம் பார்க்கும் இடம். நோயாளியின் கை வானம் பார்க்கும் படியும், மருத்துவரின் கை பூமி பார்க்கும் படியும் வைத்துக் கொண்டு, நாடி பார்க்க வேண்டிய கையின் நான்கு விரல்களை இணைத்து பிடித்துக்கொள்ளவேண்டும். முதல் நாடி துவங்கும் இடத்தில் ஆட்காட்டி விரலை வைத்து, தொடர்ந்து நடுவிரல், மோதிர விரல்களை வைக்கவேண்டும். விரல்களுக்கு நடுவில் இடைவெளி இருக்க கூடாது. இயல்பாக இருக்க வேண்டும். ஆட்காட்டி விரல் வாதத்தையும், நடுவிரல் பித்தத்தையும், மோதிர விரல் கபத்தையும் காட்டும் இடங்களில் நிலை கொண்டிருக்கும்.

பார்க்கும் நிலையை சரியாக வைத்துக்கொண்டு, இப்போது மூன்று விரல்களிலும் லேசான அழுத்தம் கொடுத்து ஒவ்வொரு விரலிலும் கவனம் வைத்து நாடி பார்க்க வேண்டும். இது நடை உணரும் நாடி. நாடி துடிக்கும் இடைவெளி, அதன் தன்மை ஆகியவற்றை கவனிக்க வேண்டும். வாத நாடி கோழி போல ஒரே அளவாக காலை எடுத்து வைத்து நடக்கும். பித்த நாடி தவளை போல, ஒருமுறை குதித்து விட்டு சிறிய இடைவெளிக்குப் பின் மறுபடியும் குதிக்கும். கோழி போலவும் இல்லாமல், தவளை போலவும் இல்லாமல் மென்மையான ஊர்தலோடு இருப்பது கப நாடி. வாத, பித்த நாடிகளை உணர்ந்தால் மட்டுமே கப நாடியைப் புரிந்து கொள்ள முடியும். ஆரோக்கியமான மனிதரின் நாடியை உணர்ந்து விட்ட பிறகுதான், மாறுபாடுள்ள நோயாளியின் நாடியை உணர முடியும்.

நாடி நடையைப் பார்த்து விட்டு, அடுத்து எடையைப் பார்க்க வேண்டும். எடை என்பது விரல்களை நாடி தாக்கும் பலத்தை உணர்வது. நடை பார்ப்பது போல, மூன்று விரல்களையும் வைத்து எடை பார்க்க முடியாது. அதே இடங்களில், ஒவ்வொரு விரலாக வைத்து கவனிக்க வேண்டும். அல்லது மூன்று விரல்களையும் ஒரே நேரத்தில் வைத்துக் கொண்டு, ஒவ்வொரு விரலாக அழுத்தி எடை பார்க்கலாம். ஒருவன் இன்னொருவனை ஓங்கி அறைந்தான். அவன் மற்றொருவனை மெதுவாக அறைந்தான். மூன்றாமானவன் இன்னும் மெதுவாக இன்னொருவனை அறைந்தான். முதல் அறையை முழு அறை என்றும், இரண்டாவது அறையை அரை அறை எனவும்,

மூன்றாம் அறையை கால் அறை எனவும் கணக்கிட்டால், அதுதான் ஆரோக்கியமான நாடி எடை அளவாகும். இந்த தாக்குதலின் அளவைத்தான் மாத்திரை அளவு என்று சொல்வார்கள்.

நடை கவனித்து மூன்று தோசங்களில் உள்ள மாறுபாட்டைக் கணிக்கலாம். எடை கவனித்து ஆறு தாதுக்களின் நிலைகளை அறியலாம். இரண்டும் நுட்பமாகக் கணிக்கப்பட்டால் நோயாளியின் உடலோடு மருத்துவனால் பேச முடியும். வலது கையில் வாத நாடி ரத்தத்தையும், பித்த நாடி எலும்பையும், கப நாடி தசையையும் பிரதிபலிக்கிறது. அதேபோல, இடது கையில் வாத நாடி கொழுப்பையும், பித்த நாடி நரம்பையும், கப நாடி உமிழ்நீரையும் பிரதிபலிக்கிறது. இதில் உமிழ்நீர் செரிமானத்தின் ஆதாரமாகப் புரிந்து கொள்ளப்படுகிறது. நாடியின் எடை பார்த்து, தாதுக்களைப் புரிந்துகொண்டால் அதன் சீர்கேட்டையும், கலப்பையும் புரிந்து கொள்வது எளிது. எடை மீறாமல் எல்லா நாடிகளும் இருந்தால், தோஷத்துக்கான சாதாரண மருந்துகளைக் கொடுக்க முடியும். தாதுக்கலப்பு ஏற்பட்டிருந்தால், குறிப்பிட்ட தாதுக்களில் வேலை செய்யும் விதமாக மருந்துளைத் தேர்வு செய்ய வேண்டும். நோயாளியின் உடல் நிலை, நோய் நிலையைப் பொறுத்து மருந்துகளின் அளவைத் தீர்மானிக்க வேண்டும்.

மருந்துகள் எதுவும் இல்லாத நிலையில், எடை நாடியில் தாதுக்களுக்குப் பதிலாக சுவையை அறிந்து சாதாரண உணவுகளை மருந்தாக கொடுக்கலாம். வலது கையில் வாத நாடி துவர்ப்பு, பித்த நாடி உப்பு, கபம் இனிப்பு எனக் கொள்ள வேண்டும். அதே போல, இடது கையில் வாத நாடி புளிப்பு, பித்த நாடி கசப்பு, கப நாடி காரம் எனவும் கொள்ள வேண்டும். எந்தெந்த சுவைகள் குறைந்துள்ளனவோ அதை அதிகரிக்கும் உணவுகளையும், அதிகமாக இருந்தால் எதிர்சுவை உணவுகளையும் கொடுப்பது மருத்துவமாகும்.

ஒரு நல்ல சித்த மருத்துவனுக்கு மருந்துகள் கூட அவசியமில்லை. உணவுகளின் சுவையைப் பிரித்து அறிந்து கொள்ள முடிந்தால், நாடி பார்ப்பதும், உணவு பரிந்துரைப்பதும் மட்டுமே போதுமானதாக இருக்கும் என்று கூறினார் அன்பு.

"பக்க வாதத்தில மூணு வகை இருக்கு... இது ஒரு வகை... நாடில பெரிய பாதிப்பு இல்ல... சீக்கிரமா சரியாகி விடுவார்... தாதுக் கலப்பும் பெரிசா இல்லை. தோஷமும், தாதுக்கலப்பும் தீவிரமா இருந்தா நோய் அவ்வளவு சீக்கிரமா தீராது... சிகிச்சையும் தொடர்ந்து கொடுக்க வேண்டியதிருக்கும்"

அவர் நாடியைப் பற்றியும், சுவைகளைப் பற்றியும் சொன்னவை எனக்கு மறுபடி மறுபடி நினைவில் வந்துகொண்டே இருந்தன. ஒரு நோட்டை எடுத்து எழுத ஆரம்பித்தேன். வீட்டில் அம்மாவின் கையைப் பிடித்து, என்ன தெரிகிறது என்று அடிக்கடி பார்த்துக் கொண்டேன். எந்த உணவைப் பார்த்தாலும் அது என்ன சுவை என்று எப்படிக் கண்டுபிடிப்பது? என்ற யோசனை ஓடிக்கொண்டே இருந்தது.

நாங்கள் அந்த நோயாளியைப் பார்த்து விட்டு வந்த நான்காம் நாளில் அவர் கிளினிக்கிற்கு நடந்தே வந்தார். பக்கவாதம் வந்த எந்த அறிகுறியும் அவர் முகத்திலும் இல்லை, உடலிலும் இல்லை.

26

அன்பு கிளினிக்கின் முழு அங்கமாக நான் மாறி யிருந்தேன். கம்பம் பொங்கல் பண்டிகை மாட்டுவண்டி ஓட்டப்பந்தயத்தில் பூஞ்சிட்டு வண்டிகள் ஓடி மறைவதைப் போல, மாதங்கள் ஓடி மறைந்து கொண்டிருந்தன.

டாக்டர் அன்புவைப் பார்க்க வித்தியாசமான நோயாளிகள் பலர் வந்து சென்றனர். பெரும்பாலானவர்கள் அலோபதிக்கு சென்று விட்டு, டாக்டர்கள் கைவிட்ட நிலையிலோ அல்லது பணப்பற்றாக்குறையின் காரணமாக அலோபதியை விட்டு ஓடிவந்தவர்களாகவோ இருந்தார்கள். ஆச்சரியப்படும் வகையில் சிலர் ஒரே ஒரு மருந்திலேயே குணமானார்கள். பலருக்கு தொடர் சிகிச்சை தேவைப்பட்டது. 'எல்லா நோய்களும் சித்த மருத்துவனுக்கு ஒன்றுதான். தலைவலி சின்ன நோய்தான் என்று மகிழவும் வேண்டாம். புற்றுநோய் பெரியது என்று பீதியடையவும் வேண்டாம். நோய் என்ற ஒன்று உடலுக்குள் வந்து விட்டாலே, அது உடலின் ஐம்பூதங்களை சீர்கெடுக்கும். இது நாடியில் பிரதிபலிக்கும். நாடி வழியே போகிறவர்களுக்கு எல்லா நோயும் ஒன்றுதான்' என்று சொல்வார் அன்பு. எந்த வகை நோயாளிகளைப் பார்த்தாலும் அவர் பதற்றமடைவதில்லை. சில நோயாளிகள் சொல்லும் கடும் தொந்தரவுகளைக் கேட்டு கண்கலங்கி விடுவார்.

நீண்ட நாட்களுக்குப் பிறகு, அன்பு பல மாதங்களுக்கு முன்பு கொடுத்த 'ஆரோக்கிய நிகேதனம்' நாவல் நினைவுக்கு வந்தது. அவரிடம் லேபில் வேலைசெய்த கடைசி நாளில் வாங்கிய புத்தகம். அந்த மாதத்திலேயே வாசித்து விட்டேன்.

ஆனாலும், அப்போது அதைக் கொடுக்க மனம் வராமல், வீட்டிலேயே வைத்துக் கொண்டேன். இன்று அதைக் கொடுத்து விடலாம் என்று நினைத்து, எடுத்து வந்திருந்தேன். அன்புவிடம் புத்தகத்தை நீட்டினேன் "படிச்சுட்டேன் சார்..."

"இப்பவாவது கொடுக்க மனசு வந்ததே..." என்று சொல்லிக் கொண்டே வாங்கிக் கொண்டார். உடல் குலுங்க சிரித்தார். "இது வேணும்னா வச்சிக்கங்க தம்பி... நான் நிறைய தடவை படிச்சிட்டேன்... இது மட்டும் இல்ல... என் ரூம்ல இருக்க எந்தப் புத்தகம் வேணும்னாலும் எடுத்துட்டுப் போங்க..." என்றார் அன்பு.

"வேணுங்கும் போது எடுத்துக்கிறேன் சார்..."

"புத்தகம் வாசிக்கிறதுனால என்ன கிடைக்கும்னு நினைக்கிறீங்க... தம்பி?"

"நிறைய நாலட்ஜ் டெவல்ப் ஆகுது சார்..."

"அப்புறம்...?"

"நான் அப்படி நினைச்சுத்தான் படிச்சிட்டிருக்கேன்... வேற என்ன கிடைக்கும் சார்...?"

"புத்தகங்கள்ல ரெண்டு வகை இருக்கே... ஒண்ணு கட்டுரைகள்... இது கற்பனையற்ற செய்திகள், அதை மையமா வச்சு செய்யப்படுற ஆய்வுகள். கட்டுரைகளைப் படிச்சா அறிவு வரும், வளரும்னு சொல்றதை ஏத்துக்கிறேன்... அது கரெக்ட்தான்... ரெண்டாவது வகை கவிதை, சிறுகதை, நாவல்னு புனைவு எழுத்துகள் இருக்கே... அதைப் படிச்சாலும் வெறும் அறிவுதான் வருமா...?"

"வெறும் அறிவுனு சொல்றீங்க சார்...? அதுக்கும் மேல ஒண்ணு இருக்கா சார்...?"

"அறிவுக்கு இணையா இன்னொன்னு இருக்கு... அதுவும் அறிவோட சேர்ந்தாத்தான் எல்லாருக்கும் பயன்படும்... இல்லைனா மனநோயாளி ஆகி அலைய வேண்டியதுதான்..."

"சார்... கொஞ்சம் விளக்கமா சொல்லுங்க சார்..."

"நம்ம மனசை சித்தர்கள் நாலா பிரிச்சாங்க... மனம், சித்தம், புத்தி, அகங்காரம்னு... இது மனசோட இயக்கத்தன்மையை வச்சு பிரிச்சது... நாம புரியறதுக்காக வேற மாதிரி பிரிச்சுக்கலாம்... ஒண்ணு இண்டெலிஜன்சி... அறிவுப்பூர்வமான இயக்கம். இன்னொன்னு எமோஷனல்... உணர்வுப்பூர்வமானது. நம்ம மனசு இந்த ரெண்டு விதங்கள்லதான் செயல்படுது... ரெண்டின் பயன்பாடும் தேவைக்குத்

தகுந்த மாதிரி சரியா இருந்துச்சின்னா எந்த பிரச்சினையும் இல்ல... மனசு ஆரோக்கியமா இருக்கும்..... சிலருக்கு ரெண்டுல ஏதாவது ஒண்ணு அதிகமா வேலை செஞ்சு... அது அவங்க கேரக்டராவே ஆயிரும்... சிலர் எப்பவுமே அறிவுப்பூர்வமாவே இருப்பாங்க... கூட இருக்கவங்ககிட்டகூட அன்பு, பாசம் எதையும் காட்டத் தெரியாது... எல்லா சூழ்நிலையிலயும் அறிவாவே யோசிப்பாங்க... அறிவு நல்ல விஷயம்தான்... ஆனால், அது தேவையில்லாத இடங்கள்ல வரக்கூடாது... ஒரு குழந்தையோட கொஞ்சும் போது அறிவு வேலை செய்யக் கூடாது... ஓவரா யோசிக்கக் கூடாது. அதே மாதிரி, சிலர் எப்பவுமே உணர்ச்சிவசமா இருப்பாங்க... அது அவங்க கேரக்டர் ஆகிடும்... எந்த விஷயத்தப் பார்த்தாலும் உணர்ச்சி வசப்பட்டு, அறிவு ரீதியா யோசிக்க வேண்டியதை கோட்ட விட்டுருவாங்க... உணர்ச்சியும் ரொம்ப முக்கியம்தான்... அது தேவைப்படுற இடத்துல கரெக்டா வரணும்... தேவையில்லாத எடத்துல வந்துச்சுன்னா சிக்கல்தான்... இது ரெண்டும் சரியா இருக்கிறதும், ஒண்ணுக்கொண்ணு மிகுந்து போறதும் குழந்தையா இருக்கும் போதே நடந்துடும்...

நம்மோட பேஸிக் கேரக்டர் குழந்தைப் பருவத்திலேயே வந்துருது... நாம பார்த்தது, கேட்டது, அனுபவிச்சது, யோசிச்சதுனு சின்ன வயசிலேயே அடிப்படை குணம் வந்துரும்... எந்த கேரக்டர் நமக்கு வரணும்னு தனியா நம்ம தீர்மானிக்க முடியாது... நம்மள சுத்தி இருக்கிற சூழ்நிலை, சமூகம், அப்பா அம்மா, சொந்தக்காரங்க, வாத்தியார், பள்ளிக்கூடம், நண்பர்கள், டி.வி, சினிமானு எல்லாமும் சேர்ந்து நம்ம கேரக்டரை டிசைன் பண்ணும்... வாலிப வயசைக் கடந்த பின்னாடி நம்மளே யோசிச்சம்னா இத மாத்திக்கிற முடியும்... நம்ம மனசைப்பத்தி யோசிக்காம போற போக்குல போய்க்கிட்டே இருந்தால் சின்ன வயசுல வந்த கேரக்டர் அப்படியே இருக்கும்...”

“சார்... இதுக்கும் வாசிப்புக்கும் என்ன சம்பந்தம்...?”

“இப்படி டக்குனு யோசனை வருதில்ல... நீங்களும், என்னை மாதிரி இண்டலிஜன்சி குரூப் தான். இப்படி யோசிக்கிறது இப்ப சரிதான்... ஆனால், எல்லா இடத்திலேயும் இது சரியா வராது... ஒரு தமிழ் வாத்தியார் கதை ஒண்ணை வேடிக்கையா செல்லுவாங்க... நீங்களும் கேட்டிருக்கலாம்... ஒரு தமிழ் வாத்தியார் கால் தவறி கிணத்துல விழுந்துட்டார்... உள்ளயிருந்து சத்தம் கொடுத்திருக்கார்... ரொம்ப நேரமா கத்தியும் ஒரு ஆளும் வரலையாம்... அது காட்டுக்குள்ள இருக்க கிணறுனால அவர் சத்தம் வெளில கேட்கலை... கடைசியா ஒருத்தர் வந்து வாத்தியார பார்த்துட்டார். நம்ம வாத்தியார்

கிணத்துக்குள்ள விழுந்துட்டாரேனு பதறிப் போய், சத்தமா கத்தி துணைக்கு ஊர்க்காரங்களைக் கூப்பிட்டிருக்கார்... “நம்ம வாத்தியார் கிணத்துல விழுந்துட்டார்... எல்லாரும் வா... எல்லாரும் சீக்கிரம் வா...” அப்படினு கத்தினாராம். கிணத்து சுவரைப் பிடிச்சிக்கிட்டு, குளிர்ல நடுங்கிக்கிட்டு இருந்த வாத்தியாருக்கு கோபம் வந்திருச்சாம்... “ஏலேய்... இலக்கணப் பிழையோட பேசாதடா... எல்லாரும்னு பன்மைல சொல்லிட்டு, வானு ஒருமைல கூப்பிடுற... இது எண்ணுவப் பிழை”னு சத்தம் போட்டாராம். இதுதான் அறிவு ஓவரா வேலை செய்றதுனு சொல்வாங்க... உணர்வுப் பூர்வமா யோசிக்கும் போது, அறிவு அமைதியாய் இருக்கணும்... அறிவுப்பூர்வமாக யோசிக்கும் போது உணர்வு அமைதியாய் இருக்கணும்... இதுதான் மனசோட அடிப்படை.... இதத்தான் நம்ம ஆளுக “ஆத்திரக்காரனுக்கு புத்தி மட்டு”னு சொல்லுவாங்க... ஆத்திரம்னா கோபம்னு மட்டும் எடுக்க வேண்டியதில்லை... அத எமோஷனு புரிஞ்சிக்கிட்டா முழுசா விளங்கும்... எமோசன் இருக்கிறவனுக்கு இண்டெலிஜென்சி வேலை செய்றதில்லை... அதையே திருப்பிப் போட்டா, இண்டெலிஜன்சி இருக்கிறவனுக்கு எமோசன் வேலை செய்றதில்லை... ரெண்டும் தேவைக்கு வேலை செய்றதுதான் சரி...

இதுக்கும் வாசிப்புக்கும் நேரடித் தொடர்பு இருக்கு... கட்டுரை மாதிரியான கற்பனையற்ற விஷயங்களை வாசிக்கும்போது இண்டெலிஜன்சி டெவலப் ஆகும்... தேவையைப் பொறுத்து, தேவையான கட்டுரைகளை வாசிக்கணும்... அதே மாதிரி, புனைவு எழுத்துகளை வாசிக்கும்போது எமோஷனல் டெவலப் ஆகும்... மனுஷ மனங்களைப் புரிஞ்சிக்கிற பக்குவம் கிடைக்கும்...”

“கட்டுரைகள் அறிவை வளர்க்கும்னு புரியுது சார்... ஆனா, எமோஷனலை எப்படி கதை, கவிதை வளர்க்கும்னு சொல்றீங்க...?”

“நான் ரொம்ப அறிவா மட்டும் யோசிக்கிற ஆளுனு வச்சிக்க... நான் இப்ப ஆரோக்கிய நிகேதனம் வாசிக்கிறேன்... இப்ப என் மனசுக்குள்ள என்ன தோணும்...?”

“ஜீவன் மனுஷனாய் படுற கஷ்டங்கள், அந்தக்காலத்துல இருந்த பல மனுஷங்களோட மனநிலைலர்ந்து வர்ற சோகங்கள் எல்லாம் உங்களையும் தாக்கும்...”

“ஒரு நாவலைப் படிச்சாலே அந்த கேரக்டர்சோட ஒன்றிப் போறோம்ல... அவங்களோட உணர்ச்சிகள் நமக்கு வருதில்ல...நிஜ வாழ்க்கைல இப்படி நடக்கணும்னா பல வருஷங்கள் ஆகும்... கதைல கிடைக்கிற சில உணர்ச்சிகள் நிஜ வாழ்க்கைல கிடைக்காமலே கூட

போயிரும்... அதெல்லாம் ஒரு வாசிப்புல எப்படி சாத்தியப்படுது...? ஒரு கட்டுரையால இதை செய்யவே முடியாது... அது தரவுகளையும், ஆதாரங்களையும் தரும்... அறிவான ஆளுங்க அதைப் பத்தி பேச மட்டுமே செய்வாங்க... போதுமான உணர்ச்சி இருக்கவங்கதான் அறிவை பயன்படுத்தி, ஏதாவது செய்ய முயற்சி செய்வாங்க... செயலில்லாத அறிவு வீண்தான தம்பி...?

இன்னொரு முக்கியமான விஷயம்... கட்டுரைகள் நம்மோட கேரக்டரைத் தொடாது... அறிவை மட்டுமே வளர்க்கும்... புனைவுகள் கேரக்டரையே கலைச்சுப் போடும்... இது ஏன் நடக்குதுனு தெரியுமா தம்பி...? நிஜ வாழ்க்கைல நம்மளால ஒரு வாழ்க்கைதான் வாழ முடியும்? ஆனால், ஒவ்வொரு நாவலை வாசிக்கும் போதும் அதுல இருக்க கதாபாத்திரங்களோட வாழ்க்கைய நாமளும் கூடவே வாழுறோம்... நிறைய பேரோட மனநிலையை புரிஞ்சிக்கிற முடியும்... உதாரணமா, நம்ம தேனி சீருடையானோட "கடை" நாவல வாசிச்சா... பழக்கடைக்குப் போகும் போது அங்க இருக்க நபர்களுக்கு மரியாதை கொடுப்போம்... காமுத்துரையோட "நல்ல தண்ணிக் கிணறு" சிறுகதைகளை வாசிச்சா சமையல்காரங்களை, கட்டடத் தொழிலாளிகளை அவங்களோட சிரமங்களைப் புரிஞ்சிக்கிறலாம்... அல்லிஉதயன் கதைகளைப் படிச்சா... கிராமத்து மனுஷங்களைப் புரிஞ்சிக்கிற முயற்சி செய்வோம்... இவங்க எல்லாரும் நம்ம தேனி மொழில எழுதுறாங்க... இதையே வேற ஊர்க்காரங்க படிச்சா தேனி மக்களோட மனநிலையைப் புரிஞ்சிக்கிற முடியும்... இல்லையா...? எப்பவும் பழம் விக்கிறவங்களை வெறும் ஏவாரியா பார்க்குற நம்ம கேரக்டர், ஒரு கதையைப் படிச்ச பிறகு மனுஷங்களா பார்க்க தோணுதுன்னா இது கேரக்டர் சேஞ்ச்தான...? வாசிப்பு அதுனாலதான் ரொம்ப முக்கியம்னு சொல்றேன்... கட்டுரைகளை வாசித்து அறிவை வளர்த்துக்கலாம்... புனைவுகளை வாசிச்சு உணர்வுகளைப் புரிஞ்சுக்கலாம்..."

அன்பு சொல்லிய விஷயங்கள் இதுவரை நான் கேள்விப்படாதவைகளாக இருந்தன. அவர் எல்லாவற்றையுமே வேறு கோணங்களில் பார்ப்பவராக இருக்கிறார். ஒவ்வொன்றைப் பற்றியும் நான் அவரிடம் பேச ஆரம்பித்தேன். ஆலோசிக்க ஆரம்பித்தேன். எங்களிடையே இருக்கும் வயது வேறுபாடு கூட, கலந்துரையாடல்களில் கரைந்து போயிருந்தது.

அப்படி ஒரு நாள் பேசிக்கொண்டிருக்கும் போதுதான் அன்பு சொன்னார்... "நான் ஒரு நாவல் எழுதணும் தம்பி..."

நான் அதிர்ச்சியாகப் பார்த்தேன். "ஒவ்வொருத்தர் லைஃப்லயும் தனித்தனி அனுபவங்கள் இருக்கு... தம்பி... அதுனால ஒவ்வொருத்தராலயும் ஒரு கதையாவது எழுத முடியும்..."

"நீங்க என்ன எழுதப் போறீங்க சார்...?"

"ஆதுர சாலை இதுதான் தலைப்பு..."

"அப்படினா என்ன சார்...?"

"ஆதுர சாலைனா மருத்துவமனைனு அர்த்தம்... அந்தக் காலத்துல இந்தப் பெயரில்தான் பெரிய அரசர்கள் எல்லாம் இலவச மருத்துவமனைகளை கட்டி வச்சாங்க... பாண்டியர்களும், சோழர்களும் நிறைய ஆதுரசாலைகளை கட்டுனதா கல்வெட்டுகள் சொல்லுது..."

"அப்ப அந்தக் காலத்து கதைய எழுதப் போறீங்களா சார்...? சரித்திர நாவலா...?"

"இல்ல தம்பி... இந்தக் காலத்து கதைதான்... பேருதான் பழசு... ஆரோக்கிய நிகேதனம் ஒரு காலத்தை பதிவு செஞ்சிருக்கு... நூறு வருஷத்துக்கு முன்னால அலோபதி இந்த நாட்டுக்குள்ள வந்த காலத்துல அதுக்கு கிடைச்ச வரவேற்பு, ஆயுர்வேத மருத்துவத்தோட பின்னடைவு இதெல்லாம் தாராசங்கர் அதில் பேசுறார்... இந்த நாவல் பெங்காலில வந்து அம்பது வருசத்தை தாண்டிருச்சு... நான் என்ன யோசிக்கிறேன்னா... அலோபதி இங்க வந்து நூறு வருசம் ஆன பிறகு, அது என்னவா மாறிருக்குன்னு இப்ப உள்ள நிலைமையை வச்சு எழுதணும்... என்னோட அலோபதி அனுபவங்களை வச்சு, சித்த மருத்துவத்தோட நினைவுகளோட எழுதணும்..."

"சூப்பர் சார்... அலோபதிக்கு நாம எப்படி அடிமையானோம்னு எழுதணும்னு சொல்றீங்க...?"

"இல்ல தம்பி... அடிமையானதுக்குப் பிறகு நாம் என்ன ஆகிறோம்னு சொல்லலாம்னு யோசனை..."

"எப்ப எழுதுறீங்க சார்...?"

"ரெண்டு பக்கம் எழுதி வச்சு ரொம்ப நாள் ஆச்சு... அடுத்தத இன்னும் எழுத முடியல... எழுதுற மனநிலை வாய்க்கல... சீக்கிரம் எழுதணும்..." என்று சொல்லியபடி அவர் மேஜையின் கீழ்ப்புற அறையில் இருந்து, ஒரு நோட்டை எடுத்துக் கொடுத்தார். "ஃப்ரீயா இருக்கும்போது படிங்க தம்பி... அப்புறம் பேசலாம்..." என்றார்.

அன்று பிற்பகலில் கல்லூரியில் கூடப்படித்த பாஸ்கர் கம்பம் வந்திருந்தான். சென்ற முறை தொலைபேசியில் பேசும்போது, அன்பு கிளினிக் பற்றி சொல்லியிருந்தேன். மதுரைக்கு ஒரு திருமணத்திற்கு வந்திருந்த பாஸ்கர் நேராக கம்பம் வந்து, அன்பு கிளினிக்கிற்கே வந்து சேர்ந்தான். கல்லூரித் தேர்வு முடிந்த போது, கடைசியாகப் பார்த்தது. 1997 ஏப்ரல் மாதத்தில் தேர்வு நடந்தது. இப்போது 1999 பிப்ரவரி. ஏறத்தாழ இரண்டு வருடங்கள் கழித்து இப்போதுதான் சந்திக்கிறோம்.

பாஸ்கர் முகத்தில் வயதின் முதிர்ச்சி தெரிந்தது. கொஞ்சம் இருந்த குழந்தைத்தனம் முற்றிலும் இல்லாமல் போயிருந்தது. என்னைப் பார்த்ததும் சிரித்தான்.

“வா... பாசு... எப்படி இருக்கே...?” என்று கேட்டுக்கொண்டே அவன் கைகளைப் பிடித்துக் கொண்டேன். அவன் என் தோளில் கை போட்டு நன்றாக இருப்பதாகப் பதில் சொன்னான். அவன் அரசு மருத்துவமனையில் எய்ட்ஸ் ஃபண்டின் கீழ் தொகுப்பூதிய வேலையில் தொடர்வதாக சொன்னான். பல வருஷத்துக்கு இது தாங்கும் என்றான். ஏற்கனவே இருபது ஆண்டுகளுக்கு முன்பு துவங்கப்பட்ட லெப்ரசி ஃபண்ட் இப்போதுதான் முடிந்ததாகவும், இப்போது எய்ட்ஸ் ஃபண்ட் துவங்கியுள்ளதாகவும் சொன்னான்.

அங்குள்ள வேலையில் எனக்கு இருந்ததைப் போன்ற பிரச்சினைகள் பாஸ்கருக்கு இருந்திருக்கவில்லை. அரசு மருத்துவமனை என்பதால் டாக்டர் கமிஷன் போன்ற தொல்லைகள் இல்லை. பெரும்பாலும் எய்ட்ஸ் டெஸ்டும், ஹீமோகுளோபினும் தேவைப்படுவதால் சோதனை முடிவுகளை அட்ஜஸ்ட் செய்யும் வேலைகளும் இல்லை. அங்கிருந்த ஒரே ஒரு தொந்தரவு, டெஸ்ட் கிட்டுகளை டாக்டர்கள் தங்கள் தனி கிளினிக் பயன்பாட்டிற்கு எடுத்து செல்வதுதான். இதே பிரச்சினை பொது ஆய்வுக்கூடத்திலும் இருந்ததாம். அங்கிருக்கும் பல விலை உயர்ந்த டெஸ்ட் கிட்டுகளை டாக்டர்களில் ஓரிருவர் எடுத்து சென்று விடுவார்களாம். மாத இறுதியில் வரும் நோயாளிகளுக்கு சோதனை செய்ய முடியாமல் போவது தொடர்ந்திருக்கிறது. பாஸ்கர் நேரடியாக டாக்டர்களிடம் பேசியிருக்கிறான். அவனை மிரட்டி அனுப்பியதுதான் மிச்சம். மருத்துவமனையின் டீனிடம் சொல்லி யிருக்கிறான். இது எல்லா இடத்திலும் நடக்கும் விஷயம்தான்... கூடுதலான கிட்டுகளைக் கோரி, கடிதம் தரும் படி ஆலோசனை சொல்லியிருக்கிறார் டீன்.

அதற்குப் பிறகு பாஸ்கர் உள்ளூரில் இருக்கும் கட்சித் தோழர்களிடம் தகவலை சொல்லிவிட்டானாம். அப்புறம் மார்க்சிஸ்ட்

கட்சி மருத்துவமனை நிர்வாகத்திற்கு எதிராகப் போராட்டம் நடத்திய பிறகு, இப்போது அந்தப் பிரச்சினை சரியாகிவிட்டது என்று சொன்னான் பாஸ்கர். சிறிது நேரம் பேசிக் கொண்டிருந்து விட்டு, டாக்டர் அன்புவிடம் அறிமுகம் செய்து வைத்தேன். என்னுடைய கல்லூரி கதைகள் எல்லாம் அன்புவிடம் ஏற்கனவே சொல்லியிருந்ததால், பாஸ்கரை அடையாளம் கண்டு கொண்டு, பாஸ்கரை "தோழர்" என்று அழைத்தார் அன்பு. மூவரும் மதிய உணவை கிளினிக்கிலேயே சாப்பிட்டோம். அன்பு அவருக்கென்று சமைத்திருந்ததை பகிர்ந்து கொண்டு, பற்றாக்குறைக்கு மெயின் ரோட்டில் இருந்த கார்னர் ரெஸ்டாரண்டில் பார்சல் வாங்கி சாப்பிட்டு முடித்தோம். நான் ஏற்கனவே பலமுறை அன்புவின் சமையலில் சாப்பிட்டிருக்கிறேன். அசைவ சமையலில் அவருடைய கைப்பக்குவம் அலாதியானது. சக்கை சக்கையாக இருக்கும் பிராய்லர் கோழியைக் கூட, அவரது சமையல்முறை சுவையானதாக மாற்றிவிடும். அவருக்கு எப்போதும் நாட்டுக் கோழிதான் பிடிக்கும். எனக்காக சில நேரம் பிராய்லர் சிக்கன் வாங்குவோம். அவர் தயாரிக்கும் ஒவ்வொரு அசைவ உணவும் சுவை மிகுந்ததாக இருக்கும். அவர் மருந்து தயாரிக்கும்போதும், சமையல் செய்யும் போதும் ஒரே மனநிலையில் இருப்பதாக எனக்குத் தோன்றும். சில நேரங்களில் என் வீட்டில் இருந்தும் மதிய உணவை அன்புவிற்கும் சேர்த்து கொண்டு வர ஆரம்பித்தேன். வாரம் ஒரு நாளாவது என் வீட்டு உணவு அவருக்குத் தந்து விடுவேன். தினமும் கொண்டு வருவதாகச் சொன்ன போது அன்பு மறுத்து விட்டார்.

பாஸ்கருக்கும், அன்புவுக்கும் நெருக்கம் அதிகமாகிவிட்டது. பல விஷயங்களில் இருவருக்கும் ஒரே கருத்து இருந்தது எனக்கு ஆச்சரியமாக இருந்தது. அவர்களுடைய உரையாடல் நகர்ந்து, ஒரு கட்டத்தில் கடவுளிடம் வந்தது. ஆர்வம் மேலோங்க நான் நிமிர்ந்து உட்கார்ந்தேன்.

பாஸ்கர்தான் துவங்கினான். "கடவுள் பத்தி என்ன நினைக்கிறீங்க சார்...?" அன்பு சிரித்துக்கொண்டே சட்டென கேட்டார். "எனக்குத் தெரிஞ்சு உலகம் முழுவதும் கோடிக்கணக்கான கடவுள்கள் இருக்காங்க... நீங்க எந்தக் கடவுளைக் கேட்குறீங்க தோழர்...?"

"எல்லாரும் சொல்ற கடவுள்களைப் பத்தி கேக்கல சார்... அது பீதியில தொடங்கி, பாதியில முடியுற விஷயம்... நமக்கு மேல ஒரு சக்தி இருக்கில்ல... அதத்தான் கடவுள்னு சிலர் சொல்றாங்க... அதை கேட்குறேன்..."

“நேரடியா அதப் பேசுனா வசதியாப் போச்சு... மனுஷன் ஆரம்ப காலத்துல தனக்கு பயம் தர்ற எல்லாத்தையும் கடவுளா மாத்திக்கிட்டான்... காத்து, நெருப்பு, இருட்டு, மழை, மின்னல்னு உலகம் முழுக்க ஒரே மாதிரியான கடவுள்கள்தான்... அப்புறம் அது தலைவனையும், வீரனையும் வணங்குற நடு கல் வழிபாடா மாறி, இப்ப சாதிக்கொரு கடவுள், வீதிக்கொரு கடவுள்னு பெருகிப்போச்சு... அதைப் பத்திப் பேசுனா ஒவ்வொரு கடவுளைப் பத்தியும் நாள்கணக்கா பேசலாம்... நீங்க கேக்குறது இதை இல்ல... கடவுள் அப்படிங்கிற கான்செப்ட் பத்தி... சரிதானே தோழரே...?”

ஆமாம் என்பது போல தலையசைத்தான் பாஸ்கர். “நமக்கு மேல இயற்கை ஆற்றல் இருக்குங்கிறது உண்மைதான்... அத மறுக்கிறதுக்கு ஒண்ணும் இல்ல...”

“அப்ப அதை கடவுள்னு சொல்லலாமா சார்...?”

“அது உங்க இஷ்டம்... என்ன பேரு வேணும்னாலும் வச்சிக்கங்க...”

“அப்படினா கடவுள் இருக்காரா சார்...?”

“நீங்க இப்ப சொல்ற கடவுள் இல்லை தோழரே...”

“சார்... புரியல சார்...”

“நான் இயற்கை ஆற்றலைப் பத்தி பேசிக்கிட்டிருக்கேன்... இப்ப திடீர்னு நீங்க ஆற்றலை ஒரு மனிதரா மாத்தி இருக்காறானு கேட்குறீங்க...? அதுதான் இல்லைனு சொன்னேன்... “ர்” “ன்” “ள்” போட்டீங்கன்னா அது ஆற்றல் இல்லை... ஆற்றல்தான் கடவுள்தான்னா கடவுள் இருக்கு...”

“நமக்கு மேல இயற்கை ஆற்றல் இருக்கு... அதை கடவுள்னு சொல்லலாம்னு சொல்றீங்க... சரிதானே சார்...”

“ஆமாம் தோழர்...”

“அந்த ஆற்றல்கிட்ட பிரார்த்தனை பண்ணா நடக்குமா சார்...?”

“ஆற்றலுக்கு காது இருக்குமா தோழர்...? அது கூட எப்படி பேச முடியும்...? ஆற்றல் அதோட வேலையைப் பார்த்துக்கிட்டு இருக்கு... நாம் நம்ம வேலையைப் பார்க்க வேண்டியதுதான்...”

“அப்புறம் அந்த ஆற்றல் எதுக்கு சார்...?”

“உலகம் இயங்கறதுக்கு... நான் பேசுறது உங்களுக்கு கேட்கணும்னா வெளியும், காத்தும் வேணும்... இது இயற்கை ஆற்றல்தானே...? ஒரு

மனுசன் நடந்து போறதுக்கு ஈர்ப்பு சக்தியும், காத்தும் வேணும்... உயிர் வாழ்றதுக்கு காத்து வேணும்... அதுவும் இயற்கை ஆற்றல்தானே... இயற்கை ஆற்றல் அப்படிங்கிற இந்தக் கடவுள் இல்லைன்னா எதுவும் இயங்காது தோழரே... அதுவின்றி ஓரணுவும் அசையாது..."

"அப்படினா இந்த பிரார்த்தனைகள், நம்பிக்கைகள் எதுவும் பயனில்லையா... சார்?"

"அதெப்படி பயனில்லாமப் போகும்...? அதைத்தான் உங்காளு தெளிவா சொல்லிருக்காரே 'கடவுள் ஏழைகளின் ஏக்கப் பெருமூச்சு'னு. ஏழைகளின் ஏக்கம் போற வரைக்கும் கடவுள்னு ஒண்ணு தேவைப்படும்... கடவுளை உயிரோட வச்சிருக்க பிரார்த்தனையும், நம்பிக்கையும் வேணும்... தளர்ந்து போயிருக்கிற மனுசனுக்கு கடவுள் நம்பிக்கை புத்துணர்ச்சியைக் குடுக்கும்னா அது இருந்துட்டுப் போகட்டுமே..."

"தனிமனித நம்பிக்கைல பிரச்சினை இல்ல சார்... அது சமூகப் பிரச்சினையா மாறிச்சினா...?"

"சமூகத்தோட நிம்மதியைக் கெடுக்கிற மாதிரி கடவுள் அவதாரம் எடுத்தார்னா... அவரை வதம் செய்யலாம்..... அதத்தான பெரியார் செஞ்சார்... பல அமைப்புகள் செஞ்சது... அதே நேரம், தனிப்பட்ட மனிதனோட ஆதாரமா கடவுள் நம்பிக்கை இருக்கும்னா, தனி மனுஷனுக்குள்ள புகுந்து அத அழிக்க வேண்டியதில்லனு நான் நினைக்குறேன்... அது தானா அழியணும்னா கடவுளோட தேவை இல்லாமப் போகணும்... எல்லா மனுசனுக்கும், எல்லாமும் கிடைக்கணும்... அப்படி நடந்தா கடவுள் நம்பிக்கை தானா சமநிலைக்கு வந்துரும்... உளவியல் ரீதியா மனசுக்கு பல விதமான ஆற்றல்கள் இருக்கு... அதைப் பயன்படுத்தவும், தன்னம்பிக்கையை காப்பாத்திக்கிறதுக்கும் இப்ப இருக்கிற கடவுள் நம்பிக்கையை கொஞ்சம் டியூன் பண்ணினா போதும்..."

"அப்ப பிரார்த்தனைகள் உளவியல் ரீதியா பயன்படும்கிறீங்களா...?"

"நிச்சயமா பயன்படும்... ஆனா அது செயல்களைத் தூண்டும் பிரார்த்தனையா இருக்கணும்... உழைக்கிறதுக்கு உந்து சக்தியா இருக்கணும்... அதுக்கு எதிரா பிரார்த்தனைகள் மாறிச்சினா பெரிய சிக்கல்களை உருவாக்கிடும்..."

"புரியல சார்..."

"பிரார்த்தனை மட்டுமே தனக்கு எல்லாத்தையும் தரும்னு நம்பி, செய்ய வேண்டிய வேலைகளைக் கோட்டை விடுறது...

உழைப்புக்கு பதிலா சோம்பேறித்தனத்தை நம்பி இருக்கிறது... இப்படி பிரார்த்தனை அதோட எல்லையைத்தாண்டி வந்திச்சின்னா அதோட விளைவுகள் கொடூரமா இருக்கும்..."

"அப்படின்னா எது சரியான பிரார்த்தனைனு சொல்றீங்க. சார்?"

"பிரார்த்தனைங்கிறது சொல் இல்லை... செயல். ஒரு டி.வி.யை ஆன் பண்ணணும்னா "டிவி ஆனாகணும்..." அப்படினு திரும்பி திரும்பி சொல்லிக்கிட்டிருக்கிறதோ, "டிவியை ஆன் பண்ணி விடு கடவுளே"னு புலம்பறதோ பிரார்த்தனை இல்லை. இயற்கை ஆற்றலைப் புரிஞ்சிக்கிட்டு, நாம எழுந்து போய், மின் ஆற்றல் வேலை செய்யறதுக்கு, புவி ஈர்ப்பு ஆற்றலைப் பயன்படுத்தி சுவிட்ச்சை ஆன் பண்ணணும்... இந்த வேலைகளைச் செய்றதுக்குப் பேரு பிரார்த்தனை... இந்தப் பிரார்த்தனைகளுக்கு இயற்கை ஆற்றல் சப்போர்ட் பண்ணும்... உதாரணமாக, ஒருத்தன் மாடிலருந்து கீழே குதிச்சிக்கிட்டே "கடவுளே காப்பாத்து"னு கத்தறதுனால எந்தப் பிரயோஜனமும் இல்லை... மாடில நடக்கும் போது புவியீர்ப்பு ஆற்றலை எப்படிக் கையாளணும்னு சரியா புரிஞ்சிக்கிட்டு கவனமா நடந்தா விழுகவே மாட்டோம்... இயற்கை ஆற்றல்களை புரிஞ்சிக்கிறதும், அதைப் பயன்படுத்திக்கிற செயல்களைத் திட்டமிட்டு செய்யறதும்தான் பிரார்த்தனை..."

பாஸ்கர் நீளமான யோசனைக்குப் பிறகு புன்னகைத்தான். "நீங்க சொல்றது ஆழமான விஷயம்சார்...". பாஸ்கர் யார் கருத்தையும் எளிதில் ஒத்துக்கொள்ள மாட்டான். அவன் அன்புவின் கருத்துகளை ஏற்றுக்கொண்டதில் எனக்கு எந்த ஆச்சரியமும் இல்லை. மனதின் அற்புதங்கள் பற்றியும், தான் நம்பியதை காட்சியாக உருவாக்கிக் கொள்ளும் ஆற்றல் பற்றியும் விரிவாக விளக்கினார் அன்பு. அன்று இரவு நானும், பாஸ்கரும் அன்புவின் அறையிலேயே தங்கிக் கொண்டோம்.

27

மறுநாள் காலை நானும், பாஸ்கரும் தேனியை நோக்கி பேருந்தில் கிளம்பினோம். இரவு நீண்ட நேரம் நாங்கள் மூவரும் பேசிக்கொண்டிருந்தோம். நானும், பாஸ்கரும் கேள்விப்பட்டிராத பல நோயாளிகளின் அனுபவங்களை எங்களோடு பகிர்ந்து கொண்டார் அன்பு.

எங்கள் கல்லூரி பிரின்சிபல் கோபாலகிருஷ்ணனைப் பார்க்கலாம் என்று நாங்கள் முடிவு செய்தோம். அவர் கல்லூரிப் பிரச்சினையில் தலைமறைவான பிறகு, அவர் பற்றி எந்த செய்தியையும் கேள்விப்படவில்லை. நேற்று இரவு அவர் பற்றிய பேச்சு வந்த போது, அங்கிருந்தே பிரதீப்பிடம் தொலைபேசியில் பேசினோம். கோபால் சார் ஆறு மாதமாக தேனி அருகில் இருக்கும் லட்சுமிபுரத்தில் லேப் ஒன்றை வைத்திருப்பதாகச் சொன்னான். அப்போதுதான் அவரைப் போய் சந்திக்கும் யோசனை வந்தது.

தேனி பேருந்து நிலையத்திலிருந்து, பெரியகுளம் பேருந்தில் ஏறி, லட்சுமிபுரம் நிறுத்தத்தில் இறங்கி, இடது புறம் பிரிந்த சாலையில் நடக்க ஆரம்பித்தோம். கண்ணில் பட்ட மருந்துக்கடையில் அங்கிருக்கும் லேப் குறித்து விசாரித்தோம். அதே வீதியில் நேராகப் போனால் ஒரு கிளினிக் வரும் என்றும், அதன் அருகில் லேப் இருப்பதாகவும் சொன்னார் அவர். நாங்கள் போய் சேர்ந்தபோது, லேபின் திரையால் மறைக்கப்பட்ட முன்பகுதியில் டைப் ரைட்டரின் அருகில் அமர்ந்திருந்தார் கோபால். அவருடைய முகம் முற்றிலும் மாறிப்போயிருந்தது. ஏற்கனவே அவர் நிறம் கருப்புதான் என்றாலும், இப்போது இன்னும் கருத்துப் போயிருந்தார்.

அ. உமர் பாரூக் • 321

பலநாள் சரியாகச் சாப்பிடாதவர் போல உடல் இளைத்திருந்தது. பழைய கோபால் சாரை தெரிந்தவர்கள் இவரைப் பார்த்தவுடன் அடையாளம் கண்டுபிடித்து விட முடியாது. அப்போது அவர் அணியும் உடைக்கும், இப்போது அணிந்திருக்கும் உடைக்கும் தலைகீழான வேறுபாடு இருந்தது. கல்லூரியில் இருக்கும்போது, கோட் சூட்டோடு பளிச்சென இருக்கும் கோபால் சார், இப்போது நிறம் மங்கிய பேண்ட், சர்ட்டை உடுத்தியிருந்தார்.

எங்களைப் பார்த்தவுடன் அவரால் சரியாகக் கண்டுபிடிக்க முடியவில்லை. நானும், பாஸ்கரும் அறிமுகம் செய்து கொண்ட போது, உட்கார்ந்திருந்த நாற்காலியை விட்டு சட்டென எழுந்து நின்றார். அவர் நிதானத்துக்கு வர சில நிமிடங்கள் ஆனது. வியர்வை வழிந்த முகத்தை துடைத்துக்கொண்டு, எங்களை உட்காரச் சொன்னார்.

“புலவரே... எப்படி இருக்கீங்க? பாஸ்கர் எப்படி இருக்க....?”

“நல்லா இருக்கோம் சார்... நீங்க ஏன் சார் இப்படி ஆகிட்டீங்க?” என்றேன் நான்.

“காலேஜ் பிரச்சினை எல்லாம் தீர்றதுக்குள்ள ஃபைனான்சியலா காலியாயிட்டேன்... ரொம்ப நாள் ஊர் ஊரா அலைஞ்சேன்... உங்க கிட்ட சொல்றதுக்கென்ன? ஒரு கட்டத்துல சோத்துக்கே வழியில்ல... இப்பதான் எல்லா பிரச்சினையும் முடிஞ்சது. காலேஜ்ல சீல் வச்ச பொருள்களை எல்லாம் ஆர்டர் வாங்கி ரிலீஸ் பண்ணினேன். லேபுக்குத் தேவையானதை மட்டும் வச்சிக்கிட்டு, மிச்சத்தை வித்துட்டேன். அதுலதான் இந்த லேப் வைக்க முடிஞ்சது... இப்ப அப்படியே ஓடிக்கிட்டிருக்கு...”

“எப்புடியோ முடிஞ்சது நல்லதுசார்... இப்ப ஃப்ரீயா யிட்டீங்கள்ல... சார்... இன்னும் கல்யாணம் முடிக்கலையா?”

கோபால் முக இறுக்கம் விலகி, சிரித்தார். “ம்... இப்பதான் ஆறு மாசத்துக்கு முன்ன முடிஞ்சது... ஃபேமிலியும் இங்கதான் இருக்காங்க... வீடு பக்கத்துலதான்...”

நானும், பாஸ்கரும் எங்கள் வேலைகளைப் பற்றியும், சூழல் பற்றியும் சொன்னோம். இருவரும் எங்களைப் பற்றி சொன்ன பிறகுதான், அவருக்கு எங்கள் மேல் நம்பிக்கை வந்தது போலத் தோன்றியது. அவரைப் பார்க்க பாவமாக இருந்தது. இவ்வளவு சிறிய லேபில் வரும் வருமானத்தை வைத்து, டாக்டருக்கும் பங்கு கொடுத்து, குடும்பத்தைப் பார்த்துக்கொள்ள வேண்டும்.

“லேப் ரன்னிங் எப்படி இருக்கு சார்...?” என்று கேட்டேன்.

“இது சின்ன ஊர்தான் புலவரே... பெரிய கேசெல்லாம் தேனி போயிருவாங்க... இங்க ரெண்டு டாக்டர்ஸ் இருக்காங்க... ஒரு ஹோமியோபதி டாக்டர், ரெண்டு மூணு குவாக்ஸ் இருக்காங்க... தினமும் பத்து பேசண்ட் வந்தா அதிகம்... சுகர் பேசண்ட்ஸ் அடிக்கடி வருவாங்க... பரவால்லாம போகுது...”

“டாக்டருக்கு இங்க எத்தனை பெர்சண்ட் சார்...?” என்று சிரித்துக்கொண்டே கேட்டேன். “டாக்டர்ஸ் ரெண்டு பேருமே ஒண்ணும் வேணாம்னுட்டாங்க... ஹோமியோ டாக்டரும் வாங்க மாட்டார்... குவாக்சுக்கு மட்டும் இருவது பெர்சண்ட் கொடுக்கிறேன்...”

கமிஷன் வாங்காத டாக்டர்கள் இங்கு இருப்பது பற்றி கேள்விப்பட்டவுடன் மகிழ்ச்சியாக இருந்தது. இதுபோன்ற கிராமங்களிலாவது நல்ல டாக்டர்கள் மிச்சமிருக்கிறார்கள் என்பதே பெரிய விஷயம்தான். எங்களை அழைத்துச் சென்று, லட்சுமிபுரம் ஸ்பெசல் பால்பன்னும், தேநீரும் வாங்கித்தந்தார். மதியம் வீட்டில் சாப்பிட்டு விட்டுப் போகலாம் என்று வற்புறுத்தினார். பாஸ்கர் உடனே கிளம்ப வேண்டும் என்று மறுபடி மறுபடி சொன்னதால் விட்டு விட்டார். அரிதாரம் இல்லாத நாடக நடிகரைப் போல, இயல்பாக இருந்தார் கோபால். நாங்கள் பேருந்து ஏறுவதற்காக மெயின்ரோடு வரை கூடவே வந்தார். இருவரும் தேனி செல்லும் பேருந்தில் ஏறும்போது கோபால் சொன்ன வரிகள் காதுக்குள் எதிரொலித்துக்கொண்டே இருந்தன.

“சொந்த சாதி பார்த்து பழகுனவங்கெ... காசு இருக்கதால கூட இருந்தவங்கெ... எப்பயுமே கூட இருப்பாங்கனு நினைச்ச பல பேரும் யாரும் என்னைய தேடி வந்து பார்க்கல புலவரே... காலேஜ்ல உங்க ஃப்ரெண்சை காலி பண்ண அவ்வளவு பண்ணேன்... கடைசில நீங்களும், பாஸ்கரும் தான் என்னைய பார்க்க இவ்வளவு தூரம் வந்திருக்கீங்க... ரொம்ப சந்தோசம் புலவரே...” என்று கோபால் சார் சொன்னபோது அவர் கண்களில் ஈரம் கசிந்திருந்தது.

தேனி வந்த பிறகு, பாஸ்கர் மதுரை நோக்கியும், நான் கம்பம் நோக்கியும் செல்வதற்காகப் பிரிந்தோம். பாஸ்கர் சொன்னான்... “இதுதான் கோபால் சாரோட உண்மையான கேரக்டர்... ஒரு மனுசனை சூழல் எவ்வளவு தூரம் கெட்டவனாவும் மாத்துது... நல்லவனாவும் மாத்துது... தேவையான பணம் எல்லார்கிட்டயும் இருந்திச்சின்னா எல்லா மனுஷங்களும் நல்லவங்கதான்...”

கோபால் சாரின் மாற்றம் குறித்தும், பாஸ்கர் சொன்னது பற்றியும் பயணம் முழுக்க யோசித்துக்கொண்டே இருந்தேன். அடுத்த சில நாட்கள் பாஸ்கரின் சந்திப்பும், எங்கள் உரையாடலும் நினைவுகளில் நீண்டுகொண்டே இருந்தன.

அன்பு என்னை சிகிச்சை அறைக்குள் அழைத்தார். பொதுவாக நோயாளிகள் யாரும் அவருடன் இருக்கும்போது என்னை அழைக்கும் வழக்கம் குறைவு. இப்போது ஏன் அழைக்கிறார் என்று யோசித்துக் கொண்டே உள்ளே சென்றேன். அவர் முன்னால் ஒரு இளைஞன் உட்கார்ந்திருந்தான். நான் டாக்டரின் நாற்காலி அருகே நின்று கொண்டேன்.

அன்பு உடன் வந்திருந்தவரைப் பார்த்து கேட்டார்... "இப்ப ஒண்ணும் தொந்தரவில்லை... எந்த நேரத்துல அப்படி இருக்கார்...?"

"அப்படி தனி நேரமெல்லாம் இல்ல டாக்டர்... திடீர் திடீர்னு அப்படி ஆகிடுறான்... மதுரைல சைக்கிரியாட்ரி டாக்டர்கிட்ட காட்டினோம்... அங்க பெட்ல சேர்க்க சொல்லிட்டார்... ஊசி போட்டுக்கிட்டே இருந்தாங்க... இவன் தூங்கிட்டே இருந்தான்... எப்பயாவது எழுந்தா உடனே அப்புடி புலம்ப ஆரம்பிச்சிருவான்... ரொம்ப வித்தியாசமா இருக்கும்... ஆரம்பத்துல மாத்திரைக்கும், ஊசிக்கும் தூங்குனவன் அப்புறம் தூங்குறதில்ல... இன்னும் மோசமாயிருச்சு டாக்டர்... அதுதான் இங்க கூட்டிட்டு வந்தோம்..."

"அந்த மாதிரி நேரத்துல என்ன செய்வார்...? கோவம் எப்படியிருக்கும்...?"

"நெத்திய துடைச்சிக்கிட்டே இருப்பான் டாக்டர்... கழுத்து வலிக்குது, முதுகு வலிக்குதுனு அப்படியே கீழ படுத்து, உருளுவான்... எல்லா டெஸ்ட்டும் எடுத்துப் பார்த்தாச்சு... ஒரு பிரச்சினையும் இல்லைன்னு சொல்லிட்டாங்க... உடம்ப முறுக்கிக்கிட்டு ஒருமாதிரியா பண்ணுவான் டாக்டர்... அப்ப பார்த்தா பயமா இருக்கும்... இப்ப இவ்வளவு அமைதியா இருக்கான்ல... காலை பட படன்னு ஆட்ட ஆரம்பிச்சுட்டான்னா... கொஞ்ச நேரத்துல வலி ஆரம்பிச்சிடும்... அப்ப கோவம் எதுவும் வர்றதில்ல டாக்டர்... எங்களை ஒண்ணும் செய்ய மாட்டான்... அவன் பாட்டைப் பார்க்கும் போது எங்களுக்குத்தான் கஷ்டமா இருக்கும்... ஏதாவது கேட்டா சத்தம் போடுவான்..."

"நைட் டைம்ல கூடுதலா இருக்கா...?"

“இல்ல டாக்டர்... எப்ப அப்புடி ஆகுறான்னே தெரியாது... பகல்லயும் இருக்கும்... நைட்லயும் இருக்கும்...”

“வேற ஏதாவது வித்தியாசமா பார்த்தீங்களா...?”

“அந்த நேரத்துல குரல் கொஞ்சம் மாறிருது டாக்டர்... ஒரு சாப்பாடு வேணும்னு கேப்பான், கொஞ்ச நேரத்துல வாங்கிக் குடுத்தா வேணாம்னு சொல்வான்... திரும்பி கொஞ்ச நேரத்துல அதே சாப்பாடைக் கேட்டு கத்துவான்...”

“சரி... நீங்க கொஞ்சம் வெளில இருங்க... நான் பார்த்துட்டு கூப்பிடறேன்...” உடன் வந்திருந்தவரை வரவேற்பறையில் காத்திருக்க சொன்னார் அன்பு. அந்த இளைஞனின் கையைப் பிடித்து நாடி பார்த்தார். இரு கைகளிலும் இரு விதமான நாடிகளையும் பரிசோதித்து விட்டு, அமைதியாக அவனைப் பார்த்துக்கொண்டிருந்தார். திடீரென என்னைப் பார்த்து திரும்பி பேச ஆரம்பித்தார்.

“தம்பி... அவர் சேரை எடுத்து வடக்குப் பார்த்து போடுங்க... அவரையும் வடக்குப் பார்த்து உக்கார வைங்க... மருந்து ரூம்ல போய் நூறுனு நம்பர் போட்ட பாட்டில்ல ஒரு எண்ணெய் இருக்கும் அதையும், ஒரு தட்டும், கொஞ்சம் தண்ணியும் எடுத்துட்டு வாங்க.”

நான் முதலில் போய் அவர் சொன்னவற்றைக் கொண்டு வந்தேன். தட்டையும், எண்ணையும், தண்ணீரையும் அவர் கையில் கொடுத்து விட்டு, நோயாளியை வடக்கு பக்கமாக அமர வைத்தேன். அன்பு தட்டில் தண்ணீரை ஊற்றினார். அதன் நடுவில் எண்ணெய் பாட்டிலை வைத்தார். நோயாளிக்குப் பின்னால் அன்பு நின்று கொண்டிருந்தார். எண்ணெய் பாட்டிலை கையில் எடுத்து, உள்ளங்கையில் கொஞ்சம் ஊற்றிக் கொண்டார். இளைஞனைப் பார்த்து சத்தமாகச் சொன்னார். “இப்ப உங்க உச்சந்தலைல இந்த எண்ணெயை வைக்கப் போறேன்... தலை உச்சில இருந்து சூடு உடல்ல இறங்கும்... அது ரொம்ப கூடுதலானா சொல்லீருங்க...” என்று சொன்னார்.

அந்த இளைஞன் அச்சத்தோடு தலையாட்டினான். கையில் எண்ணையை வைத்துக் கொண்டு, ஒன்றும் செய்யாமல் அமைதியாக நின்றார் அன்பு. ஓரிரு நிமிடங்கள் கழித்து இளைஞனின் உச்சந்தலையில் தன் உள்ளங்கையை வைத்து, எண்ணெயைத் தடவினார். அந்த இளைஞன் லேசாக தலையை ஆட்ட ஆரம்பித்தார். அவருடைய கால்கள் அசாதாரண வேகத்தோடு பட படவென ஆடத்துவங்கின. அவன் குரல்வளையிலிருந்து “ம்ம்ம்ம்ம்...” என்ற சப்தம் மெதுவாக அதிகரித்தது. அந்த இளைஞனின் முன்னால் தன் நாற்காலியை நகர்த்திப் போட்டு அமர்ந்துகொண்டார் அன்பு.

"நெத்தியில என்ன...?" என்று கேட்டார் அன்பு. அந்த இளைஞனுடைய உடல் அசைவு மாறியிருந்தது. ஒன்றும் பதில் சொல்லவில்லை.

"நெத்தியில என்ன...? ஏதோ வடியுதே..."

"........."

மறுபடியும் அதே கேள்வியைக் கேட்டார் அன்பு. அவனுடைய கழுத்து, முதுகு என்று அசைவும், திருகலும் துவங்கியிருந்தது. கழுத்தில் உருவாகியிருந்த பிடிப்பினை எடுத்து விடுபவன் போல, மறுபடி மறுபடி செய்துகொண்டிருந்தான். அவனிடமிருந்து முனகலாக குரல் வெளிப்பட்டது "தலை வலிக்குது... முதுகு வலிக்குது..."

அன்பு இன்னும் கொஞ்சம் கூர்ந்து அவன் அருகில் சென்று கவனித்தார். "எங்க வலிக்குது...?"

"எலும்பெல்லாம் உடைஞ்சிருச்சு... வலிக்குது..."

"நெத்தியில ரத்தம் வடியுது... துடைச்சி விடு..." என்றார் அன்பு. அவன் உடனடியாக நெற்றியைத் துடைக்க ஆரம்பித்தான்.

"வலியை குறைச்சிறலாம்... எங்க வலிக்குதுனு சொல்லு...?"

"தலை எல்லாப் பக்கமும் வலிக்குது... முதுகெலும்பு முறிஞ்சி போச்சு... நல்ல அடி... நெத்தியெல்லாம் ரத்தமா இருக்கு..."

"எப்படி அடிபட்டுச்சு...?"

"........."

"சொல்லு... எப்படி அடிபட்டிச்சு... வலியை சரி பண்ணலாம்... இப்ப குறைஞ்சிரும்."

"ஆக்சிடெண்ட் ஆயிருச்சு..."

"அப்புறம் என்னாச்சு...?"

"என்னைய தூக்கிட்டுப் போனாங்க... நிறைய பேரோட சத்தம் கேட்டுச்சு... ஆஸ்பத்திரிக்கு கொண்டு போனாங்க..."

"எந்த ஆஸ்பத்திரி...?"

"ம்... ம்... ஞாபகம் இல்ல... அங்கயே படுத்திருந்தேன்... யாரோ ஒருத்தர் என் கையில இருந்த மோதிரத்தை கழட்டினார்..."

"யாரு அது...?"

"தெரியல... ஆஸ்பத்திரிலதான்... அப்புறம் அப்புறம் அவ்வளவுதான்... எனக்கு என் மோதிரம் வேணும்..."

"சரி... வாங்கித்தர்றேன்... உன் பேரு என்ன?"

"நீ என்னைய ஏமாத்துற... சொல்ல மாட்டேன்..."

"உண்மையிலயே மோதிரம் வாங்கித்தர்றேன்... சத்தியமா... சொல்லு உன் பேர் என்ன?"

"கார்த்தி..."

"எப்படி ஆக்சிடெண்ட் ஆச்சு...?"

"அம்மா கூட சண்டை போட்டுட்டு கோவமா காரை எடுத்திட்டுப் போனேன்... ஒரு மரத்துல முட்டிட்டேன்... தலையும், முதுகுலயும் நல்ல அடி... இன்னும் வலிக்குது..."

"வலியை சரி பண்ணிறலாம்... நீ எந்த ஊரு...?"

"கோயம்புத்தூரு..."

"அம்மா எங்க இருக்காங்க...?"

"அங்கதான்..."

"அங்க போகாம ஏன் இங்க வந்த...?"

"........."

"அம்மா பாவம்தான... அவங்கள தனியா விட்டுட்டு ஏன் இங்க வந்த...?"

"அவங்க ஒண்ணும் பாவம் இல்ல... நாந்தான் எப்பவுமே தனியா இருப்பேன்... கவலையா இருப்பேன்... அவங்க சந்தோசமாதான் இருப்பாங்க..."

"வீட்ல யாரெல்லாம் இருக்காங்க...?'

"அம்மா மட்டும்தான்... அப்பா நான் சின்ன வயசிலயே செத்துட்டார்..."

"அம்மா பாவம்தான...? உனைய தேடுவாங்கள்ல...?"

"இல்ல தேடமாட்டாங்க... என் சின்ன வயசிலேயே ஏற்காடு கான்வெண்ட்ல சேர்த்து விட்டாங்க... நான் அழுது அடம்பிடிச்சேன்... ஆனாலும் அவங்க கேட்கல... மூணாவதுலயே அந்த ஹாஸ்டல்லதான் நான் படிச்சேன்... ப்ளஸ் டூ வரைக்கும் ஹாஸ்டல்... அம்மா வர்றப்ப எல்லாம் அழுவேன்... ஒண்ணும் சொல்லாம போயிருவாங்க...

அவங்களுக்கு அவங்களோட மில்லுதான் முக்கியம்... என்னைப் பத்தி கவலையே படமாட்டாங்க..."

"ஸ்கூல் முடிச்சிட்டு வீட்டுக்கு வந்திட்டைல...?"

"இல்ல... எஞ்சினியரிங் காலேஜ்ல சேர்ந்து, அங்கயும் ஹாஸ்டல்லதான் இருந்தேன்..."

"எப்ப வீட்டுக்கு வந்த...?"

"படிப்பு முடிஞ்சு போன மாசம்தான் வந்தேன்... தினமும் அம்மா கூட சண்டைதான்... என்கூட இருக்க சொல்வேன்... அம்மா முடியாதுன்னு மில்லுக்கு போயிருவாங்க... என் கூட படிச்சவங்கள்லாம் வெளிநாடு போயிட்டாங்க... எனக்கு ஃப்ரெண்ஸே இல்ல... அன்னைக்கும் அப்படித்தான் சண்டை போட்டுட்டு காரை எடுத்துட்டுப் போனேன்... ஆக்சிடெண்ட் ஆயிருச்சு..."

"இது எந்த ஊரு தெரியுமா...?"

"தெரியும்... ஏற்கனவே வந்திருக்கேன்... கம்பம்..."

"எப்ப வந்த...?"

"காலேஜ்ல படிக்கும்போது என் ஃப்ரெண்ட் கூட அவன் வீட்டுக்கு இங்க வந்திருக்கேன்... எனக்கு இந்த ஊரை ரொம்பப் பிடிக்கும்..."

"சரி... உங்க வீட்டுக்குப் போகாம இங்க எதுக்கு வந்திருக்க...?"

"........."

"இந்தப் பையன் பாவம் இல்லையா...? நீ உங்க வீட்டுக்குப் போ..."

"நாந்தான் பாவம்... நான் எங்கயும் போக மாட்டேன்..."

"கார்த்தி..." என்று அழைத்தார் அன்பு. அதுவரை அவர்கள் பேசிக்கொண்டிருந்தது எனக்கு கதை கேட்பது போல இருந்தது. அன்புவின் அழைப்பிற்கு பதில் சொல்லாமல் கண்களில் கண்ணீர் வழிய உட்கார்ந்திருந்தான் அவன்.

"கார்த்தி..."

"ம்..."

"உனக்கு என்ன ஆச்சு...?"

“நான் அந்த ஆஸ்பத்திரிலேயே செத்துப் போயிட்டேன்... நான் பயத்தில் உறைந்து போனேன். அன்பு யாரிடம் பேசிக் கொண்டிருக்கிறார் என்பதே எனக்கு விளங்கவில்லை.”

“கார்த்தி... நீ நல்ல பையன்... இவனும் நல்ல பையன்... உன்னால இவனுக்கு எவ்வளவு கஷ்டம் பாரு... எவ்வளவு வலி...?”

“வலி அவனுக்கு இல்ல... எனக்குத்தான் இருக்கு...”

“உனக்கு வலிக்கும் போது அவன் தலைதான் வலிக்குது... உன் வலிக்காக அவன் கொடுமையை அனுபவிக்குறான்... அது பாவம்ல...”

“என் பிரச்சினையை யார் பார்த்தா...? நானும் பாவம்தான...?”

“பாவம்தான்... யார் யாரோ செஞ்ச தப்புக்கு இவன் என்ன செய்வான்...?”

கண்களில் நீர் வழிய அமைதியாக உட்கார்ந்திருந்தான். சிறிது நேரம் கழித்து, அவனே பேசினான். “என்னை என்ன செய்யச் சொல்றீங்க...?”

“வலிக்கு மருந்து தர்றேன்... அது குறைஞ்சிரும்... ஒண்ணு, ரெண்டு நாள்ல நீ போயிரு... அப்புறம் உனக்கும் வலிக்காது...”

“உடனே போக மாட்டேன்... அப்புறமா போறேன்...”

“எப்ப போவணு சொல்லு...?”

“ஒரு மாசம் கழிச்சு...”

“சரி... மருந்தை மட்டும் சரியா சாப்பிடு... அவனை ரொம்ப தொந்தரவு பண்ணாத... சரியா...?”

“சரி...” என்று சொல்லிவிட்டு தலையைக் கவிழ்ந்தவாறு இருந்தான். சிறிது நேரத்தில் கால்களின் ஆட்டம் நின்றது. தனித்தனி காகிதங்களில் பொடிகளை மடித்து உடன் வந்தவரிடம் கொடுத்தார். எப்படி சாப்பிட வேண்டும் என்பதையும் விளக்கி விட்டு, ஒரு மாதத்தில் சரியாகி விடும் என்று சொன்னார் அன்பு.

புறமனம் என்பது நமது உடலிற்கு புறத்தில் அமைந்துள்ளது. இதில்தான் நாம் சிந்தித்தவைகள் பதிந்துள்ளன. நம்முடைய ‘மெமரி ஸ்டோரேஜ்’ இதுதான். மூளையில் நினைவுகள் இருக்காது, நினைவுகளை ஒழுங்கு செய்து வைக்கும் வேலையைத்தான் மூளை செய்கிறது. அதனால்தான் மூளையின் பெரும்பகுதி காலியாக உள்ளது. கணிப்பொறியில் இருக்கும் ப்ராசசர் போன்றதுதான் மூளையே

தவிர, ஹார்ட் டிஸ்க் இல்லை. நினைவகத்தை இயக்குவதுதான் மூளையின் பிரதான பணி.

கருவில் குழந்தை உற்பத்தியான நிமிடத்திலிருந்தே, அக மனம் செயல்படத் துவங்குகிறது. அகமனம் என்பது ஈர்ப்பை உற்பத்தி செய்யும் வேலையை மட்டுமே செய்கிறது. உடலின் எல்லா அணுக்களிலும் அகமனம் உறைந்திருக்கிறது. இதில் எந்த பதிவுகளும் இல்லை. அகமனம் உருவான கருக்குழந்தை தன் புற மனதை உருவாக்க துவங்குகிறது. அம்மாவுடைய சிந்தனைகளையும், அம்மாவைச் சுற்றியுள்ள நபர்களின் நினைவுகளையும் ஈர்த்து, தனதாக்கிக் கொள்கிறது குழந்தையின் அகமனம். சிசுவின் உடலைச் சுற்றி, மெதுவாக உருவாகத் துவங்குகிறது புற மனம்.

குழந்தை பிறந்தவுடன், அதைச் சுற்றியுள்ளோரின் நினைவுகளில் இருந்து பெற்றுக்கொண்டு, புறமனம் வளர்கிறது. தொட்டுத் தூக்கும் ஒவ்வொருவரிடம் இருந்து விதம் விதமான சிந்தனைகளைப் பெறுகிறது குழந்தையின் புறமனம். கைக்குழந்தைகளை அதனால்தான் அதிகமானோரிடம் கொடுக்க வேண்டாம் என்றும், வெளியில் சுற்றிக் கொண்டிருக்க வேண்டாம் என்றும் சொல்வார்கள். இரவல் சிந்தனைகளோடு உருவாகும் குழந்தையின் புறமனம் ஒரு கட்டத்தில் சுய உணர்வு பெறுகிறது. தன்னையும், தன்னுடையவைகளையும் உணரத் துவங்குகிற குழந்தை தன் புற மனதினை தானே தொடர்ந்து உருவாக்குகிறது. மொத்த வாழ்விலும் மனிதனின் புறமனம் தன்னைப் புதுப்பித்துக்கொண்டே இருக்கிறது. பிராணிக் ஹீலிங் போன்ற சிகிச்சை முறைகள் இந்தப் புற மனத்தினைத்தான் ஆரா என்ற பெயரில் அழைக்கிறார்கள். அவர்களுக்கு இது புற மனம் என்று தெரியாது. பல ஆன்மீகக்குழுகளில் இதனை சூட்சும சரீரம் என்றும் அழைப்பார்கள். ஆனால், இதுதான் புறமனம்.

ஒவ்வொரு மனிதனைச் சுற்றியும் சில அடிகளுக்கு தலைமுடி போல நீண்டிருக்கும் வடிவம் புற மனதுடையது. டாக்டர் கிர்லியனின் கண்டுபிடிப்பான கிர்லியன் கேமராவின் மூலமாக இந்தப் புற மனதினை புகைப்படம் எடுக்க முடியும். முன்பின் பார்த்திராத ஒருவருக்கொருவர் ஈர்ப்பு ஏற்படுவதிலும், வெறுப்பு ஏற்படுவதிலும் இந்த புறமனதின் பங்கு பெரியதாக இருக்கும்.

இப்படி வாழ்நாள் முழுவதும் நம் உடலைச் சுற்றி சேர்க்கப்படும் புறமனம் ஒரு மனிதனின் இறப்பின் போது கலைந்து விடுகிறது. உயிர் பிரிந்த பிறகு, அகமனதின் ஈர்ப்பாற்றல் அணைந்து விடும் போது, அதுவரை ஒன்றாக இயங்கிக்கொண்டிருந்த புறமனம் தனித்தனி அலைகளாகப் பிரிந்து பிரபஞ்ச வெளியில் மிதக்கிறது.

சிந்தனை அலைகளின் நீளத்திற்கும், ஆழத்திற்கும் தகுந்தாற்போல அவற்றின் ஆயுள் இருக்கும். ஒவ்வொரு அலையாக வெளியில் கரைந்து, மறைந்து காணாமல் போகும்.

சாதாரண மனநிலையில் இறக்கும் நபர்களின் புறமனத்தின் சிந்தனைகள் தனித்தனி அலைகளாக அது அழியும் காலம்வரை வெளியில் மிதக்கிறது. யாராவது ஒரு மனிதர் அதே அலைநீளத்தில், மனநிலையில் தீவிரமாக சிந்திக்கும்போது வெளியில் மிதந்து கொண்டிருக்கிற அலை அவரை நோக்கி ஈர்க்கப்படுகிறது. ஒரு மனிதன் தன் வாழ்நாள் முழுவதும் சிந்தித்து, சேகரித்த நினைவுகள் சரியான மனிதர்களிடம் போய்ச்சேரும் வாய்ப்பு அதிகம். அதே மனநிலையில் சிந்திக்கும் நல்ல மனிதர்கள் இருக்கும் வரைக்கும், ஆக்கப்பூர்வமான சிந்தனைகளும் புதுப்பிக்கப்பட்டுக் கொண்டே இருக்கும். நமக்கு திடீர் திடீரென கிடைக்கும் யோசனைகளில் பெரும்பாலும் இப்படி கிடைப்பவைகளாக இருக்க வாய்ப்பிருக்கிறது.

மனிதர்களின் எந்த சிந்தனையும், செயலும் வீணாவதே இல்லை. அவர் மறைந்த பிறகும், அவை வேலை செய்துகொண்டே யிருக்கின்றன.

ஒரு மனிதன் இறக்கும் நிலையில் தீவிரமான பற்றுகளையும், கடும் உணர்ச்சிகளையும் கொண்டிருந்தால் அவனுடைய புறமனம் உடனே கலைந்து விடாமல், சில காலம் நீடிக்கும். அப்படி நீடிக்கும் போது, பலவீனமான பயமுடைய மனிதர்களின் புறமனங்களோடு அரிதாகக் கலந்து விடுகிறது. அதைத்தான் பேய் என்கிறோம். உயிருள்ள ஒவ்வொரு மனிதனும் புறமனம் என்ற ஆளுக்கொரு பேயை சுமந்து கொண்டுதான் அலைகிறோம். உயிருள்ள புறமனங்களுக்குத்தான் நாம் பயப்பட வேண்டும். இறந்து போன, உயிரில்லாத புறமனங்கள் வெறும் அலைகள்தான். ஆற்றலில்லாத நினைவுகள்தான். அவற்றால் நம்மை ஒன்றும் செய்ய முடியாது. பலவீனமான மனதினை பலப்படுத்துவதன் மூலமோ, அந்நிய புறமனத்தினை பயமுறுத்துவதன் மூலமோ இந்த பாதிப்பிலிருந்து மீளலாம்.

அன்பு புற மனம் குறித்து விவரித்த போது, ஏதோ மாயாஜால உலகில் மிதப்பது போல இருந்தது.

"ஏன் சார்... கடவுள்னு ஒருத்தர் இல்லைனு சொல்றீங்க... ஆனால், பேய் இருக்குன்னு சொல்றீங்களே..."

"இல்ல தம்பி... ரெண்டையுமே தப்பா புரிஞ்சிக்கிறீங்க... கடவுள் அப்படிங்குறது இயற்கை சக்திகள்னா அது இருக்குனுதான்

சொல்றேன்... தனியா அதுக்கு விருப்பு வெறுப்பு கிடையாது... பேய்னு நாம பேரு வச்சிருக்கிறது மனசுக்குத்தான்... நம்ம உடலை எரிச்சோ, புதைச்சோ சடங்க முடிச்சதுக்கு அப்புறமா புறமனம் என்ன செய்துனு சொல்றேன்... இதுல பயப்பட ஒண்ணுமே இல்ல..."

"இது சித்தர்களோட கருத்தா சார்...?"

"தெரியலை... அந்தளவுக்கு சித்தர் பாடல்களை புரிஞ்சிக்க முடியல... சித்தர் பாடல்களை வாசிச்சிட்டிருக்கும் போது இப்படி எனக்குத் தோணுச்சு... இது என்னோட புரிதல். இது முழுசும் உண்மையா இருக்கலாம்... இல்ல, கொஞ்சம் உண்மையா இருக்கலாம்... எதிர்காலத்துல அறிவியல்தான் இதை உறுதிப்படுத்தணும்... ஆனால், இந்த ஐடியா வச்சுத்தான் நான் சிகிச்சை கொடுக்கிறேன்..."

"இன்னைக்கு எண்ணெயை வச்சு ஏதோ மாந்திரீகம் மாதிரி செஞ்சீங்களே சார்...?"

அன்பு சிரித்துக்கொண்டார். "அது சும்மா... ஏமாத்து வேலை... நீ எடுத்துட்டு வந்தது வெறும் தேங்காய் எண்ணைதான்... இந்தப் பையனோட பயம் அதிகமாகும் போதுதான், இன்னொரு புறமனதின் தன்மையை வெளிய கொண்டுவர முடியும்... அதனால, அந்தப் பையன் பயப்படுற மாதிரி சீன் கிரியேட் பண்ணேன்... அவ்வளவுதான்..."

"நானும் பயந்து போயிட்டேன் சார்... நீங்க பேசுனது எல்லாம் கார்த்திக்கோட மனசு கூடயா சார்...?"

"ஆமாம் தம்பி..."

"அவன் ஒரு மாசத்துல போயிருவானா சார்...?"

"போகமாட்டான்... எந்த புறமனதும் தன் அழிவை விரும்பாது... கார்த்திக் சாகும் போது இருந்த கோபம், விரக்தி, ஆசை எல்லாம் சேர்ந்து புற மனதுடைய காலத்தை நீட்டிச்சிருக்கு... அதுதான் இந்தப் பையனுக்குள்ள வந்திருக்கு... இதுக்கு முன்னாடியும் நிறைய பேசண்டுக்கு இதுபோல பார்த்திருக்கேன்... சொன்ன மாதிரி புறமனசு போறதில்ல..."

"அப்ப எப்படி சார் சரியாகும்...?"

"மருந்து கொடுத்திருக்கேன்... அது வேலை செய்யும்... இவனோட மனசையும், உடலையும் பலப்படுத்தும்... ஒரிஜினல் பலமானா டூப்ளிகேட் போயிரும்ல... அப்படித்தான் சரியாகும்..."

"இதுக்கு வேற வழி இல்லையா சார்...?"

“இது எனக்குத் தெரிஞ்ச வழி... கடவுளையோ, சடங்கையோ தீவிரமா எந்த சந்தேகமும் இல்லாம நம்புறவர் யாராவது இருந்தா அவங்க மனதுடைய ஆற்றலை வச்சு அந்நிய புறமனதை பலவீனமாக்கலாம்... அது ஒருவகையான சைக்காலஜிகல் டெக்னிக். ஆனால், புரியுறவங்களுக்கு நம்பிக்கை இருக்காது. அந்தக் காலத்துல அப்படி ஆளுக இருந்தாங்க... இப்ப பெரும்பாலும் நம்பிக்கை இல்லாதவங்கதான் இருக்காங்க... அதனால் சரியான மருத்துவம் பார்த்தாலே போதும்... இது சரியாயிடும்...”

“அப்ப பேயை பார்த்து பயப்பட வேண்டியதில்லையா சார்...?”

“நம்ம மனசுதான் பேய்... உயிரோட இருக்கிற பேயைப் பார்த்துதான் பயப்படணும்... உயிரில்லாத பேய்களை நம்மால தனியா பார்க்க முடியாது... யார் மனசுக்குள்ளயாவது போய்த்தான் அது தன்னை வெளிக்காட்டும்... எப்படி இருந்தாலும் அது வெறும் நினைவுகள்தான்... சிந்திக்கிற அறிவு இல்லாத வெறும் நினைவுகள்... ஒரு ஃபிளாப்பில இருக்கிற பதிவுகள் மாதிரிதான் இதுவும்... பயந்தா புரிய முடியாது... புரிஞ்சா பயம் வராது...”

நோயாளியின் அனுபவங்களைக் கொண்டே புதிய புதிய செய்திகள் என்னை நோக்கி வந்துகொண்டே இருந்தன. அன்பு சொல்லியது போல, அவருடைய செயல்களைப் பார்த்துப் பார்த்து எனக்குள் ஒரு தியரி உருவாகத் துவங்கியிருந்தது.

அடுத்தடுத்த வாரங்களில் அந்த நோயாளிக்கு தொந்தரவுகள் குறைந்திருந்தன. வித்தியாசமான செயல்களும், உடலை முறுக்குவதும் சிறிது சிறிதாகக் குறைந்திருந்தது. ஒரு மாதத்தில் அவன் முழுவதும் சரியானான்.

28

"**ஆதுர சாலை**" என்ற தலைப்பில், அந்த நோட்டின், முதல் பக்கம் ஆரம்பமாகி இருந்தது. அன்புவின் அழகழகான கையெழுத்தில் கதை விரிந்தது. கதை நிகழும் இடம் என்ற குறிப்போடு வரிகள் துவங்கின.

காட்டூர் எனும் சிற்றூரின் வடதிசையில் அமைந்துள்ள திருக்குணகிரி மலையின் மீது இப்பகுதியின் எழுதப்பட்ட மருத்துவ வரலாறு ஆரம்பமாகிறது. மலையில் வாழ்ந்த சமணமுனிகள் காட்டூர் மக்களுக்கும், பிற ஊர்களில் இருந்து சிகிச்சைக்காக வந்தவர்களுக்கும் மருத்துவம் பார்த்தனர். மருத்துவத்திற்காக எவ்வித கட்டணமும் பெறாமல் அதனை துறவறத்தின் ஒருபகுதியாகவே செய்து வந்தனர் சமண முனிகள். ஒன்பதாம் நூற்றாண்டைச் சேர்ந்த சடையன்மாறன் என்ற பாண்டிய மன்னன் திருக்குணகிரி சமணப்பள்ளிக்கு பொற்காசுகளையும், நந்தா விளக்கையும் பரிசளித்ததாக கல்வெட்டு கூறுகிறது.

விஜயநகரப் பேரரசின் பிரதிநிதியாக விஸ்வநாத நாயக்கர் மதுரை அரசராக 1529ஆம் ஆண்டு பொறுப்பேற்ற பின்பு, மதுரையைச் சுற்றியுள்ள ஆட்சிப்பகுதியை 72ஆகப் பிரித்து, தனித்தனி கோட்டைகளை உருவாக்கினார். 1530களில் அவற்றை பாளையங்களாக அறிவித்து, 72 படைத்தளபதிகளை அப்பகுதிகளுக்கு பாளையக்காரர்களாக ஆக்கினார். அப்படி காட்டூர் பகுதியின் பாளையக்காரராக உத்தப்ப கொண்டம நாயக்கர் நியமிக்கப்பட்டார். பிற்காலத்தில் இவருடைய பெயரிலேயே காட்டூர் உத்தமபாளையமாக உருமாறியது.

கம்பம் பகுதியின் முதல் அலோபதி மருத்துவமனை 1873ஆம் ஆண்டு உத்தமபாளையத்தில் துவக்கப்பட்டது.

1879ஆம் ஆண்டு சித்திரை

உத்தமபாளையம் கோட்டைமேடு

"ஜமீன் சமூகத்திற்கு ஏற்பட்ட நோய், எவ்வளவு வைத்தியம் செய்தும் இன்னும் தீரவில்லை. நமது பாளையத்துக்கு உட்பட்ட எல்லா வைத்தியர்களிடமும் பார்த்து விட்டோம். அலோபதி டிஸ்பென்சரிக்கு போகலாம் என்பது என்னுடைய விருப்பம்..."

மிகவும் பவ்வியமாக நின்றபடி கணக்குப்பிள்ளை சொல்லிக் கொண்டிருந்தார். ஜமீன் தன் நாற்காலியில் சோர்வாக அமர்ந்திருந்தார்.

உத்தமபாளையம் பகுதியில் அந்தக் காலத்தில் பாளையக்காரராக இருந்தவர் அம்மையநாயக்கனூர் போரில் கொல்லப்பட்ட பிறகு பாளையக்காரர் இல்லாத இப்பகுதியில் ஏராளமான போர்களும், கொள்ளைகளும் தொடர்ந்து நடைபெற்றன. பின்பு, நேரடி ஆங்கிலேயர் ஆட்சிப் பகுதியாக மாற்றப்பட்டது. பிற்காலத்தில் மிட்டா பகுதியாக மாற்றப்பட்டு உத்தமபாளையம் ஜமீன் ஏலம் விடப்பட்டது. கோம்பை ஜமீன் இப்பகுதியை இன்னொரு நபரின் பெயரில் வாங்கியது கண்டுபிடிக்கப்பட்டு, மறுபடியும் ஆங்கிலேயர்களால் பறிமுதல் செய்யப்பட்டது. பாளையக்காரர் துவங்கி, பலரின் கைமாறிய உத்தமபாளையம் பகுதியில் நிறைய ஜமீன் குடும்பங்கள் வசித்தன. அதிகாரமும், பாளையமும் இல்லாத இந்த ஜமீன்கள் உள்ளூர் மக்களால் மதிக்கப்பட்டனர். அதில் ஒரு ஜமீன்தான் குன்ம வியாதியால் அவதிப்பட்டுக் கொண்டிருந்த இவரும்.

ஜமீனுக்கு ஒரே யோசனையாக இருந்தது. எல்லா மருந்துகளையும் முயற்சி செய்து பார்த்தும், இன்னும் வயிற்று வலி தீராப் பிணியாகத் தொடர்ந்து கொண்டிருப்பது அவரால் தாங்க முடியவில்லை. உணவு உண்ணும் நேரம் நெருங்கி விட்டாலும், உண்ணுவது பற்றி எண்ணிவிட்டாலும் வேதனையை நினைத்து வயிறு கூசுகிறது. கணக்குப் பிள்ளை சொல்வதைக் கேட்கலாம் என்று ஒரு பக்கமும், வெள்ளைக்காரன் டிஸ்பென்சரியில் போய் நிற்பதா? என்று இன்னொரு பக்கமும் எண்ணங்கள் ஓடிக்கொண்டேயிருந்தன. மறுபடியும் வலி நினைவுக்கு வந்தது. இந்தக் கொடுமையை தினமும் அனுபவிப்பதற்குப் பதில் அங்கும் போய்ப் பார்க்கலாம் என்று முடிவு செய்தார் ஜமீன்.

வில் வண்டி தயாராக இருந்தது. ஜமீன் தளர்வான நடையோடு வந்து வண்டியில் ஏற, அவருடன் கணக்குப்பிள்ளை ஏறிக் கொண்டார். இருவரும் ஏறி அமர்வதற்காகக் காத்திருந்த வண்டிக்காரர், பின்புறம் இருந்த திரையை முழுவதுமாக மூடிவிட்டு, முன்புறம் ஏறி அமர்ந்தார். வண்டி காளைகளின் சலங்கை ஒலியோடு, ஓடத்தொடங்கியது. ஐந்து

நிமிட பயணத்தில் அரசாங்க மருத்துவமனை வந்துவிட்டது. ஜமீனை வண்டியிலேயே இருக்கச் சொல்லி விட்டு, கணக்குப்பிள்ளை உள்ளே போய் விட்டு சில நிமிடங்களில் திரும்பி வந்தார்.

“சமூகம் புறப்படலாம்... தாக்தரிடம் தாக்கல் சொல்லிவிட்டேன்...”

தலையை ஆட்டியவாறு மெதுவாக இறங்கினார் ஜமீன். கையில் ஒரு அலங்கரிக்கப்பட்ட ஊன்றுகோல் இருந்தது. அதனை ஊன்றியவாறு மருத்துவமனையின் உள்பகுதிக்கு நடக்க ஆரம்பித்தார். மூன்றடி இடைவெளியில் முன்பு போய்க்கொண்டிருந்தார் கணக்குப்பிள்ளை. அங்கங்கே நின்றுகொண்டும், ஜமீன் வந்து சேர மறுபடியும் நடக்கவுமாக இருந்தார் அவர். ஜமீன் சிகிச்சை அறைக்குள் வந்ததும் டாக்டர் எழுந்து நின்று வரவேற்றார். ஜமீன் அமரவேண்டிய நாற்காலியை தன் மேல்துண்டால் லேசாகத் துடைத்து விட்டார் கணக்குப்பிள்ளை.

வணக்கம் சொல்லி அமர்ந்தார் ஜமீன். பல மாதங்களாக வயிற்று வலி தொடர்வதையும், ஒவ்வொரு முறை உணவுக்குப் பின்பும் கடும் வலி ஏற்படுவதால் ஜமீன் சரியாக உணவருந்துவதில்லை என்பதையும், இதுவரை பார்த்த மருத்துவங்கள் பற்றியும் விரிவாகச் சொன்னார் கணக்கு.

எல்லாவற்றையும் கேட்டுக் கொண்ட டாக்டர், ஸ்டெதஸ்கோப்பை நெஞ்சில் வைத்துப் பார்த்தார். பின்பு, வலது கை புஜத்தில் ஊசி போட்டார். முதலில் ஊசியைப் பார்த்ததும் பயந்த ஜமீன், கணக்குப் பிள்ளையின் துணை இருப்பதால் சம்மதித்தார். ஒரு சீட்டில் சிலவற்றை எழுதி நீட்டினார் டாக்டர். இந்த மருந்துகளை இப்போது சாப்பிடும் படியும், அடுத்த முறை கண்ணாடிப் புட்டி ஒன்றைக் கொண்டு வந்தால், ஒரு வாரத்திற்கான மருந்து தருவதாகவும் சொல்லியனுப்பினார் டாக்டர். அந்தச் சீட்டினை அருகிலிருந்த அறையில் இருந்தவரிடம் கொடுத்தவுடன், மஞ்சள் சிவப்பு திரவங்களை கண்ணாடிப் புட்டியில் ஊற்றிக் கலந்து, அப்படியே குடிக்கச் சொன்னார். இனிப்பும், துவர்ப்புமாக இருந்த அந்த திரவத்தின் பெயர் “மிக்சர்” என்று சொன்னார்கள். இதனை டாக்டர் சொல்லியது போல, தொடர்ந்து சாப்பிட்டு வந்தால் தொந்தரவுகள் சரியாகி விடும் என்று சொன்னார் அவர்.

கணக்குப் பிள்ளை மீண்டும் வண்டியில் வரும்போது ஜமீன் முகத்தைப் பார்த்தார். “இதுதான் மேற்கத்திய மருத்துவம் ஜமீன்... உண்மையிலேயே ராஜ வைத்தியமாகத்தான் இருக்கிறது... கண்ணாடி புட்டிகளில் வண்ண வண்ண மருந்து திரவங்கள்... அவற்றின் மணமே மயக்குகிறது...”

ஜமீன் மறுத்து தலையாட்டினார். “இல்லை கணக்கு... எனக்கு சரியாகப்படவில்லை... நெஞ்சுல கருவியை வைத்துப் பார்த்தது, மருந்து கொடுத்தது எல்லாம் சரிதான். ஆனால், கடைசிவரை

கையைப் பிடித்து நாடி பார்க்கவே இல்லையே... நாடி பிடிக்காதவன் எப்படி நல்ல மருத்துவனாக இருக்க முடியும்...?"

கணக்குப் பிள்ளை எவ்வளவு சொல்லியும் ஜமீன் அடுத்த முறை அந்த மருத்துவமனைக்கு வர மறுத்துவிட்டார்.

1989 ஏப்ரல்

உத்தமபாளையம்

"நம்ம ஊருக்கு புதுசா காலேஜ்ல படிச்ச சித்த மருத்துவர் ஒருத்தர் வந்திருக்காராம்... உங்க அப்பாவுக்கு அங்க காட்டலாமா....?" முருகனிடம் சொல்லிக்கொண்டிருந்தான் சிக்கந்தர்.

முருகனின் அப்பாவிற்கு ஐந்து வருடத்திற்கு முன்பு சாதாரணமாக மூட்டுவலி ஆரம்பித்திருந்தது. அருகில் இருந்த கிளினிக்கிற்குச் சென்று ஊசி போட்டுக் கொண்டார். அப்புறம் தினமும் ஊசி போட்டால்தான் தூங்க முடியும் என்ற அளவிற்கு வலி தினமும் இருந்தது. ஒவ்வொரு மூட்டாக பரவத் துவங்கிய வலி, கால்களில் இருந்து கை மூட்டுகளுக்கும் வந்து விட்டது. அப்பாவுடைய நண்பர்கள் இது முடக்குவாதம் என்று சொன்னார்கள். இத்தனை வருடங்களாக ஊசியும், மருந்துகளும்தான் வலி மறந்து அவரை இருக்க செய்துள்ளது. படிப்படியாக அவருடைய நடமாட்டம் குறைந்து, உட்காருவதும் படுப்பதும் என்ற நிலைக்கு வந்துவிட்டார். கம்பம் வட்டாரத்தின் எல்லா அலோபதி டாக்டர்களிடமும் பார்த்தாகிவிட்டது. வலி நிவாரணிகளும், தூக்க மாத்திரைகளுமே அவருக்கு உதவின.

"ட்ரை பண்ணலாம்... நிறைய அலோபதி டாக்டர்கள் கிட்ட போ யிட்டோம்... சித்தாவும் போய்ப் பார்க்கலாம்..." முருகனுக்கும் அங்கு போய் விட்டு வரலாம் என்று தோன்றியது. மறுபடியும் அவரால் நடக்க முடிந்தால் பெரிய விஷயம் என்று அவனுக்குத் தோன்றியது.

மறுநாளே புதிதாக வந்திருந்த சித்தா கிளினிக்கிற்கு, அப்பாவை அம்பாசிடர் காரில் அழைத்து வந்து விட்டான். அங்கிருந்த சித்த மருத்துவர் மூட்டுகளை சோதித்துப் பார்த்து விட்டு, கடைசியாக நாடி பிடித்துப் பார்த்தார். அதன் பிறகு, சூரணங்களும், தைலமும் கொடுத்து விட்டார். தினமும் தைலத்தை மூட்டுப் பகுதியில் தேய்த்துவிட வேண்டும் என்றும், சூரணங்களைச் சாப்பிடும் முறைகளையும் சொல்லி அனுப்பினார்.

சிக்கந்தர் முருகனைப் பார்த்தபடி சொன்னான்... "அந்தக் காலத்துல முடக்குவாதத்துக்கு சித்தாதான் நல்ல ட்ரீட்மெண்டாம்... அலோபதில

பெயின் கில்லர்தான் அதிகமா கொடுப்பாங்களாம்... தைலத்தை தேய்க்க தேய்க்க கொஞ்சம் கொஞ்சமா வலி குறைய ஆரம்பிக்கும்னு டாக்டர் சொன்னார்..."

முருகன் அமைதியாகவே வந்துகொண்டிருந்தான். "என்னடா உனக்கு என்ன தோணுது.?"

"எனக்கு இது சரியா வரும்னு தோணல சிக்கந்தர்... இவரெல்லாம் சித்த மருத்துவத்தை காலேஜ்ல படிச்சவரு... ஒரு ஸ்டெதஸ்கோப்பை யூஸ் பண்ணவே இல்ல... பிபி மிஷினை வச்சு பிபி கூட செக் பண்ணலை... அப்புறம் எப்படி மருத்துவம் பார்ப்பார்...?" சிக்கந்தரால் முருகனின் கேள்விக்கு பதில் சொல்லவே முடியவில்லை.

இதோடு அன்புவின் கையெழுத்து முடிந்திருந்தது. நோட்டில் இருந்த மற்ற பக்கங்கள் காலியாக இருந்தன. இரண்டு தனித்தனி சம்பவங்களாக இருந்ததன் மூலம் அன்பு என்ன சொல்ல வருகிறார் என்று புரிந்தது. ஆனால், அதற்கும் முன்னால் இருக்கும் 'கதை நிகழும் இடம்' கொஞ்சம் கூடுதலாக, கதைக்குத் தொடர்பில்லாமல் இருக்கிறது. இதற்குப் பின்புதான் அவருடைய கதையை எழுத யோசித்திருப்பார் என்று தோன்றியது.

கதை பற்றி எனக்குத் தோன்றியதை அன்புவிடம் சொல்லி விட்டேன். 'தனக்குத் தெரிந்த எல்லாவற்றையும் சொல்லி விட வேண்டும்' என்ற தனது ஆர்வத்தில்தான் அதை எழுதியதாகக் கூறினார். இப்போதைக்கு கதை எழுதப்பட்ட நோட்டு என்னிடமே இருக்கட்டும் என்று சொல்லி விட்டார்.

அப்போது கந்தசாமி டாக்டரைப் பார்க்க வந்திருந்தார். அவருக்கும், அவர் மனைவிக்கும் பல மாதங்களாக சிகிச்சை எடுத்துக்கொண்டிருந்தனர்.

முதன்முதலில் கந்தசாமி, தன் மனைவியையும் அழைத்துக் கொண்டு கிளினிக்கிற்கு வந்திருந்தார். கையில் நிறைய ஆய்வுக்கூட பரிசோதனை முடிவுகள் இருந்தன. திருமணம் ஆகி எட்டு ஆண்டுகளாக தங்களுக்குக் குழந்தையில்லை என்பதை பல முறை சொல்லிக்கொண்டிருந்தார் அவர். இருவருடைய நாடியையும் பார்த்து விட்டு அன்பு, குழந்தை நிச்சயம் பிறக்கும் என்றார். கந்தசாமிக்குத்தான் நம்பிக்கை வரவில்லை. முதலில் தான் கொண்டு வந்திருந்த ரிப்போர்ட்டுகளைப் பார்த்து விட்டு, சொல்லும் படி தொடர்ந்து சொல்லிக்கொண்டே இருந்தார். அவர் கையில் இருந்த ரிப்போர்ட்டுகளை நான் வாங்கிப் பார்த்தேன். அவர்

மனைவியுடைய ஸ்கேன் ரிப்போர்ட், ரத்தப் பரிசோதனைக்கான ரிப்போர்ட்டுகளும், அவருடைய ரத்தம், விந்து சோதனைகளின் ரிப்போர்ட்டுகளும் இருந்தன.

அவர் மனைவியுடைய ரிப்போர்ட்டுகள் எல்லாம் நார்மல் என்றே இருந்தது. எனக்குள் சிரிப்பு வந்தது. தொடர்ந்து, கந்தசாமியுடைய ரிப்போர்ட்டுகளைப் பார்த்துக் கொண்டிருந்தேன். கடைசிப் பக்கத்தைப் பார்த்தபோது அதிர்ச்சியாக இருந்தது. விந்து பரிசோதனையில் "அசூஸ்பெர்மியா" என்று குறிப்பிடப் பட்டிருந்தது. அப்படியென்றால், விந்துவில் உயிரணுக்களே இல்லை என்று அர்த்தம். சிலருக்கு உயிரணுக்கள் குறைவாக இருக்கும், இன்னும் சிலருக்கு உயிரணுக்கள் மந்தமாக இருக்கும், சிலருக்கு இறந்து போய் இருக்கும். கந்தசாமிக்கு இறந்த உயிரணுக்கள் கூட இல்லை என்று ரிப்போர்ட் சொன்னது.

நான் அன்புவிடம் "அசூஸ்பெர்மியா..." என்று சொன்னேன். அவர் ஒரு நிமிடம் என்னை நிமிர்ந்து பார்த்தார். அந்த ரிப்போர்ட்டை வாங்கி ஒருமுறை பார்த்துக்கொண்டார். கந்தசாமியின் நாடியை இன்னொரு முறை தொட்டுப் பார்த்தார். அவர் நாடியின் நடையைப் பார்த்ததை விட, தாதுக்களின் நிலை அறிய எடையைப் பார்த்ததாகத் தோன்றியது. அவர் விரல்களின் அழுத்த மாற்றமும் நான் நினைத்ததையே உறுதி செய்தது. அன்று மாலையில் வந்து மருந்து வாங்கிச் செல்லும் படியும், தனியாக வருமாறும் கந்தசாமி யிடம் சொல்லியனுப்பினார்.

அவர் போன பிறகு, என்னிடம் கேட்டார். "இந்த டெஸ்ட்டில் எர்ரர் பெர்சன்டேஜ் எவ்வளவு...?"

"இதுல மேனுவல் மிஸ்டேக் தான் வர வாய்ப்பிருக்கு... ஸ்பெசிமன் இவரோடதா இருந்தா, ரிசல்ட் இதுதான்... ஏன்னா இந்த டெஸ்ட் ப்ராசஸ் ரொம்ப சிம்பிள்... நேரடியா செமன் டிராப்பை மைக்ரோஸ்கோப்பில் பார்க்குறதுதான் டெஸ்ட்டே... அதனால எர்ரர், மிஸ்டேக் நடக்க வாய்ப்பில்லை..."

"எனக்கு சந்தேகமா இருக்கு தம்பி... நாடியில அந்தப் பிரச்சினை தெரியல... வேற சின்னச் சின்ன சிக்கல்கள்தான் இருக்கு... அவர் மனைவிக்கும் இருக்கு... ஆனா, மருந்து மூலம் தீருறதுதான்..."

"அப்படினா அவர் அடுத்து வரும்போது செமன் டெஸ்ட்டை நாமளே பார்த்துடலாம் சார்...?"

அன்புவும் அதை ஆமோதித்தார். மருந்து வாங்குவதற்காக அவர் மாலையில் வந்தபோது, விந்து பரிசோதனை செய்ய வேண்டும்

என்று சொன்னேன். அவருக்கு ஏற்கனவே ஆய்வுக்கூடம் சென்று அனுபவம் இருந்ததால், ஒன்றும் கேட்காமல் சிறிய கண்ணாடி பாட்டிலில் விந்து எடுத்து வந்து, என்னிடம் கொடுத்தார்.

ஆய்வுக்கூட அறைக்குச் சென்று, சற்று நேரம் காத்திருந்தேன். விந்து கொஞ்சம் திரவத்தன்மை கூடிய பிறகுதான் சோதனை செய்ய முடியும். சில நிமிடங்களில் அதில் ஒரு துளியை எடுத்து, கண்ணாடி ஸ்லைடில் வைத்து, சிறு கண்ணாடி ஒன்றை மேலே இட்டு, மைக்ரோஸ்கோப்பில் வைத்தேன். லென்சின் வழியே வட்டமாகத் தெரியும் இடத்தை, மாற்றி மாற்றிப் பார்த்தேன். ஒரு உயிரணு கூட கண்ணில் தென்படவில்லை. அடுத்த அறைக்குச் சென்று, அவரிடம் "அசூஸ்பெர்மியா கன்ஃப்ர்ம்" என்றேன்.

"வேறெதாவது...?"

"அளவு, லிக்யூடிட்டி மத்த எல்லாமும் ஓகே... ஆனால் ஒரு ஸ்பெர்மட்டோசோவா கூட இல்லை சார்..." என்றேன்.

அன்பு சிரித்துவிட்டுச் சொன்னார். "இனி இதைப் பார்க்க வேண்டியதில்ல... நான் நாடி சொல்றதையே கேக்குறேன்..." கந்தசாமியை உள்ளே அழைத்தார் அன்பு.

"இந்த ரிப்போர்ட் சொல்றது எல்லாம் அலோபதிக்குத்தான் பொருந்தும்... எனக்குத் தெரிஞ்சு உங்களுக்கு பெரிய பிரச்சினையெல்லாம் இல்லை... ரெண்டு பேரும் நான் தர்ற மருந்துகளை சரியா சாப்பிடுங்க... குழந்தை நிச்சயமா பிறக்கும்..."

அவருடைய மனைவியை மாதவிடாய் காலத்தில் குளிக்காமல் முழு ஓய்வில் இருக்கும்படி சொன்னார். அவசியமான வேலைகளை மட்டும் செய்துகொண்டு, அந்த நாட்களில் எளிய உணவுகளை எடுத்துக்கொள்ளச் சொன்னார். பசித்து சாப்பிடுவது, இரவு சீக்கிரம் தூங்கச் செல்வது, பாலினை தவிர்த்து விடுவது என்று எல்லோருக்கும் சொல்லும் பொது விதிகளையும் கடைப்பிடிக்கச் சொன்னார். அதன் பிறகு அவ்வப்போது கந்தசாமியும், அவர் மனைவியும் வந்து செல்வார்கள். நாடி பார்த்துவிட்டு அன்பு, முன்னேற்றம் இருப்பதாக சொன்னார்.

கந்தசாமியின் குழறலான பேச்சு நடை தெளிவாகியிருந்தது. நெற்றியில் அடிக்கடி வியர்த்து ஒழுகுவது குறைந்திருந்தது, முகமே பளபளப்பான மாதிரி தெரிந்தது. அவர் மனைவிக்கும் மாதவிடாய் நாட்களில் இருந்த வலி, தொந்தரவுகள் எல்லாம் குறைந்து விட்டன.

உள்ளே வந்தவுடன் அன்புவைப் பார்த்து சொன்னார் கந்தசாமி. "அவளுக்கு நாள் தள்ளிப் போயிருக்கு சார்..." அவர்

முகத்தில் வெட்கமும், மகிழ்ச்சியும் கலந்திருந்தது. அன்பு அவருக்கு வாழ்த்துகளைத் தெரிவித்து விட்டு, அவர் மனைவியை மறுநாள் அழைத்து வரச் சொன்னார். காலையில் முதல் சிறுநீரை நான் எடுத்து வருமாறு, பாட்டில் கொடுத்து விட்டேன்.

கந்தசாமியும் அவர் மனைவியும் மறுநாள் காலையிலேயே வந்து விட்டனர். அவர் எடுத்து வந்த சிறுநீரை நான் ஆய்வுக்கூட அறைக்குள் சென்று பரிசோதிக்க தயாராகிக்கொண்டிருந்தேன். பிரிட்ஜில் இருந்த டெஸ்ட் கிட்டை எடுத்து, அதில் மூன்று துளிகள் சிறுநீரை விட்டேன். மெதுவாக உள்ளே பரவிக் கொண்டிருந்த போது, அன்பு அழைத்தார். அதை அப்படியே விட்டு விட்டு அவர் அறைக்குச் சென்றேன். கந்தசாமி மனைவியின் நாடி பார்த்து அப்போதுதான் முடித்திருந்தார். என்னைப் பார்த்ததும் சொன்னார் “கன்ஃபர்ம்... தம்பி...” நான் ஒரு நிமிடத்தில் வருவதாகச் சொல்லி விட்டு, அறைக்குள்ளிருந்த டெஸ்ட் கிட்டை எடுத்துப் பார்த்தேன். இரண்டு கோடுகளோடு அவர் கர்ப்பமாகி இருப்பதை உறுதி செய்தது. அதை கையோடு எடுத்துச் சென்று, அன்புவிடம் காண்பித்தேன். கந்தசாமி மிக மகிழ்ச்சியாக இருந்தார். அவர் மனைவியின் கண்களில் கண்ணீர் கசிந்தபடி இருந்தது.

“கந்தசாமி... இன்னும் நீங்க ஸ்வீட் குடுக்கல... அடுத்த தடவை வரும்போது வாங்கிட்டு வர்றீங்க...” என்றார் அன்பு. அவர்கள் சிரித்துக்கொண்டே விடைபெற்றார்கள். எனக்குத்தான் ஒன்றும் புரியவில்லை. உயிரணுக்களே இல்லாத கந்தசாமிக்கு எப்படி குழந்தை பிறக்க முடியும்? ஒருவேளை, சிகிச்சையில் உயிரணுக்கள் உற்பத்தியாகி இருக்குமா...? அப்படி உற்பத்தி ஆகி இருந்தால் இது மிகப் பெரிய சாதனைதான். அந்த ரிப்போர்ட்டையும் எடுத்து, எல்லோரிடமும் காண்பிக்கலாம். இல்லையென்றால், கோப்பில் வைத்துக் கொள்ளலாம். அசைக்க முடியாத ஆதாரமாக இருக்கும்.

அன்புவிடம் நான் இதைச் சொன்னபோது அவருக்கு பெரிய ஆர்வம் உருவாகவில்லை. அப்படிச் செய்வது எந்த விதத்திலும் பயன்படப் போவதில்லை என்றார். தன்னுடைய வேலை நாடிப்படி மருந்தளிப்பதும், உடலில் அது பிரதிபலித்துவிட்டால் சிகிச்சையை முடித்துக் கொள்வதும்தான் என்று சொன்னார். என் முகத்தைப் பார்த்துவிட்டு கடைசியாகச் சொன்னார். “உங்க திருப்திக்கு வேணும்னா டெஸ்ட் பாத்துக்கங்க தம்பி... என்ன ரிசல்ட் இருந்தாலும் தூக்கிப் போட்ருங்க...” என்றார்.

சிகிச்சை முடிந்த பின்பும் அவ்வப்போது மனைவிக்காக சில மருந்துகளை வாங்குவதற்காக கிளினிக் வருவார் கந்தசாமி.

அப்போது அவருக்கு விந்து பரிசோதனை செய்ய வேண்டும் என்று சொன்னேன். அவரும் சம்மதித்தார். இரண்டாம் முறையாக விந்துவைப் பரிசோதித்த போதும் நான் அதிர்ச்சியடைந்தேன். ஏனென்றால், அப்போதும் அவர் விந்துவில் ஒரு உயிரணு கூட இல்லை. உயிரணு இல்லாத விந்துவில் இருந்து எப்படி கரு உருவாக முடியும்? யோசிக்க யோசிக்க குழப்பம் அதிகரித்தது.

மறுபடியும் அன்புவிடம் சொன்னேன். அவர் முகத்தில் ஒரு மாற்றமும் இல்லை. "என்ன ரிசல்ட் வந்தாலும் அதை தூக்கிப் போடச் சொன்னேன் தம்பி... இதுல யோசிக்கறதுக்கு ஒண்ணும் இல்ல..."

"இல்ல சார்... செல்ஸ் எதுவுமே இல்லாம எப்படி சார்...?"

"நாம படிச்சதை வச்சு யோசிச்சா... நிறைய சிக்கல் வரும்... தம்பி... லேப் பத்தி இவ்வளவு புரிஞ்சும் ஏன் அதையே பிடிச்சு தொங்குறீங்க...? கரு கூடுறதுக்கு ரெண்டு வாய்ப்பிருக்கு... ஒண்ணு அவங்க கரு கூடுன நாட்கள்ல மட்டும் செல்ஸ் இருந்திருக்கலாம்... அப்புறம் இல்லாம போயிருக்கலாம்... ரெண்டாவது, சக்தியைக் கடத்துறதுக்குத்தான செல்ஸ் எல்லாம் பயன்படுது? அதை நேரடியாவே திரவத்தின் மூலம் கடத்திருக்கலாம்... உடலோட அற்புதங்களை நம்மால முழுசா அறியவே முடியாது தம்பி..."

அவர் சொல்வது புரிந்தாலும் என் குழப்பம் இன்னும் நீடித்தது. என்னைக் கூர்ந்து பார்த்துக் கொண்டிருந்த அன்பு, "உங்க கேள்விகளை அப்படியே வச்சிருங்க... தப்பா யோசிக்காதீங்க... இன்னும் சில மாசங்கள்ல குழந்தை பிறந்ததும் புரியும்..." என்றார். நான் யோசித்துக்கொண்டிருப்பது என்ன என்பதை அன்பு உணர்ந்து விட்டாரா...? கணவனுக்கு விந்தில் உயிரணு இல்லை, ஆனால், மனைவி கர்ப்பம் என்பதை எப்படி தவறாக யோசிக்காமல் இருக்க முடியும்? இப்படி யோசிப்பது சரி என்றுதான் எனக்குத் தோன்றியது.

"தம்பி... குழப்பத்துல முடிவெடுத்தா... முடிவும் குழப்பமாத்தான் இருக்கும்... அதை அப்படியே தள்ளிப் போடுங்க... தெளிவு கிடைக்கும்..."

பல மாதங்களுக்குப் பிறகு இப்போதுதான் கந்தசாமி கிளினிக்கிற்கு வந்திருக்கிறார். அவ்வப்போது லேசான வலி வந்து கொண்டிருப்பதாகவும், வயிறு கீழிறங்கி இருப்பதாகவும் சொன்னார் கந்தசாமி.

"நாளைக்கு குழந்தை பிறந்துரும் கந்தசாமி... காலைல நல்ல வலி வந்தவுடனே கூடலூர் பி.ஹெச்.சிக்கு கூட்டுப் போயிருங்க... மெயின் ரோட்டுலயே ஸ்கூல் தாண்டினதும் இருக்கு... வலி நல்லா

வந்ததுனால எங்கயும் போகச் சொல்ல மாட்டாங்க... அங்க இருக்கும் நர்சுகளே டெலிவரி பார்த்திருவாங்க... நாளைக்கே வீட்டுக்கு வந்திடலாம்...”

கந்தசாமி போன பிறகு என்னைப் பார்த்து சொன்னார் அன்பு. “அந்தக் காலத்துல சித்த வைத்தியர்களும், கிராமத்து வைத்தியச்சிகளும், நாவிதக் குடும்ப பெண்களும்தான் பிரசவம் பார்ப்பாங்க... இப்ப எல்லாமும் ஆஸ்பத்திரிக்கு போயிருச்சு... கர்ப்பத்தையும் நோய் மாதிரியே ஆக்கிட்டாங்க... சித்த மருத்துவம், ஆயுர்வேதம், ஹோமியோ, நேச்சுரோபதி, யுனானி மருத்துவங்களை அஞ்சரை வருஷம் காலேஜ்ல படிச்சவங்க யாரும் ‘நாங்களும் பிரசவம் பார்ப்போம்’னு சொல்லல... பார்க்கவும் முயற்சி செய்யல... எல்லாத்தையும் தூக்கி அலோபதிகிட்ட கொடுத்திட்டு வேடிக்கை பார்க்குறாங்க...” என்று சொல்லி வருத்தப்பட்டார்.

நான் மறுநாள் குழந்தையைப் பார்க்க தயாராகிக் கொண்டிருந்தேன்.

கந்தசாமிக்கு மறுநாள் மாலையில் குழந்தை பிறந்துவிட்டது. அவர் வீட்டுக்கு வந்ததும், நானும், அன்புவும் குழந்தையைப் போய்ப் பார்த்து விட்டு வரலாம் என்று கிளம்பினோம். கந்தசாமி அப்போதுதான் தன் மனைவியையும், குழந்தையையும் அழைத்துக் கொண்டு வீட்டுக்கு வந்திருந்தார். குழந்தையை பருத்தி சேலையை மடித்து படுக்க வைத்திருந்தார்கள். அவர் மனைவியின் அருகில் படுத்திருந்த குழந்தையை நான் எட்டிப் பார்த்தேன்.

அது கந்தசாமியைப் போன்றே இருந்தது. குழந்தை என்னைப் பார்த்து சிரித்தது. அந்தக் குழந்தை என் கறை படிந்த அறிவின் மீது காறி உமிழ்வதைப் போன்று இருந்தது. அன்பு திரும்பி வரும் போது, முகம் மலர சிரித்துக்கொண்டே வந்தார்.

“தம்பி... காலைல சீக்கிரம் வாங்க... நிறைய வேலை இருக்கு...” என்று சொல்லி, விடைபெற்றார்.

29

அதிகாலை ஆறு மணிக்கே அன்பு கிளினிக்கிற்கு வந்து விட்டேன். அவர் சீக்கிரம் வரச் சொன்னாலே, அது அதிகாலைதான் என்பது எனக்குள் பதிவாகி இருந்தது. பல நோயாளிகளின் முதல் சிறுநீரைப் பரிசோதிக்கவும், சில நோயாளிகளுக்கான நாடி பார்க்கவும் அதிகாலையில் நோயாளிகளை வரச் சொல்வார். அந்த நேரத்தில் என்னையும் சீக்கிரம் வரச் சொல்லி விடுவார்.

நான் கிளினிக்கிற்குள் நுழையும்போதே, அன்பு குளித்துவிட்டு தயாராக இருந்தார். என்னைப் பார்த்ததும் முகம் மலரச் சிரித்தார்.

"வாங்க தம்பி... இன்னைக்கு முக்கியமான நாளாக இருக்கப் போகுது..." சொல்லிவிட்டு உடல் குலுங்கச் சிரித்தார்.

"ஏன் சார்...?"

"அந்தந்த நாளோட சம்பவங்கள்தான் அதோட முக்கியத்தையும் தீர்மானிக்கும்... இன்னைக்கு நடக்கிறது எல்லாம் முக்கியமானதுதான்..."

"சரிங்க சார்... முக்கியமான நாளா இல்லையாங்குறதை நாளைக்கு முடிவு செய்வோம்... இன்னைக்கு என்ன வேலை இருக்கு சார்..." என்றேன்.

அவருடைய அறைக்குள் என்னை அழைத்துச் சென்றார். "இன்னைக்கு நான் உங்களுக்கு திசை நாடி சொல்லித்தரப் போறேன்... நாடியோட நடை, எடை பார்க்கிறது புரிஞ்சிருக்கும்... இது திசை பார்க்குறது..

அதாவது நாடியோட ஓட்டம் மேல் நோக்கியா? கீழ் நோக்கியா? வலதா? இடதா?னு பார்க்குறது திசை நாடி... இந்த நாடில அகத்தியர்தான் நம்பர் ஒன்..."

"சார்... நாடி பத்தி ஒரே ஒரு சந்தேகம்..."

"நல்லவேளை... கேள்வி கேட்டிங்க தம்பி... இன்னைக்கு முழுசும் கேள்வியே இல்லாமப் போயிருமோனு பயந்தேன்..."

"நாடித்துடிப்பை நாம பார்க்குற இடம் ரத்தக்குழாய்தான சார்...? அப்படின அதுல தெரியற துடிப்பு ஹார்ட்டோடது தான...?"

"ரொம்ப முக்கியமான கேள்வி... இதப் புரிஞ்சிக்கிறது ரொம்ப முக்கியம்... சரி... ஹார்ட்ல இருந்தே ஆரம்பிக்கலாம்... இந்த துடிப்பு எங்கிருந்து வருது தம்பி...?"

"ஹார்ட்ல இருந்துதான் சார்...?"

"ஹார்ட்ல இருந்து வருதா...? ஹார்ட் வழியா வருதா?"

"புரியலையே சார்...?"

"உங்க வீடு தேனினு வச்சிக்கிருவோம்... கம்பத்துக்கு பஸ்ல வந்திருக்கீங்க... நான் கேட்குறேன்... எங்கிருந்து வர்றீங்கனு...? நீங்க என்ன சொல்லணும்? தேனில இருந்துனு... ஆனால், நீங்க பஸ்ல இருந்து வர்றதா சொல்றீங்க..."

"அப்ப துடிப்பு ஹார்ட்ல இருந்து வரலியா சார்...?"

"அப்ப ஹார்ட்ல இருந்து துடிப்பு வரலை... இப்ப ஹார்ட்ல இருந்துதான் வருது..."

"குழப்பறீங்க சார்..."

"இந்த ஹார்ட் எப்பயிருந்து உங்ககிட்ட இருக்கு...?"

"கருவில சிசுவா இருக்கும் போதே ஹார்ட் இருக்கு சார்..."

"சிசு உருவாகி முதல் நாள்ல இருந்து பத்து மாசம் வரைக்கும் வளருது... இதுல எப்ப இருந்து ஹார்ட் இருக்குனு கேட்குறேன்... ?"

"அப்ராக்ஸ்மேட்டா நாலு மாசத்துல ஹார்ட் உருவாகுது சார்..."

"கரெக்ட் தம்பி... கர்ப்பமான பொண்ணுகளை ரெண்டாவது, மூணாவது மாசமே ஸ்கேன் பண்ணி 'துடிப்பு கம்மியா இருக்கு... கருவை கலைச்சிருங்கனு' சொல்லுவாங்களே... கேள்விப்பட்டிருப்பீங்க...

ஹார்ட் நாலு மாசத்துல உருவாகுது... அதுக்கு முன்னாடி ஸ்கேனுக்கு தெரியற துடிப்பு எங்க இருந்து வருது...?”

கேள்வியைக் கேட்டு விட்டு, என் கண்களுக்குள் ஊடுருவிப் பார்த்தார் அன்பு. சில நேரங்களில் இப்படி அவர் பார்க்கும் பார்வை என் மனதை ஊடுருவிப் பார்ப்பது போல இருக்கும். அந்த நேரங்களில் நான் சொல்லப் போகும் பதில் முக்கியத்துவம் வாய்ந்தது என்பதை புரிந்து கொள்வேன். தெரியவில்லை என்றால் அப்படியே ஒத்துக்கொள்வது அன்புவிற்கு மிகவும் பிடிக்கும்.

இதயம் உருவாவது நான்காவது மாதம்தான் என்றால், கர்ப்பத்தில் குழந்தை உருவான நாற்பதாவது நாளிலேயே சிலருக்கு ஸ்கேன் எடுத்து, துடிப்பு சரியில்லை அல்லது சரியாக இருக்கிறது என்று டாக்டர்கள் சொல்லுவதை நான் கேட்டிருக்கிறேன். இதயமே இல்லை... ஆனால் துடிப்பு எங்கிருந்து வருகிறது?

என் அமைதியைப் புரிந்துகொண்ட அன்பு அதற்கான பதிலையும் விவரித்தார்.

“பெண்ணோட கருவுல முதல் செல் உருவாகும்போதே அது துடிக்குது... அதுதான் உயிர்த் துடிப்பு... செல்கள் சேர்ந்து உறுப்புகளை உருவாக்குது அதுவும் துடிக்குது... அது முழு உருவம் ஆனப் பிறகும் துடிக்குது... முதல் துடிப்பு முதல் செல்லுலேர்ந்து ஆரம்பிக்குது... நல்ல சென்சிடிவான பெண்ணுனால இந்த துடிப்ப உணர முடியும்... இப்ப எல்லாம் மந்தமா போச்சு... நாற்பது நாளுக்குப் பிறகு இந்த துடிப்பை மிஷின் உணருது... அப்பயும் மனுஷனுக்கு தெரிய மாட்டிங்குது... நாலு மாசத்திலே ஹார்ட் உருவாகுது ... சரியாச் சொன்னா உயிர்த்துடிப்போட மையப்பகுதில ஹார்ட் உருவாகுது... ஹார்ட் உருவான பிறகு துடிப்பு ஹார்ட்ல இருந்து வர ஆரம்பிக்குது... முதல்ல துடிப்பு வெளில இருந்தது... இப்ப ஹார்ட்ல இருக்கு... ஹார்ட்ல இருந்து பீட் வந்துச்சா...? பீட்ல இருந்து ஹார்ட் வந்துச்சா...? இந்த பீட் தான் செல்லை உயிரோட வச்சிருந்தது... இந்த பீட் தான் உடலோட உருவாக்கத்துக்கு காரணம்.... அதுனாலதான் இது குறைஞ்சா குழந்தை வளர்ச்சி சரியா இருக்காதுனு டாக்டர்ஸ் சொல்றாங்க...”

“புரியுது சார்... நாம பார்க்குறது ஹார்ட்ல இருந்து வர்ற உயிர்த்துடிப்பை பார்க்குறோம்...” என்றேன். அன்பு சிரித்துக் கொண்டே தலையசைத்தார். “இன்னொரு மனுஷனோட உயிர்ல கைவைக்கிறோங்கிற மதிப்புக் கொடுத்து, நாடியைப் பார்த்தா பல விஷயங்களைக் கண்டுபிடிக்கலாம்...”

சிறிது நேரம் அமைதியாக இருந்தார். "நல்லவேளை தம்பி... இதைக்கேட்டீங்க... கேக்காம விட்டுருந்தீங்கன்னா... நானும் சொல்லாமலே போயிருப்பேன்... சரி... வாங்க வந்த வேலையைப் பார்க்கலாம்... என்னோட வாத நாடி எந்தத் திசையில ஓடுது பாருங்க... நடை, எடை எதுவும் மனசுல நிக்கக் கூடாது... திசை மட்டும் பார்க்கணும்... ரெடியா தம்பி...?"

"சரிங்க சார்... பார்க்குறேன்..."

"மனசு பரபரப்பு அடையக்கூடாது... நிதானம் முக்கியம்... உங்க மூச்சை கவனிங்க... அது அடர்த்தியா இருந்தா நிதானம் இல்லைனு அர்த்தம்... அதையே கவனிச்சிக்கிட்டே இருந்தா ஒண்ணு, ரெண்டு நிமிசத்துல மெல்லிசா மாறிடும்... அதுக்கப்புறம்தான் நாடி பார்க்கணும்..."

நான் சில நிமிடங்கள் அமைதியாக இருந்தேன். திசை நாடி என்று சொன்னதும், அதுவும் அன்புவுக்கே பார்க்க வேண்டும் என்பது என் பரபரப்புக்கு காரணமாக இருந்தது. மூச்சை கவனிக்க கவனிக்க அது இலகுவாக மாறி, மனம் நிதானமானது. "பார்க்கலாமா சார்...?" என்று கேட்டேன்.

அவர் மேஜையில் அமர்ந்து கொண்டு கைகளை நீட்டினார். நான் அவர் அருகில் நின்று கொண்டு, வலது கையின் நான்கு விரல்களைப் பிடித்துக் கொண்டு, என் மூன்று விரல்களை மணிக்கட்டுப் பகுதியில் பதித்து, வாத நாடியைக் கவனித்தேன். அப்புறம் பித்த நாடி, தொடர்ந்து கப நாடி. இடது கையிலும் அதே வரிசையில் நாடி பார்த்தேன். அன்பு எப்போதும் சொல்வார் நாடியைத் தொடுவது நம் விரல்களாக இருந்தாலும், உணர்வது நம் மனம்தான். அதனால், நாடித்துடிப்பை விரல்கள் வழியாக மனம் உணர்ந்ததும் உடனே விரல்களை எடுத்து விட வேண்டும். சந்தேகம் இருந்தால், மனதில் பதிந்த துடிப்பை யோசித்துப் புரிந்து கொள்ளலாம்'

பார்த்து விட்டு அன்புவிடம் சொன்னேன். "வாத நாடி பித்தத்தின் பக்கம் ஓடுது... பித்தம் கபத்தின் பக்கம் ஓடுது... கபம் உடம்போட உள்பக்கம் பார்த்து ஓடுது... எல்லா நாடியின் ஓட்டமும் ஒரே திசையில இருக்கு சார்..."

"பெர்ஃபெக்ட் தம்பி... சரியா கணிச்சீங்க... இப்ப மறுபடியும் பாருங்க... எடை நாடி..."

மறுபடியும் நாடி பார்த்தேன். இப்போது ஒவ்வொரு விரலாக வைத்து, பார்த்தேன். வலது, இடது இரண்டு கைகளிலும் ஒரே மாதிரியே இருந்தது.

என்ன என்பது போல் பார்த்தார் அன்பு. "வாதமும் பித்தமும் வலுவா இருக்கு... வழக்கமான எடையை விட கூடுதல்... கபம் மெலிஞ்சு போயிருக்கு... சார்..."

"ம்... இது முப்பது கடிகை நாடி..."

"அப்படினா என்ன சார்...? நான் இதுவரைக்கும் இப்படி நாடியை பார்த்ததே இல்லை சார்... புதுமையா இருக்கு..."

"இது ரொம்ப அரிதா வர்ற நாடி... மிகச் சிலருக்குத்தான் இதைப் பார்க்க முடியும்... அப்புறம் விளக்கமா சொல்றேன்... தம்பி"

அங்கிருந்த மிக முக்கியமான புத்தகங்களை எல்லாம் அடுக்கி வைத்து, சரடுகளால் கட்டச் சொன்னார். "ரேர் கலக்சன் பேக்கிங்... என்னோட ரூம்ல, மருந்து ரூம்ல எங்க ரேர் புக்ஸ் இருந்தாலும் எடுத்துட்டு வந்து கட்டுங்க தம்பி..." என்று சொல்லிக் கொண்டே அவர் மேஜையின் கீழறையில் இருந்த ஓலைச்சுவடியையும் எடுத்து புத்தகங்களோடு வைத்தார். நான் புத்தகங்களை அடுக்கி, கட்டிக் கொண்டிருக்கும் போதே தொலைபேசியில் யாருக்கோ அழைத்தார்.

"வணக்கம்ணே... நல்லா இருக்கீங்களா...? பசங்க என்ன செய்றாங்க?" சிறிது அமைதிக்குப் பிறகு, மறுபடியும் பேசினார்.

"இன்னைக்கு கம்பம் வர்றீங்களாண்ணே...? சும்மா பார்க்குறதுக்குத்தான்... இல்ல உடம்புக்கெல்லாம் நல்லாத்தான் இருக்கு... கொஞ்சம் பேசணும்... முடிஞ்சா சாயங்காலம் கிளம்பிக் கூட வாங்கண்ணே... சரி... சரி... கொஞ்சம் தள்ளி வச்சிட்டுக்கூட வாங்க... அப்பிடியா...? சரிங்கண்ணே... நாளைக்கா...? சரிங்கண்ணே... வாங்க" என்று சொல்லி விட்டு போனை வைத்தார்.

என்னைப் பார்த்து சிரித்துக்கொண்டார். "யாருக்கு சார்...? மதுரைல இருக்க அண்ணனுக்கா சார்...?"

"ஆமா தம்பி... இன்னைக்கே பார்த்துரலாம்னு நினைச்சேன்... சரி பரவாயில்லை... நாளைக்கு வர்றாராம்... எப்படியும் வந்துருவார்... முக்கியமான வேலை இருக்கு..."

நாளைக்கு என்ன முக்கியமான வேலை என்று எனக்குத் தெரியவில்லை. பிறகு கேட்கலாம் என்று நினைத்துக் கொண்டேன்.

"சார்... புக்ஸ் எல்லாம் கட்டியாச்சு... என்ன செய்யணும்?"

"ஒரு ஆட்டோல கொண்டு போய் உங்க வீட்டுல வச்சுட்டு வந்துடுங்க... அப்புறமா எடுத்துக்கிறேன்..."

"ஏன் சார்... எங்க வீட்ல...?"

"ஒரு சேஃப்டிக்குத்தான் தம்பி... ஏன் அங்க வச்சுக்க மாட்டீங்களா...?"

"சார்... அதெல்லாம் பிரச்சினை இல்லை... வச்சிக்கலாம் சார்."

"அப்ப சொன்னதை செய்யுங்க... வச்சுட்டு அதே ஆட்டோல வந்திருங்க... கொஞ்சம் வேலை இருக்கு..."

"சரிங்க சார்..." என்று சொல்லி விட்டு நான் ஆட்டோவை அழைக்கச் சென்றேன். சிறிது நேரத்தில் ஆட்டோவில் வந்து, புத்தகக் கட்டுகளைக் கொண்டு போய் வீட்டில் வைத்து விட்டு வந்தேன். ஆட்டோ கிளினிக் வாசலில் நின்றிருந்தது.

"தம்பி... கிளம்பலாமா?" என்றார்.

"எங்க போறோம் சார்...?"

"ஊர் சுத்தப் போறோம்..."

என்னையும் அழைத்துக்கொண்டு, ஆட்டோவில் ஏறினார் அன்பு. டிரைவரிடம் சொன்னார்... "அப்படியே நடராசன் கல்யாண மண்டபம் போங்க..." என்றார்.

ஆட்டோ குமுளி நோக்கி செல்லும் சாலையில் கிளம்பியது. அன்பு என்னைப் பார்த்து கேட்டார். "கிளினிக்குக்கு எதுவும் கடன் இருக்கா தம்பி...? ஏதாவது மருந்து வாங்குனது, புக்ஸ் வாங்குனது, சாப்பாடு... இப்படி ஏதாவது? யாருக்காவது பணம் தர்றேனு சொல்லியிருந்தோமா.?"

"எதுவும் இல்லை சார்... நாம் கடன் வாங்குறது இல்லைல சார்... எப்பவாவது அவசரத்துக்கு வாங்கினாலும் அன்னைக்கே குடுத்திருவோம் சார்... எதுக்கு இதெல்லாம் கேக்குறீங்க...?"

இன்று காலையில் இருந்தே அவர் செயல்கள் தொடர்பற்று இருப்பதாகத் தோன்றியது.

"இல்ல தம்பி... ஏதோ குடுக்க வேண்டியது மாதிரி இருந்துச்சு... அதுதான் கேட்டேன்... ஞாபக மறதினு நினைச்சிட்டீங்களா...?" கட கடவென உடல் குலுங்கச் சிரித்தார் அன்பு.

ஆட்டோ நடராசன் மண்டபத்தை நெருங்கி விட்டது. "தம்பி... இங்க திருப்பி... மெயின் ரோட்லயே போங்க... சந்தை வரைக்கும் போங்க... கொஞ்சம் மெதுவா போங்க..." என்றார் அன்பு.

"எங்க சார் போறோம்...?"

"காலைல சொன்னேன்ல தம்பி... ஊர் சுத்த... நடந்து போலாம்னு நினைச்சேன்... தூரம் அதிகம்னால ஆட்டோ..." என்று சொல்லி விட்டு, வெளியே வேடிக்கை பார்க்கத் துவங்கினார். வலது புறமும், இடது புறமும் மாறி மாறி குழந்தையின் ஆர்வத்தோடு, பார்த்துக் கொண்டே வந்தார் அன்பு. காட்சிகள் ஒவ்வொன்றையும் மனதால் விழுங்குவது போன்று, ஊரையே அள்ளிப் பருகினார்.

ஆட்டோ மெதுவாக ஊர்ந்து சென்று, சந்தையை அடைந்தது. மறுபடியும் திரும்பி கோட்டை கோயில் முன்பு இறக்கி விடச் சொன்னார். சில நிமிடங்களில் போய்ச்சேர முடிந்த தூரத்தை, அரை மணிநேரமாகக் கடந்தோம். கோட்டை வாசல் முன்பு இறங்கி, கிளினிக்கை நோக்கி நடந்து போகலாம் என்று சொன்னார்.

மெதுவாகப் பேசிக்கொண்டே நடக்க ஆரம்பித்தோம். அன்பு அவரே பேச ஆரம்பித்தார். "நான் சின்ன வயசில கோயில்லயே கிடப்பேன்... அவ்வளவு பக்தி. பாட்டிகிட்ட இருந்து வந்தது. என்ன வேணும்னாலும் கடவுள்கிட்ட கேட்கச் சொல்லிப் பழக்கினார். கடலை மிட்டாய் வேணும்னா கூட கடவுள்ட்ட தான் கேப்பேன். கொஞ்ச நேரத்துல என் படுக்கை மேல மிட்டாய் இருக்கும்... எது வேணும்னாலும் சின்னப் பசங்க சத்தம் போட்டு கேட்கணும்னு சொன்னார் பாட்டி. கொஞ்ச நாள் கழிச்சுத்தான் தெரிஞ்சது எல்லாம் பாட்டியோட வேலைனு. எனக்கு புரியறதுக்காகத்தான் அப்படி செஞ்சதாவும், உண்மையிலேயே மனசுக்குள்ள கடவுள்கிட்ட கேட்டா நல்லதா, நியாயமா இருந்தா நடக்கும்னு பாட்டி சொன்னாங்க... அப்புறம் உண்மையிலயே நான் கடவுள்கிட்ட கேட்க ஆரம்பிச்சேன்... சில விஷயம் நடக்கும்... பல விஷயங்கள் நடக்காது... "நீ கேட்குற விதத்துல தப்பு இருக்கு... இன்னும் ஆழமா கேளு... தேவை உண்மைனு கடவுளுக்குத் தெரிஞ்சா கண்டிப்பா குடுப்பாரு'னு சொன்னார் பாட்டி. அப்ப இருந்து எது நடக்கலையோ அதெல்லாம் நம்ம கேட்டதுல இருந்த தப்புனு புரிஞ்சிக்கிட்டு, மறுபடி மறுபடி கேப்பேன்."

அப்போதுதான் திறந்து கொண்டிருந்த கடைகளை வேடிக்கை பார்த்தவாறு நடந்துகொண்டிருந்தோம். அன்பு தொடர்ந்து பேசினார்.

“ஒருநாள் என் ஸ்கூல்ல ஒரு பிரச்சினை... என் கிளாஸ்ல படிச்ச பையன் ஒருத்தன் வாத்தியாரோட பேனாவை திருடிட்டான்... அவன் எடுக்கும்போது நான் பார்த்தேன்... என்னைப் பார்த்த அவன், என்கிட்ட வாத்தியார்கிட்ட சொல்ல வேணாம்னு கெஞ்சினான். நானும் சொல்லாம விட்டுட்டேன்... அப்பயும் கடவுள்கிட்ட அவனுக்காக மன்னிப்பு கேட்டேன்... அன்னைக்கு மதியம்தான் வாத்தியாரோட பேனாவைக் காணோம்னு அவருக்குத் தெரிஞ்சது... எல்லார்கிட்டயும் கேட்டுப் பார்த்தார்... யாருக்கும் தெரியல... நானும் சொல்லல... அப்புறம் எல்லாரோட பையையும் செக் பண்ணச் சொன்னார்... அவன் மாட்டிக்கிறப் போறானு நான் பதற்றமா இருந்தேன்... கடைசில அந்தப் பேனா என் பைக்குள்ள இருந்து கிடைச்சது... நான் பதறிப் போயிட்டேன்... கடவுள்கிட்ட கெஞ்சி, என்னைக் காப்பாத்த சொல்லி அழுதேன்... வாத்தியார்கிட்டயும் நான் எடுக்கலனு சொல்லிப் பார்த்தேன்... யாரும் என்னை நம்பல... மறுபடி மறுபடி கடவுள்கிட்ட கெஞ்சிக்கிட்டே இருந்தேன்... மனசு அழுது கரைஞ்சது... இதுக்கு முன்னால இவ்வளவு உருகி நான் வேண்டிக்கிட்டதே இல்ல... நான் கேட்டது நியாயம்... உண்மை... ஆனா, கடைசில நான்தான் திருடினேன்னு சொல்லி, அப்பாகிட்ட சொல்லிட்டாங்க..... பாட்டியும் நம்பிட்டாங்க... அப்பதான் எனக்கு கடவுள் பத்தி ஒரு உண்மை புரிஞ்சது... இதே மாதிரி சூழ்நிலை வரும் போது ஒவ்வொருத்தருக்கும் அந்த வாய்ப்பு வரும்... அப்ப கடவுளை புரிஞ்சிக்கலாம்...”

“சாதாரணமா நாம கடவுள்கிட்ட என்ன கேக்குறோம்...? வேலை கிடைக்கணும்... சோறு வேணும்... போட்டில ஜெயிக்கணும்... எக்சாம்ல பாஸ் பண்ணணும்... இதுதான...? உலகத்துல எத்தனை பேரு உயிரக் காப்பாத்தச் சொல்லி கடவுள்கிட்ட மன்றாடிக்கிட்டே செத்துப் போயிருக்காங்க... எத்தனை சின்ன வயசுக் குழந்தைக கொடுமையில சிக்கி செத்துப் போகுது...? அவங்க பிரார்த்தனையை விட நம்ம கேக்குறதெல்லாம் அல்பம்... இல்லையா...? அதுவே நடக்கலன்னா... நாம கேக்குறது என்ன ஆகும்...? கடவுளோட பெயர் சொல்லி எப்பவும் எரிஞ்சிக்கிட்டே இருக்கிற இஸ்ரேல் பாலஸ்தீனம், போரோடவே வாழப் பழகிட்ட இலங்கை, இந்தியாவோட வட கிழக்கு மாநில மக்களோட துயரங்கள்... அதெல்லாம் நமக்கு வெறும் செய்திதான்... அங்க போய்ப் பார்த்தா பிரார்த்தனை பத்திய உண்மையை புரிஞ்சிக்க முடியும்... இங்க எல்லாத்தையும் செயல்தான் தீர்மானிக்குது... செயலைச் சரியா செஞ்சா அதுதான் சரியான பிரார்த்தனை. கஷ்டம் வந்தவன்

அதப்பார்த்து புலம்புறதுக்குப் பேரு பிரார்த்தனை இல்ல... அதுல இருந்து வெளிய வர்றதுக்கான செயலைக் கண்டுபிடிக்கணும்... அதுக்குரிய எல்லா திறனும் மனசுக்கு இருக்கு... இயற்கையின் பேராற்றல்கள் சரியான செயல்களைச் செய்றவங்களுக்கு விளைவு மூலமா பதில் சொல்லுது... அதுல இயற்கைக்கு நெருக்கமானவன், பிடிக்காதவன் அப்படிங்குற பாகுபாடு இல்ல... செயல்களோட விளைவுகளைத் தர்றதுதான் இயற்கையோட ஒரே வேலை ...”

நாங்கள் பேசிக்கொண்டே கிளினிக்கிற்கு வந்து விட்டோம். கிளினிக்கின் உள்ளே நுழையும் போது அன்பு சொன்னார் “இந்தக் கிளினிக்கிற்கே ஆதுர சாலைனு பெயர் வைக்கணும்னு தோணுச்சு... வைக்காம விட்டுட்டேன்...”

“சார்... இப்பக் கூட போர்ட கழட்டி மாத்தி எழுதிரலாம்... ஆர்டிஸ்ட்கிட்ட சொன்னா உடனே எழுதிருவாங்க... கூப்பிடலாமா சார்...?’

“வேணாம் தம்பி... இனி பயன்படாது... எந்த ஒரு விஷயமா இருந்தாலும் தோணுன உடனே செஞ்சிறணும்... தள்ளிப் போட்டம்னா... செய்யவே முடியாமப் போயிரும்...”

சில மணிநேர வேலைதான். இப்போது சொன்னால் கூட மாலைக்குள் தயாராகி விடும். வேண்டாம் என்கிறார் அன்பு. அவர் ஒருமுறை சொல்லி விட்டால், அது முடிவானதாக இருக்கும். அப்படியே விட்டு விடலாம் என்று தோன்றியது.

அவருடைய அறைக்குள் போய் அமர்ந்தோம். திடீரென நினைவு வந்தவராய், “உங்களுக்கு பேங்க்ல அக்கவுண்ட் இருக்கா... தம்பி...?”

“ஏங்க சார்...? ஒரு அக்கவுண்ட் இருக்கு... பெரிசா யூஸ் பண்றதில்ல... ”

“எல்லாத்துக்கும் கேள்வி கேட்கக் கூடாது... அக்கவுண்ட் ஆக்டிவ்ல இருக்கா...?”

“இருக்குங்க சார்...”

மேஜை டிராயரில் இருந்து ஒரு காசோலையை எடுத்து, என் பெயரை எழுதினார். தொகையைப் பூர்த்தி செய்தார். அதைப் பார்த்ததும் எனக்கு அதிர்ச்சியாக இருந்தது. ஐந்து லட்சம் என்று எழுதியிருந்தார்.

"தம்பி... இத அக்கவுண்ட்ல வச்சிருங்க... என்ன செய்யணும்னு அப்புறம் சொல்றேன்...?"

"பெரிய வேலையா சார்...? ரொம்பப் பெரிய தொகையா இருக்கே சார்...?"

"ஆமா தம்பி... அவ்வளவுக்கும் செலவு இருக்கு... உடனே அக்கவுண்ட்ல போட்டிருங்க... இப்பயே போய்ட்டு வாங்க... இல்லனா வேற வேலை வந்துரும்..." என்று சொல்லி விட்டு நாற்காலியில் ஆசுவாசமாய் சாய்ந்து கொண்டார்.

நான் அங்கிருந்து நடந்து போய், மெயின் ரோட்டின் வழியாக மார்க்கெட் வீதிக்கு வந்து வங்கிக்குச் சென்றேன். சில நிமிடங்களில் வேலை முடிந்தது. செக்கை வாங்கிப் பார்த்ததும், அது மேலாளர் அறைக்குள் சென்றது. அவர் அங்கிருந்து அன்புவிற்கு போன் செய்திருப்பார் போல. அடுத்த சில நிமிடங்களில் ஒரு ரசீதினை எழுதிக் கொடுத்து அனுப்பி விட்டார்கள். நான் மறுபடியும் கிளினிக்கிற்கு வந்து சேர்ந்த போது, அன்பு நோட்டில் சித்தர் பாடல்களை எழுதிக் கொண்டிருந்தார். என்னைப் பார்த்ததும் புன்னகைத்தார்.

"சரிங்க தம்பி... நீங்க வீட்டுக்குப் போயிட்டு சாயங்காலமா வாங்க... இன்னைக்கு நைட் என் கூட தங்கிக்குங்க... வீட்ல சொல்லிட்டு வந்திருங்க..."

"சரிங்க சார்..." என்று சொல்லி விட்டு, வீடு நோக்கி கிளம்பினேன். பெரும்பாலும் இரவுகளில் அன்பு தங்கச் சொல்வதில்லை. மிக அரிதாக சில நாட்களில் ரசாயன மருந்துகள் தயாரிக்கும் போது, உதவிக்காக அழைப்பார். மருந்து வேலைகள் முடிந்தவுடன் அங்கேயே தங்கிக் கொள்ளச் சொல்வார். இன்னும் சில நேரங்களில் இரவு சீக்கிரமாகத் தூங்கச் சொல்லிவிட்டு, அதிகாலை 3 மணிக்கு எழுப்பி விடுவார். அப்போது மருந்து தயாரிப்பு வேலைகள் துவங்கும். கிளினிக்கில் சேர்ந்த ஒரு வருடத்தில் நான்கைந்து முறைகள்தான் இரவு தங்கியிருக்கிறேன். அதன் பிறகு அன்று பாஸ்கர் வந்திருந்த போது இருவரும் தங்கியதுதான். இன்று என்ன மருந்து தயாரிக்கப் போகிறார் என்று தெரியவில்லை.

30

மாலை ஆறு மணிக்கு கிளினிக்கிற்கு வந்து சேர்ந்தேன். அவருடைய சிகிச்சை அறையில்தான் அன்பு இருந்தார். இன்று காலையில் இருந்தே சிகிச்சைக்கு யாரும் வரவில்லையே என்று இப்போதுதான் யோசித்தேன். அவர் அறைக்குள் நுழைந்ததும் கேட்டேன்.

"கேட்டவுங்களை இன்னைக்கு வர வேணாம்னு நான்தான் சொன்னேன் தம்பி... ஒரு நாள் ஃப்ரீயா இருக்கலாம்னுதான்..."

"சரிங்க சார்..." என்று சொல்லி அவர் முகத்தைப் பார்த்தேன். வழக்கத்தை விட பிரகாசமாக, அழகாக இருந்தார்.

"என்ன தம்பி புதுசா பார்க்கிறீங்க...?"

"இன்னைக்கு ரொம்ப அழகா இருக்கீங்க சார்..." சொன்னதும் அவருடைய அதிர்வு சிரிப்பு ஆரம்பமானது. உடல் குலுங்க, கண்களை இடுக்கிக் கொண்டு சிரித்தார். கண்களின் ஓரத்தில் நீர் வழிந்தது. அவர் எப்போதும் ஆழ்ந்து சிரிக்கும் போது கண்ணீர் கசிந்து விடும். அவர் சிரிப்பதைப் பார்க்கும் போதே, மனுசன் எவ்வளவு ரசித்து சிரிக்கிறார் என்று தோன்றும்.

"ஊனுருகி உயிர் பெருகி... தீ பெருகி நிற்கிறது..." அவருடைய குரல் மெதுவாக இவ்வரிகளை உச்சரித்தது.

சற்று நேரம் நோட்டில் இருந்த பாடல்களையே பார்த்துக்கொண்டிருந்தார். சிறிது நேரத்தில் என்னை நோக்கி நிமிர்ந்து உட்கார்ந்தார்.

“தம்பி... இறப்பு பத்தி என்ன நினைக்கிறீங்க...?”

“எனக்கு இறப்பை பத்தி பெரிய யோசனை ஒண்ணும் இல்ல சார்... நான் இருக்கிற வரைக்கும் இறப்பு வராது... இறந்ததுக்கு அப்புறம் நான் இருக்க மாட்டேன்... எதுக்கு வீணா யோசிக்கணும்னு விட்டுருவேன் சார்...”

“சரிதான் தம்பி... இங்க இருக்கிற வேலைகளை விட்டுட்டு இதைப் பத்தி யோசிக்கிறது வீண் வேலைதான்... எனக்குப் புரிஞ்சத சொல்லவா...? அதுவும் வேணாமா...?”

“சொல்லுங்க சார்... நானா யோசிச்சா குழப்பம்தான் மிஞ்சும்னு விட்டுடறேன் சார்... உங்களுக்குப் புரிஞ்சதை சொல்லுங்க சார்...”

“ஒரு பொருள் உருவாகும் போதே அதோட மூலப் பொருட்களைப் பொறுத்து, சூழலைப் பொறுத்து, தயாரிப்பைப் பொறுத்து அதுக்கு ஒரு எக்ஸ்ப்ரி டேட் இருக்கும்... அது மாதிரியே ஒவ்வொரு உடலும் உருவாகும்போதே ஒரு எக்ஸ்ப்ரி டேட் இருக்கும்... அது நேச்சுரல் எக்ஸ்ப்ரி டேட்... அப்புறம், நம்ம வாழ்க்கை முறை, உணவு, பழக்கவழக்கம், மனசு... இது மூலமா உடம்ப கெடுத்துக்கவும் செய்யலாம்... ஆரோக்கியத்தை பாதுகாக்கவும் செய்யலாம்... இருக்கிற ஆரோக்கியத்தை கெடுத்து, எக்ஸ்ப்ரி டேட்டை சீக்கிரம் வரவழைச்சுக்கலாம்... இதுக்குப் பேரு ஆர்டிஃபிசியல் எக்ஸ்ப்ரி. நாமளே தேடிக்கிறது. ஒவ்வொரு மனுஷனுக்கும் இயற்கை ஒரு எக்ஸ்ப்ரி டேட்டை முடிவு செய்யுது... ஆனால், முன்னாடியே கூப்புட்டுக்குற வாய்ப்பையும் தருது... அந்தக் காலத்து மனுசங்க நேச்சுரல் எக்ஸ்ப்ரி வரைக்கும் வாழ்ந்து இறந்தாங்க. இந்தக் காலத்துல எல்லாத்தையும் கெடுத்து அவங்களே எக்ஸ்ப்ரி டேட்டை முன்னாடியே கூப்பிட்டுக்கிறாங்க... இறப்புல ரெண்டு வகை... ஒண்ணு இயற்கையான இறப்பு. இன்னொன்னு செயற்கையா, தானே வரவழைச்சிக்கிட்ட மரணம்.”

“ஏதோ கேள்வி உதட்டுல நிக்குற மாதிரி இருக்கே தம்பி... கேட்டுருங்க...”

“இறப்பு மரணம் ரெண்டும் வேற வேறயா சார்...?”

“ரெண்டு இறப்பு இருக்கு... அதுனால இந்த வார்த்தைகளை அங்க வச்சுக்கிறோம்... இறப்பு அப்படினா இயற்கையோட இயைந்து, கரைந்து போறது. மரணம்னா...? ம்... உங்களுக்குத் தெரிஞ்சிருக்கும்... ரணம்னா என்ன...?”

“ரணம்னா புண்ணு... காயம்... சார்”

“மா அப்படினா மிகப் பெரிய... ரணம்னா காயம்... மா... ரணம்தான் மரணம்... புரியுதா...?”

“மிகப் பெரிய வேதனையோட, வலியோட இறந்தா அது மரணம்... சரியாங்க சார்?”

“ஆமா..... இறப்புனா இயற்கையானது... மரணம்னா வரவழைச்சிக்கிட்டது... ரெண்டுக்கும் மிகப்பெரிய வித்தியாசம் இருக்கு... உயிர் பிரிஞ்ச பிறகு, அந்த உடல் சொல்லிடும்... இது இறப்பா இல்லை மரணமானு...”

இதுவரை கேள்விப்படாததாக இருந்தது. இறந்த உடலில் என்ன வித்தியாசம் இருந்து விடப்போகிறது? எல்லா உடல்களும் ஒரே மாதிரியாகத்தானே இருக்கின்றன? எனக்குள் எண்ணங்கள் பெருக்கெடுத்து ஓடின.

“சித்தர் பாடல்கள்ல இந்த வித்தியாசங்களை அங்கொண்ணும், இங்கொண்ணுமா சொல்லி வச்சிருக்காங்க... நிறைய அறிகுறிகள் இருக்கு... ஒரு மனுஷன் செத்ததுக்கு அப்புறமா டெத் கன்ஃபர்மேசனுக்கு எதெல்லாம் முக்கிய அறிகுறிகள்...?”

“பல்ஸ் இருக்காது... கண்களோட பீப்பிள்ஸ் சுருங்கி விரியாது... உடல் விறைச்சு போயிடும்... ஸ்மெல் வரும்... பாடி வெயிட் அதிகமாயிரும்... டி கம்போஸ் ஆகும்...”

“அவ்வளவுதானா...? இன்னும் முக்கியமான ஒன்னு இருக்கே... தம்பி... சரி, இப்படிக் கேக்குறேன்... தூக்கு மாட்டிக்கிட்டு யாராவது செத்துப் போனாங்கன்னா அவங்க இறந்த இடத்தை எப்படி கன்ஃபர்ம் பண்ணுவாங்க...?”

“இறந்த இடத்துல செக்சுவல் ஃப்ளூயிட் கிடக்கும்... ஆண்களா இருந்தா செமன் மார்க்...”

“ம்... அதுதான்... டெத்தோட அடிப்படையே இதுதான்... ஆனால்... நீங்க சொன்னதுல பெரும்பாலான சிம்ப்டம்ஸ் மரணத்தோடது... தம்பி... இது நேச்சுரல் இல்ல...”

“விளக்கமா சொல்லுங்க சார்...?”

“ஒரு மனுஷன் கருவா உருவாகிறது இந்த செக்சுவல் ஃப்ளூ யிட்ல இருந்து தான்... அவன் சாகும் போதும் அந்த செக்சுவல் ஃப்ளூயிட் தான் மரணத்தையும், இறப்பையும் காட்டிக் குடுக்குது... ஒரு மனுஷன் இறக்கும் போது உருவாகுற வேதனையினால அவனுக்கு மலமும், விந்துவும் வெளியேறிரும்... விந்து வெளியேறிட்டா எல்லாம்

முடிஞ்சதுனு அர்த்தம்... உடம்போட சூடு குறைய ஆரம்பிக்கும்... தசைகள் இறுகிடும்... நாத்தமடிக்கும்... உடம்போட வெயிட் கூடும்... நேரம் கூடுதலானா அழுகல் ஆரம்பிக்கும்... இதெல்லாமே மரணத்தோட அறிகுறிகள்... இறப்பு இப்படி இருக்காது... இயற்கையா இறக்குறவங்களுக்கு நாடித்துடிப்பு அடங்கும்... கண்கள் சுருங்கி விரியாது... ரத்த ஓட்டம் நின்னு போகும்... ஆனால், உடம்பு விரைக்காது... விந்து வெளியேறாது... நாத்தமடிக்காது... வெயிட் கூடாது... முகம் தூங்குற மாதிரியே இருக்கும்..."

"இதெல்லாம் தியரிதான சார்...? நீங்க இப்படி இறந்தவங்கள பாத்திருக்கீங்களா சார்...?"

"பார்த்திருக்கேன்... வாய்ப்பிருந்தா நீங்களும் பார்க்கலாம்... புதுக்கோட்டைப் பக்கத்துல இருக்க மெய்வழிச்சாலைல, மதுரைல இருக்கிற ஆதி சாலைல, கேரளாவுலயும் தமிழநாட்டிலயும் இருக்கிற சிவானந்தர் கிராமங்கள்ல, வண்ணாத்திப் பாறைல இருக்கிற சர்வ கலா சாலைல, சிவகங்கை பக்கத்துல சகஜ சன்மார்க்க சாலைல... இப்படி நிறைய இடங்கள்ல இப்படி இறப்புகள் இன்னும் நடந்துக்கிட்டுத்தான் இருக்கு... ஒவ்வொரு குழுவுக்கும் ஒவ்வொரு கொள்கை... ஒவ்வொரு நம்பிக்கை... சாதாரணமா நடக்கிற சாவுகள் எல்லாம் மரணம்தான்... ரொம்ப அரிதா நம்ம சொந்தக் காரங்கள்ல பழைய தலைமுறைகள்ல இது நடக்கலாம்... நான் மெய்வழிச்சாலைல பார்த்திருக்கேன்... இறப்பை அங்க அடக்கம்னு சொல்லுவாங்க... அடக்கமானவங்க உயிரோட வாழ்றதா நம்புறாங்க..."

"ஆச்சரியமா இருக்கு சார்... இறந்த உடம்பில இவ்வளவு வித்தியாசமா...? இறந்தவங்க வாழ்றாங்க அப்படிங்குற நம்பிக்கை உங்களுக்கு இருக்கா சார்...?"

"இல்ல தம்பி... அவங்க நம்புறாங்க... நான் இதை வேற மாதிரி புரிஞ்சிக்கிறேன்... மனுஷ உடம்புல இருக்கிற காற்றை, சக்தியை சித்தர்கள் பத்து வகையா பிரிச்சிருக்காங்க... நாம புரியறதுக்காக ரெண்டா பிரிச்சிக்குருவோம்... ஒன்னு உயிர், இன்னொன்னு சக்தி. இந்த சக்தியைத்தான் நாம எதிர்ப்பு சக்தி, பராமரிப்பு சக்தினு சொல்றோம். இந்த உடம்போட எல்லா வேலைகளையும் பார்க்குறது இந்த சக்திதான். இது நிக்காம இயங்கிக்கிட்டே இருக்கும்... உயிருக்கு ஒரு வேலையும் இல்ல... அது சும்மா சிவனேனு இருக்கும்... சிவன்னா சீவன்... அது உயிர்தானே...? உயிர் இருக்கும்... இல்லைனா பிரிஞ்சிரும்... அதுக்கு ரெண்டே நிலைதான். இந்த சக்திதான் வேலை செஞ்சிக்கிட்டே இருக்கும்... சோர்வடையும்... குறைஞ்சு போகும்... மறுபடியும் சரி செஞ்சிக்கிரும்... இந்த உயிர் இருக்கே

அது சக்தி இருந்தாத்தான் இருக்கும்... சக்தி எப்ப தீருதோ அப்ப பிரிஞ்சிரும்... சரியா...? அப்ப உயிரை தக்க வச்சிக்கிறனும்னா என்ன செய்யணும்...? சக்தியை நல்லா பார்த்துக்கிறணும்... சக்தி நல்லா இருக்கணும்னா... உடம்ப நல்லா வச்சிக்கிறணும்னு அர்த்தம்... 'உடம்பார் அழியின் உயிரார் அழிவர்' அப்படினா இதுதான். உடம்ப நல்லா வச்சிருக்கணும் அப்படிங்கிறதுக்குள்ள மனசை நல்லா வச்சிக்கிறனுங்கிறதும் அடக்கம்.

சரி... இப்ப விஷயத்துக்கு வருவோம்... இந்த உடம்போட இயற்கையான எக்ஸ்ப்ரி டேட் வரைக்கும் சக்தியை பத்திரமா பாதுகாத்தா இயற்கையா சாகலாம்... இல்ல, எல்லாத்தையும் வீணாக்கி சீக்கிரமா மரணமடையலாம்... இந்த சக்தி மிச்சமிருக்கிற போதே நம்ம எக்ஸ்ப்ரி டேட் வந்திட்டா... அதுதான் இறப்பு. அந்த சக்தியோட ஒரு பகுதி நம்ம உடம்புல தங்கிரும்... அதுனாலதான் இந்த அறிகுறிகள் எல்லாம்... இறந்த பிறகும் உடம்பு பல நாள் சூடாவே இருக்கும்... மரணம்னா சக்தி தீர்ந்து போச்சுனு அர்த்தம்...

இறப்பு வரும் போது நம்ம மனநிலை அமைதியா இருந்தா அது இயற்கையான இறப்பா இருக்கும்... பீதில, பயந்து செத்தா அது மரணமா இருக்கும்... சாதாரண காலத்திலயே சக மனுசங்களோட உணர்வுகளை மதிக்காம, யாருக்கும் உதவாம இருக்கிறவனுக்கு கடைசி நேரத்துல அமைதி கிடைக்குமா...? சாத்தியமே இல்லை. ஒவ்வொரு நிமிசமும் நிறைவோட வாழ்றவனுக்குத்தான் கடைசி நிமிசமும் நிறைவா, அமைதியா இருக்கும்... இந்த அறிகுறிகள்ல விபத்து, குழந்தை இறப்பு மாதிரியான விதி விலக்குகளும் இருக்கு... இயற்கையான இறப்பு அடைஞ்சவங்களோட சிந்தனைகள் காலத்துக்கும் வேலை செய்யும்... பல புதிய மனுசங்களைக் கண்டுபிடிக்கும்... அதோட இயக்கம் நிக்காது..."

"அப்ப உயிர் என்ன ஆகும் சார்...?"

"ஒரு ஆற்றல் இன்னொரு ஆற்றலா மாறுறது தானே இயற்கை விதி...? உயிர் பிரிஞ்சிரும் அப்படினு சொன்னாலே, அது பஞ்சபூதங்களா பிரிஞ்சி இயற்கையோட கலந்திரும்னு அர்த்தம்..."

"அப்ப சொர்க்கம், நரகம்...?"

"வாழும்போது நாமளே உருவாக்கிக்கலாம்...."

ஆழமான அமைதி நீடித்தது. என்ன கேட்பதென்று நானும், எதுவும் சொல்வதற்கு இல்லையென்று அவரும் அமர்ந்திருந்தது போல நிமிடங்கள் ஓடிக்கொண்டிருந்தன. அன்பு சொன்ன

அனைத்தும் மனதில் இறங்கின. கேள்விகளெல்லாம் ஓடித் தீர்ந்து விட்டது போல இருந்தது.

இந்த நாள் நெடிய நாளாக, நிமிடங்கள் ஒவ்வொன்றும் நீண்டு செல்வதாகத் தோன்றியது. வெளியே இருட்டி விட்டது. காலமற்ற பயணம் ஒன்றை மேற்கொண்டு திரும்பியது போல உணர்ந்தேன். எட்டு மணிக்கெல்லாம் இருவரும் கிளம்பி வேலப்பர் கோவில் தெருவிற்கு நடந்து வந்தோம். அங்கு மாடியில் அமைந்திருந்த சரவண பவனில் சாப்பிட அமர்ந்தோம். எனக்கு மட்டும் உணவு வாங்கித் தந்து விட்டு, அன்பு வேண்டாம் என்று சொல்லி விட்டார். நான் சாப்பிடுவதையே பார்த்துக்கொண்டிருந்தார். அவ்வப்போது எதையோ நினைத்து சிரித்துக் கொண்டார். இருவரும் பேசிய படியே கிளினிக்கிற்கு வந்து சேர்ந்தோம். அன்பு அவருடைய குழந்தைப் பருவ நினைவுகளையும், பள்ளி நாட்களையும் பற்றி பேசியபடியே வந்தார்.

கிளினிக் வந்து சேர்ந்ததும் அமைதியானார். வாசற்படியில் நின்று இருபுறமும் திரும்பி வீதியைப் பார்த்தார். மெதுவாகப் படியேறி அவர் அறைக்குள் சென்றார். என்னை அழைத்து சிகிச்சை அறையைப் பூட்டி விட்டு மாடி அறைக்கு வரும்படி சொல்லி விட்டு, படிகளில் ஏறி அறைக்குச் சென்று விட்டார்.

அறையைப் பூட்டி விட்டு, அன்புவின் படுக்கை அறைக்குச் சென்றேன். அவர் படுக்கையில் அமர்ந்து சாய்ந்து கொண்டிருந்தார். "வாங்க தம்பி... இப்படி பெட்ல உட்காருங்க..." என்று அவர் உட்கார்ந்திருந்த கட்டிலைக் காண்பித்தார்.

"இப்ப நாடி பாருங்க தம்பி... திசை நாடியும், எடை நாடியும்..."

அவர் எப்போதுமே நாடி பார்க்கச் சொன்னதில்லை. இன்று இரண்டாவது முறையும் நாடி பார்க்கச் சொல்கிறாரே... என்று யோசித்துக் கொண்டிருந்தேன். அவருடைய வலது கையை வாங்கி, நான்கு விரல்களைக் கவ்விப் பிடித்துக் கொண்டு வாத நாடி பார்த்தேன். தொடர்ந்து பித்த, கப நாடிகள். அப்புறம் இடது கை.

"காலைல இருந்த மாதிரியே திசை நாடி இருக்கு சார்... வாதம், பித்தம், கபம் மூன்றும் உடலோட உள்பகுதியை நோக்கி அடிக்குது... எடை நாடில... வாதமும், கபமும் வலுவா இருக்கு... காலைல பார்த்ததை விட பித்தம் மெலிஞ்சிருக்கு... ஓடுறதே தெரியாத மாதிரி தன்மையா இருக்கு சார்..."

அ. உமர் பாரூக்

“சரிங்க தம்பி... நல்லா நாடி பார்க்குறீங்க... இதுதான் எனக்கு நாடி பார்க்குறதுல கடைசி... இப்ப பாருங்க... நடை, எடை, திசை... எல்லாத்தையும் தாண்டி துடிப்பு எது மாதிரி இருக்குனு பாருங்க...”

நான் மறுபடியும் நாடி பார்த்தேன்...” தெறிக்கிற மாதிரி... சிதறுற மாதிரி ஃபீல் ஆகுது சார்...”

“நல்ல நுட்பம் தம்பி... சீக்கிரமாவே உங்களுக்கு நாடி வந்திருச்சு... இந்திந்த நாடிகளுக்கு என்னென்ன அர்த்தம், என்னென்ன மருந்திங்கிறதை எல்லாம் சுவடிகள்லயும், புத்தகங்கள்லயும் படிச்சிக்கலாம்...”

“இது என்ன நாடி சார்... புதுசா இருக்கு...?”

“சொல்றேண்... பரபரப்படையாதீங்க... குழம்பாதீங்க... நிதானமா இருக்கணும்... சரியா... தம்பி...?”

அவர் பீடிகையே அறியும் ஆர்வத்தையும் மீறி, என்னைப் பரபரப்பாக்கியது. அவரைச் சொல்லவே வேண்டாம் என்று சொல்லி விடலாமா? என்று யோசித்தேன். காலையில் இருந்தே ஒரு வேறுபாடும், மனக்கலக்கமும் இருந்து கொண்டே இருக்கிறது.

“நான் சொல்லலன்னாலும் அது நடந்தே தீரும்... வாய்ப்பை விட்டுட்டு அப்புறம் வருத்தப்படக்கூடாது...? சொக்கட்டான் மறுமுறை உருட்டப்பட மாட்டாது...” சொல்லி விட்டு கட கடவெனச் சிரித்தார் அன்பு.

“சொல்லுங்க சார்...” என்றேன்.

“இது மரண நாடி...” என்று சொல்லி விட்டு அமைதியானார் அன்பு.

எனக்கு என்ன சொல்ல வருகிறார் என்று புரியவில்லை. மனம் மெதுவாக சிந்திப்பது போல இருந்தது. “அது ஏன் உங்களுக்குத் தெரியுது சார்...?”

“இதுதான் என்னோட கடைசி நாள்... நாளைக்கு சூர்ய உதயத்தில் நான் இருக்க மாட்டேன்...”

எனக்கு குழப்பமும், பயமும் கலந்த ஆழமான உணர்வு உருவானது. “சார்... விளையாடாதீங்க சார்...?”

“தம்பி... நடக்கப் போற உண்மையத்தான் சொல்றேன்... இது இன்னைக்கு உறுதியானதில்ல... நீங்க வேலைக்கு வந்த ரெண்டாவது நாளே நீர்க்குறி பார்த்தோம் ஞாபகம் இருக்கா... என்னோட ரத்தம்

தண்ணீல பட்டதும் கரைஞ்சு, பரவுச்சில்ல... அது மரணக்குறி. சிறுநீர்ல எண்ணெய் விட்டதும் அது தெறிச்சு வந்ததும், குதிரை, யானை தெரிஞ்சதும் எல்லாமே மரணக்குறிதான். இன்னைக்கு திசை நாடில நீங்க பார்த்ததும் அதே தான். எடை நாடில வாதமும், கபமும் வலு கூடி, பித்தமழியுறது இறுதி நேரத்தைக் குறிக்குது..."

"இந்த நாடியை மாத்துறதுக்கு மருந்து இல்லையா சார்...?"

உடல் குலுங்கச் சிரித்தார் அன்பு. "மரணத்துக்கு எந்த மருத்துவத்திலயும் மருந்தில்ல தம்பி..."

"உங்களுக்கு ஒரு தொந்தரவும் இல்ல சார்... உடம்புக்கு நல்லாத்தான இருக்கு..."

"நான் ஆரோக்கியமா சாகுறேன் தம்பி... ஏன் நோய் வந்து சாகணும்...? இது என்னோட நேச்சுரல் எக்ஸ்ப்ரி டேட்டா இருக்கலாம்..."

"வேற வழியே இல்லையா சார்...?" இறப்புகள் பற்றி அவர் விரிவாகச் சொல்லும் போது கேட்பதற்கு நன்றாகத்தான் இருந்தது. அதனை நேரடியாகப் பார்க்கப் போகிறோம், அதுவும் நெருக்கமான ஒருவருக்கு எனும் போது ஏற்றுக் கொள்ள முடியவில்லை. இந்த நாடியும், நீர்க்குறியும் பொய்யாகி விடக்கூடாதா என்று தோன்றியது.

"புரிஞ்சிக்கிறதுதான் ஒரே வழி... இயற்கையோட இயக்கத்தை யாரால நிறுத்த முடியும்...? புரிதல்ல இருந்து ஏற்கிற மனநிலை தானே வரும்... எனக்கு எந்த வருத்தமும் இல்ல தம்பி... என் வாழ்க்கைல ஒவ்வொரு நாளையும் எனக்கு நிறைவு தர்ற விதமாத்தான் கழிச்சிருக்கேன்... எந்தக் குறையும் இல்ல..."

என்ன பேசுவதென்று தெரியாமல் அமைதியாக நின்றேன். என் கைகளைப் பிடித்து, இழுத்து அவர் அருகில் அமர வைத்துக் கொண்டார்.

"திடீர்னு விட்டுட்டுப் போறீனு சொல்றீங்க சார்... நான் என்ன செய்ய சார்...?"

"இல்ல தம்பி... எல்லாம் சரியாத்தான் போயிட்டிருக்கு... ஒருவேளை நீங்க என்னை பார்க்காமலே இருந்திருந்தா அலோபதில மனசோட முரண்பட்டுக்கிட்டு, ரெட்டை வாழ்க்கை வாழ்ந்திருப்பீங்க... நீங்க நினைச்சதை செஞ்சு பார்க்க வாய்ப்பு கிடைச்சிருக்காது... இப்ப யோசிச்சு பாருங்க... நீங்க இப்ப வரைக்கும் தெளிவான பாதைல இருக்கீங்க... இனி, எங்க போனாலும் குழப்பம் வராது...

நெனச்சத செஞ்சு பார்க்கும் தைரியம் வந்தாச்சு... இன்னும் கொஞ்ச வேலைகளை உங்களுக்கு விட்டுட்டுப் போறேன்...”

“நான் என்ன செய்யணும் சார்...?”

“நான் கொடுத்த ‘ஆதுரசாலை’யை எழுதி முடிங்க... என்னோட எழுத்தோட சேர்த்து, உங்க அனுபவங்களை இணைச்சு எழுதுங்க... இப்ப எழுத வேணாம்... எழுதணும் அப்படிங்கிற உந்துதல் வர்ற வரைக்கும் காத்திருங்க... தம்பி.

உங்க அக்கவுண்ட்ல போட்ட பணம் “ஆதுரசாலை”க்காக... உங்களுக்கு ஒரு நாள் சித்த மருத்துவம் நம்மாலயும் பார்க்க முடியும் தோணும் போது ஆதுர சாலை அப்படிங்கிற உங்க கிளினிக்கை ஆரம்பியுங்க... அதுக்காகத்தான் அந்தப் பணம்...

என்னோட இறப்புக்கு பின்னால என் சொந்தபந்தம் வந்துரும்... அவங்க இஷ்டத்துக்கு விட்ருங்க... இந்த கிளினிக்ல இருந்து, ரெண்டு விஷயம் உங்களுடையது. ஒன்னு புத்தகங்கள். அத ஏற்கனவே குடுத்திட்டேன்... ரெண்டாவது மைக்ரோஸ்கோப். இன்னும் கொஞ்ச காலத்துக்கு அது உங்களுக்குத் தேவைப்படும்... மேஜை ட்ராயர்ல பணம் அப்படியே இருக்கு... அதை அப்படியே விட்ருங்க... போற இடத்துக்கு போகட்டும்...

கீழே பாய்ல படுத்துக்குங்க தம்பி... காலைல பார்க்கலாம்... என்று சொன்னார் அன்பு. நான் அமைதியாக அவருடைய குரலைக் கேட்டுக் கொண்டிருந்தேன். இனி, அந்தக் குரலைக் கேட்க முடியாதோ என்கிற சந்தேகம் என் மனதினை அரித்துக் கொண்டிருந்தது.

“அடுத்த முப்பது வருஷம் நவயுகமா இருக்கும்... இயற்கையை காசுக்காக வேகமா அழிப்பாங்க... எல்லாரும் பார்க்க மட்டும்தான்... தடுக்குற பலம் இருக்காது... அப்புறம் இயற்கை தனைய சரி செய்ற காலம் ஆரம்பிக்கும்... பணத்துக்காக செஞ்ச எல்லா விஷயமும் தவிடு பொடியாகும்... இருக்க இடமும், பசிக்கு உணவும் தேடி அலையுற மக்கள் அதிகமாகப் போறாங்க... பணத்தை வச்சு எதையும் வாங்க முடியாது... புயலும், வெள்ளமும், பஞ்சமும் மொத்தமா வரலாம்... இது ஜோசியம் இல்ல... மனுசங்க செஞ்சதோட விளைவு... அதையும் கடக்கத்தான் வேண்டியிருக்கும்... எந்தப் பொருளையும் தேவை யில்லாம வாங்காதீங்க... அடிப்படைத் தேவைகளை அதிகமாக்கிற வேணாம்... தேவை குறைஞ்ச வாழ்க்கைதான் நிறைவைத் தரும்.....

சரிங்க தம்பி... எனக்கு லேசா காய்ச்சல் வர்ற மாதிரி இருக்கு... நான் படுக்குறேன்... நீங்க தூங்குங்க..."

நான் அவருடைய நெற்றியைத் தொட்டுப் பார்த்தேன். கழுத்துப் பகுதியையும் தொட்டுப் பார்த்தேன். "சூடு தெரியலையே சார்..."

"இது தெரியாது தம்பி... எனக்குத்தான் நடுக்கமும், குளிரும் லேசா இருக்கும்..."

"சார்... சூடா பிளாக் டீ போடவா...?"

"ம்... கேட்கலாமானு யோசிச்சேன்... நீங்களே சொல்லிட்டீங்க..."

அசைவற்று நின்று போன மனதோடு, அருகிலிருந்த சமையலறையில் நுழைந்து தேநீர் தயாரிக்க ஆரம்பித்தேன். அங்கிருந்த பழுத்த கொய்யா ஒன்றின் சதைப் பகுதியை அறுத்து, கொதிக்கும் வெந்நீரில் போட்டு, தேயிலைத் தூள், சீனி கலந்து இரண்டு டம்ளர்களில் எடுத்துச் சென்றேன். நான் அறைக்குள் நுழைந்ததும் சிரித்தார் அன்பு.

"என்னோட வெரைட்டீ... உங்களுக்கும் வந்திருச்சு... கொதிக்கும் போதே வாசனை தூக்குச்சு... தம்பி"

'நாளை இறந்து விடுவோம்' என்று தெரிந்த எந்த மனிதனும், முதல் நாள் இரவில் தேநீரை ருசித்து அருந்துவார் என்று நான் கேள்விப்பட்டதில்லை. இருவரும் தேநீர் கோப்பைகளை எடுத்து மெதுவாகக் குடிக்க ஆரம்பித்தோம். ஒவ்வொரு துளி தேநீரும் வெப்பத்தோடு வயிறு வரை இறங்குவதை உணர முடிந்தது. இந்த இரவு இப்படியே நீண்டு விடாதா? என்று ஏக்கமாக இருந்தது. இதுவரை என் வாழ்வில் நான் அதிகம் நேசித்த நபர் அன்புவாகத்தான் இருக்க முடியும் தோன்றியது.

"தம்பி... இனி தூங்கலாம்... படுத்துக்கங்க..."

"சரிங்க சார்..." இதுதான் நான் அவரிடம் சொல்லும் கடைசி "சரிங்க சார்" ஆக இருக்குமோ என்ற எண்ணம் வந்தவுடன், மனசு கனமானது.

"தம்பி... நீங்க உண்மையிலேயே அதிர்ஷ்டம் செஞ்சவர்தான்..."

"ஏங்க சார்...?"

"நாடி சொல்லிக் குடுத்தவனுக்கே மரண நாடி பார்த்துட்டீங்க... இறப்பு பத்தி இறந்துக்கிட்டு இருக்கிறவன்கிட்டயே

தெரிஞ்சிக்கிட்டீங்க...” சொல்லிவிட்டு கட கடவென சிரித்தார் அன்பு.

இரவு முழுவதும் எனக்குத் தூக்கமே வரவில்லை. நனவா, கனவா என்று புரிந்துகொள்ள முடியாமல் அன்பு என்னிடம் பேசிக்கொண்டிருப்பது போலவே இருந்தது. அவ்வப்போது எழுந்து, அவரைப் பார்த்துக்கொண்டேன். நான் பார்க்கும் போதெல்லாம் சட்டென விழித்து அவர் என்னைப் பார்த்து புன்னகைத்தார். மாறி, மாறி பார்த்துக் கொண்டே இரவைக் கழித்துக்கொண்டிருந்தோம்.

அதிகாலை மூன்று மணி இருக்கும். திடீரென உறக்கம் கலைந்தது. எப்போது தூங்கினேன் என்றே தெரியவில்லை. விழித்து அன்புவைப் பார்த்தேன். அவரும் இப்போதுதான் விழித்திருப்பார் போல இருந்தது.

“தம்பி... இங்க வாங்க... இடுப்புக்கு மேல முதுகு வரைக்கும் தொட்டுப் பாருங்க...” என்று சொல்லிய படி அவர் அணிந்திருந்த பனியனை மேலே தூக்கினார். நான் மெதுவாகத் தொட்டுப் பார்த்தேன். இடுப்புப் பகுதியின் பின்புறமும், முதுகுப் பகுதியும் லேசான உடல் வெப்பம் இருந்தது. இடது புறத்தில் இருந்து வலது தோள்பட்டைக்குக் குறுக்காகச் செல்லும் இடத்தில் இரு நூல் போகுமளவுக்கு மட்டும் குளிர்ந்திருந்தது. அதே போல, வலது இடுப்பிலிருந்து இடது தோள்பட்டைக்குச் செல்லும் பகுதியிலும் குளிர்ச்சி இருந்தது. அவரிடம் சொன்னேன்.

“ம்... சரிதான்... தம்பி... அதுதான் விசை நரம்பு... இது குளிர்ந்து போனால் உயிரோட நேரம் முடிஞ்சிருச்சினு அர்த்தம்...”

தளர்வாக எதற்கோ தயாரானவர் போல கட்டிலில் சரிந்து படுத்துக்கொண்டார். கண்கள் மட்டும் என்னைப் பார்த்துக் கொண்டிருந்தன. நான் அவரையே பார்த்துக் கொண்டிருந்தேன். என்னைப் பார்த்து புன்னகைத்தபடியே இருந்தார். உடலில் எந்த மாற்றமும் இல்லாமல், மூச்சை விசுக்கென இழுக்கும் ஒலி கேட்டது. அவருடைய உடலிருந்துதான் அது வந்ததா என்று புரியாமல் அவரையே உன்னிப்பாகப் பார்த்துக்கொண்டிருந்தேன்.

“சார்... எதுவும் செய்யுதா... சார்...?” கேட்டுக்கொண்டே அவருடைய நெஞ்சுப்பகுதியை வருடிவிட்டேன். இல்லை என தலையசைத்தவர், மெதுவான குரலில் சொன்னார். “இதுதான் அது...”. அடுத்த வினாடி அவர் கண்களில் இருந்த ஒளி மறைந்தது. கண்களின் இமை தானே கீழிறங்கி மூடிக்கொண்டது.

நான் அவசரமாக அவர் உடலைத் தொட்டுப் பார்த்தேன். உடல் சூடு அப்படியே இருந்தது. இமைகளை தூக்கிப் பார்த்தேன். உள் விழிகளில் அசைவில்லை. என் கண்களிலிருந்து கண்ணீர் மெலிதாக வடிந்தது. அன்புவின் கண்களில் இருந்தும் நீர் வடிந்து கொண்டிருந்தது. அவர் புன்னகை நிரந்தரமாக உறைந்து போயிருந்தது.

அவருடைய கைகளை எடுத்து நாடி பார்த்தேன். வாதம், பித்தம், கபம் எல்லா நாடிகளும் கற்றுத் தந்தவரோடு போய் விட்டிருந்தன.

31

இன்று ரவியின் மனைவிக்கு ஆபரேசன் ஏற்பாடாகி இருந்தது. மனைவியின் உயிருக்கு எந்த ஆபத்தும் இல்லை என்று டாக்டர் கொடுத்த நம்பிக்கையில் ரவிக்கு கொஞ்சம் தைரியம் வந்திருந்தது. ஆபரேசனுக்கான பணத்தை அவர் கொஞ்சம் சிரமப்பட்டுத்தான் ஏற்பாடு செய்திருந்தார். இரண்டு நாட்களுக்கு முன்பு பி.ஆர்.ஓ. செக்சனுக்கு நான் அவரை அழைத்துச் சென்று, என்னை அறிமுகப்படுத்திக் கொண்டு 'ரெஃபரன்ஸ் இன்செண்டிவ்'வை கழித்து கட்டணத்தை வசூலிக்கும்படி கேட்டுக்கொண்டேன்.

மூன்று நாட்களுக்கு முன்பு ரத்த ஒவ்வாமையால் அந்த நோயாளி மருத்துவமனையில் இறந்த பிறகு, மனம் முழுக்க அன்புவின் நினைவுகளே நிறைந்திருந்தது. இறப்புகள் எவ்வளவு வேறுபாடுகளோடு இருக்கின்றன...?

அன்பு கற்றுக் கொடுத்த ஒவ்வொன்றும் என் மனதிற்குள் இடைவிடாது நினைவுகளில் சுழன்று கொண்டேயிருந்தது. என்ன சூழ்நிலை ஏற்பட்டிருந்தாலும், மறுபடியும் மருத்துவமனைக்கு வந்திருக்கக் கூடாது. சிறிய லேபரட்டரிகளில் வேலைக்குப் போவதில்லை என்பதிலும், டாக்டர்களுக்கு கமிஷன் கொடுப்பதில்லை என்பதிலும் எவ்வளவு உறுதியாக இருந்தேனோ, அதே உறுதியை அலோபதியிலேயே தொடரக்கூடாது என்பதிலும் காட்டியிருக்க வேண்டும் என்று தோன்றியது. அப்பாவின் தொழில் முற்றிலும் பாதிக்கப்பட்டிருந்த நிலையில், அவர் கடன்களை வசூலிப்பதற்காக மட்டுமே கேரளா சென்று கொண்டிருந்தார். அவ்வப்போது வசூலாகும் பணம் போக்குவரத்திலேயே காலியாகிக்கொண்டிருந்தது.

அன்புவின் மறைவிற்குப் பின்னால் நான் என்ன செய்வது என்றே பல நாட்கள் யோசிக்க முடியவில்லை. அவர் இறந்த அன்று அன்புவின் அண்ணனுக்கு மட்டுமே தொலைபேசியில் செய்தி தெரிவித்தேன். அதன் பின் எங்கிருந்து, எப்படி இவ்வளவு பேர் வந்து சேர்ந்திருந்தார்கள் என்று தெரியவில்லை. அன்புவின் கிளினிக் அன்று வேறு ஏதோ இடம் போல மாறிவிட்டது. அன்புவின் மனைவியும், மகனும், அண்ணனும், அவர் மகன்களும் வந்திருந்தார்கள். கம்பத்தில் இருந்த அவர்களின் உறவினர்களும் வந்து குவிந்தார்கள். சொந்தக்காரர்களை விட, நோயாளிகளே அதிகமாக இருந்தார்கள். அவர்கள் முகங்களைப் பார்த்த பிறகுதான், எனக்கு சுய உணர்வே வந்தது.

'நேற்றுதான் பார்த்தேன்... அப்போதுதான் பேசிக் கொண்டிருந்தேன்' என்று ஆளாளுக்கு சொல்லிக் கொண்டிருந்தார்கள். 'அவருக்கு உடம்பு முடியலையா?' என்ற விசாரிப்புகள் என்னை நோக்கி நீண்டன. கடைசி நிமிடம் வரைக்கும் ஆரோக்கியமாக இருந்ததை மட்டுமே நான் சொல்லிக்கொண்டிருந்தேன். அன்புவின் அண்ணன் மட்டுமே தேம்பித் தேம்பி அழுதார். மற்றவர்களின் கண்ணீர் மௌனமாக வழிந்துகொண்டிருந்தது. அன்புவின் மகனுடைய உடல் மொழி, முகபாவம் எதிலும் அன்பு வெளிப்படவில்லை. நான் பார்த்த அலோபதி டாக்டர்களின் சாயல் அப்படியே இருந்தது. அன்று பிற்பகலிலேயே அன்புவின் உடல் பெரியாற்றின் கரையில் எரியூட்டப்பட்டது. அவர் அண்ணனிடம் சொல்லி விட்டு, அவருடைய நோட்டுகளையும், மைக்ரோஸ்கோப்பையும் எடுத்துக்கொண்டு வீடு திரும்பினேன்.

அன்பு என்பது எரியூட்டப்பட்ட இந்த உடலின் பெயர் அல்ல. வெளியோடு கரைந்துபோன உயிரின் பெயரும் அல்ல. அவரைத் தொடர்ந்து இயக்கிக்கொண்டிருந்த, இனியும் வாழப் போகும் அவர் சிந்தனைகளைத் தாங்கி நின்ற மனதின் பெயராகத்தான் இருக்க முடியும். மனம்தான் அன்பு என்றால், அவர் இங்குதான் இருக்கிறார். காலமாகி, வெளியாகி எல்லாமுமாகிக் கலந்து நிற்கிறார். அவர் இறக்கும்போது என்னிடம் பேசிக் கொண்டிருந்த அவ்வளவு விஷயங்களும் என்னைச் சுற்றிக் கொண்டே இருந்தன. அவர் உடலில் இருந்து வரும் மெல்லிய ஜவ்வாது மனம் இன்னும் என்னைத் தொடர்ந்துகொண்டிருக்கிறது.

அன்பு காலமானபோது ஆரம்பித்த கனத்த மௌனம் மனதின் அடிப்பகுதியில் இப்போதும் தொடர்கிறது. அது கவலையும் இல்லை. எதையும் செய்யும் கவனமும் இல்லை. வாழ்க்கையை வெறுத்து,

ஈடுபாடற்று இருக்கிறேனா? என்று எனக்குள் கேட்டுக்கொண்டேன். இது அந்த மனநிலையும் இல்லை. அன்பு கொடுத்திருக்கிற வேலைகளை முடிக்க வேண்டும் என்ற அழுத்தமான சிந்தனை எப்போதும் இருந்துகொண்டே இருந்தது. இரண்டு வாரங்களுக்குப் பிறகுதான் மனது முழுக்கப் பரவியிருந்த வெறுமை குறைந்து, குடும்பத்தின் சூழல் உறைத்தது. அன்புவோடு எனக்கிருந்த நெருக்கமும், பிணைப்பும் அப்பாவிற்குத் தெரியும் என்பதால் ஒன்றும் கேட்காமல் காத்திருந்தார். பதினைந்து நாட்களுக்குப் பிறகு வேலைக்குச் செல்வது பற்றி கேட்டார் அப்பா.

அவரிடம் என்ன சொல்வது? தத்துவப் புரிதலையும், அறமற்ற செயல்களையும் எப்படி விளக்குவது...? சித்த மருத்துவம் செய்யலாமா என்ற யோசனை ஓடியது. சித்த மருத்துவத்தில் எனக்கு என்ன தெரியும்? என்று என்னை நானே கேட்டுக்கொண்டேன். எந்த மருந்து பற்றியும் தெரியாது. ஆனால், அதன் நோயறிதல் முறையும், தத்துவங்களும் ஓரளவுக்கு பிடிபட்டிருந்தன. மருந்துகளையும், அவற்றின் செய்முறைகளையும் கற்றுக் கொண்டால் சில வருடங்களில் சித்த மருத்துவத்தை செய்துவிட முடியும் என்பது புரிந்தது. அலோபதியை விட்டு விட்டு என்னால் உடனடியாக ஓடி விட முடியாது என்று தோன்றியது. தற்காலிகமாக, டாக்டர்கள் கமிஷன் இல்லாத ஒரு இடத்தைத் தேர்வு செய்யலாம் என்று யோசித்த போதுதான் இந்த மருத்துவமனை பற்றி அறிந்தேன். இங்கு வந்து சேர்ந்த ஓரிரு மாதங்களில் எந்தப் பிரச்சினையும் இல்லை.

ரவியின் மனைவிக்கு அறுவை சிகிச்சை என்ற பேச்சு துவங்கிய பிறகுதான் கமிஷன் என்ற சொல்லை மறுபடியும் கேட்கிறேன். பி.ஆர்.ஓ. செக்சன் மாவட்டம் முழுவதும் இருந்த எல்லா ஊர்களுக்கும் ஒரு பி.ஆர்.ஓ.வை நியமித்திருந்தது. அவர்களுக்கு சம்பளம் இல்லை. அந்தந்த ஊரில் உள்ள சிறிய கிளினிக் வைத்திருக்கும் டாக்டர்களையும், வேறு மருத்துவங்களைப் படித்துவிட்டு அலோபதி சிகிச்சை செய்துகொண்டிருக்கும் டாக்டர்களையும் சந்தித்து பெரிய கேஸ்கள் இருந்தால் மருத்துவமனைக்கு சிபாரிசு செய்யும்படியும், பில் தொகையில் இருந்து குறிப்பிட்ட சதவிகிதம் கமிசனாக வந்து விடும் என்ற தகவலைச் சொல்லி அவர்களை மருத்துவமனையின் தொடர்பு வளையத்திற்குள் கொண்டு வர வேண்டும். இதுதான் முதல் வேலை. இதற்கு ஒத்துக்கொள்ளும் ஒவ்வொரு டாக்டரின் முகவரியையும் செக்சனில் இருக்கும் கணினியில் பதிந்தால் அதற்கு ஒரு ஊக்கத்தொகை கிடைக்கும். அந்த டாக்டர்கள் மூலம் மருத்துவமனைக்கு வரும் ஒவ்வொரு நோயாளியின் பில் தொகையிலும் இரண்டு பெர்சண்ட் சம்பளமாகக் கிடைக்கும். மாவட்டம் முழுதும்

இருந்து வந்துகொண்டிருக்கும் நோயாளிகளின் எண்ணிக்கை அதிகமாகிக்கொண்டே இருந்தது. இந்த நடைமுறைகள் எல்லாமே அறுவை சிகிச்சை கட்டணத்தைக் குறைப்பதற்காக பி.ஆர்.ஓ. செக்சனுக்குப் போன போதுதான் எனக்குத் தெரிய வந்தது. நான் நேரடியாக கமிஷன் கொடுக்கும் வேலையில் இல்லையே தவிர, மிகப் பெரிய சதி வலையில் சிக்கிய சின்னஞ் சிறு ஈயைப் போல மாட்டிக்கொண்டிருந்தேன். மனதிற்குள்ளிருந்து அன்பு சிரித்தார். “மறுபடியும் சிக்கிட்டீங்களே தம்பி...”

இந்த அறுவை சிகிச்சை முடிந்ததும் இங்கு வேலையில் தொடர்வது குறித்து தீவிரமாக யோசிக்க வேண்டும். இந்த வேலையை விட்டு, விட்டால் என்ன செய்வது என்று ஒரு சிந்தனையும் வரவில்லை.

நான் மருத்துவமனைக்குள் நுழையும்போதே ரவி அங்கு காத்துக்கொண்டிருந்தார். அவருடன் இன்னும் சில உறவினர்களும் நின்று கொண்டிருந்தனர். நான் ரவியைப் பார்த்து புன்னகைத்து விட்டு, “எத்தனை மணிக்கு சார் சர்ஜரி...?” என்று கேட்டேன்.

“காலை 11 மணிக்கு சார்....” பெரும்பாலான தீவிர அறுவை சிகிச்சைகள் மாலையோ, இரவோதான் இருக்கும். இது ‘யுட்ரஸ் ரிமூவல்’ ஆபத்து குறைந்த ஆபரேசன் என்பதால் காலையிலேயே வைத்துவிட்டார்கள் போல. இதில் இருக்கும் ஒரே ஒரு ஆபத்து, அறுவை சிகிச்சையின் போது ரத்தப் போக்கு ஏற்படலாம் என்பதுதான். அப்படி வந்து விட்டால் அதனை ஈடு செய்வதற்காக ஓரிரு யூனிட்டுகள் ரத்தம் ஏற்றுவார்கள். ரத்தம் பற்றி நினைத்ததுமே எனக்குள் பரபரப்பு தொற்றிக் கொண்டது.

“ஒரு நிமிசம் சார்... இந்தா வர்றேன்...” என்று சொன்னபடியே, நேராக ரத்த வங்கிக்குச் சென்றேன். அங்கு வரவேற்பறையில் ராமர் அமர்ந்திருந்தார். “குட் மார்னிங் சார்...” என்றார். நானும் புன்னகைத்தவாறே “குட்மார்னிங் ராமர் சார்... இன்னைக்கு காலைல ஒரு யுட்ரஸ் சர்ஜரி இருக்கு... பிளட் ரெடியாயிருச்சா சார்...? டெஸ்டெல்லாம் ஓகேவா...?” என்றேன்.

“சாம்பிள்ளை லேப்ல குடுத்திட்டேன் சார்... அங்கதான் போலாம்னு நினைச்சிக்கிட்டிருந்தேன்...” என்று சொல்லியவாறு என்னோடு இணைந்து கொண்டார். லேபரட்டரிக்குள் நான் நுழைந்து, ரத்தவியல் பிரிவின் முன் நின்றேன். அங்கு ராஜன் சார் சோதனைகளை முடித்து விட்டிருந்தார். ரிசல்ட் எழுதியிருந்த சீட்டை எடுத்துப் பார்த்தேன். “மேட்ச்சிங்” என்று எழுதியிருந்தது.

எனக்குள் பரபரப்பு தொற்றிக்கொண்டது. ராஜன் சாரிடம் அனுமதி பெற்று, சோதனை முடிந்த ஸ்லைடுகளை எடுத்து, தலைக்கு மேலே உயர்த்திப் பார்த்தேன். புள்ளிகள் ஒன்றும் இல்லை. சில நிமிடங்கள் காத்திருந்து விட்டு, மைக்ரோஸ்கோப்பில் வைத்து உற்றுப் பார்த்தேன். ரத்தத்துளிகள் அமைதியாக இருந்தன. எந்த மாறுதலும் இல்லை. "பெர்ஃபெக்ட் மேட்ச்" என்று மனசு சொன்னது. ரத்தம் ஏற்றும் தேவை ஏற்படாமலேயே அறுவை சிகிச்சை முடிந்துவிட்டால் நல்லது.

'ஒவ்வொரு மனிதனின் ரத்தமும் தனித்தன்மையானது; ஒருவருடைய ரத்தம் இன்னொருவருக்கு முழுமையாகப் பொருந்தாது. உடல் சிதைந்து, உயிர் பிரியும் என்ற அவசர நிலையில் மட்டுமே அந்நிய ரத்தத்தை உடல் தற்காலிகமாக ஏற்கும்' என்று அன்பு சொல்வார். பலருக்கு ரத்தம் ஏற்றிய அடுத்தடுத்த நாட்களில் சிறுநீரிலும், மலத்திலும் ரத்தம் வெளியேறுவதைப் பார்த்திருக்கிறேன். இன்னும் சிலருக்கு வியர்வையே ரத்த வாடை அடிக்கும். உடல் கழிவுகளில் ரத்தம் வெளியேறுகிறது என்றால், உடல் அந்தப் பொருளை அந்நியமாகக் கருதுகிறது என்று அர்த்தம். ஆனாலும், டாக்டர்கள் ஒவ்வாமை எதிர்ப்பு மருந்துகளை ரத்தத்தோடு சேர்த்து, உடலில் ஏற்றி விடுவார்கள். அதனால்தான், ரத்தம் தேவைப்படாமலேயே அறுவை சிகிச்சை முடிந்து விட்டால் நல்லது என்று நினைத்துக் கொண்டேன்.

வரவேற்பறையில் காத்திருந்த ராமரிடம் ரிசல்ட்டைச் சொன்னேன். அவர் கேட்டார். "மைக்ரோ கிளம்பிங்... எதுவும் இல்லைல சார்...?"

எனக்குள் இருந்து நீளமான பெருமூச்சு வெளிப்பட்டது. "இல்லை சார்... ஒண்ணும் பிரச்சினை இல்லை..." ராமர் ரத்த பாட்டில்களை எடுத்து, அறுவை சிகிச்சை அறையில் வைப்பதற்காக சென்று விட்டார். ராஜன் சாரிடம் சொல்லி விட்டு, நான் ரவியோடு இணைந்து கொண்டேன்.

ரவி அதிகாலையிலேயே மருத்துவமனைக்கு வந்து விட்டதால் ஒன்றும் சாப்பிடாமல் இருந்தார். அவர் மனைவி தனி அறையில் ஓய்வெடுத்துக் கொண்டிருந்தார். அவருக்கு இப்போதைக்கு பழச்சாறு மட்டும் கொடுத்து, அங்கு படுக்க வைக்கப்பட்டிருந்தார். ரத்த அழுத்தம், சர்க்கரை அளவு போன்ற பரிசோதனைகளை எடுத்து விட்டு, காத்திருந்தார்கள். நான் ரவியை அழைத்துக் கொண்டு, கேண்டீனுக்குச் சென்றேன். முதலில் உணவு வேண்டாம் என்ற ரவி, என்னுடைய வற்புறுத்தலால் சாப்பிட்டார்.

மணி பதினொன்றை நெருங்கிய போது, எல்லாரும் அறுவை சிகிச்சை அறையின் முன்பு வந்து விட்டோம். ரவியின் மனைவி அங்கு அழைத்துச் செல்லப்பட்டு, அரை மணிநேரம் ஆகியிருந்தது. முதலில் மயக்க மருந்து கொடுக்கப்பட்டு, கொஞ்ச நேரம் கழித்துத்தான் அறுவை சிகிச்சை செய்ய ஆரம்பிப்பார்கள் என்று நான் ரவியிடம் விளக்கிக் கொண்டிருந்தேன். அவர் நான் சொன்னதை காதில் வாங்கிக்கொண்டிருந்தாலும், மனம் பரபரப்பாகவே இருந்தது. நான் அவ்வப்போது அவருக்கு தைரியம் சொல்லிக் கொண்டிருந்தேன். டாக்டர் அன்பு மட்டும் இப்போது இருந்திருந்தால், ரவியின் மனைவிக்கு சித்த மருத்துவம் செய்திருக்கலாம். அறுவை சிகிச்சைக்கே வந்திருக்க வேண்டியதில்லை என்று தோன்றியது. நான் இந்த மருத்துவமனைக்கு வந்த பிறகுதான், ரவியே பழக்கம். அன்பு இருந்திருந்தால் ரவியை நான் சந்தித்திருக்கவே மாட்டேன் என்றும் இன்னொரு சிந்தனை ஓடியது.

அறுவை சிகிச்சை உதவியாளராக சுதா அறைக்குள் இருந்தார். அவரும் நான் மருத்துவமனையில் சேர்ந்த அன்று பழக்கமானார். அறுவை சிகிச்சை அறைக்குள் தேவைப்படும் ரத்த பாட்டில்களை வைக்கும் போது, ராமருடன் பல முறை நானும் சென்றிருக்கிறேன். பெரும்பாலான அறுவை சிகிச்சைகளில் சுதாவே உதவியாளராக இருப்பார். பல வருட அனுபவம் உள்ளவர். இந்த மருத்துவமனையின் அறுவை சிகிச்சை சிறப்பு மருத்துவருக்கு சுதாவின் உதவி எப்போதும் தேவைப்படும். அவருடைய கண்ணசைவின் அர்த்தத்தைப் புரிந்து கொண்டு, உடனடியாக தேவையான கருவிகளையும், மருந்துகளையும் எடுத்துத் தருவார் சுதா. இன்னும் ஐந்து உதவியாளர்களும் அங்கிருப்பார்கள்.

சுதாவிடம் எனக்கு பழக்கமான பிறகு, அறுவை சிகிச்சைகள் குறித்து அடிக்கடி விசாரித்துக்கொள்வேன். அவரும் விரிவாக அங்கு நடக்கும் ஒவ்வொன்றையும் விளக்குவார். சில சர்ஜரிகளில் நீக்கப்பட்ட உள்ளுறுப்புகளை நான் பார்க்க வேண்டும் என்று கேட்டபோது, முதலில் தயங்கியவர் அப்புறம் என்னை அழைத்துச் செல்ல ஆரம்பித்தார். அறையில் இருந்து நோயாளி மாற்றப்பட்ட பிறகு, சுத்தப்படுத்தும் பணி துவங்குவதற்கு முன்பு, சுதா என்னை அழைப்பார். சில நிமிடங்கள் நான் ஆபரேசன் தியேட்டருக்குள் சென்று, அவர் காட்டும் நீக்கப்பட்ட உறுப்புகளையும், உறுப்பின் பகுதிகளையும் பார்த்து விட்டு வருவேன். சில உறுப்புகளை கண்ணாடிப் புட்டியில் ஃபார்மலின் நிரப்பி, அதில் போட்டு எடுத்துக் கொண்டும் வருவேன். அந்த உறுப்புகளைப் பார்க்கும் போது, நான் பாடப்புத்தகங்களில் படித்த உறுப்புகளைப் போல

இருக்காது. ரத்தம் படர்ந்த, சுருங்கிய, கருத்த உறுப்புகளாகவே உண்மையில் இருக்கும்.

இன்று சுதா ஆபரேசன் தியேட்டருக்குள் செல்லும் போதே, வரவேற்பறையில் நின்றிருந்த என்னைப் பார்த்து புன்னகைத்தார். நான் அவர் அருகில் சென்று, நண்பரின் மனைவி என்றும், பார்த்துக் கொள்ளுமாறும் சொல்லி வந்தேன். அப்படி சிறப்பாக நோயாளிக்காக உள்ளே செய்வதற்கு ஒன்றுமில்லை. ரவியின் தைரியத்திற்காக சுதாவிடம் பேசி விட்டு வந்தேன். சுதா தெரிந்தவர் என்றும், உள்ளே அவர் மனைவியைக் கவனித்துக் கொள்வார் என்றும் ரவியிடம் சொல்லி, தைரியமாக இருக்கும் படி சொன்னேன்.

நீண்ட காத்திருப்பிற்கு பிறகு ரவியின் மனைவி ஆபரேசன் தியேட்டரில் இருந்து அறைக்கு மாற்றப்பட்டார். மயக்க மருந்தின் உதவியால் ஆழ்ந்த உறக்கத்தில் இருந்தார். ரவியை அவர் மனைவியிடம் இருக்க சொல்லிவிட்டு, நான் ஆபரேசன் தியேட்டருக்குள் சென்றேன். டாக்டர்கள் ஆபரேசன் முடிந்தவுடனேயே அவரவர் அறைகளுக்குச் சென்று விட்டனர்.

நான் சுதாவைப் பார்த்து புன்னகைத்தேன். “என்ன தம்பி... ரிமூவல் ஆர்கனைப் பார்க்க வந்தீங்களா...?” என்றார் சுதா.

“ஆமாங்க்கா... சர்ஜரி எப்படி இருந்தது...?”

“ஃபைன்... ப்ளட் தேவைப்படல... பெரிய ப்ளீடிங் இல்ல... சீக்கிரமே அரெஸ்ட் ஆயிடுச்சு... சக்சஸ்ஃபுல்லா முடிஞ்சது... தம்பி...”

“முழு யுட்ரசையும் எடுத்திருவாங்களாக்கா...?”

“ஆமாம் தம்பி... ஓவரிஸ், யுட்ரஸ் எல்லாத்தையுமே ரிமூவ் பண்ணிருவாங்க...”

“உள்ளே இருக்க கட்டியை மட்டும் ரிமூவ் பண்ண முடியாதாங்க்கா...?”

“இல்ல தம்பி... அதுக்கு வாய்ப்பில்லை... அப்படி ரிமூவ் பண்றதுல நிறைய காம்ப்ளிகேசன்ஸ் இருக்கு. பேசண்ட் உயிருக்கே ஆபத்து வந்துரும்... அதுனாலதான், யுட்ரசையே ரிமூவ் பண்றாங்க...”

“ரிமூவ் பண்ண யுட்ரசைப் பார்க்கலாமா...?” சுதா புன்னகைத்தவாறே அறையின் இடதுபுறம் அழைத்துச் சென்றார். அங்கிருந்த பெரிய தட்டின் மேல் பாலிதீன் போர்த்தப்பட்டு இருந்தது. அறையை சுத்தம் செய்து முடித்ததும், தட்டில் இருக்கும்

அனைத்தையும் அப்படியே ஒரு பாலிதீன் பையில் போட்டு, பேக் செய்து 'மெடிக்கல் வேஸ்ட்' பெட்டியில் சேமிக்கப்படும். தினமும் அங்கிருந்து அது எடுத்துச் செல்லப்பட்டு, அப்புறப்படுத்தப்படுவது வழக்கம்.

சுதா கைகளில் மெல்லிய கையுறைகளை அணிந்து கொண்டார். என்னிடம் ஒரு ஜோடி கையுறைகளைக் கொடுத்தார். நான் அருகில் இருந்த மேஜையில் வைத்தேன். தட்டின் மேலிருந்த பாலிதீனை இழுத்து, அகற்றினார். தட்டைப் பார்ப்பதற்கே கண்கள் கூசின. லேபரட்டரியில் அழகிய கண்ணாடி டியூப்களில் ஊற்றப்பட்டிருக்கும் ரத்தத்தைப் பார்க்கும் போது அழகாக இருக்கும். உள்ளிருப்பது மனிதனின் ரத்தம் என்பதே கண்ணாடியின் அழகில் மறந்து போய் விடும். சில நேரங்களில், சுத்தம் செய்யும் பகுதியில் டியூப்களில் இருக்கும் ரத்தம் மொத்தமாக ஊற்றப்படும் இடமும் பார்ப்பதற்கு மோசமாக இருக்கும். அருவருப்பாக இருக்கும்.

ஆனால், இந்த தட்டில் இருக்கும் உறைந்து போன ரத்தத்தையும், நடுவில் உயிரற்றுச் சரிந்திருக்கும் கர்ப்பப்பையையும் பார்க்கும் போது கண்கள் கூசின. இறந்த உடலைப் பார்க்கிற உணர்வு எழுந்தது. கிளை பரப்பி நின்றுகொண்டிருக்கும் ஆலமரம், வேரோடு சரிந்து விழுந்திருப்பதுபோல கர்ப்பப்பை சரிந்து கிடந்தது. மரத்தின் கிளைகளையும், விழுதுகளையும் போல கர்ப்பப்பையோடு இரு கருப்பைகளும் உள்ளொடுங்கி இருந்தது. கர்ப்பப்பையின் மையப்பகுதி மட்டும் மேடிட்டு வீங்கி இருந்தது. இதற்குள்தான் கட்டி இருக்க வேண்டும். அதனைத் தொட்டுப் பார்க்க மனம் வரவில்லை. கையுறைகளை அப்படியே வைத்து விட்டு, சுதாவைப் பார்த்தேன்.

"போலாமா தம்பி..." என்றார் சுதா.

"சரிங்க்கா..." என்றபடி திரும்பினேன். மனதிற்குள்ளிருந்து அந்தக் கட்டியைப் பார்க்கும் எண்ணம் மேலோங்கியது. அது அன்புவின் குரலைப் போல இருந்தது. மறுபடியும் சுதாவிடம் திரும்பி அந்தக் கட்டியைக் காட்டும் படி சொன்னேன். கர்ப்பப்பையின் கீழ்ப்புறம் கிழிக்கப்பட்டிருந்தால் அதன் வழியாகக் கட்டியைப் பார்த்து விடலாம் என்று சொல்லிக்கொண்டே, மொத்த பகுதியையும் தட்டிலேயே திருப்பிப் போட்டார் சுதா. கிழிக்கப்பட்டிருந்த கர்ப்பப்பை சுவரின் வழியே உள்ளேயிருந்த கட்டி பார்வையில் பட்டது. அது பலூனின் ஒரு பகுதியைப் போல, வெண்மையாக உப்பலாக இருந்தது.

நான் அதைப் பார்த்துக்கொண்டே இருந்தேன். திடீரென மொத்தப் பகுதியையும் கையில் எடுத்தேன். சுதா கோபமாகக் கத்தினார். "தம்பி... வெறுங்கையில தொடக்கூடாது... இன்ஃபெக்சன் ஆயிரும்..."

நான் வேகமாக பிளவை விரல்களால் பெரிதாக்கினேன். உள்ளே தெரிந்த பலூனின் முழு வடிவமும் கண்ணில் பட்டவுடன் மனது அதிர்ந்தது. மனதிலிருந்து கிளம்பிய அதிர்வு உடல் முழுவதும் பரவி, வியர்வை பெருகியது. கைகளில் உருவான நடுக்கத்தில் கர்ப்பப்பையை கீழே போட்டு விட்டேன். கீழே விழுந்த அதிர்ச்சியில் கர்ப்பப்பை கவர் பிரித்து, உள்ளிருந்த பலூன் முழுவதும் வெளியே தெரிந்தது. பலூனில் நிரப்பப்பட்ட தண்ணீரின் மத்தியில் ஒரு மிகச் சிறிய குழந்தை சிறிய கொடியில் இணைந்து தொங்கிக் கொண்டிருந்தது.

மிகச் சிறிய மனிதக்குழந்தை செத்துப் போயிருந்தது. பிறை போல வளைந்த முதுகும், சிறிய தலையும், அதில் கண்கள் இருக்குமிடத்தில் கரும் புள்ளிகளும், மடல் வளராத காதுகளுமாக அந்த உருவம் இருந்தது. அறுபது நாட்கள் வளர்ந்த கருவாக அது இருந்திருக்கும். கர்ப்பப்பை இழந்து, மயக்கத்திலிருக்கும் பெண்ணின் கருக்குழந்தை இங்கே கொல்லப்பட்டுக் கிடக்கிறது. இனி, வாரிசே இல்லையென்றாலும் மனைவி உடல்நலம் திரும்பும் மகிழ்ச்சியில் ரவி இருந்து கொண்டிருப்பார்.

இங்கே அவருடைய தலைமுறையே வேரோடு வெட்டிச் சாய்க்கப்பட்டிருக்கிறது. கருவில் இருந்தது ஆணோ பெண்ணோ இயற்கை வழங்கிய வாய்ப்பின் வழியே பூமியைப் பார்க்கும் முன்பே அது மனிதத் தவறுகளால் பறிக்கப்பட்டுவிட்டது. ஆபரேசன் செய்த டாக்டர் கவனித்திருக்க வாய்ப்பில்லை என்றாலும், கொஞ்சம் கூடுதல் கவனம் இருந்திருந்தால் இந்த அழிவை தவிர்த்திருக்க முடியும். ஸ்கேன் செய்த ரிப்போர்ட்டைப் பார்த்து, கருத்து சொன்ன டாக்டரின் தவறு ஒரு தலைமுறையையே அழித்து விட்டது. வெறும் இயந்திரங்களையும், காகிதங்களையும் நம்பி ஒரு குடும்பமே வேரறுக்கப்பட்டு விட்டது.

எண்ணங்கள், சிந்தனைகளாக மாறி எனது உடலிலிருந்த ஆற்றல் எல்லாம் வடிந்துகொண்டிருந்தது. கருக்குழந்தையைப் பார்த்தபடியே மயங்கிச் சரிந்தேன்.

முகத்தில் அறைந்த குளிர்ச்சியால் கண்கள் தானே திறந்து கொண்டன. எதிரில் சுதாவின் முகம் தெரிந்தது. நான் ஆபரேசன் தியேட்டரிலேயே தரையில் படுத்திருந்தேன். "அக்கா... அதப்

பார்த்தீங்களா...?" என்று சப்தம் குறைந்த குரலில் கேட்டேன். அவர் மௌனமாக இருந்தார். அவர் கண்கள் கலங்கி இருந்தன. இங்கிருக்கும் எல்லா நபர்களும் அழுது கண்ணீர் பெருக்கினாலும், அந்தக் குழந்தையை திருப்பிக் கொடுக்க முடியுமா...?

ஆழமான பெருமூச்சு என்னிடமிருந்து வெளிப்பட்டது. எழுந்து அமர்ந்தேன். சுதா எழுந்து நிற்க உதவுவதற்காக அவர் கைகளை நீட்டினார். அவற்றைத் தவிர்த்து விட்டு, நானே எழுந்து, தளர்வாக அங்கிருந்து வெளியேறினேன். படிகளில் இறங்க, இறங்க இன்னும் உடல் சோர்வு அதிகரித்தது. மருத்துவமனை வாயிலை நோக்கி நடந்தேன்.

மருத்துவமனைக்கும், எனக்குமான தூரம் அதிகரிக்க அதிகரிக்க மனம் முழுமையாக விழித்துக் கொண்டது. கால்களை அழுத்தமாக ஊன்றி, சாலையை நோக்கி நடக்க ஆரம்பித்தேன்.

எதிலிருந்தோ விடுபட்ட உணர்வு எழுந்தது. நடந்து வந்த பாதையைத் திரும்பிப் பார்த்தேன். மருத்துவமனை சிறைக்கூடம் போலக் காட்சியளித்தது. இந்த வீதியில் இனி நடக்கப் போவதில்லை என்று மனம் சொல்லியது. இனி, எந்த மருத்துவ ஆய்வுக்கூடத்திற்குள்ளும் மறுபடியும் செல்லவே கூடாதென மனதில் உறுதி செய்துகொண்டு, மருத்துவத்துறையிலிருந்தே வெளியில் நடந்துகொண்டிருந்தேன். இன்னும் வளர்ந்து முடிக்காத சிசுவின் விரல்கள் என்னை மருத்துவத்திலிருந்தே வெளியே தள்ளியதைப் போல இருந்தது.

இது தற்காலிக வெளியேறுதல்தான். அன்பு என் மனதில் விதைத்தவை முளை விடும் வரைதான் மருத்துவத்தை விட்டு வெளியேறுகிறேன். அவை செடிகளாக, மரங்களாக, பெரு விருட்சமாக வளர்ந்து நிற்கும் வரை அவற்றைக் காப்பதற்காக இங்கிருந்து வெளியேறுகிறேன்.

வயிற்றைக் கழுவிக் கொள்வதற்கு இங்கு ஆயிரம் தொழில்கள் இருக்கின்றன. ரத்தக்கறை படிந்த இந்த மருத்துவம் எனக்குத் தேவையில்லை.

என் மனதிற்குள்ளிருந்த அன்புவின் நினைவுகள் உள்ளும், புறமுமாய் எல்லாம் தானாகி நின்றன.